சிலிர்ப்பு

# சிலிர்ப்பு

தி. ஜானகிராமன் (1921 - 1983)

தி. ஜானகிராமன் தஞ்சை மாவட்டம் மன்னார்குடியை அடுத்த தேவங்குடியில் பிறந்தவர். பத்து வருடங்கள் பள்ளி ஆசிரியராகப் பணியாற்றியவர். பின்பு அகில இந்திய வானொலியில் பணியாற்றி ஓய்வுபெற்றார். அவருக்குக் கர்நாடக இசை அறிவும் வடமொழிப் புலமையும் இருந்தன.

1943இல் எழுதத் தொடங்கிய தி. ஜானகிராமன் 'மோகமுள்', 'அம்மா வந்தாள்', 'மரப்பசு' உள்ளிட்ட ஒன்பது நாவல்கள், நூற்றுக்கும் மேற்பட்ட சிறுகதைகள், மூன்று நாடகங்கள், பயண நூல்கள் ஆகிய வற்றை எழுதியிருக்கிறார். சிட்டியுடன் இணைந்து இவர் எழுதிய 'நடந்தாய் வாழி காவேரி' பயண இலக்கிய வகையில் முக்கியமான நூலாகக் கருதப்படுகிறது.

'மோகமுள்', 'நாலு வேலி நிலம்' ஆகிய படைப்புகள் திரைப்படமாக்கப் பட்டுள்ளன. 'மோகமுள்', 'மரப்பசு', 'அம்மா வந்தாள்' ஆகிய நாவல் களும் பல சிறுகதைகளும் இந்திய, ஐரோப்பிய மொழிகளில் மொழி பெயர்க்கப்பட்டிருக்கின்றன.

1979இல் 'சக்தி வைத்தியம்' என்ற இவரது சிறுகதைத் தொகுப்பிற்கு சாகித்திய அகாதமி விருது வழங்கப்பட்டது. 1984இல் இலக்கியச் சிந்தனை விருது அளிக்கப்பட்டது.

● அன்பார்ந்த வாசகருக்கு,

வணக்கம்.

காலச்சுவடு நூலை வாங்கியமைக்கு நன்றி.

நூலின் உள்ளடக்கம், உருவாக்கம், அட்டைப்படம் இன்ன பிற அம்சங்கள் பற்றிய உங்கள் கருத்துகளையும் ஆலோசனைகளையும் காலச்சுவடு வரவேற்கிறது. தகவல், எழுத்து, வாக்கியப் பிழைகள் தென்பட்டால் அவசியம் தெரிவித்து உதவுங்கள். நூல் தயாரிப்பில் கடும் குறைபாடு இருப்பின் மாற்றுப் பிரதி உங்களுக்குக் கிடைக்கக் காலச்சுவடு ஏற்பாடு செய்யும்.

மின்னஞ்சல்: **publisher@kalachuvadu.com**

காலச்சுவடு நாகர்கோவில் அலுவலகத்திற்குக் கடிதம் அனுப்பலாம்.

தங்கள்
எஸ்.ஆர். சுந்தரம் (கண்ணன்)
பதிப்பாளர் — நிர்வாக இயக்குநர்

---

Unauthorised use of the contents of this published book, whether in e-book or hardcopy format, for any type of Artificial Intelligence (AI) training — including but not limited to Machine Learning, Deep Learning, Natural Language Processing, Computer Vision, Chatbot Training, Image Recognition Systems, Recommendation Engines, and Language Models — is strictly prohibited without prior licensing from the publisher. Any such unauthorised use may result in legal action.

தி. ஜானகிராமன்

# சிலிர்ப்பு

காலச்சுவடு பதிப்பகம்

சிலிர்ப்பு ♦ சிறுகதைகள் ♦ தி. ஜானகிராமன் ♦ © உமா சங்கரி ♦ முதல் பதிப்பு: டிசம்பர் 2006, பதினெட்டாம் பதிப்பு: ஜூலை 2025 ♦ வெளியீடு: காலச்சுவடு பப்ளிகேஷன்ஸ் (பி) லிட்., 669, கே.பி. சாலை, நாகர்கோவில்

**cilirppu** ♦ Short Stories ♦ Thi. Janakiraman ♦ © Uma Sankari ♦ Language: Tamil ♦ First Edition: December 2006, Eighteenth Edition: July 2025 ♦ Size: Demy 1 x 8 ♦ Paper: 18.6 kg maplitho ♦ Pages: 368

Published by Kalachuvadu Publications Pvt. Ltd., 669 K.P. Road, Nagercoil 629001, India ♦ Phone: 91-4652-278525 ♦ e-mail: publications @kalachuvadu.com ♦ Printed at Mani Offset, Chennai 600077

ISBN: 978-93-80240-79-4

07/2025/S.No. 424, kcp 5911, 18.6 (18) ass

# பொருளடக்கம்

| | |
|---|---|
| பதிப்புரை | 9 |
| முன்னுரை | 13 |
| அக்பர் சாஸ்திரி | 23 |
| துணை | 34 |
| கள்ளி | 47 |
| ஐயரும் ஐயாறும் (ஒரு ஆராய்ச்சி அறிக்கை) | 59 |
| கொட்டு மேளம் | 68 |
| சண்பகப்பூ | 85 |
| ரசிகரும் ரசிகையும் | 95 |
| கழுகு | 109 |
| தவம் | 122 |
| சிலிர்ப்பு | 137 |
| சாப்பாடு போட்டு நாற்பது ரூபாய் | 152 |
| சிவப்பு ரிக்ஷா | 170 |
| கடன் தீர்ந்தது! | 184 |
| கோயம்புத்தூர்ப் பவுபூதி | 202 |
| தேவர் குதிரை | 217 |
| பரதேசி வந்தான் | 229 |
| சத்தியமா! | 240 |

| | |
|---|---|
| செய்தி | 250 |
| கோபுர விளக்கு | 262 |
| யாதும் ஊரே... | 275 |
| கண்டாமணி | 287 |
| யோஷிகி | 300 |
| மணம் | 313 |
| ஆரத்தி | 326 |
| பாஷாங்க ராகம் | 336 |
| பாயசம் | 346 |
| கோதாவரிக் குண்டு | 356 |

## பதிப்புரை

நவீனத் தமிழ் இலக்கியத்தின் முக்கியமான ஆளுமைகளில் ஒருவரான தி. ஜானகிராமனின் படைப்பு மற்றும் அவரது தனிப்பட்ட ஆளுமை குறித்த விரிவான பதிவுகளை ஆவணப்படுத்த வேண்டும் என்ற கனவின் ஒரு சிறு பகுதி தற்போது நிஜமாகிறது.

ஜானகிராமன் வாழ்க்கை வரலாறு உள்ளிட்ட பணிகளைச் செய்ய முடியுமா என அவரது குடும்பத் தினர் எங்களிடம் கேட்டபோது மகிழ்ச்சியுடன் ஒப்புக் கொண்டு பணிகளைத் தொடங்கினோம். ஆக்கபூர்வ மான பணிகள் பலவற்றில் ஈடுபட்டுவரும் காலச்சுவடு அறக்கட்டளையின் மூலம் இந்தப் பணியைச் செய்வ தென்று தீர்மானிக்கப்பட்டது. விரிவான ஆலோசனை களுக்குப் பிறகு, ஜானகிராமன் வாழ்க்கை வரலாறு, அவரது தேர்ந்தெடுக்கப்பட்ட சில சிறுகதைகள், அவரது ஆளுமை குறித்த நினைவுகூரல்கள், அவரது படைப்புகள் பற்றிய மதிப்பீடுகள் ஆகிய நூல்களை உருவாக்கும் விரிவான திட்டம் உருவானது.

இந்த நூல்களுக்கான பணிகளை ஒருங்கிணைக் கும் பொறுப்பை யாரிடம் ஒப்படைப்பது என்ற யோசனை எழுந்தபோது ஜானகிராமனின் தீவிர வாசகரான திரு. பிரபஞ்சனின் நினைவு இயல்பாகவே எழுந்தது. அவரை அணுகியபோது மகிழ்ச்சியுடன் இப்பொறுப்பை ஏற்றுக்கொண்டார். இத்திட்டத்தின் படி பிரபஞ்சன், ஜானகிராமனின் சிறந்த கதைகளை யும் தேர்வுசெய்து கொடுத்தார். ஜானகிராமனின் ஆளுமை மற்றும் அவரைப் பற்றிய மதிப்பீடுகள் குறித்த நூலும் தயாராகிவருகிறது.

கதைகளைத் தேர்ந்தெடுத்த பிறகு அவற்றின் நம்பகமான பிரதிகளுக்கான தேடுதல் வேட்டை தொடங்கியது. தற்போது ஜானகிராமனின் எல்லாக் கதைகளும் கிடைக்கின்றன என்றாலும் கூடியவரையில் பிழைகள் அற்ற பிரதிகளைக் கையில் வைத்துக் கொண்டு பணியைத் தொடங்க வேண்டும் என முடிவெடுத்தோம். முடிந்தவரையிலும் சிறுகதைகளின் முதல் பதிப்புகளை வைத்துக்கொண்டு கதைகளைத் தொகுக்கத் திட்டமிட்டோம்.

முதல் பதிப்புகளைத் திரட்டும் பணி அவ்வளவு எளிதாக இல்லை. மூத்த எழுத்தாளர்கள், ஜானகிராமனின் தீவிர வாசகர்கள், அவரது நண்பர்கள் எனப் பலரைத் தொடர்புகொண்டோம். முதல் பதிப்புகளின் பிரதிகள் கிடைக்கவில்லை. கையில் கிடைத்த பதிப்புகளிலிருந்து இத்தொகுப்புக்குத் தேவையான கதைகளை ஒளி அச்சுச் செய்தோம். என்றாலும் தேடுதல் வேட்டையை நிறுத்தவில்லை.

கடைசியில் ரோஜா முத்தையா ஆராய்ச்சி நூலகத்தில் பெரும்பாலான தொகுப்புகளின் முதல் பதிப்புகள் கிடைத்தன. ஒளி அச்சுச் செய்யப்பட்ட பிரதிகளை இந்த நூலகத்திற்கு எடுத்துச் சென்று முதல் பதிப்புகளோடு ஒப்பிட்டுப் பார்த்துத் திருத்தங்கள் செய்யப்பட்டன.

○

கிட்டத்தட்ட இரண்டு ஆண்டுகளுக்கு முன்பு தொடங்கப்பட்ட இந்த முயற்சி இதுபோன்ற சிக்கல்களால் மிகவும் கால தாமதமாகிவிட்டது. எந்தச் சந்தர்ப்பத்தை ஒட்டியும் எந்தத் தேவையை முன்னிட்டும் அவசர அவசரமாக நூல்களைக் கொண்டு வரும் பழக்கம் காலச்சுவடுக்கு எப்போதும் கிடையாது. வெளியிடும் ஒவ்வொரு நூலும் இயன்றவரை பிழைகளற்ற நம்பகமான நூலாக இருக்க வேண்டும் என்பதில் உள்ள தீவிரப் பிடிப்பு பல நூல்களின் வெளியீட்டைத் தள்ளிப்போட வைத்திருக்கிறது. சென்ற ஆண்டு வெளியான 'பசித்த மானிடம்' (கரிச்சான் குஞ்சுவின் நாவல்) இதற்கு ஒரு உதாரணம்.

போதிய கவனத்துடனும் அக்கறையுடனும் உருவாக்கப்பட்டுள்ள இந்தத் தொகுப்பு உரிய

வரவேற்பைப் பெறும் என்ற நம்பிக்கை எங்களுக்கு இருக்கிறது.

○

இந்நூல் உருவாவதற்கு உதவிபுரிந்தவர்கள் பலர். தி.ஜா.வின் புதல்வி திருமதி உமா சங்கரி இந்தப் பணிக்குத் தனது முழு ஒத்துழைப்பைத் தர முன் வந்தார். காலச்சுவடு அறக்கட்டளையில் 'தி. ஜானகி ராமன் நினைவு நிதி' அவரது பங்களிப்பில் உருவாகியுள்ளது. நவீன இலக்கியத்தின் வளர்ச்சிக்குப் பல விதங்களிலும் உதவிவரும் ஸ்ரீராம் சிட்ஸ் நிறுவனத்தின் தலைவரும் தி.ஜா.வின் தீவிர வாசகருமான திரு. ஆர். தியாகராஜன் இந்தத் திட்டத்திற்கு உதவுவதாகக் கூறி ஊக்கமூட்டினார். தொகுப்பாசிரியர் பிரபஞ்சனின் ஆர்வமும் ஈடுபாடும் முக்கியமாகக் குறிப்பிட வேண்டியவை. ரோஜா முத்தையா நூலகத்தின் உதவி இயக்குநர் சுந்தர், ஞானாலயா கிருஷ்ண மூர்த்தி, கி.அ. சச்சிதானந்தன், ரவிசுப்பிரமணியன், சுகுமாரன், திவாகர் ரங்கநாதன், பெ. முத்துசாமி, சரஸ்வதி, இரா. தங்கதுரை, இரா. சக்திவேல், பால சுப்பிரமணியன் எனப் பலர் இம்முயற்சியில் பலவிதங்களில் பங்களித்திருக்கிறார்கள்.

இவர்கள் அனைவருக்கும் எமது மனமார்ந்த நன்றி.

டிசம்பர், 16, 2006 **அரவிந்தன்**

முன்னுரை

## குடியரசுக் காலத்துப் பாணர்

ஜானகிராமனின் உலகம் நீரினால் ஆனது. நீர்மையைத் தேடியே அவர் தம் எழுத்துப் பயணத்தைத் தொடர்ந்தார். அகத்திலும் புறத்திலும் அவர் சதா நீரைத் தேடியபடி இருந்தார். தம் சொந்த ஊர் கீழவிடயல் பற்றி 1969இல் இப்படி எழுதினார்:

'கீழவிடயல் எனக்குப் பிடித்திருப்பதற்கு முதல் காரணம் அதன் அமைப்பு. குடமுருட்டி ஆற்றங் கரை, காவிரிக்கு ஒப்பாக இதன் வளத்தைச் சொல்வதுண்டு . . .'

ஊரைப் பற்றிச் சொல்லத் தொடங்கியதும் அவருக்கு ஆறுதான் ஞாபகத்துக்கு வருகிறது. சொந்த ஊரைப் பற்றி மட்டும் அன்று. குஜராத்தில் மொதேராவில் உள்ள சூரியர் கோவிலுக்குப் போய்த் திரும்பி, அதை எழுதும் போதும் இப்படித்தான் எழுதுகிறார்:

'இந்தப் பரந்த வெளி, கோவில், அதற்குமுன் குளம், நிசப்தம், மாலை வெயில், கிசு கிசுவென்று காதில் பம்மும் காற்றோசை . . .'

அவர் மனதில் எப்போதும் அருவி கொட்டிக்கொண்டே இருக்கிறது. அருவியின் ஊடாகத்தான் மனிதர்களைப் பார்க்கிறார் அவர். தலையில் தங்கித் தயங்கி உடம்பு முழுக்கப் பரவி வழியும் நீர் வாய்க்காலோடு கூடிய மனிதர்களையே அவர் பாத்திரமாக்கி இருக்கிறார்.

தொல்காப்பிய இலக்கண வயப்பட்ட நிலத்தின் அடிப் படையில், அவர் மருதத் திணையை எழுதியவர் எனலாம். நீர் வளமும் வயல் வளமும் கொண்ட பூமியை மருத நிலம் என்றார்கள் தமிழர்கள். மருதம், நீர் வளமிக்க மண்ணில் அடர்ந்து செழிப்பது. ஏனைய காஞ்சி, வஞ்சி மரங்கள் அந்நிலத்தில் வளர்ந்தாலும் அடர்ந்தும் மிகுந்தும் வளர்வது மருதம். எனவே, அந்நிலத்துக்கு மருதம் என்று பெயர்.

சிலிர்ப்பு

ஆற்றங்கரையில், விவசாயம் செழிக்க, செல்வம் பெருக, நகரங்கள் தோன்றுகின்றன. அக்காலங்களில் நகரங்கள் ஊர் என்று அறியப்பட்டன. இந்த மருத நிலத்துக்கு, மழைக் கடவுள் இந்திரன் அதிகாரி. வெண்ணெல்லும் செந்நெல்லும் அம்மக்கள் உணவு. நாரை, அன்னம், குருகு, தாரா முதலான பறவைகள் அந்நிலத்தின் சஞ்சாரங்கள். எருமையும் நீர் நாயும் அதிகம் காணப்படுவன. விழாவும், விவசாயம் சார்ந்த செயல்பாடுகளும் மருதத்தில் மகிழ்ச்சி தரும் காரியங்கள். இது நிலம் குறித்து தொல்காப்பியரின் கள ஆய்வு. முக்கியமான ஒழுக்கமும் (ஒழுக்கம் என்பது வாழ்க்கை முறை) ஊடலும் ஊடல் நிமித்தமும் செல்வ மிகையும் தனிச் சொத்தும் தொடர்ந்து வரும் விபச்சாரமும் பயனாகப் பெண்களின் வருத்தமும் கோபமும் ஊடல் வடிவில் வெளிப்படும் என்பது புலமை நெறி. மருத நில நாகரிகத்தின்போதுதான் பெண்கள் இரும்புக் கோட்டைக்குள் வைக்கப்பட்டார்கள். ஒருபுறம் கடுமையான கற்பு நெறி. மறுபக்கம், பரத்தையர் ஒழுக்கம். இவ்வாறு, காமப்புலம் மருத நிலமாக, மருத ஒழுக்கமாக வாழ்க்கை நூலார் வடிவமைத்தார்கள். மருதம் அல்லாத வேறு புலங்களில் (புலம் – நிலம்) ஊடலும் விபசாரமும் மிகைக் காதலும் நிகழாதா எனில், நிகழும். எனினும், மிகை பற்றியும், சமூக இசைவும் சூழலும் காரணமாக மருத நிலத்தில் ஊடலும் பிறவும் அதிகம் நிகழும் என்பது தொல்காப்பியக் கருத்து. மருதக் கலாச்சாரம் மிகுந்தே, அரசுகளும், அரசுகளை அழித்துப் பேரரசுகளும் தோன்றுகின்றன. பிருமாண்ட கற்கோவில்கள் தோன்றுகின்றன. கலைச் சேவைக்கெனப் பெண்கள், கோயில் களுக்குத் தாசியாக்கப்படுகின்றனர். தாசியம் என்பதுக்கு இறையடிமை என்பதே முதற்காலத்துப் பொருளாம்.

விவசாயத்துக்கு உறுதுணையான மாடுகள் செல்வங்கள் எனப்பட்டன. விவசாயம் தந்த நிலைத்த, ஓய்வு நேரம் மிகக் கொண்ட பண்ணையார்களின் மகிழ்ச்சியாகக் கலை நெறிகள் செலுத்தப்பட்டன. ஊர் ஊராகத் திரிந்து கலைத் திறமைகளைக் காட்டி வாழ்ந்து வந்த பாணர், பாணினிகள், விறலிகள், கூத்தர்கள், நிலம் செழித்த ஊர்களில் 'ஊரன்' எனப்பட்ட பண்ணையார்களின் ஆதரவில் நிலைத்த வாழ் வில் ஊன்றினார்கள். இசையும் நாட்டியமும் நாடகமும் இந்த இசை நாட்டியர்களால் வளர்த்தெடுக்கப்பட்டன...

காவிரியை அடிப்படையாகக் கொண்ட ஊர்களில் ஒன்றாகத் தஞ்சையை உருவாக்கினார்கள் பிற்காலச் சோழர் கள். விஜயாலய சோழன் தொட்டு, ராஜராஜன், ராஜேந்திரன் என்று பின்தோன்றிய மன்னர்கள், தஞ்சையை ஒரு கலாச் சாரக் கேந்திரமாக வளர்த்தெடுத்தார்கள்.

இசைக்கருவிகள் ஏந்தி, குடும்பம் சகிதமாக மன்னர்கள், குறுமன்னர்கள், பிரபுக்கள் வசம் சேர்ந்து, பாடி ஆடி அவர்கள் மகிழ்ந்து தரும் பொருள் பெற்று வாழ்ந்தவர்கள் பாணர்கள் மற்றும் பாணினிகள். ஓரிடத்தில் நிலைபெற்று வாழத் தலைப் பட்ட பின்பும் அவர்களின் இசைப்பணி, நாட்டியப்பணி தொடர்ந்தது. விஜயநகர, மராட்டிய ஆட்சியின்போதும் இவர்களின் பணி தொடர்ந்தது.

பழந்தமிழ் வழி வழி வந்த இசை, கர்நாடக இசை என்றாகியது. தமிழிசைக்கு வெளியார் அறிந்த பெயர் இது. இந்த மரபில் தமிழிசையின் பிதாமகர்கள் எனவும், ஆதி மும்மூர்த்திகள் எனவும் அழைக்கப்பெற்ற சிகாழி முத்துத் தாண்டவர், சிகாழி அருணாச்சலக் கவிராயர், தில்லைவிடங்கன் மாரிமுத்துப் பிள்ளை என்போர் உருவானார்கள். அவர்கள் அமைத்துத்தந்த உருவ, பாரம்பரிய அமைப்பில் சங்கீத மும்மூர்த்திகள் தியாகையர், சியாமா சாஸ்திரி, முத்துசாமி தீட்சிதர் ஆகியோர் இசைப்பணியைத் தொடர்ந்தார்கள். இவர்கள் அனைவரும் பாண மரபினரே. நிலைபெற்ற வசிப்பிடம் பெற்ற பாண மரபினர். இந்த மரபின், குடியரசுக் காலப் பாணராகத் தி. ஜானகிராமன் வருகிறார்.

ஜானகிராமன் சங்க காலத்தில் வாழ்ந்திருந்தால், ஆற்றுப் படுத்தும் (பரிசு பெற்றுத் திரும்பும் பாணர், வறுமையுற்ற பாணருக்குப் பரிசு தரும் மன்னர் இல்லத்துக்கு வழி சொல்லி அனுப்புதல்) பாணராக இருந்திருப்பார். அவர் இயல்பு அவ்வாறு இருந்தது. அவர் வளர்க்கப்பட்ட விதமும் அவ்வாறு தான் இருந்தது. அவர் தந்தை தியாகராஜ சாஸ்திரி இராமாயண, பாரத உபன்யாசகராக விளங்கியவர். பிள்ளைக்குச் சங்கீத சிட்சை பன்னிரண்டு வயசில் தொடங்கியது. ஜானகிராமன் மேடை ஏறவில்லை. சங்கீதத்தை மனசில், அப்பியாசம் பண்ணிக் கொண்டிருந்தார் தன் வாழ்நாள் முழுதும். லௌகீகம், அவரை ஆசிரியராக்கியது; சென்னையில் ஆகாஷவாணி சில காலம் விழுங்கியது. அப்புறம் தில்லி. அப்புறம், சென்னை. பாணன் குறிஞ்சி, முல்லை, மருதம், நெய்தல், பாலை என்று பயணப் படுவதுபோல, ஜானகிராமனும் இந்தியாவின் நீளத்தில் பயணப் பட்டார். கும்பகோணத்து மகாமகக் குளத்துப் படிக்கட்டில் வியப்போடு, ஒரு மாணவனாக, அவர் அங்காந்து பார்த்த கு.ப. ராஜகோபாலனின் சிகரக் கதைகளை மனசில் அசை போட்டபடி இருந்தவர் அவர். கு.ப.ரா. பெண்களை ஆதுரத் தோடு பார்த்து, வெளித் தெரியாத அவர்களின் அந்தரங்கச் சோகங்களோடு தன்னைப் பிணைத்துக்கொண்டார் என்றால், ஜானகிராமனோ அவர்கள் இன்ப துன்பங்களில் வெளிப்படுத் திய அழகிய ஆளுமைகளைப் பதிவு செய்தார். ஜானகிராம

&ৰু சிலிர்ப்பு &ৰু 15

னின் அழகியல், எல்லோரும் சொல்கிறபடி 'நிகுநிகு தோற்றப் பொலிவில்' மாத்திரம் நிலைகொள்ளவில்லை. அது மண், மண் வாழும் ஜீவராசிகள், மண் சார்ந்த மனோபாவம், நிலம் சார்ந்த சொலவடைகள், கொச்சை, பேச்சு, பார்வை, முயக்கம், உண்பது, உடுப்பது, உறவாடுவது, கலவி என்று அழகியலின் சகல பரிமாணங்களிலும் நீண்டது. அவைகளைத்தான் அவர் எழுதிக்கொண்டு திரிந்தார் ஒரு பாணரைப் போல.

ஜானகிராமனின் கதைகள் பரிட்சார்த்தமானவை அன்று. அவை, சம்பிரதாயமான கதைகள். சம்பிரதாயம் என்பது, மரபு பிசகாத, அதே சமயம் தன் அபார, எல்லையற்ற மனோ தர்மங்களை விரித்து ஆடிய பாலசரஸ்வதியின் நடனம் போன்றவை. தி.ஜா.வுக்கு மதுரை மணி பிடிக்கும். மதுரை மணியை மதுரமணி என்று சொல்பவர் அவர். மணியின் சங்கீதம், மனோதர்ம சங்கீதம். அவர் பாடுவது பாதி. மீதியை நாம் இட்டு நிரப்பிக்கொள்ள வேண்டியது. அதற்கான அவஸ்யம் தோன்றாதபடிக்கு அடித்துவிடுவார் அவர். மதுரை மணியின் சங்கீத்தைக் கேட்பது என்பது, ஊசி வழி நூல் போவது போன்றது. நூலாகிய நாம் வேறு வழி போக அவர் அனுமதிக்க மாட்டார். அதாவது, அவரைக் கேட்கும்போது, எட்டு மணி டவுன் பஸ், பனியனில் உள்ள கிழிசல், மத்தியானம் சரியாக வாய்க்காதுபோன வத்தக் குழம்பு போன்ற சில்லறைச் சமாச்சாரங்கள் நினைவில் எழாது. ஜானகிராமன் கதைகளுக் கும் இது பொருந்தும்.

ஜானகிராமன் கதவுகளை அகலமாகத் திறந்து வைக் கிறார். அவர் வீட்டு நிலைப்படி உயரமானதுதான். நீங்கள் இடித்துக்கொள்ளும் ஆபத்து நிகழாது. வாசலில் இருந்து ரெண்டு எட்டு வைத்துவுடனே, நீங்கள் வீட்டு நடுக்கூடத்தில் இருப்பீர்கள். சௌகர்யமாக உணர்வீர்கள். முதல் 'பாராவுக் குள்' வாசகரைக் கதைக்குள் கொண்டு வந்து சேர்த்துவிட்டி ருப்பார் அவர். வாசகர், கதைகளுக்குள் பேசாமல் பங்கெடுக் கும் பாத்திரமாகிவிடுவார். எல்லாம் அவர் கண் எதிரே துலாம்பரமாக நிகழும். அவர் ராமனாதபுரத்துக்காரராக, வேலூர் அரக்கோணம் ஆரணி வாசியாக, தஞ்சாவூரைப் பார்க்காதவராகவே இருக்கட்டுமே. பாதகமில்லை. தஞ்சாவூர் வாசனையை அவர் நுகர்ந்துவிடுவார். நுகரச் செய்துவிடுவார் ஜானகிராமன்.

'மாமா, நீங்களே இப்படி ஏமாந்து போவதுன்னா என்னாலே நம்ம முடியலியே! மூணு வருசமாச்சுங் கிறீங்க. ஒரு நாளாவது என்கிட்ட ஒரு வார்த்தை சொல்லணும்னு தோணலியா?'

ஒரு கதையின் (கடன் தீர்ந்தது) தொடக்கம் இவ்வாறு அமைகிறது. வாசகர், இரண்டு ஆகிருதிகளை உடனே அறிமுகம் கொள்கிறார்கள். அவர்கள் உறவுமுறை தெளிவாகிறது. ஒரு ஆசாமி என்னமோ ஏமாந்து போனவராயிருக்கிறாரே என்கிற பதைப்பு ஏற்படுகிறது. வாசகர் மூன்றாவது வரியில் ஜானகி ராமனுக்கு முன்னால் அமர்ந்துவிட்டிருக்கிறார்.

ஜானகிராமன் கதைகளிலேயே மிகச் சிறந்த கதைகளில் ஒன்று 'சிலிர்ப்பு'. அதில் ஒரு பகுதி:

'யப்பா ... இதைக் கொடுத்துட்டு வரேம்பா' என்று என் பையன் ஆரஞ்சைக் காண்பித்தான்.

'கொடேண்டா, கேட்பானேன்.'

'வாண்டாண்டா, கண்ணு. குழந்தை பாவம், அம்மா உரிச்சுக் குடுக்கணும்ணு சொல்லிண்டிருந்தது.'

'யப்பா, வாங்கிக்கச் சொல்லுப்பா' என்று பையன் சிணுங்கினான்.'

'வாங்கிக்கோம்மா.'

பெண் வாங்கிக்கொண்டது.

'ஸ்வாமி. நல்ல உத்தமமான பிள்ளையைப் பெத் திருக்கேள். வாடா கண்ணு, எனக்கு ஒரு முத்தம் கொடுத்துட்டுப்போ' என்று அம்மாள் அழைத் தாள். பையன் கொடுத்துவிட்டு ஓடிவந்தான்.

எனக்கு மெய் சிலிர்த்தது. முகத்தைக் கூடியவரை யில் யாரும் பார்க்காமல் அப்பால் திருப்பிக் கொண்டு கீழே இறங்கி அவனைத் தூக்கிக் கொண்டு நடந்தேன்.

ஜானகிராமனின் சிறப்பம்சங்களில் பிரதானமானது, சம்பாஷணைகள் மூலமே கதையை நடத்திச் செல்வது ஆகும். சம்பாஷணை அல்லது உரையாடல் என்பது உள்ளத்துக் கருத்தைப் பிறருக்கு அறிவிப்பதுவே, தி.ஜா. அந்தச் சம்பாஷ ணையையே பாத்திர வார்ப்பாக, பாத்திரக் குணாம்சங்களை வெளிப்படுத்தும் உத்தியாக மாற்றுவார். வார்த்தைகள் பாத்திரங்களின் புகைப்படம் மாதிரி அமைவது அவருக்குக் கூடிவந்த கலை. புகைப்படம் என்றும் சொல்வதுகூடத் தவறு. மனிதர்களை 'ஸ்கேன்' பண்ணுபவை அவர் உரை யாடற்பாங்கு. உரையாடல்களிலேயே பாத்திரங்களின் வயசு, பண்பு, தோரணை, வர்க்கம், மனோபாவனை அனைத்தையும் கொண்டு வந்துவிடும் அபூர்வமான ஆற்றல்கொண்ட மாபெரும் எழுத்தாளர் அவர்.

☙ சிலிர்ப்பு ❧

ஜானகிராமனை நெருங்கி அறியாத ஒரு வாசகர், அவர் கதைகளின் மேம்போக்கான எளிமையைக் கண்டு மயங்கி விடக் கூடும். பிழை விளங்கிக்கொள்ளவும் ஏற்படும். ஜானகி ராமன் இயல்பாக இருப்பவர். எனவே எளிமையைத் தன் இயல்பாகக் கொண்டவர். நேர் அறிமுகத்தில்கூட இந்த உணர்ச்சியைத் தந்துகொண்டே இருப்பார். உரித் துங்குபோல அப்படியே உண்ணத் தக்கன அவர் கதைகள். இது மிகவும் சிரமம். ஜானகிராமன்போல எழுதுவது சாத்தியமற்றுப் போவது இதன் காரணமாகத்தான். சிருக்களோடும் தருக்கு களோடும் கூடிய வசனம் அவர் இயல்பன்று. இதை வாசகர் மேல் அவருக்குள்ள கரிசனத்தை முன்னிட்டுக்கொண்டு ஏற்படுத்திக்கொண்ட சுலபம் அன்று. அறஞ்செய விரும்பு, ஆறுவது சினம், திருவேறு தெள்ளியர் ஆதல் வேறு, இட்டார் பெரியோர் போன்ற சுலபம். இவை சுலபங்கள்தாமா?

தமிழ் மரபில் கு.ப.ரா., கு.அழகிரிசாமி, சிங்காரம், ந.சிதம்பர சுப்பிரமணியம், எம்.வி.வெங்கட்ராம் போன்றோர் இந்த ரக எழுத்தினர். மண்வாசனை எழுத்தாளர் அவர் என்பது ஒரு அளவுக்கு மேல் சரி அன்று. ஏனெனில் தஞ்சை மண் மணத்தை ஜானகிராமனை விடவும் சிறப்பாக எழுதியவர் ந.ரகுநாதன் (ரசிகன்). எனினும் ஜானகிராமனின் ஜீவன் ரசிகன் உள்ளிட்ட பிற தஞ்சை எழுத்தாளர்களிடம் குறைவு.

ஜானகிராமனின் மனிதர்கள் தஞ்சை மண்ணின்மேல் புழங்குவது அகஸ்மாத்தான விஷயம். அவர் கதைகளின் காக்கை, வலியன், கரிச்சான் எல்லாம் காவிரியில்தான் தண்ணீர் குடித்துத் தஞ்சைத் தமிழில்தான் கூவுகின்றன. எனினும் அப்பறவைகள் வானத்துக்குத்தான் சொந்தம். என்றுமுள்ள மானுட குலத்தின் காலாதீதப் பெருவெளியில், சித்தும் அசித்து மான பிரபஞ்ச விகசிப்பில் இருபதாம் நூற்றாண்டுக் கண்ணியைக் கொண்டு போய்ப் பிணைத்துவிட்டவர் ஜானகி ராமன். நீ சுகமா, நிதி சால சுகமா என்கிறார் தியாகையர். இதற்குத்தானா என்பார் ஜானகிராமன். கண்டதுக் கெல்லாம் தவம் கிடந்தா மனசுதான் ஒடியும் என்பார் அவர். எங்கும் இருக்கிறது நாதம், கேட்கவா முடிகிறது என்று போகிறபோக் கில் அவர் சொல்லி வைப்பார். எத்தனை வெளிச்சம் போட்டால் என்ன, நம்ம இருட்டு கலையப்போறதில்லை என்றெல்லாம் சர்வ சாதாரணமாகச் சொல்லிக்கொண்டு போகிறவர் அவர். சாதாரணங்களில் அசாதாரணங்கள் இருக்கும் என்பதையோ, அசாதாரணங்களே பல சமயங்களில் சாதாரணமாக வளைய வருகின்றன என்பதையோ நாம் அறிவதில்லை. ஒரு புல்லை ஆச்சரியமாகப் பார்க்கிறவன் தானே கவியாக முடிகிறது. புத்தகத்துக்கு நடுவில் மயில்

குட்டி போடாது என்று தெரிந்துகொண்டுவிட்ட பிறகு, நாம் எதைத்தான் பெறப்போகிறோம்?

நான் ஜானகிராமன் கதைகளை 1965 ஜூன் மாதத்தில் பரிச்சயம் கொண்டேன். அந்த வாரம்தான் பிரகாஷ் எனக்குப் பரிச்சயம் ஆனார். அந்த வாரம்தான் நான் தஞ்சாவூரில் கரந்தைப் புலவர் கல்லூரியில் மாணவன் ஆனேன். பிரகாஷைச் சந்தித்த முதல் வாரத்திலேயே, க.நா.சு., ஜானகிராமன், கு.ப.ரா., அழகிரிசாமி, மௌனி, காலிவாகனன், பிச்சமூர்த்தி எனப் பலரும் பரிச்சயமானார்கள். ஜானகிராமனை, 1970 வாக்கில் தஞ்சையில் வைத்து நேரிடை அறிமுகம். அந்த வாரம்தான் தஞ்சையில் வைத்துக் கிருத்திகாவையும் சந்தித்த நினைவு. 'தமிழ்க் கல்லூரியிலே பழைய தமிழ் இலக்கியம் இலக்கணம் எல்லாம் படிக்கிறீர்களே, புது இலக்கியம் எல்லாம் சௌகர்யமா படிக்க முடியறதோ' என்பது மாதிரி அவர் மிக மென்மையாகக் கேட்டார். எனக்கு அப்போதும் இப்போதும் பழைய இலக்கியத்தின் மரபுத் தொடர்ச்சியாகவே புது இலக்கியம் காண்கிறது என்கிற அபிப்பிராயத்தில் உறுதி உண்டு. சங்க இலக்கியம் அக்காலத்து மொழியில் சொல்லப்பட்டது. நவீன இலக்கியம், நவீன தமிழில் சொல்லப் படுகிறது. வித்தியாசம் அதுதான். கபிலர், பரணர், அம்மூவர், நக்கீரன், ஔவை, ஆண்டாள், இளங்கோ முதலானவர்களின் மரபில்தான் புதுமைப்பித்தனும் கு.ப.ரா.வும் ஜானகிராமனும் வருகிறார்கள். இவர்கள் இக்காலத்தின் குரல்கள்.

நான் பார்த்த, 1960 முதலான ஆண்டுகளில் வாழ நேர்ந்த தஞ்சாவூர் அல்ல, ஜானகிராமனின் தஞ்சாவூர். உண்மை யில், தஞ்சாவூருக்கு வர நேரும்போதெல்லாம் ஜானகிராமன், தஞ்சையின் இன்றைய ஸ்திதியைக் கண்டு வருந்துவதுண்டு. அவர் தஞ்சை என்பது 1920க்கும் 50க்கும் இடைப்பட்ட தஞ்சை. அப்போதே தஞ்சை தன் நீர்மையை, ஈரத்தை இழந்து கொண்டு வருவதாக அநுபவம் கொண்டிருந்தார். வெண்ணாற்றி லும் வெட்டாற்றிலும் அரசிலாற்றிலும் தண்ணீர் ஓடிக்கொண்டு தான் இருந்தது அப்போது. ஆனால், கரை புரண்டில்லை. 'நடந்தாய்' என்றார் இளங்கோ.

அவரும் நானும் பார்த்த காவேரி நின்று, தயங்கி, ஆயிரம் அழுக்கு மூட்டைகளுடன், காகிதக் குப்பைகளுடன்தான் நகர்ந்தது. 'கும்மாணத்தின்' புழுதி அப்படியேதான் இருந்தது. உயரக் குறைவான தளங்களைக் கொண்ட மராத்திய வீடுகள் சிதிலமாகிக்கொண்டிருந்தன. அரண்மனையின் சுற்றுச் சுவர்கள் இற்று விழுந்துகொண்டிருந்தன. தஞ்சாவூர்க் கதம்பத் தில் மதுர மணத்தில், ரசாயன நெடி தட்டுப்படத் தொடங்கி

≈ சிலிர்ப்பு ≈

யிருந்தது. 'தாட் இலைச்' சாப்பாட்டின் தரமும் குணமும் மங்கிக் கொண்டிருந்தது. டிகிரி காபியின் வாசனை உலர்ந்துகொண்டு வந்தது. மஞ்சள், நிறம் குறைந்தது. கூறை நாட்டுப் புடவை களுக்கு பெண்கள் போட்டி கூடியிருந்தது. மனிதர்கள் உள் நோக்கிச் சுருங்கிக்கொண்டிருந்தார்கள். இவை எல்லாம் அவருடைய கவலைகள். இவை, அவர் கதைகள்.

பாணர்கள், தம் காலத்தில், தம் கலையை முகஸ்துதி பாடித்தான் ஜீவிக்க நேர்ந்தது. ஜானகிராமன் என்னும் இந்த நவீன, குடியரசுக் காலப் பாணரோ, அகண்ட காவேரி, வேத பாட சாலை, கட்டற்று மேயும் குதிரை, மிராசுதார்களின் லௌகீக அடாவடி, அழகிய பெண்களும் ஆண்களும், அழகைத் தொலைத்துவிட்டு தேடிய ஆண்களும் பெண் களும், சென்னைப் பெரிய மனிதர்கள், சின்ன மனிதர்கள் என்று எதைப்பற்றியும் தன் பார்வையில் எழுதித் தந்த பாணர். அவர் கதைகள், விமர்சனங்கள். விவரணம் போல் காணப்படும் விமர்சனங்கள். பழைய பாணர்கள் விமர்சனம் செய்யவில்லை. ஜானகிராமன் செய்தார்.

நானும் பிரகாஷும் துக்காம்பாளையத் தெருவில் இருந்த யமுனா வீட்டைக் கண்டுபிடித்தோம். தெருவிலிருந்து இருபக்கப் படிகளோடு உயர்ந்த அந்த வீட்டை நிர்ணயிக்கப் பெரும் உழைப்பைச் செலுத்தி இருக்கிறோம். ராஜவீதியில் இருந்த கம்பி அழிபோட்ட வீட்டையும், அங்கு ஆவியாக வாழும் கோணவாய் நாயக்கரையும் கண்டுபிடித்தோம். யமுனா, அலங்காரம், அம்மணி, இந்து எல்லாம் நிஜத்தில் யார் என்ப தற்கான பல உரையாடல்கள் நிகழ்த்தினோம். எம்.வி.வெங்கட் ராம், கரிச்சான் குஞ்சு, சுவாமிநாத ஆத்ரேயன் முதலானோர் தி.ஜா.வின் இளமையை எங்களுக்குச் சொல்லி இருக்கிறார்கள். வெகுநாள் கழிந்து, 'கணையாழி'யில் அவரைக் கண்டேன். என் 'பிரும்மம்' வெளிவந்தது, அவர் ஆசிரியத்துவத்தின் கீழ்தான். மாலை மயங்கும் வரை இலக்கியப்பேச்சு ரத்னா கபேயில் நிறைவடைந்தது. உடம்பில் ஏதோ சங்கடம் போல் தோன்றியது. எழுபதுக்கும் எண்பதுக்கும் இடைப்பட்ட காலம், அவரை நிறையத் தின்று இருந்தது.

'அம்மா வந்தாள்' எனும் நாவல், இதிலுள்ள சில கதைகள் வெளிவந்த பிறகு, ஜானகிராமனைப் 'பிரஷ்டன்' என்கிற விமர்சனமும் கண்டனமும் எழுந்தது. கலை, பிரஷ்டர்களிடம் இருந்துதான் பிறந்து வருகிறது என்றார் அவர். விமர்சகர் களைக் கடந்த காலத்தில் வாழ்பவர்கள் என்றார். ஜானகிராம னுக்கு ஒழுக்கம் பற்றிய கவலை எதுவும் இல்லை. அது, மகாத்மாக்களின் பிரச்சனை என்பதை அவர் அறிந்திருந்தார்.

அவர் மனிதர்களைப் பற்றி, அவர்களின் அழகுகளை, ஆசை களை, பலவீனங்களை, ஆதலாலேயே பலங்களை எழுதினார்.

மனிதப் பிறவியைக் கொண்டாடியவர், மனிதராக வாழ்வதனால் அல்லவா தப்புகள் செய்ய முடிகிறது என்று மகிழ்ந்து களிகூர்ந்தவர் அவர். அவர் கவலை அழகியல் பற்றி யது. மனிதர்கள்மேல் கவிழ்ந்திருக்கும் அழகின் விதானத்தைக் கண்டு வியந்தார். அழகுக்கு அவர் தந்த விளக்கம் ஸ்ருதி. அது பிசகும் போது அவர் எரிச்சல் அடைந்தார். வருந்தினார். ஊடல் கொண்டார். ஊடல் என்பது பொய்க்கோபம். சற்று நேரத்தில் விலகப் போகும் கோபம். அந்தக் கோபம், அவருக்குத் தஞ்சைமேல், தஞ்சைக் காவிரிமேல், அது கடந்த இரண்டாயிரம் ஆண்டுகளாக வடித்துத் தந்த காலாவதியான கலாச்சாரங்கள் மேல், ஊசல் வாழ்க்கை நெறிகளின்மேல் ஏற்பட்டது. அதாவது இடம்கொண்டது. அபசுரங்கள் யாருக்குத்தான் பிடிக்கும்? நுணுக்கமும் அழகும் கூடிய காதுகளுக்கு நிச்சயம் பிடிக்காதே! சுஸ்வரமாக சுநாதம் வேண்டிய மனசு அவருக்கு. தகரத் தேய்ச்சல் அவரைச் சங்கடப்படுத்தியது.

அழகுக்கு, சர்வ அழகுக்கு, எல்லாம் அழகு என்கிற ஸ்திதிக்கு, அழகே எங்கும் வியாபித்த அண்ட அழகுக்கு அவாவி னார் அவர். கலை உலகை ஒரு மாயலோகம் என்றும், அதையும் புற உண்மைகளையும் ஒன்றெனக் குழப்பிக்கொள்ளக் கூடாது என்றும் கருத்து அவருக்கு. அவர் உருவாக்கிய மாயலோகம், ரத்தத்தாலும் சதையாலும் நுண்உணர்வாலும் ஓசை தவிர்த்த ஓசையாலும் உருவாக்கப்பட்ட உலகம். இத் தொகுதியில் உள்ள கதைகள் அந்த உலகை அருமையாக உலகத்துக்குச் சொல்லும்.

தி. ஜானகிராமனின் மகள் திருமதி உமாசங்கரி, தன் தந்தையின்மேல் மிகுந்த அன்பும் பாசமும் கொண்டவர். அவர் படைப்புலகை மரியாதை செய்ய வேணும் என்று ஆசைப்பட்டார். அதன் வெளிப்பாடாக இரு நூல்களைக் கொண்டுவர அவரும் 'காலச்சுவடு' கண்ணும் முடிவு செய்தார்கள்.

1. ஜானகிராமனின் தேர்ந்தெடுத்த கதைகளின் தொகுப்பை உடன் கொண்டுவருவது.

2. தி.ஜானகிராமனின் சமகாலப் படைப்பாளிகள், நண்பர் களின் மனப் பதிவுகளைக்கொண்ட கட்டுரைகளும் தி.ஜாவை எழுத்தின் மூலமாகப் பார்த்த அவருக்குப் பிந்தைய எழுத் தாளர்களின் அபிப்பிராயங்களைக் கொண்ட கட்டுரை களையும் இணைத்து ஒரு புத்தகம் கொண்டுவருவது.

❦ சிலிர்ப்பு ❦

இந்த இரு நூல்களையும் உருவாக்கும் பொறுப்பை நான் ஏற்றுக்கொண்டேன். தி.ஜானகிராமன் என்கிற, நான் மிகவும் நேசிக்கிற ஒரு மூத்த, மிகப் பெரிய இலக்கிய ஆளுமைக்கு நான் செலுத்தும் மரியாதையும் நன்றியுமாக இப்பொறுப்புகளை நான் ஏற்றேன்.

கதைகளைத் தெரிந்து எடுப்பதில் எனக்குச் சிரமம் ஏதும் இல்லை. தி.ஜா. கதைகள் அனைத்தையும் பலமுறை நான் படித்திருக்கிறேன். என் மனசில் இருந்த கதைகள் இவை.

கட்டுரை நூலும் மிக விரைவில் வெளிவரும்.

தி. ஜானகிராமனின் அனைத்துக் கதைகளும் கொண்ட ஒரு முழுமையான செம்பதிப்பு வர வேண்டும் என்று நண்பர் வெங்கட் சாமிநாதன் தன் விருப்பத்தை எனக்குச் சொல்லி இருக்கிறார். காலம் அனுமதித்தால் அதுவும் நடக்கும்.

தி.ஜானகிராமனின் கதைகள் யதார்த்த வகைப்பட்டவை. ஆனால் அவரது யதார்த்தம் வேறுவகைப்பட்டது. இருப்பதை, கண்டதை எழுதிக்கொண்டு போவது அன்று அவர் யதார்த் தம். அவர், 'வாழ்க்கை' என்று எதை நம்பினாரோ அதை எழுதிய யதார்த்தம் அவரது கதைகள். அவரது மாய உலகம், நாம் அறிந்த மண்ணாலும் மக்களாலும் உருவானது.

தி. ஜானகிராமன் கதைகளை வாசிக்க வாய்த்த வாசகர் களைப் 'பாக்யசாலிகள்' என்றார் க.நா. சுப்ரமண்யம். 1965இல் அவர் இப்படிச் சொன்னார். இலக்கிய வட்டத்தில் எழுதி னார். 40 ஆண்டுகளுக்குப் பிறகு, இந்த 2005இல் இக்கதைகளை வாசிக்கப்போகும் தமிழ் வாசகர்கள் நிச்சயம் பெரிய பாக்கிய சாலிகள்தாம்.

13.4.2005                                                                 பிரபஞ்சன்
சென்னை 14

## அக்பர் சாஸ்திரி

மாயவரம் ஜங்ஷனில் இறங்கிச் சாப்பிட்டுவிட்டுத் திரும்பிய போது, வண்டியில் மூன்றாவது ஆத்மா ஒன்று என் தோல் பையையும் துணிப் பையையும் நடுவே நகர்த்தி என் இடத்தில் உட்கார்ந்து பூரி உருளைக்கிழங்கு சாப்பிட்டுக் கொண்டிருந்தது. வெறுமனே சாப்பிடவில்லை. உருளைக் கிழங்கு ஒட்டிக்கொண்டிருந்த விரல்களை ஆட்டி ஆட்டிப் பேசிக்கொண்டிருந்தது. குரலாவது குரல்! தொண்டைக்குள் வெண்கலப் பட்டம் தைத்த குரல். அதிகாரமும் வயசான பெருமையும் எக்களித்துக்கொண்டிருக்கிற குரல்.

"எக்ஸைஸ் இலாக்கான்னா என்ன டெஸிக்னேஷன்?" என்று எக்களிப்பும் அழுத்தமுமாக இந்தக் குரல் போட்ட கேள்விக்கு, அடக்கமும் புன்சிரிப்புமாக என்னமோ மேலதிகாரிக்குப் பதில் சொல்லுகிறாற்போல் "சூப்ரிண்டு" என்றார் மேலண்டைக் கோடியில் இருந்தவர். சீர்காழி ஸ்டேஷனில் ஏறி உட்கார்ந்திருந்த என்னை லட்சியமே செய்யாமல் ரயில்வே கைடுக்குள் முகத்தைப் புதைத்துக்கொண்டிருந்த இந்த ஆசாமிக்குப் புது ஆசாமியைக் கண்டு என்ன மரியாதை! என்ன வினயம்!

எதிரே 'சூப்ரிண்டு' மனைவி காலை நீட்டிப் படுத்துத் தூங்கிக்கொண்டிருந்தவள் கண்ணைத் திறந்து ஒரு தடவை பார்த்துவிட்டு மறுபடியும் மூடிக்கொண்டாள். காலடியில் உட்கார்ந்திருந்த குழந்தைகள் இரண்டும் உருளைக்கிழங்கு சாப்பிடுகிறவரையும் அவருக்குப் பதில் சொல்லுகிற அப்பா வையும் மாறி மாறிப் பார்த்துக்கொண்டிருந்தன.

"எங்கிருந்து வறீர்?"

"மெட்ராஸிலேருந்து!"

"பகல் வண்டியிலே மெட்ராஸிலேயிருந்து யாராவது வருவாளோ?"

"இல்லை, நேத்து ராத்திரி புறப்பட்டேன். கடலூரிலே இறங்கி, என் மருமாளுக்கு உடம்பு சரியில்லேன்னா, பாத் துட்டு இன்னிக்கி மத்தியானம் கிளம்பினோம்."

"எதுவரையில் பயணம்?"

"தஞ்சாவூருக்கு. தாயாருக்கு உடம்பு சரிப்படலே. பார்க்கப் போறோம்."

"அப்படியா?...ம்!" என்று எழுந்து இலையை ஜன்னல் வழியாக வீசி எறிந்தார் வந்தவர். காற்று வாக்கில் இலை என் மேல் பறந்துவிடப் போகிறது என்று கதவோரமாக இருந்த நான் சற்று உள்ளே நகர்ந்துகொண்டேன். வண்டி அப்போது ஸ்டேஷனைவிட்டுக் கிளம்பி லெவல் – கிரா ஸிங்கைத் தாண்டிப் போய்க்கொண்டிருந்தது.

அவர் கதவைத் திறந்துகொண்டு உள்ளே கையலம்பப் போனார். நடுவே நகர்த்தப்பட்டிருந்த தோல் பையையும் துணிப் பையையும் நகர்த்திக்கொண்டு காலியான என் சீட்டில் உட்கார்ந்துகொண்டேன். கையலம்பிவிட்டு வாயைத் துடைத்துக்கொண்டவர் இடத்தை மீட்டுக்கொண்ட என்னை அலட்சியமாகப் பார்த்துவிட்டு நடுவில் உட்கார்ந்துகொண் டார்.

ஆள் ஆறடி உயரத்துக்குக் குறைவில்லை. இரட்டை நாடியில்லை. ஆனால் ஒல்லியுமில்லை – சாட்டை மாதிரி முறுக்கு ஏறிய உடம்பு. நேரான உடம்பு. உட்கார்ந்திருந்தபோது கூட வளையா நேர்முதுகு. கறுப்பில்லை. மாநிறமுமில்லை. அப்படி ஒரு கறுப்பு. சந்திர வளைய வழுக்கையில் ஓரம் பட்டியிருந்த தலைமயிர் முழுவதும் நரைத்திருந்தது. நீள மூக்கு, நீளக் கை, கால். குரலில் தெறித்த ஆதிகாரத்துக்கேற்ற உடம்புதான்.

உட்கார்ந்துகொண்டவர், 'நீ போடா கிறுக்கு, சின்னப் பையா!' என்று சொல்லாமல் இலேசாக எனக்கு முதுகைக் காட்டிக்கொண்டு திரும்பி உட்கார்ந்துவிட்டார்.

"ம்... தாயாரைப் பார்க்கப் போறீராக்கும்? என்ன விசேஷம்?"

"போன மாசம் உடம்பாகக் கிடந்தா. அப்பப் போய்ப் பார்க்க முடியலே. எனக்கும் இப்பத்தான் லீவு கிடைச்சுது. நீங்க...?" – அதே அடக்கம், புன்னகை.

"நானா? எனக்கு மதுரை. கோவிந்த சாஸ்திரின்னு பேரு. அட்வகேட்டாயிருக்கேன். ஒரு கேஸ் விஷயமா பட்டணம் போயிட்டு வரேன். மாயவரத்திலே எங்க சகோதரியை

கொடுத்திருக்கு. இறங்கிப் பார்த்துட்டு வரேன். முதல் கிளாஸ்லே டிக்கட் கிடைக்கல்லே. 'சகிண்ட்' கிளாஸ்தான் இருக்குன்னான். வாங்கிண்டுவந்து ஏறிட்டேன். ராத்திரி சாப்பிடறதில்லே. பலகாரம் பண்றேனே அண்ணான்னா தங்கை. அடிபோடி பைத்தியம்னு வந்துட்டேன். பூரி இரண்டு வாங்கினேன். சாப்பிட்டேன். ஒண்டி ஆளுக்காக பலகாரம் பண்ணச் சொல்லவாவதுய்யா! இப்ப என்ன செத்தா போயிட்டேன்!" என்று சொல்லிக்கொண்டே கோவிந்த சாஸ்திரி வண்டியைச் சுற்றி ஒரு நோட்டம் விட்டார். குழந்தைகளைப் பார்த்தார்.

"உம்ம குழந்தைகளா?"

"ஆமாம்."

"என்ன வயசாகிறது?"

"அவன்தான் பெரியவன். பத்து ஆகிறது. இவ சின்னவ, இப்ப ஏழு நடக்கிறது."

"மலேரியா அடிச்சுக் கிடந்தாப்பல இருக்கே ரண்டும். எலே இங்கே வா...வாடா...பரவாயில்லே, வா...ஒண்ணும் பண்ணலே."

பையன் வந்து நின்றான். குச்சிக் குச்சியாக இருந்த கையைப் பிடித்தார் கோவிந்த சாஸ்திரி. கை முழுவதையும் ஒருமுறை தடவினார்.

"நாக்கை நீட்டு, கண்ணைக் காட்டு."

"அதெல்லாம் ஒன்றுமில்லை. சாப்பிடவே மாட்டான். சாப்பிட உட்கார்ந்தான்னா பருப்பு நன்னால்லே, நெய் நாத்தம் அடிக்கிறது, இப்படி ஏதாவது சொல்லி எழுந்திண்டு போயிடு வான்" என்றார் கோடி ஆசாமி.

"சட்டையைத் தூக்கு."

பையன் சட்டையைத் தூக்கி வயிற்றைக் காண்பித்தான். அதை ஒரு அழுத்து அழுத்தி 'ம்' என்றவண்ணம் அவனைப் பார்த்தார்.

"ஏண்டா! முழங்கால், முழங்கையெல்லாம் இப்படி எலும்பு முட்றது? கண்ணு சுண்ணாம்பா இருக்கு...நித்தம் ஒரு முட்டை கொடுமையா."

"எல்லாம் பார்த்தாச்சு. எதையும் தொடமாட்டேங்கறான் சார்."

"காட்லிவர் ஆயில்?"

"அதுவும் கொடுத்துப் பார்த்தாச்சு."

☙ சிலிர்ப்பு ☙ 25

"காட்லிவர் ஆயிலை 'மால்டா'க் கொடுக்கறது. தித்திப்பா யிருக்கும்."

"பார்க்கணும்."

கோவிந்த சாஸ்திரி இன்னும் கையை விடவில்லை. பார்வையையும் எடுக்கவில்லை.

"இல்லாட்டா ஒண்ணு செய்யறீரா இவனுக்கு?"

"என்ன?"

"கொள்ளு தெரியுமா கொள்ளு."

". . . ?"

"குதிரைக்கு வைப்பாளேய்யா, அது."

"ம் . . . ம் . . ."

"அதைத் தினமும் இவ்வளவு எடுத்துத் தண்ணியை விட்டுக் கொதிக்க வைச்சு, அந்தத் தண்ணியைச் சாப்பிடச் சொல்லும். அப்புறம் அந்தச் சுண்டலையும் கொஞ்சம் உப்பைப் போட்டுச் சாப்பிடச் சொல்லும். பையன் அரபிக்குதிரை மாதிரி ஆறானா இல்லையா, பாரும். இப்ப நான் எங்க வீட்டுக்கு அழைச்சிண்டு போய் மூணு மாசம் கொடுத்தேன்னா, அப்புறம் உம்ம பையன்தான் இவன்னு நான் சத்தியம் பண்ணினாலொழிய உம்மாலே நம்ப முடியாது... என்ன! செய்ய நீரா?" அடட்டுபவர்போலக் கேட்டார் சாஸ்திரி.

"செய்யறேன்."

"இதோ பாரும், நான் டாக்டர் இல்லே. அதுக்குப் படிச்சுக் கிடிச்சு பாஸ் பண்ணலே. ஆனா எங்க வீட்டிலேருந்து போற மருந்துகளும் அங்க வரவாளும் கணக்கு வழக்கு இல்லே. எல்லாம் கடசீலே பாட்டியம்மா வைத்தியம். கருவேப் பிலைக் குழம்பு வச்சுப் பத்துநாள் வட்டம் சாப்பிடுவேன். ஏழுநாள் வட்டம் வேப்பம் பூவைச் சாதத்து மேலே வச்சு ஆமணக்கெண்ணெயைக் காய்ச்சி அது மேலே ஊத்தச் சொல்லிப் பிசைஞ்சு சாப்பிட்டுவேன். நீர் நம்ப மாட்டீர். இதுவரை டாக்டருக்குன்னு ஒரு தம்பிடி? பேசப்படாது. பெரியவா புண்ணியத்திலே பத்துக் காணி நிலம் இருக்கு. ஆனால் அதிலேருந்து ஒரு நெல்லு வித்த காசு டாக்டருக்குப் போனதில்லே."

"நல்ல புண்ணியம் பண்ணினவா நீங்க. ஹி ஹி ஹி."

"புண்ணியமாவது, புடலங்காயாவது. எல்லாம் நம்ப மனோபலத்தைப் பொறுத்திருக்குய்யா."

"என்னமோ சார்! நான் தலையெடுத்த நாளையிலேருந்து பாருங்கோ, டாக்டர் வராத நாள் கிடையாது. இதைப் பாருங்களேன். நீங்கள்தான் பார்க்கறேளே, எதிர்த்தாப்பல; கிழிச்ச நார் மாதிரி படுத்துண்டு கிடக்கா. கடலூர்லே வண்டி ஏறினோம், படுத்துண்டா. இன்னும் ஏந்திருக்கலே. புருஷா முன்னாடி நிக்கமாட்டா அந்த நாள்ளே. அவளேதான் இப்படி ஆயிட்டா. என்னத்தைப் பண்றது?" என்று மனைவியைப் பார்த்தார் 'சூப்ரிண்டு'.

சூப்ரிண்டு மனைவி இலேசாகப் பாதிக் கண்ணைத் திறந்து பார்த்தாள்.

"என்ன உடம்பு?"

"அந்தக் காலத்திலே பம்பரமாகச் சுத்தி வந்து காரியம் பண்ணிண்டிருந்தவ. திடீர்னு ஒரு நாளைக்கு வயத்தை வலிக்கிற துன்னா. டாக்டர் வயத்திலே கட்டி, ஆபரேஷன் கேஸுன்னார். செஞ்சுது. அது தேவலையாச்சு. அப்புறம் பிரமை புடிச்சாப்பல எது கேட்டாலும் பதில் சொல்றதில்லே. அப்படி நாலு வருஷம் உக்காந்திருந்தா. அதுக்கு வேற ஊசி, மாத்திரை கொஞ்சமில்லே. அது தேவலையாப்போயிடுத்து. இப்ப பத்து வருஷமா தினம் போது விடிஞ்சா தலைவலி, கால் துணியாப் போயிடறது. எழுந்து நடமாட முடியலே. காப்பி சமையல் முதல்கொண்டுகூட நான் நிக்க வேண்டிருக்கு."

சூப்ரிண்டு மனைவி கண்ணை மூடாமல் இதைக் கேட்டுக்கொண்டேயிருந்தாள்.

"வாரா வாரம் எண்ணெய் தேச்சுக்கணும்" என்றார் கோவிந்த சாஸ்திரி.

"எண்ணெயா! ஒரு முட்டைத் தலையிலே வச்சாப் போரும், 'ஐயோ கடப்பாறை போட்டு இடிக்கிறதே இடிக்கிறதே'ன்னு அலற ஆரம்பிச்சுடுவா. எண்ணெய்தான் சத்ரு அவளுக்கு."

"என்னய்யா ஆச்சரியம்! எண்ணெய் ஒத்துக்காத ஒரு மனுஷா உண்டோ? நல்லெண்ணெய் தலைவலிக்குப் பரம சஞ்சீவி ஆச்சேய்யா."

"எண்ணெயைத் தவிர மீதி எது வேணும்னாலும் சொல்லுங்கோ. போடாத ஊசியில்லை. குடிக்காத மருந்து இல்லே. இந்தத் தலைவலி நின்னாப் போரும்" என்று படுத்தவாறே வாயைத் திறந்தாள் சூப்ரிண்டின் மனைவி.

பேச ஆரம்பித்த பிறகுதான் தெரிந்தது வயதுக்கு மீறிய மூப்பு, முகத்தில் சோகை, வாயில் குழறல். அழகாக இருந்த அம்மாள் இப்போது விகாரமாக மாறிவிட்டிருந்தாள்.

"தலைவலியைத்தானே நிறுத்தணும்?" என்று கேட்டுவிட்டு வெளியே பார்த்தார் கோவிந்த சாஸ்திரி.

வண்டி குத்தாலத்தில் நின்றது. ஒரு அணாவுக்கு வேர்க்கடலையை வாங்கி மென்றவாறு யோசனையில் ஆழ்ந்திருந்தார் அவர். வண்டி புறப்பட்டதும் தம் பேச்சை ஆரம்பித்தார்.

"சொல்லட்டுமா?" என்று அவர் ஆரம்பித்ததும், அவசரம் அவசரமாக புஷ்கோட் பையிலிருந்த ஒரு டயரியையும் பென்சிலையும் எடுத்து வைத்துக்கொண்டார் 'சூப்ரிண்டு'.

"எழுதிக்கிறீரா? சரி. வேம்பம் பருப்பு, வெள்ளை மிளகு, கசகசா, சுக்கு..."

இன்னும் நாலைந்து சொன்னார் அவர். எனக்கு அது மறந்துவிட்டது.

"இதையெல்லாம் பால்லே போட்டு ஊறவச்சு நசுக்கி அம்மியிலே ஒட்டி உருண்டை உருண்டையாய் பண்ணிக் காய வச்சுக்கறது. அப்புறம் நித்தியம் காலமே ஒரு உருண்டையைப் பால்லே கலந்து தலையிலே தேச்சு ஸ்நானம் பண்ணச் சொல்லும். ஒரு மாசத்துக்கப்புறம் எனக்கு எழுதும்."

அமிருதம் கிடைத்த மாதிரி சூப்ரிண்டு எழுதிக்கொண்டு நாலு தடவைகள் சந்தேகங்களைக் கேட்டுத் தெளிந்து, டயரியைத் திருப்பித் திருப்பி வாசித்துப் பையில் போட்டுக்கொண்டார்.

"இதுதான் கல்கம். எல்லாக் 'கம்ப்ளெய்ண்டு'க்கும் சேத்திருக்கேன் அம்மா! உங்க தலைவலி இன்னியோட தீந்துது" என்றார் சாஸ்திரி.

அந்த அம்மாள் எழுந்து உட்கார்ந்து, "அதை இன்னொரு தடவை நன்னாக் கேட்டு வச்சுக்குங்கோ" என்றாள் தன் புருஷனைப் பார்த்து.

சாஸ்திரி இன்னும் பல ரகசியங்களையெல்லாம் சொன்னார். சொறி சிரங்கு, சீதபேதி, ஆஸ்துமா, பாலுண்ணி – இப்படிப் பல வியாதிகளுக்கு அவரிடம் சஞ்சீவிகள் இருந்தன. சூப்ரிண்டின் கண்கள் மேலே அகல இடமில்லை. அப்படி ஒரு வியப்பு. தன்வந்திரி, சித்தர்கள் எல்லாரும் அவர்மேல் கருணைகொண்டு இரண்டாம் வகுப்பில் சக பிரயாணியாக வந்து காட்சி கொடுத்து வினைதீர்த்த பரவசத்தை அவருடைய மரியாதையிலும் அடக்கத்திலும் காண முடிந்தது.

"இத்தனைக்கும் நான் டாக்டர் இல்லே" என்றார் சாஸ்திரி மீண்டும். "எனக்கு வயசு எத்தனை இருக்கும்? எங்கே? சொல்லும், பார்ப்போம்."

வியப்பில் ஆழ்ந்து கிடந்த 'சூப்ரிண்டு' தயங்கிப் புன்சிரிப்புச் சிரித்தார்.

"சும்மாச் சொல்லும்."

"ஐம்பது இருக்கும்."

"ஐம்பதா? எனக்கு அறுபதாம் கலியாணம் ஆகியே எட்டு வருஷங்கள் ஆச்சய்யா."

"அறுபத்தெட்டா! உங்களுக்கா!"

முதுகைப் பார்த்துக்கொண்டிருந்த எனக்கும் நம்பத்தான் முடியவில்லை.

"பின்னே? என் பெரிய பெண்ணுக்கே இப்ப வயசு நாப்பத்தஞ்சு. அவ பிள்ளை 'அக்கௌண்ட்ஸ்' ஆபிசரா முந்தா நாள்தான் வேலை ஒத்துண்டிருக்கான். என் பெரிய பையனுக்கு வயசு நாற்பது முடிஞ்சுடுத்து... நீர் மாத்திரம் இல்லை. பாக்கறவா ஒவ்வொருத்தருமே இப்படித்தான் ஆச்சரியப் பட்டுண்டிருக்கான்னேன்."

"ஏ, அப்பா!" என்று அவரையே ஒரு நிமிஷம் பார்த்து, 'சூப்ரிண்டு' புன்சிரிப்புப் பூத்துக்கொண்டிருந்தார். "நீங்கள்ளாம் அந்தக் காலத்து மனுஷா."

"யாரு? நன்னாச் சொன்னீரே, எந்தக் காலத்திலேயும் முடியும்யா!" திடீரென்று கோவிந்த சாஸ்திரி ஆங்கிலத்தில் பேச ஆரம்பித்தார். குரலும் தணிந்தது. "ரகசியம் என்ன தெரியுமா? எட்டாவது குழந்தை பிறந்தது. என் சம்சாரத்தைப் பார்த்தேன். என்ன சரிதானேன்னேன். சரின்னுட்டா. அதிலே யிருந்து ஒதுங்கிப்பிட்டோம். அப்ப எனக்கு முப்பத்தெட்டு வயசுதான்."

"அப்படியா!"

"அப்படியோதான். எங்க அப்பா அம்மா செஞ்ச தப்பையும் உணர்ந்துனுட்டேன். எனக்குப் பதினேழு வயசிலே கலியாணம் பண்ணி வச்சாளே... அதைச் சொல்றேன். என் பிள்ளைகளுக்கெல்லாம் முப்பது வயசிலேதான் கலியாணம் பண்றது, பெண்களுக்கு இருபத்திரண்டு வயசுக்கு அப்புறம்தான் கல்யாணம் பண்றதுன்னு தீர்மானம் பண்ணிண்டேன். அப்படியே நடத்திண்டும் வரேன். நீர் பார்க்கிறது எனக்குப் புரியறது. என்னடாது ஒரு பக்கம் சுக்குக் கஷாயம், கருவேப்பிலைக் குழம்புன்னு ரொம்பப் பாட்டியா இருக்கான். இன்னொரு பக்கம் பார்த்தா ரொம்ப 'அல்ட்ரா'வா இருக்கானேன்னு நினைக்கிறீர். உண்டா, இல்லியா?"

சிலிர்ப்பு

"ஆமாம், ஆமாம், ஹி ஹி ஹி."

"அதனாலேதானே என் சம்பந்தி என்னை 'அக்பர் சாஸ்திரி'ன்னு கூப்பிட ஆரம்பிச்சார்... ஏன்னேன். அக்பர் சக்கரவர்த்தி எப்படியிருந்தான்? உலகத்திலே இருக்கிற நல்ல தெல்லாம் சேர்த்துத் தனக்கன்னு ஒரு வாழற முறையை ஏற்படுத்திண்டான், அந்த மாதிரி நீங்களும் இருக்கேள்ன்னார் அவர். பொண்களுக்குக் கலியாணம் பண்ணினேன். புள்ளை களுக்கும் பண்ணினேன். முதல் காரியமா ஊர்வலத்தை நிறுத்தினேன். அந்தக் காலத்திலே பத்து வயசிலே கலியாணம் பண்ணினா, திருஷ்டி பட்டுடப் போறதேன்னு குழந்தைகளை வைச்சு ஊர்கோலம் எடுக்கறது. இப்ப புள்ளைக்கு முப்பது வயசு. பொண்ணுக்கு இருபத்தஞ்சு. ஊர்வலமாவதுய்யா? இரண்டாம் பொண்ணுக்குக் கலியாணம் பண்றபோது ஒரு கிழவி வந்தா. 'என்னங்காணும் ஊர்வலம் இல்லேன்னுட்டி ராமேன்னா. 'ஊர்வலமா, உன்னை வாணா வச்சு நாலு தெருவிலேயும் சுத்தச் சொல்றேன்'னேன். அப்புறம் ஏன் பேசறா?... அ! நம்ம தாத்தாவும் அப்பாவும் பண்ணினாங்கற துக்காக எல்லாத்தையும் செஞ்சுற முடியுமோ? காலே காலே நம்ம புத்தியை உபயோகிச்சு மாத்தாட்டா நாம் என்ன மனுஷாளா, மிருகங்களா? ஒரு உதாரணம் சொல்றேன். புருஷா சாப்பிட்ட அப்புறம்தான் பொண்டுகள் சாப்பிடற துன்னு வச்சிண்டிருக்கோமே, அது எதிலேய்யா எழுதியிருக்கு? உனக்குச் சமைச்சும் கொட்டிப்பிட்டு, மீதியிருக்கிற அடிவண்ட லெல்லாம் அவ தனியா சாப்பிடணுமோ? என்ன நியாயம்யா? எங்க வீட்டிலே என்ன பழக்கம் தெரியுமோ? நானும் சம்சாரமும் சேர்ந்துதான் சாப்பிடுவோம். வீட்டுக்கு யார் வந்தாலும் சரி... குழந்தை குஞ்சு பொண்டுகள் எல்லாரையும் சேத்து உட்கார்த்தி வைச்சுத்தான் சாப்பிடுவேன். அவாளோடே என் சம்சாரத்தையும் உட்கார வச்சுப்பிடுவேன். கும்பகோணத் திலே மூணாவது சம்பந்தியிருக்கார். ஜவுளிக்கடை வச்சிருக்கார், சக்ரபாணி அய்யர்ன்னு. அவர் நான் இப்படியெல்லாம் இருக்க றதைப் பார்த்துப்பிட்டு எதோ பரிகாசமா பேசினாராம். நான் சொல்லிப்பிட்டேன், 'சார்! இத பாருங்கோ, நான் உங்க வீட்டுக்கு வந்தா இந்த மாதிரி சேத்து வச்சுத்தான் போடணும், இல்லாட்டா வரவேயில்லேன்'னேன். அப்புறம் வழிக்கு வந்தார். இத்தனை வயசுக்கு மேலே இந்தக் கிழவ னுக்குச் சபலத்தைப் பாரும்னு யாராவது சொல்லிண்டிருப்பன். சொல்லட்டுமே, இதுக்கெல்லாமா பயந்து முடியும்? முப்பத் தெட்டு வயசிலேருந்து நான் எப்படியிருக்கேன்னு எனக்குன் னாய்யா தெரியும்! எல்லாரோடும் உட்கார்ந்து சேந்து சாப்பிட்டு, ஒரு மணி நேரம் எல்லாரையும் பக்கத்திலே வச்சிண்டு

கலகலன்னு பேசி சந்தோஷமா இருக்க முடியலேன்னா அவன் என்ன ஆள், ஐயா! யார் என்ன சொன்னாலும் சரி. நான் அப்படித்தான் இருப்பேன். இருந்துண்டுவரேன். அதனாலேதான் அறுபத்தெட்டு வயசுன்னவுடனே நீர் பிரமிக்கிறீர். நான் மாத்திரம் இல்லே. என் சம்சாரம் குழந்தைக ளெல்லாம் இப்படித்தான் இருப்பா. டாக்டருக்குன்னு காலணா கொடுத்ததில்லையா! சத்தியம் வேணும்னாலும் பண்ணத் தயார். போதுமா?" என்றார் சாஸ்திரி.

சத்தியமே பண்ண வேண்டாம். உங்களைப் பார்த்தாலே போதும் என்று நினைத்துக்கொண்டேன். என்னை இவர் லட்சியம் பண்ணாவிட்டால் என்ன? பேசாவிட்டால் என்ன? அக்கறையில்லை. இந்த வயதில் இவ்வளவு நேர் முதுகு – கணார் கணார் என்று இந்தக் குரல். டாக்டருக்கு ஒரு நெல் கூடக் கொடுக்காத பத்துக் காணி – ஏ அப்பா!

எதிரே சூம்பின கையும் காலுமாக இரண்டு குழந்தைகள். துணியாகக் கிடந்த 'சூப்ரிண்டி'ன் மனைவியின் சோகை பாய்ந்த உடல். 'சூப்ரிண்டி'ன் முகத்தில் நிரந்தரமாகக் கோடிட்டு விட்ட குடும்பக் கவலை. இத்தனைக்கும் நடுவில் அக்பர் சாஸ்திரி சித்த புருஷர்கள் அரைக் கைச் சட்டையும் வேஷ்டி யும் அணிந்து வந்துபோல் உட்கார்ந்திருந்தார். அவருக்குப் பின்னால் வயிற்றுவலி – அதாவது நான். என்னை மூன்று வருஷங்களாக வதைத்துக்கொண்டிருக்கிற வயிற்று வலியை நான் சொல்லவில்லை. சொல்லு சொல்லு என்று அது முனகின குரல் கேட்டது. அதுமட்டுமில்லை; இஸினோ பீலியா இஸினோபீலியா என்று என் மனைவி எட்டு வருஷங்களாக எனக்கும் அவளுக்கும் ராத் தூக்கம் வராமல் கண் பனிக்கப் பனிக்க இருமுகிற வாதையையும் சொல்லு சொல்லு என்றது. சொல்லுகிறேன் சொல்லுகிறேன் என்று அவற்றைச் சமாதானப் படுத்திக்கொண்டிருந்தேன். திடீர் என்று எப்படிச் சொல் கிறது? முன்னால் இரண்டு வார்த்தையாவது அவருடன் பேச வேண்டும். அதற்குச் சமயம் கிடைக்காமலா போகும்?...

"மதுரைக்கு எப்பவாவது வந்தீர்னா, வீட்டுக்கு வாரும். சந்தோஷமா எப்படியிருக்கிறது. திடகாத்திரமா எப்படி இருக்கிறதுன்னு புரியும். டாக்டரை எப்படி அண்டவிடாமல் வாழறதுன்னு தானே புரிஞ்சுக்குவீர். பயந்திண்டு வராம இருந்துடாதீர். அதுக்காக வந்தவாளுக்குக் குளிக்க வெந்நீர் போடாமல் இருந்துட மாட்டோம். என்னோடதான் நீரும் எழுந்திருக்கணும்ம்னு காலமே நாலு மணிக்கே எழுப்பிட மாட்டேன். கவலைப்படாதீர் என்ன, வறீரா?"

"கட்டாயம் வரேன்."

❦ சிலிர்ப்பு ❦

"உம்ம சம்சாரத்தையும் அழச்சிண்டு வரணும். என்ன வறீரா?"

எனக்கும் அக்பர் சாஸ்திரி வீட்டுக்குப் போக வேண்டும் போல்தானிருந்தது. கூப்பிட்டால்தானே? மனுஷன் தற்செயலாகக் கூடத் திரும்பமாட்டார் போலிருக்கிறது. ஒரு இடத்தைக் கொடுக்கவில்லை என்று மனுஷனுக்கு வருத்தமோ?

திருவிடைமருதூர் ஸ்டேஷன் வந்தது. "மகிழ மாலை விற்குமே இங்கே?" என்று எழுந்தார் அக்பர் சாஸ்திரி. எதிர் ஜன்னலாண்டை எழுந்து போனார். "மகிழ... மகிழ... மகிழ!" என்று பாதிபாதியாகக் கூப்பிட்டார். பேசின பேச்சில் தொண்டை சோர்ந்துவிட்டது.

குழந்தைகளுக்குப் பக்கத்தில் உட்கார்ந்துகொண்டார்.

'சார்' என்று சொல்லாமல் என்னை ஜாடைகாட்டி அழைத்தார். அவர் விழியைப் பார்த்து அருகே ஓடினேன். மார்பைத் தடவு என்று சைகை காட்டினார். சடசடவென்று பித்தானைக் கழற்றி மார்பைத் தடவினேன்.

"கும்பகோணத்திலே..." அவரால் மேலே பேச முடியவில்லை.

"கும்பகோணத்தில் என்ன?"

"சக்ர...சக்ர...சக்ர..."

பேச முடியாமல் அப்படியே சாய்ந்துகொண்டார். பையனின் கை அவர் முதுகுக்கும் ஜன்னலுக்கும் இடையே அகப்பட்டுக்கொண்டது. இழுத்துக்கொண்டான்.

"என்ன சார், என்ன சார்?" என்று 'சூப்ரிண்டு' எழுந்து வந்தார்.

"சார், சார், கோவிந்த சாஸ்திரிகள்" என்று உரக்கக் கூப்பிட்டார்.

அவர் மனைவி எழுந்து, "என்ன?" என்று கண்ணைத் திறந்து நிலைமையைப் புரிந்துகொண்டு எழுந்து உட்கார்ந்தாள். "இத்தண்டை வாடா கிச்சு, கௌரீ!" என்று குழந்தைகளைக் கூப்பிட்டாள்.

நான் மார்பைத் தடவிக்கொண்டிருந்தேன். "என்ன சார், என்ன சார்?" என்று பதறினார் 'சூப்ரிண்டு'.

மூக்கில் கை வைத்துப் பார்த்தேன்.

"என்ன சார்?"

"கும்பகோணத்திலே அவர் சம்பந்தி பேர் என்ன என்று சொன்னார்?"

"சக்ரபாணி அய்யர், ஜவுளிக்கடை வைச்சிருக்காராம்." "நீங்க இறங்கிப் போய் ஸ்டேஷன் மாஸ்டர் கிட்ட சொல்லி அவரைக் கும்பகோணம் ஸ்டேஷனுக்கு வரச் சொல்லி 'மெஸ்ஸேஜ்' கொடுக்கச் சொல்லணும்."

"ஏன்! என்ன?"

"ஒன்றுமில்லை."

"அப்படின்னா?"

அவர் மனைவி அருகில் வந்தாள். "அடா, ராமா!" என்று சாஸ்திரியைப் பார்த்தாள்.

"என்ன?" என்றார் 'சூப்ரிண்டு' மறுபடியும்.

டாக்டர் உதவியில்லாமலே அக்பர் சாஸ்திரி மனிதன் செய்கிற கடைசி காரியத்தையும் செய்துவிட்டார் என்று அவருக்குப் புரிந்தபாடில்லை.

◆

ళ சிலிர்ப்பு ళ

## துணை

"பையன்கூட வந்துவிட்டான்" என்று நான் உள்ளே நுழைந்து செருப்பை மாடத்திற்குள் கழற்றும்போது, என் தகப்பனார் சொல்லிக்கொண்டிருந்தார்.

"வந்துட்டானா, பேஷ்."

"ஏண்டா, மார்க்கெட்டுக்குப் போயிருந்தியா?"

"ஆமாம்ப்பா" என்று சொல்லிவிட்டு, அப்பாவோடு ஊஞ்சலில் உட்கார்ந்திருந்த சின்னக் குழந்தையைப் பார்த்து "வாங்கோ" என்று வரவேற்றேன்.

"சௌக்கியம்தானே, தாத்தா? இதோ வந்துவிட்டேன்" என்று கறிகாய்ப் பையை உள்ளே கொண்டு வைக்கப் போனேன்.

"யாருடா வந்திருக்கா கூடத்திலே?" என்று அம்மா கேட்டாள். அம்மாவுக்கு அரைக்கண். சதை வளர்ந்திருந்தது.

"சின்னக் குழந்தை தாத்தா?"

"சின்னக் குழந்தையா. நானும் நெனச்சேன், குரல் அது மாதிரி இருக்கேன்னு."

கூடத்திற்கு வந்தேன்.

"தாத்தா சௌக்யமா இருக்காரா?"

"யாரு, தோப்பனாரைத்தானே கேக்கறே?"

"ஆமாம்."

"சௌக்கியமா இருக்கார். நல்ல வேளையா குளுரு நாள் போயிட்டுது. இந்த பிப்ரவரி, மார்ச்சு தாண்டியாயிடுத் துன்னா ஒரு கண்டம் தாண்டினாப்போலே."

"ஏன்?"

"எங்கப்பாவுக்கு ஆஸ்த்துமான்னா, குளிர் வந்துடுத்தோ இழுப்பு, இறைப்பு எல்லாம் வந்துவிடும். அப்ப அவர் படற அவஸ்தையைக் கண்கொண்டு பார்க்க முடியாது."

"டாக்டர் பார்க்கிறாரோல்லியோ?"

"பார்க்கிறான். நல்ல டாக்டர்தான் பார்க்கறான். நம்ம கலியாணசுந்தரம்தான் பார்க்கறான். மருந்து செட்டு எப்பவும் தயாரா இருந்துண்டேதான் இருக்கு. எவ்வளவு இருந்தால் என்ன? வியாதி ஒருவகை பார்த்துவிட்டுத்தானே போகிறது! அப்படித்தான் என்ன இளம் ரத்தமா, டக்குனு மருந்து புடிச்சு வேலை செய்ய? எனக்கே இந்த மாசிக்கு எழுபத்தொன்பது முடிஞ்சுடுத்து. அப்பாவுக்குக் கேட்பானேன்!"

"அப்பன்னா உங்கப்பாவுக்கு..."

"தொண்ணுத்தெட்டு முடிஞ்சுடுத்து... என்ன பார்க்கறே...? ம். அந்தக் காலத்திலே பதினேழு வயசுக்கெல்லாம் சாந்தி கல்யாணம் ஆயிடும். எனக்கும் பதினேழு வயசிலே தான் ஆச்சு; என் பையனுக்குத்தான் இருபது வயசு. என் பேரன்தான் கலியாணம் வாண்டாம் வாண்டாம்னு சொல்லிப்பிட்டு கடைசியிலே இருபத்தஞ்சு வயசுலே பண்ணின்டான். அந்தக் காலத்திலே இருபது வயசுக்குள்ளே கலியாணம் ஆகலேன்னா, ஏன் ஆகலே, ஏன் ஆகலேன்னு லோகம் முழுக்க நச்சரிக்கக் கிளம்பிவிடும். அப்பாவுக்கும் இந்த ஆஸ்துமா நாற்பது வயசுக்கு மேலேதான் பிரகோபமா வந்தது. அவர் சரீரம்தான் இவ்வளவு உபாதைகளையும் தாங்கிண்டு நிற்கிறது. பால்யத்திலே கொஞ்ச பலமா அவருக்கு? ஏ அப்பா! ஆஜானு பாகுவா இருப்பர். தலையிலே கருகருன்னு சுருட்டை சுருட்டையா இருக்கும் மயிர். தொடையில் வந்து இடிக்கும். மத்தியானம் படுத்துண்டார்னா இந்த மயிரையே பந்தாக முடிஞ்சு தலைக்கு அடியிலே தலையணையா வச்சுணுடுவர். லேடி, லேடின்னு அதனால்தான் பெயர் வந்தது அவருக்கு. பளபள பளபளன்னு இருப்பர். அசாத்ய பலம். ஊர்ல இருந்த போது இருட்டுப் பிரியறதுக்கு முன்னாடி படுக்கையை விட்டு எழுந்து கிளம்பிவிடுவாராம். மார்கழி மாசக் குளிரோ, ஐப்பசி மழையோ லக்ஷியம் பண்ண மாட்டார். நேரே நாயக்கன் சாவடிக்குப் போயிடுவர். எங்க ஊரிலே கோபால்சாமி நாயக்கர்னு பெரிய மனுஷன், அவர் பையன் அப்பாவோடு வாசிச்சிண்டிருந்தான். அவன் ஒரு கொட்டகை போட்டு கர்லாக்கட்டை கிர்லாக்கட்டை எல்லாம் வச்சிருந்தான். அங்கே போய் ராக்ஷஸ கர்லாவா ஒரு கட்டையை எடுத்து, இந்தக் கைக்கு நானூறு, அந்தக் கைக்கு நானூறு சுத்துச்சுத்தி, தண்டாலில் இருநூறு எடுத்து, பஸ்கி முந்நூறு எடுத்து பிரளயமா

சிலிர்ப்பு 35

வேர்த்து ஊற்றினால் ஒழிய அவர் உடம்பு சரி வராது. அப்படியே குளத்துலே ஸ்நானத்தைப் பண்ணிவிட்டு ஜபத்துக்கு ஆரம்பிப் பார். பாட்டி தோச்ச தயிரைப் போட்டு பழையதைப் பிசைந்து எரிச்ச குழம்பையும் வச்சுண்டு காத்திண்டிருப்பாள். அப்பா வோடு நானும் உட்கார்ந்துடுவேன் ஈ மாதிரி. ஆனை ஆனைய உருட்டி அப்பா கையிலே சாதத்தைப் போடுவாள் பாட்டி... ஹ்ம் அதெல்லாம் போச்சு... நானும் பதினாறு வயசு வரையில் அந்த கர்லா பஸ்கி எல்லாம் எடுத்துண்டு தான் இருந்தேன். அப்புறம் என்னமோ விட்டே போயிடுத்து. ஆனால் ஒருநல்ல பழக்கம் மாத்திரம் இன்னும் வச்சுண்டிருக் கேன். என்ன உடம்புக்கு வந்தாலும் வெந்நீரிலே குளிக்கிற தில்லை. வெந்நீர் குடிக்கிறதுமில்லை; இப்பத்தான் இரண்டு வருஷமா கால் குடைச்சல் வந்து மாசம் ஒரு தடவை இரண்டு தடவை வெந்நீரில் ஸ்நானம் பண்ணுகிறேன். என் பிள்ளை யாண்டானும் அப்படித்தான். அவனுக்கும் வெந்நீர்ப் பழக்கம் கிடையாது. பேரனுக்குத்தான் இந்த சம்பிரமங்களெல்லாம் வேணும். அவன் பிறக்கறபோதே குத்துயிரும் குலை உசிருமாப் பிறந்தான். நாலு வருஷம் வரையில் உட்கார்த்தின இடத்தி லேயே களிமண் மாதிரி உட்கார்ந்திருப்பன். சூணாவயிறு, கைகால் எல்லாம் காத்துலே கோடு கிழிச்சாப்பாலே குச்சி குச்சியா இருக்கும். மனுஷ்ய அவயவமாகவே இராது. 'இது பாலாரிஷ்டம், ஆறு வருஷம் வரையில் அப்படித்தான் இருக்கும்'னு சொன்னான் ஜோசியன். அவன் சொன்னாப் போலவே ஆறு வருஷம் கழிச்சு அவன் உடம்பு தேற ஆரம் பிச்சுது. என்னதான் தேறினாலும், நான் எம்பிள்ளை மாதிரி எல்லாம் அவனாலே இருக்க முடிஞ்சதேயில்லை. ஒன்று மாற்றி ஒன்று ஏதாவது சீக்குப்படுத்திக்கொண்டேதானிருக்கும். தலைவலி, வயத்துவலி, மார்வலி, கண்குடைச்சல், மூச்சுப் பிடிப்பு, இப்படி ஏதாவது வந்தவண்ணமாகத்தான் இருக்கும். கணைச்சூட்டுச் சரீரங்களே இப்படித்தான். ஒரு நாளாவது சீக்கில்லாமல் இராது. இப்பத்தான் என்ன, தாசில்தாரா இருக்கான்னு பேருதான். வாங்கற சம்பளமெல்லாம் மருந்துக்குத் தான் சரியா இருக்கு.."

மணி அடித்தது.

"மணி என்ன ஒன்பதா?"

"ஆமாம்..."

"அப்ப எனக்கு நாழியாச்சு. ஒண்ணுமில்லே. உங்கப்பா கிட்டக்கூட சொல்லிண்டிருந்தேன். இன்னிக்கு மஸ்டர்டே..."

"மஸ்டர் டேயா?"

"ஆமா; பென்ஷன் வாங்கிண்டு இருக்கோல்லியோ? வருஷத்துக்கு ஒருதரம் அவன்கிட்ட உசிரோட இருக்கோம்னு தலையைக் காண்பித்துவிட்டு வரணும். அப்பாவும் நானும் போகிறோம். கொஞ்சம் எங்களை வண்டி வச்சு அழச்சிண்டு போய்க் கொண்டுவந்து விடணும். நாங்க இரண்டு பேரு மாத்திரம் போகலாம், பிரமாதமில்லே. இருந்தாலும் தள்ளாத உடம்புகள்தானே. என் பிள்ளையும் இல்லையா ..."

"எங்க அவர்?"

"அவன் காசிக்குப் போயிருக்கிறான். ஆறு மாசமாச்சு."

"நீங்கள்?"

"நானா? எனக்கு நாலு தடவை ஆயுடுத்து காசிப் பயணம். தெம்பு இருக்கிறபோது முடிச்சினுட்டேன் அதெல்லாம்."

"ஏன் இப்ப போனால்தான் என்னவாம்?"

"ஏதுக்கப்பா வம்பு? எண்பது வயசுக் கிழவனை இரண்டாயிரம் மூவாயிரம் மைல் ரயில்லேயும் வண்டி யிலேயும் அழச்சிண்டு போறதுன்னா லேசா இருக்கா? சம்பாதிச்ச புண்யம் போருமே. ஆசையாய்த்தான் இருக்கு. கங்கையிலே ஸ்நானம் பண்றதுன்னா யாருக்குத்தான் ஆசையா இராது? சரீர தர்மம் இடங்கொடுக்க வாண்டாமா? பிள்ளையை மாத்திரம் போகச் சொன்னேன். அவனும் என் மாட்டுப் பெண்ணும் போயிருக்கா ... ஆகக்கூடி இந்த வருஷம் மஸ்டருக்கு அவன் இல்லை. கொள்ளுப் பேரன் வந்திருக்கான். அவனை அழச்சிண்டு போகலாம். ஆனால் அவன் ரொம்பப் பொடிப்பயல்."

"ஏன் இவன் அழச்சுண்டு போறான். சும்மாதானே இருக் கான்" என்று என் தந்தை சொன்னார்.

"பேஷாய் அழச்சிண்டு போறேன் தாத்தா" என்றேன்.

"எல்லாம் உங்க பேரன் மாதிரி அவனும்னு நெனச்சுக் குங்கோ. ஏய், ஜாக்கிரதையாய் அழச்சிண்டு போய்ட்டு வா."

"ம்."

"இந்த மாதிரி பெரியவர்களுக்கெல்லாம் செய்றதுன்னா கொடுத்து வைக்கணும். இப்படி ஒரு சமயம் எங்கே வாய்க்கப் போகிறது?"

"ம்."

"எத்தனை மணிக்கு வரணும்?"

"பத்தரை மணிக்குக் கிளம்பணும்."

❦ சிலிர்ப்பு ❦

"அப்படியானா, பத்தேகால் மணிக்கு வந்துடறேன்."

"நல்லது வரட்டுமா அப்ப?"

"சரி, நீங்க கவலைப்பட வேண்டாம். சரியா பத்தேகால் மணிக்கு வந்துடறேன்."

"நல்லதுப்பா, யார் செய்யப் போறா! க்ஷேமமாயிருக் கணும்டாப்பா."

சின்னக் குழந்தை கைத்தடியை எடுத்துக்கொண்டு, கால் கட்டையையும் மாட்டிக்கொண்டு படியிறங்கினார்.

"ஒரு கிழவர், அவருக்குப் பிள்ளை, அவருக்கு ஒரு பிள்ளை, அவருக்கு ஒரு பிள்ளை, அவருக்கு ஒரு பிள்ளை..."

"என்னப்பா சொல்லிக்கொண்டே போனா?"

"அதுதான் நிறுத்திப்பிட்டேனே. அஞ்சு தலைமுறை. கடைசி இது – தாசில்தார் வயிற்றுப்பிள்ளை – பிள்ளையாய்ப் போயிட் டுது. பெண்ணாயிருந்தா அதுக்கும் ஒரு குழந்தை பிறந்து ஆறாவது தலைமுறை முளைவிட்டிருக்கும்."

"நினைக்கிறபோதே ஜோராயிருக்கப்பா, இல்லையா? நல்ல வளம். வைரம்."

"இவர் அப்பாவுக்குத் தொண்ணூற்றெட்டு வயசுன்னு சொன்னாரே, கேட்டியா? நாலைந்து வருஷமா இப்படியே சொல்லிண்டிருக்கார். இந்த மாமாங்கம் வந்துதே. அதுக்கு முதல் வருஷமே தொண்ணூற்றெட்டுன்னு சொன்ன ஞாபகம் எனக்கு. இப்ப நூற்று இரண்டு, நூற்று மூன்றுக்குக் குறையாது. தொண்ணூற்று எட்டாம்!"

"ஞாபகம் இல்லையோ என்னமோ இவருக்கு?"

"ஞாபகம் இல்லையா? யாருக்கு, இந்தக் கிழத்துக்கா! போன ஜன்மமெல்லாம் சொல்லுவார் இவர். ஞாபகம் பிசகில்லை. வயசைச் சொன்னால் திருஷ்டி பட்டுவிடுமாம்."

"திருஷ்டியா?"

"ஆமாம். வயசாக ஆக, சொல்ல மனசு வராது மனுஷ னுக்கு... தொண்ணூற்றெட்டாம்... இவர் பிள்ளை காசிக்குப் போயிருக்காரே, அவர், இவர், அப்பா மூணும் சேர்ந்துதான் ஒரு ஒற்றை மாட்டு வண்டியிலே மஸ்டர்டேயன்றைக்கு பென்ஷன் வாங்கப்போகும். நாலு வருஷமா இப்படித்தான் நடக்கிறது. பெரிய கிழம் இருக்கே, அது உத்யோகம் பார்த்து இருபத்தாறு வருஷம். ஐம்பத்தாறு வருஷத்திற்குமேல் பென் ஷன் வாங்கிவிட்டது. இந்தக் கிழமும் இருபத்திரண்டு வருஷம்

38 ∞ தி. ஜானகிராமன் ∞

பென்ஷன் வாங்கியிருக்கும். குட்டிக்கிழம் – காசிக் கிழம் – ரிடயராகி நாலு வருஷமாகிறது."

"தாசில்தாரும் சேர்ந்துக்கிற வரையில் பெரிய கிழம் இருக்குமோ..."

"ம். அவன் ரிடயராக இருபது வருஷம் இருக்கு...ஏன்? ஆஸ்துமாதானே அதுக்கு வியாதி! ஆஸ்துமா ஆளை வச்சு வச்சுக் கொல்லும். ஆஸ்துமாக்காரர்கள் அஸ்வத்தாமா, பலி, வியாசர், ஹனுமான், விபீஷணர், கிருபர், பரசுராமர் இவர்களைப்போல சிரஞ்சீவிகள். காலபாசம் கொஞ்சம் சிரமப்பட்கூடிய இடம்தான். அப்படியே பெரிய கிழவர் போயிட்டாலும் அவர் இடத்துக்கு சின்னக் குழந்தை வந்துவிடுவார். என்ன பிரமாதம்? மேலும் பெரிய கிழம் வாழாது என்று சொல்ல முடியாது. அது காப்பியை மூந்துகூடப் பார்த்ததில்லை. பிள்ளைக்கும் காப்பி தெரியாது. காசி யாத்திரைக் கிழத்திற்கும் காபி, டீ கிடையாது. தாசில்தாருக்குத்தான் இந்தப் புது மோஸ்தரெல்லாம் உண்டு. அவன் இந்த மாதிரி பென்ஷன் வாங்க மாட்டான்னு நிச்சயமாகச் சொல்லலாம்."

அப்பா நிறையச் சொல்லுவார். ஆனாலும் அம்மா கிட்டு, கிட்டு என்று பறந்தாள்.

"ஏய், அம்மா கூப்பிடறா. போய் வெந்நீர் சுட்டுப் போச்சா பாரு, குளிச்சுடலாம்."

○

நான் போகும்போது சின்னக் குழந்தை சாப்பிட்டுவிட்டு வாய் நிறைய வெற்றிலையை மென்றுகொண்டு திண்ணையில் உட்கார்ந்து 'தினமணி' படித்துக்கொண்டிருந்தார்.

"என்ன தாத்தா?"

"வாப்பா, வா. அடே! பத்தேகாலுக்கு வந்துட்டியே, சொன்னாப்போல. ஒரு நல்ல வண்டியாக் கூப்பிடேன்."

வண்டிப்பேட்டை பக்கத்தில்தான் இருந்தது. ஒரு குரலுக்கு நல்ல வண்டி வந்து சேர்ந்தது.

"உள்ளே வாப்பா!"

கூடத்தில் ஒரு பெஞ்சின்மீது லேடிக் கிழவர் – சின்னக் குழந்தையின் தகப்பனார் உட்கார்ந்திருந்தார். லேடியென்று இப்போது சொல்ல முடியாதுதான். தலை முழுவதும் ஒரு அணு விடாமல் வழுக்கை பளபளத்துக்கொண்டிருந்தது. நெற்றியில் விபூதியிட்டாற்போல் மூன்று கோடு சந்தனம். கையில் உத்ராக்ஷ மாலை. வாயில் பாக்குரலில் இடித்த

❦ சிலிர்ப்பு ❦ 39

வெற்றிலைப் பாக்கு. அவர் வெகுநாழியாகக் கிளம்பச் சித்தமாகி விட்டார் என்று அல்பாகா கோட்டு, கழுத்தில் வளைந்த பழுப்படைந்த வெண்பட்டும் சொல்லின. நூற்றிரண்டு வயசாகி விட்டதற்காக ஒரு அங்கமும் குறைந்துவிடவில்லை அவருக்கு. சாதாரணக் கிழவர்களைப் போலத்தான் இருந்தார். அவர் மனம் வெற்றிலை மணத்தில் லயித்திருந்தது.

அருகில் போய், "தாத்தா, சௌக்கியமா?" என்று கேட்டேன்.

"யாரது, எனக்குக் கண்தான் சரியாகத் தெரியாது. காது கேட்கும்" என்று பதில் வந்தது. இந்தக் கிழங்களுக்கு முன் இயல்பாகவே குரல் உச்சஸ்தாயியில் நான் பேசுகிறது தவறு என்று உணர்ந்துகொண்டேன்.

"ஸப் ரிஜிஸ்ட்ரார் பையனப்பா, துணைக்கு வந்திருக்கிறான்."

"ஓஹோ, அப்படியா, உன் பேர் கிருஷ்ணசாமிதானே?"

"ஆமாம்."

"நீதானே புனா மிலிடரி அக்கௌண்ட்ஸிலே இருக்கே."

"ஆமாம்."

"லீவு எடுத்துண்டு வந்திருக்கியோ?"

"ஆமாம்."

"ஒரு மாசமா?"

"ஆமாம்."

"சரிதான்." "கல்யாணத்தைப் பண்ணின்டு குடித்தனம் வைக்கப்படாதோ?"

"..."

"என்ன வயசாறது உனக்கு?"

"இருபத்தேழு."

"என்னடாப்பா இது? இன்னும் சும்மா இருந்தா?"

"மணி பத்தரையாகப் போறது."

"பத்தரையாகிறதா! அப்படின்னா கிளம்பலாமே. என்னடா சின்னக் குழந்தை, கிளம்பலாமோல்லியோ?"

மணி சொன்னது பெரியவரைப் பரபரப்புக்குள்ளாக்கி விட்டது.

"சின்னக் குழந்தை!"

"இதோ, ஆச்சுப்பா, சட்டையைப் போட்டுண்டு வந்துட றேன்."

"சட்டை போட்டுக்கப் போறியா? பேஷ். முன்னாடியே போட்டுக்க முடியலியா?"

"..."

"என்னிக்குத்தான் இந்தச் சோம்பலை நீ விடப்போறியோ, தெரியலை. சரி சரி வா சட்டுனு."

சின்னக் குழந்தை புன்முறுவல் பூத்துக்கொண்டே உள்ளே போய் ஒரு ஓட்டுப்போட்ட கறுப்புக் கோட்டும், அதைச் சுற்றி ஒரு நாட்டுத் துணுக்கும் போட்டுக்கொண்டு வந்தார். கோட் ஸ்டாண்டிலிருந்து ஒரு வெண்பட்டை எடுத்து, கண்ணாடிக்கு முன்னால் நின்று, "ஒரு முண்டாசு – அல்லது தலைப்பாகை கட்டிக்கொண்டு, போகலாமா?" என்றார்.

"ம்."

"யாரங்கே, போயிட்டு வந்துடறோம் நாங்க. அம்மா, வரட்டுமா?"

இப்பொழுதுதான் அவர் அம்மா இருக்கிற இடம் தெரிந்தது. கூடத்திலேயே ஒரு மூலையில் நீட்டின காலோடு உட்கார்ந் திருந்தாள். தலை கத்தாழை நாராக வெளுத்திருந்தது. காதில் பெரிய சம்புட அகலத்திற்கு ஒரு சிகப்புத் தோடு தொங்கி ஆடிக்கொண்டிருந்தது.

பூஜை அலமாரியைத் திறந்தார் பெரியவர். பிரார்த்தித்துக் கொண்டார். சின்னக் குழந்தையும் நெடுஞ்சாண் கிடையாக நமஸ்காரம் செய்துவிட்டுக் கிளம்பினார்.

'குழந்தே, ஜாக்ரதையாப் பார்த்துகோடாப்பா' என்று சின்னக் குழந்தை சம்சாரம் வந்து சிபார்சு செய்தாள். அவளுக்கும் மாமியார் கிழவிக்கும் அதிக வித்யாசம் தெரியவில்லை. பெரிய கிழவி நடக்க முடியாமல் மூலையில் கிடந்ததுதான் குறை.

சின்னக் குழந்தை தகப்பனாரின் கையைப் பிடித்து மெது வாக அழைத்து வந்தார்.

"காலை தூக்கி வச்சு வாங்கோப்பா."

"தூக்கித்தாண்டா வக்யறேன். தெரிலியா?"

"நிலை குனிஞ்சு வாங்கோ."

"தெரியறது."

"திண்ணையைப் புடிச்சிண்டு இறங்குங்கோ."

"ஏன், இல்லாட்டா விழுந்துடுவேனா? ஏண்டாப்பா."

"இல்லே, சொன்னேன்."

"என்னத்தைச் சொன்னேன்?"

வண்டியில் அவரை முன்னால் ஏற்றிவிட்டு, சின்னக் குழந்தை ஏற, நானும் உட்கார்ந்துகொண்டேன்.

O

கஜானாவுக்கு அருகில் கூட்டத்திற்கா பஞ்சம்? அதுவும் பக்கத்தில் கலெக்டர் ஆபீஸ், கோர்ட்டுகள், நெல் கொள்முதல் ஆபீஸ் இவ்வளவு ஆபீஸ்களும் இருக்கும்போது. பெரிய காம்பவுண்டு. தூங்குமூஞ்சி மரங்கள் பரந்து நெருங்கி வளர்ந்து நிழல் எறிந்து இருந்தன. நிழல் விழுந்த இடமெல்லாம் கிழங்கள் படுத்திருந்தன. முழங்காலைக் கட்டி அமர்ந்திருந்தன. போன வருஷம் பதவி விட்ட கிழம்முதல் சின்னக் குழந்தை வரையில் பல கிழங்கள்.

வண்டி காம்பவுண்டுக்குள் நின்றது. மெதுவாக லேடிக் கிழவரைக் கீழே இறக்கி ஒரு தூங்குமூஞ்சி நிழலில் உட்கார வைத்தோம்.

"என்னப்பா, லேடி! சௌக்யமா? மஸ்டர் நாளைத் தவிர மத்த நாளில் உன்னைப் பார்க்க முடியாதுன்னு ஆயிட்டுது இப்ப."

"யாருடா அது, கேதாரி ராமனா?"

"ஆமாம்பா, ஆமாம்."

"என்ன போ, இந்த வருஷம் ஆஸ்துமா என்னைப் போட்டுக் கொன்னுடுத்து. ஏதோ போ, இழுத்துண்டு கிடக்கேன்."

"யாரு நீயா? காந்தி போயிட்டார் நூத்திருவத்தஞ்சு, நூத்திருவத்தஞ்சுன்னு சொல்லிப்பிட்டு! நீ கட்டாயமா இருந்து தான் காமிக்கப் போறே."

"எதுக்காக? என்னடாப்பா முடை? தேசோத்தாரணம் பாழாப் போறதே, அதுக்காகவா?"

"தேசோத்தாரணம் பண்ணினாத்தான் இருக்கணுமா, இல்லாட்டா இருக்கப்படாதா என்ன? ஏன் பிள்ளையை மாத்திரம் அழைச்சிண்டு வந்திருக்கே? பேரன் எங்கே?"

"காசிக்குப் போயிருக்கான்."

"காசிக்கா! போடு சாம்பிராணி. ஏன்? நீயும் போயிட்டு வரப்படாதோ?"

"நானுமா? பேஷ். ஹுஞ்சூர் கஜானாவே காசியா இருக்கு நமக்கு. நன்னாச் சொன்னே போ. உன் பேத்தி பிரசவிச்சுட்டாளா?"

"என் பேத்தியா? குழந்தை பிறந்து எத்தனை மாசமாச்சு. அடுத்த மாசம் ஆண்டு நிறைவு."

"பிள்ளையா, பெண்ணா?"

"பிள்ளை."

"பேஷ்."

"உன் பிள்ளை லீவிலே வந்திருந்தானே, டூடியிலே ஜாயினாயிட்டானா?"

"போன ஏப்பரல்லே வந்தானே, அதைச் சொல்றயா?"

"அதுதானே எனக்குத் தெரியும்?"

"ஜாயினாகி, இப்ப வேறே இரண்டு மாசம் மெடிகல் லீவிலே வந்துட்டு, மறுபடியும் போனமாசம் ஜாயினாயிட்டான். இன்னும் என்ன கேட்கப் போறே?"

"என்னத்தைக் கேக்கறது! வருஷத்துக்கு ஒரு நாள் சந்திக்கிறபோது கேட்டுத்தானே ஆகணும்."

அப்போதுதான் நானும் கவனித்தேன். லேடிக் கிழவரை எத்தனையோ பேர் கவனித்துக்கொண்டிருந்தார்கள். சுற்றி ஒரு கூட்டம். அவரை எல்லோரும் பார்த்துக்கொண்டிருந்தார்கள்.

"இது யார் பையன்? கொள்ளுப் பேரனா?" என்று கேதாரி ராமன் கேட்டார்.

"நாலு வீடுபோட்டு அந்தண்டை இருக்கான். சப் ரிஜிஸ்ட்ரார் பிள்ளை. துணைக்கு வந்திருக்கான்."

"போடு சாம்பிராணி! துணை வேறயா? நீ அவனுக்குத் துணையா, அவன் உனக்குத் துணையா?"

"என்டாப்பா இது? எனக்கு உசிர் இருக்குன்னா, பலம்கூட இருக்கணும்ணு அவசியமா என்ன? ஏண்டாப்பா?"

"அது சரி, இதோட எத்தனை மஸ்டர் ஆச்சு?"

"ஞாபகம் இல்லையே."

"அறுபது இருக்குமா?"

"அறுபதா? 55ம் 60ம் நூத்திப் பதினைந்துன்னா? என்டா இது? நூத்திப் பதினைஞ்சு வயசா ஆயிடுத்து எனக்கு?"

"பின்னே சொல்லேன்."

୶ சிலிர்ப்பு ୶

"என்னமோ போ. இதெல்லாம் என்ன கேள்வி?"

"ஏன் கேக்கப்படாதோ?"

"கேட்டுண்டே இரு, போ."

சின்னக் குழந்தை எழுப்பியபோதுதான் மணி மூன்று என்று தெரிந்தது. சுயராஜ்யத்தைத் திட்டிக்கொண்டே வண்டியைக் கட்டச் சொன்னார் அவர்.

வண்டிக்காரன் மாட்டைப் பூட்டும்போது நான் கண்ட கனவு ஞாபகம் வந்தது. நான் ரொம்பக் கிழவனாகப் போய் விட்டதாகவும், ஆனால் ரிடயர் ஆகாமலே பென்ஷன் கொடுக்கும் குமாஸ்தாவாக இருப்பது போலவும் சொப்பனம்.

எனக்கே சிரிப்பு வந்தது.

"என்னடா குழந்தே சிரிக்கறே?" என்று கேட்டார் சின்னக் குழந்தை.

"ஒண்ணுமில்லே."

"என்ன, சொல்லேன்."

"எல்லாரும் ஏன் ரிடயர் ஆறா?"

"அப்படீன்னா?"

"ரிடயர் ஆகாமலே வேலை பார்க்கறது?"

"வயசாயிடுத்துன்னா என்ன பண்றது?"

"அப்படீன்னா இப்ப வேலை செய்ய முடியாதா உங்களுக்கு?"

திடீரென்று லேடிக் கிழவர் குறுக்கிட்டார். "ஏன் முடியாது? பேஷா முடியும், இவ்வளவு பேருக்கும் ஒரு மணி நேரத்துலே பென்ஷன் கொடுத்து, வீட்டுக்குப்போய் ஹாயாகத் தூங்குங்கோன்னு பண்ணியிருப்பேன் நான். என்னமோ 55 வயசாயிடுத்துன்னா முட்டாளாப் போயிடறான், கபோதியாப் போயிடறான்னு கவண்மெண்ட் நெனச்சிண்டிருக்கு. ரிடயராகாமல் வேலை செய்யறதுதான் சரி. அவாவா பலத்துக் கேத்தாப் போல வேலை பார்க்க பாத்யம் இருக்கணும். சகட்டுமேனிக்கு 55ன்னு வக்யறது. என்னடா பேத்தல்!"

"சரி வண்டியிலே ஏறுங்கோ."

எல்லோரும் ஏறிக்கொண்டோம். வண்டி கிளம்பிற்று. காம்பவுண்டு தாண்டியதும் பறந்தது. மெயின் ரோட்டைக் கண்டால்தான் இந்த நகரத்து மாடுகளுக்கு ஜோர் உண்டாகுமாம். வண்டிக்காரன் சொன்னான்.

நல்ல மேற்கத்திக் காளை, வண்டிக் குடமும் நல்ல அழுத்தமான குடம். குடுகுடுவென்று, அமர்ந்து கேட்கும் இடிபோல முழங்கிக் காதில் இனிமை ஊற்றிற்று.

"என்னப்பா விலை மாடு?" என்று லேடிக் கிழவர் கேட்டார்.

"முந்நூறு ரூபாய்ங்க."

"வண்டி?"

"இருநூற்றம்பைது."

"பேஷ், இரண்டும் நல்ல அமைச்சல்."

"பாவ், பாவ், டேய். க், க, ஆவ்."

O

எனக்கு ஒன்றும் புரியவில்லை. நான் கீழே கிடந்தேன். எனக்கு மேல் சின்னக்குழந்தையும் லேடிக் கிழவருந்தான் கிடந்திருக்க வேண்டும். வேறு யார் கிடப்பார்கள்? வண்டி பின்பக்கமாகக் குடை சாய்ந்துவிட்டது. ஏர்க்கால் ஆகாயத்தை எட்டிற்று. மாட்டுக் கழுத்துக் கயிறுதான் அறுந்திருக்க வேண்டும்.

"ஏலே கொசப்பயலே, வண்டியைத் தூக்குடா, கூறுகெட்ட கொசப்பயலே."

லேடிக் கிழவரின் குரல்.

எனக்குக் கை வலித்தது.

வண்டியை இழுத்தார்கள்.

லேடிக் கிழவரைத் தூக்கினார்கள். சின்னக் குழந்தை எழுந்துகொண்டார்.

எனக்கு எழுந்திருக்க முடியவில்லை. வலது முன்னங்கை வளைந்திருந்தது. ரத்தம் பெருகிற்று. எலும்பு உடைந்து சதையைப் பிய்த்து வெளியே நீட்டிக்கொண்டிருந்தது. ரத்தத்தைப் பார்த்துத் தான் எனக்குத் தெரியும். கண் திறந்தபோது எல்லாம் மெதுவாகத்தான் விளங்கிற்று.

கண்ணாடி போட்ட ஆசாமி: ஓ, டாக்டர், பிறகு நர்ஸ்.

சர்க்கார் ஆஸ்பத்திரி என்று தெரிந்தது. சின்னக் குழந்தை நின்றுகொண்டிருந்தார்.

"எக்ஸ்ரே எடுக்க வேண்டும்" என்றார் டாக்டர்.

எக்ஸ்ரே அறைக்கு என்னைக் கொண்டுசெல்லும்போது, நடையில் ஒரு பெஞ்சில் லேடிக் கிழவர் உட்கார்ந்திருப்பதைப் பார்த்தேன்.

எக்ஸ்ரே எடுத்தார்கள். இரட்டை முறிவாம். பொருத்தி, பாரிஸ் பிளாஸ்திரி போட்டு கையைக் கழுத்தோடு மாட்டி விட்டார்கள். வேறு ஏதோ வண்டியில் தூக்கி உட்கார வைத்தார்கள். பிறகு லேடிக் கிழவரும் சின்னக் குழந்தையும் ஏறிக் கொண்டனர்.

வீட்டு வாசலில் வண்டி வந்து நின்றது. எல்லோரும் இறங்கிய பிறகு இறங்கினேன்.

வண்டி நிற்கும் சத்தத்தைக் கேட்டு அம்மா வாசலுக்கு ஓடி வந்தவள், என் கோலத்தைக் கண்டதும் "என்னடா குழந்தே, என்னடா இது!" என்று பதறி அருகில் வந்தாள்.

"ஒண்ணுமில்லேம்மா, சும்மா கத்தாதே வாசலிலே நின்னுண்டு... வண்டி குடை சாஞ்சுது. கை லேசா முறிஞ்சிருக்கு. தாத்தா அழைச்சுண்டுபோய் க்ளீனா கட்டி அழைச்சிண்டு வந்துட்டார்."

சின்னக் குழந்தையின் நெற்றியில் ஒரு சிறிய குறுக்குப் பிளாஸ்திரி போடப்பட்டிருந்தது. அவர் வெறும் சிராய்ப்போடு பிழைத்துவிட்டார். லேடிக் கிழவருக்கு குதிரை முகத்தில் அடியாம். வேறு காயம் இல்லை.

"அம்மா, எங்களோடு வந்ததுக்குத் தண்டனை உங்க குழந்தைக்கு. படுகிழங்கள் இருக்கோமே. எங்களுக்கு ஏதாவது வரப்படாதோ. ராஜா மாதிரி அழச்சிண்டு போனான் குழந்தை..."

"நாமா அழச்சிண்டு வந்துவிட்டோம்" என்று முடித்தார் லேடிக் கிழவர்.

அம்மா மெத்தையைப் போட்டாள். படுத்துக்கொண்டேன்.

"மூணு மாசம் மெடிக்கல் லீவு போட்டு விடப்பா, ஆமாம்" என்றார் லேடிக் கிழவர்.

"சரி தாத்தா."

◆

# கள்ளி

சட்டையைக் கழற்ற முடியவில்லை. விடேன் விடேன் என்று வேர்வை இழுத்துப் பிடித்துக்கொண்டிருந்தது. வேர்வை மட்டுமில்லை; பிடிக்கப் பிடிக்கத் தைத்திருந்த தையலும் சேர்ந்துகொண்டது. மூன்று கஜம் வாங்கினால் இந்த வேதனைகளைத் தவிர்க்க முடியாது என்றுதான் மூன்றேகால் கஜமாக வாங்கிக் கொடுத்து, தாராளமாகத் தை என்று சொன்னது. தையற்காரன் அதற்காகத் தனி மரியாதை செய்து விடவில்லை. சென்னைப் பட்டணத்தின் பிசுக்கும் புழுக்கமும் ஹா ஹா என்று தபிக்கச் செய்தன. சென்னைக்கே உரித்தான ஒரு நரக நிலை – துளிக் காற்றில்லாத, காற்று எப்போதாவது வீசும் என்ற நம்பிக்கைக்கிடமில்லாத புழுக்கி, கண்ணை ஜிவு ஜிவு என்று பொங்க வைத்து, உடலில் ஜுரச் சூட்டை ஏற்றி விடுகிற, ஊமை வெயிலும் மூட்டமும், ஒன்றிலும் மனத்தைச் செலுத்த முடியாத திணறல்! வெளியே போனால் வீட்டுக்குத் திரும்ப வேண்டும் போல் ஒரு ஏக்கம். வீட்டுக்கு வந்தால் வந்துவிட்டோமே என்று பதைப்பு. தையற்காரன் போன்ற மனிதப் புழுக்களின் அற்பத்தனம் வேறு. கூஷவரத் தகட்டால் சட்டையைக் கிழித்துவிடலாமா என்று ஒரு கணம் நெஞ்சக் குமுறல். மெதுவாகத் தாஜா பண்ணிப் பண்ணித் தலைவழியாகச் சட்டையை எடுத்து, பனியனையும் உரித்துச் சீ என்று மாட்டி, தொங்கத் தொங்கக் கட்டிய வேட்டியை அவிழ்த்து, கணுக்கால் முழங்கால்வரைக்கும் அந்த அடிக்காத காற்று படும்படியாகத் தூக்கிச் சுருட்டிக் கட்டி ... அதுவும் செய்தாயிற்று.

புறக்கடைக்கு ஓடி குளுகுளுவென்ற தண்ணீரைக் கொட்டிக்கொள்ள வேண்டும்.

அதற்குள் 'இப்பதான் வராப்பல இருக்கு?' என்று குரல்.

கிருஷ்ணன் திரும்பிப் பார்த்தார். வாசலில் சரியாக வெளிச்சமில்லை.

❦ சிலிர்ப்பு ❦

'காலமே வந்தாரே அவரப்பா' என்று மரியாதையாக, மெது வாக, உற்சாகமாகச் சொன்னான் கிருஷ்ணனின் பிள்ளை.

'நான்தான் சார். அவசரமில்லை. மெதுவா வாங்கோ.'

அந்தக் குரலைக் கேட்டதும் நெஞ்சில் வந்த முனகல், குரோதமும் வெறுப்புமாக மாறி மாறிப் பாய்ந்தது.

'யாரு! அடெட! சுப்பண்ணாவா! இதோ வந்து விட்டேன்' என்று அவர் வாசல்படி ஏறுவதற்கு முன்னாலேயே ஒரு எட்டில் அங்குபோய் நின்றார் கிருஷ்ணன். படபடப்பைக் குரலில் காட்டிக்கொள்ளாமல், வறட்டு அலுப்பு குமையச் சொன்னார். 'ரண்டு, மூணு இடத்திலே 'ட்ரை' பண்ணினேன். கிடைக்கலே சார்' என்று ஈரமில்லாமல் சொல்லி நிறுத்தினார்.

'ஆங்! கிடைக்கலியா?'

'அலைஞ்சு அலைஞ்சு பார்த்தேன், கிடைக்கலே.'

கிருஷ்ணன் வந்தவரை உள்ளே கூப்பிடவில்லை. கூப்பிட இஷ்டமில்லை.

'ரண்டு மூணுகூடக் கிடைக்காதா?'

'கிடைக்கலியே!'

'உங்க ஆத்திலே...' என்று மனைவியிடம் வாங்கித்தரக் கூடாதா என்று சூசமாக அவர் கேட்டதும், கிருஷ்ணனுக்குப் பொங்கிக்கொண்டு வந்தது. தரித்திரம் வந்துவிட்டால் என்ன கேட்கிறது, பேசுகிறது என்ற வரம்புகூடவா இடிந்து விடும்?

'ஆத்திலே ஏது? இந்தத் தரித்திரத்துக்கு வாழ்க்கைப்பட்ட தரித்திரம் அது' என்று பொருமினார்.

'சார் சார் – அப்படிச் சொல்லாதீங்கோ...' என்று சட்டென்று குறுக்கிட்டார் சுப்பண்ணா.

'உம்மைத் திட்டுவதற்குப் பதிலாக, என்னையும் மனைவியையும் திட்டிக்கொண்டேன்' என்று மனதிற்குள் சொல்லிக்கொண்டார் கிருஷ்ணன்.

'அப்ப நான் வரட்டுமா?'

'சரி.'

சுப்பண்ணா நகரவில்லை. அவர் நகர்ந்தும் என்று உள்ளே போகத் துடித்தார் கிருஷ்ணன்.

'நாளைக்குச் சம்பளம் கட்டினாலொழிய பரீட்சைக்கு உட்காரப்படாதுங்கறாராம் ஹெட்மாஸ்டர். பேர் அடிச்சாச்சு,

நாலஞ்சு நாளைக்கு முன்னாலியே. பரீட்சைக்காவது உட்கார வச்சுப்பிடலாம்னு பார்த்தேன்.'

சொல்லிக்கொண்டே பிரமை பிடித்தாற்போலக் கிருஷ்ணனின் முகத்தையே பார்த்தார் அவர். இரண்டு வருஷங்களாக சுப்பண்ணாவின் கண்ணில் புகுந்துவிட்ட அதே பார்வை தான். கண் கொட்டாத, பித்துப்பிடித்தாற் போன்ற பார்வை. பத்து வினாடி கழித்து மீண்டும் சொன்னார், 'ரொம்ப வேண்டியப்பட்டவர்களையெல்லாம் கேட்டாச்சு, கையை விரிச்சுட்டா ... முந்தாநாள் பத்து ரூபா இருந்தது. நேத்திக்கி சிராத்தம். அதுக்குச் சரியாய்ப் போயிட்டுது. சிராத்தத்தை நிறுத்த முடியுமோ? ... இப்ப என்ன செய்யறதுன்னு புரியலியே ...'

கிருஷ்ணன் 'அசைந்து' கொடுக்கவில்லை. சற்றுப் பேசாமலிருந்துவிட்டு மீண்டும் சொன்னார் சுப்பண்ணா: 'நான் உங்களைத்தான் நம்பிண்டிருந்தேன். நீங்கதான் என்ன செய்வேள்? அலைஞ்சு அலைஞ்சு பார்த்தேங்கறேளே. எனக்குன்னு நினைச்சுண்டு கேட்டாலே வராது. இன்னிக் காலமே பாருங்கோ, ஆதிநாள் சிநேகிதன். ஐநூறோ, அறுநூறோ சம்பளம் – ஹார் பர்லே. அவனைப் போய்ப் பார்த்தேன். இப்படி ரொம்பக் கஷ்டமாயிருக்குப்பான்னு சொன்னேன். சட்டைப் பைக்குள் கையை விட்டான். அப்புறம் என்ன தோணித்தோ, தெரியலே. அரிக்கிறாப்போல சொரிஞ்சுனுட்டான். நம்ம முகத்தைப் பார்த்தா கொடுக்கப்போன விரல்கூட அப்படி மாறிப் பிடறது ...'

நிமிர்ந்து பார்த்தார் சுப்பண்ணா. முகத்தில் இரண்டுவார வெள்ளை மயிருடன் அடிபட்ட கிழட்டு நாய்போல் பார்த்தார் அவர்.

'அப்ப நான் வரட்டுமா ...'

'சரி ... எங்கிட்ட இருந்தா கொடுத்துப்பிடுவேன்' என்று கிருஷ்ணன் சொல்லும்போது, அவர் கால் விரல்கள் வீட்டின் உட்பக்கத்தை நோக்கித் திரும்பி நின்றன.

'உங்களுக்கு ரொம்ப சிரமம் கொடுத்துட்டேன். வரேன்' என்று நகர்ந்தார்.

'பரவாயில்லை' என்ற கிருஷ்ணன், அவர் ஒரு அடி எடுத்து வைப்பதற்குள் மூன்றடி உள்நோக்கி எடுத்து வைத்து விட்டார்.

உள்ளே வந்தார். துண்டையெடுத்துக்கொண்டு கொல்லையில் போனார். தலை, முகம், முதுகு, காலெல்லாம் தண்ணீரை

மடார் மடார் என்ற சத்தத்துடன் மொண்டு மொண்டு விட்டுக் கழுவிக்கொண்டார். நேராக மாடிப்படி ஏறினார்.

'வந்து ...' என்ற அவர் மனைவி பின்தொடர்ந்து மாடிப் படியிலேயே நின்றாள்.

'என்ன ?' என்று கடுகடுத்த முகமும் தடைப்பட்ட வேகமுமாக நின்றார் அவர்.

'சாப்பிட ...'

'இப்ப பசிக்கலே எனக்கு.'

'கொஞ்சம் காப்பியாவது ...'

'அதெல்லாம் வாண்டாம்.'

'இல்லை; அவர் என்ன சொல்லிவிட்டுப் போனார்?'

'இவன் உயிரை வாங்காதே. வேணுங்கறபோது வந்து சாப்பிட்டுவன்னு சொல்லிவிட்டுப் போனார்... தொண தொணண்ணு யாரு என்ன சொன்னா என்ன 'பீடை' என்று பின் பகுதியை ஆத்மகதமாக முணுமுணுத்துக்கொண்டு, மாடியேறி, சுவரில் சாத்தியிருந்த சாய்வு நாற்காலியை எடுத்து, மொட்டை மாடியில் தடார் என்று பிரித்துச் சாய்ந்து கொண்டார்.

வானம் ஸ்தம்பித்துக் கிடந்தது. மொட்டை மாடியிலிருந்து தெரிகிற தென்னந்தோப்பு யாரோ சபித்துவிட்டாற் போல ஆடாமல், அசங்காமல் கல்லாக நின்றது. அங்கு இரவு, பகலென்று பாராமல் கத்துகின்ற நார்த்தங் குருவிகள் கத்தவில்லை. வானில் நட்சத்திரங்களும் தெரியவில்லை. ஒரு அசட்டுச் சாம்பல் மூட்டம் போட்டிருந்தது.

அந்த மூட்டத்தில் வாழைக்காய் குடாப்பில் அகப் பட்டது போல உடல் வெந்தது. நனைத்துத் துடைத்த முதுகு, நெற்றி, ஆடுசதையெல்லாம் மீண்டும் வேர்த்து இழ்ஞ்சித்தன. என்ன இன்பமான பட்டணம்.

கெட்டவர்கள் சேர்கிற பட்டணம். கெடாதவர்கள் சேர்கிற பட்டணம். பசிக்கிறவர்கள் வந்து சேர்கிற பட்டணம். இருக்கிறவர்கள் போதாதென்று ஊரிலிருந்து வேறு பணத்தைக் கொண்டு வந்து வயிற்றில் அடிக்கிறவர்கள் தொகையைப் பெருக்குகிற பட்டணம்.

'பட்டணத்திற்கு வந்ததிலேர்ந்து நீ ஆளே மாறிவிட்டாய்' என்கிறார்கள் ஊரிலிருந்து வந்துவிட்டுப் போகிற நண்பர்கள். ஆமாம், மாறித்தான்விட்டார் அவர். சுப்பண்ணா பத்து

ரூபா கேட்டார். கீழே பெட்டியிலிருக்கிறது, பதினைந்து ரூபாய், எடுத்துக்கொடுக்கலாம். ஏன் கொடுக்க வேண்டும்?

'ஒரு கையெழுத்து கேட்டேனா கொண்டேனா? ஐம்பது, இருநூறு, முந்நூறு என்று கைமாற்றாக வாங்கிக்கொள்கிறார்கள். பணம் கைக்கு வரும்போது, என் ஞாபகமா வருகிறது அவனுகளுக்கு? பெண்டாட்டியாத்தாளுக்கு எந்தப் புதுத் திணுசுப் புடவை வாங்கலாம், வீட்டிலே எந்தக் கண்டா முண்டான் சாமான்களை வாங்கி அடைக்கலாம் என்று தானே அலையறான்கள்!

'மாப்பிள்ளை அழைக்கிறபோது? இந்தான்னு தேடிண்டு வந்து கொடுத்தேன். நான் கேட்ட முழுப் பணம் இல்லாமல் கடன் வேறு வாங்கிண்டு வந்து கொடுத்தேன். எனக்கு எல்லாம் தெரியறது. ஆனா, நான் என்ன செய்வேன்! மூணு வருஷமாச்சு, காலாவதிகூட ஆயிடுத்து. இதோ பாருங்கோ, என்னை நம்புங்கோ, அடுத்த மாசம் போகட்டும். மூணாம் மாசத்திலேருந்து பத்து பத்து ரூபாயாவது கொடுத்துத் தீத்துப் பிடறேன். நீங்க வந்து கேக்கறது என்னாலே தாள முடியலே' என்கிறார். சைக்கிள் பாட்டு வாத்தியார் மூணா மாசம் என்ன செய்தார், அந்த மனுஷன்? முதல் தேதியன்று பல்லைக் கடித்துக்கொண்டு மொழுக்கு மாதிரி இருந்துவிட்டு, இரண்டாம் தேதி சம்பளத்தை வாங்கி மூன்றுநாள் லீவு போட்டுப் போய்விட்டார். எட்டுமாசம் ஆகிவிட்டது. பத்துத் தேதி வரையில் ஆள் கண்ணில் படாமல் அலைகிறார். பத்து தேதிக்குமேல் யாருக்குத்தான் பணம் கேக்க மனசு வரும்? இந்தக் கடன் வாங்குகிற பயல்கள்தான் எவ்வளவு சைக்காலஜி தெரிந்து வைத்துக்கொண்டிருக்கிறார்கள்!

சுப்பண்ணா! ரங்கசாமி! வெங்கடாச்சாரி! தேவாச்சரியம்! கிட்டண்ணா! சங்கரய்யா...! உங்களுக்கெல்லாம் கடன் கேக்க என் மாதிரி அன்றாடங்காய்ச்சிதானா அகப்பட்டார்கள்! அதோ தென்னந்தோப்புக்கப்பால் நீல விளக்கு எரிகிறதே, வாழைத்தண்டு விளக்கு, அந்த வீட்டுக்காரரை, ஆசார வாசல், குமாஸ்தா எல்லாவற்றையும் தாண்டிக்கொண்டு போய்ப் பார்த்துக் கேட்டுப் பாருங்கள், என்ன கிடைக்கிறதென்று! இந்தக் கதையைக் கேளுங்கள்; ஹைதராபாத்திலிருந்து என் தமக்கையின் கணவன் வேலையிலிருந்து ஓய்வுபெற்று வந்திருக்கிறார். அவருக்கு இந்தச் சொர்க்கலோகச் சென்னைப் பட்டணத்தில் நிரந்தரமாக 'செட்டில்' பண்ண வேண்டுமாம், வீடு கட்டிக்கொண்டு! என்னை உட்கார விடவில்லை. ஏதடா என்று நீல விளக்கு வீட்டுக்காரரைப் போய்ப் பேட்டி கண்டேன். வாயைத் திறந்து உட்காரு என்று சொல்ல

∽ சிலிர்ப்பு ∾ 51

மாட்டானா மனுஷன்! முகத்தில் ஒரு புன்சிரிப்புக்கூட இவர்களுக்கு வராதா? அவ்வளவு படிப்பு! அவ்வளவு சொத்து! அவ்வளவு செல்வாக்கு! புழு மாதிரித் துடித்தேன். காரிய மல்லவா முக்கியம்? புழு பேச ஆரம்பித்தேன். நாற்பதடிக்கு அறுபதடி மனை. ஏழு மனுஷ அகலம், பதினோரு மனுஷ நீளம்! இதற்குப் பத்தாயிரம் ரூபாய் வேண்டுமாம். நாலாயிரம் ரூபாய்தான் சாஸனத்தில் எழுதுவாராம். மீதியைக் கையில் கொடுத்துவிட வேண்டுமாம் – சர்க்காருக்குத் தெரியாமல். எனக்குக் கொஞ்சம் திடுக்கென்றது. அந்த மகா சண்டாள சினிமாக் கொட்டகைப் பக்கமே போகாத இந்தச் சுத்தாத் மாவுக்கு அந்தப் பரம சண்டாள நட்சத்திரங்களின் தந்திரம் எப்படித் தெரிந்தது! ஒரு மணி நேரம் இளிப்பு, நயம், கூழைப் பாட்டு – எல்லாம் பாடினேன். பல ராகங்களில் பாடினேன். மனிதன் இரங்கவில்லை. கடைசியில் சோபாவை விட்டு எழுந்தார். சிரித்தார். 'இதோ பாரும், எனக்குச் சந்தியா வந்தனம் பண்ணணும், மடத்துக்குப் போகணும், பூஜையை முதல்லேர்ந்து இன்னிக்குப் பார்க்கணும்னு நெனச்சிண்டிருக்கேன். நீர் நாளைக்கு வாரும். அதுவும் காலமே வந்துடணும். இல்லாட்டா நடக்காது. பன்னிரண்டாயிரம் ரொக்கத்தோட யாராவது சாயங்காலம் வந்து நிப்பான் காணும். இப்பப் பத்தாயிர ரூபாயான்னு மாஞ்சு போறீர்! இன்னும் பத்து வருஷம் கழிச்சு பம்பாய், கல்கத்தா, நியூயார்க் மாதிரி சதுர அடி பதினைஞ்சு ரூபா முப்பது ரூபான்னு மனைக் கணக்குக்குப் பதிலாக அடிக்கணக்கிலே அங்குலக் கணக்கிலே விக்கப்போறது. பங்கு மார்க்கெட்டிலே வேலை பார்க்கிறீர். மெட்ராஸ் வளர்ற வேகத்தையும் பார்த்துண்டிருக்கீர் ... ம். அங்காடிக்காரிகிட்ட பேசற மாதிரி பேரம் பண்றீர். நீர் ஸம்ஸ்க்ருதம் கிமஸ்க்ருதம் வாசிச்சிருக்கீரேன்னு உமக்குக் கொடுக்கலாம்னு நெனச்சா சொன்னதைச் சொன்னதைச் சொல்லிண்டிருந்தீர்னா! எனக்கு வேலை கிடக்கு. உம்மோடு பேசிண்டிருக்க டயமில்லே' என்று எழுந்து உள்ளே போய் விட்டார்.

'சுப்பண்ணா! அவரை உமக்குத்தான் தெரியுமே. அங்கே போய்க் கேட்கக் கூடாதோ?'

'பட்டணத்திற்கு வந்த பிறகு நான் மாறிவிட்டேனாம். ஆமாம். மாறித்தான்விட்டேன். நான் என்ன தேவனா! மாறிவிட்டேன் என்று நீங்கள் சொல்லுவானேன்! எனக்கே தெரிகிறது!'

கிருஷ்ணனுக்கு மனசு புகைந்தது. குரோதம் குமைந்தது. சுப்பண்ணா மீதில்லை. தான் மாறிவிட்டதாகச் சொன்னவர்

கள் மீதுமில்லை. மாறிவிட்ட தன்மீதே வந்தது. தன்னையே சுக்கு நூறாகக் கிழித்துப் பட்டணத்து அசுரனான பணமுடைக்கு முன்னால் பலியாக வைக்கவேண்டும் போலிருந்தது. மனவலி தாளாமல் முனகினார்.

சுப்பண்ணா கடனுக்கு ஏந்திய கையை நினைத்தால் நெஞ்சு எரியாமல் என்ன செய்யும்!

அதே கைதான். பிடில் வாசிக்கிற கை அது. நாற்பது வருஷங்களாக லட்சோப லட்சம் பேர்களை அதன் ஸ்வரத்தில் மோடி கிறுக்கிய கை. மகா மகா தாள அசுரர்களை யெல்லாம் பல்லைப் பிடித்துப் பார்த்த கை. இங்கே இருக்கிற கீர்த்தி போதாதென்று நினைத்தோ என்னவோ பல பாஷைகள் பேசுகிற சங்கீத கோஷ்டியோடு அவரை வெள்ளைக்கார நாடுகளுக்கு அனுப்பினார்கள். அவர் போனார். ஆறு மாசம் சுற்றினார். மேதையை இறைத்து எல்லோரையும் பிரமிக்க அடித்தார். வெள்ளைக்கார நாடுகளை ரசித்தார். அனுபவித்தார். திரும்பி வந்தார். மலை, காடு, மேடு, பள்ளம், சோறு, சக்தி, ஆய்ச்சல் – இப்படியெல்லாம் ஓடிவிட்டு வந்த மோட்டார் மாதிரி திரும்பி வந்தார். இங்கே வந்து செய்த முதல் கச்சேரியிலேயே நிமிஷத்துக்கு இரண்டு அபஸ்வரங்களாக உதிர்த்தார். வாசித்துக்கொண்டே வருகிறவர் திடீர் என்று வேறு தாளத்தில் வாசிப்பார். 'பெரியவா சீமையை ரொம்ப ரசிச்சுட்டாப்பல இருக்கு' என்று வேறு சொல்லிச் சொல்லி அவரைக் குழியை வெட்டி இறக்கினார்கள் ரசிகப் பிரபுக்கள். பிடிலின் வில்லை விட்டு பர்மிட் விஸ்கி பாட்டில்களையும் அதன் நிழலுக்குள்ளே ஒண்டிவந்த அதிகப்படி சீசாக்களையும் பற்றிக்கொண்டது அவர் கை. காசும் போச்சு, உலகப் பிரயாணத்துக்காக மண்டி சாயுபு தைத்துக் கொடுத்த கால், கைச் சட்டைகள்தான் இப்போது மிச்சம். அடிபட்ட நாய் போல ஒரு பார்வை இரண்டாவது மிச்சம். பிரபுக்களுக்கும் சபைகளுக்கும் பதிலாக நண்பர்கள் காப்பாற்றி வருகிறார்கள். பழைய மோட்டாருக்கு டாக்டர் உண்டு. அதையும் மீறினால் உடைத்துத் தகடும் ஆணியுமாக ஏலம் போடலாம். சுப்பண்ணாவை எப்படி ஏலம் போடுவது? யார் எடுப்பார்கள்?

சுப்பண்ணாவையும் மூட்டம் பிடித்துக்கொண்டுவிட்டது. இந்த மூச்சை முட்டுகிற பட்டணத்தின் தனியருளான புழுக்கம் அவரை ஏன் விட வேண்டும்?

கிருஷ்ணன் முனகிக்கொண்டே கண்ணைச் சற்றுத் திறந்தார். இது என்ன திடீர் என்று!

∞ சிலிர்ப்பு ∞ 53

குளிர்ந்த காற்று வீசிற்று. பளீர் பளீர் என்று மொட்டை மாடியிலும் தென்னந்தோப்பிலும் ஒளி சிமிட்டிற்று. திரும்பித் தெற்கே பார்த்தார். பளீர் என்று ஒரு மின்னல் சொடுக்கிற்று. அதன் ஒளியில் ஒரு பெரிய மேகக் கும்பல் மலையில் ஏறுவது போல தெற்கிலிருந்து உச்சி வானத்தை நோக்கி ஏறிக் கொண்டிருந்தது. மீண்டும் மின்னிற்று. யாரும் தடுக்க முடியாதது போல, கலகக் கூட்டம்போல் நகர்ந்தது முகில் திரள். வெள்ளிச் சாட்டையை முன்னும் பின்னும் வலத்திலும் இடத் திலும் சற்றைக்கொருமுறை சொடுக்கிற்று. மடார் என்று உலோகப் பாளம் வெடிக்கிறாற்போல் ஒரு பேரொலி. கிருஷ்ணன் கையைத் தலைக்குமேல் தூக்கித் தடுத்துக் கொண்டார். எலும்பு தசைகளிலெல்லாம் அச்சத்தைப் புகுத்தி உலுக்கிய ஒளியின் அடி தாங்காமல் நாற்காலியை அவசர அவசரமாக மடக்கி அறைக்குள் கொண்டு போட்டார்.

உள்ளேயும் ஒளி அவரைத் துரத்திக்கொண்டு வந்தது. சுவர்கள், அலமாரி, புத்தகங்கள், இண்டு இடுக்கெல்லாம் வெள்ளியொளி பாய்ந்து மறைந்தது. மார்பு, முதுகு, முகமெல் லாம் சில்லிட்ட காற்று பட்டுக் குளிர்ந்து சிலிர்த்தது. அவர் விளக்கைப் போடவில்லை. இமைப்புக்கு இமைப்பு அறையில் குதித்து நிரப்பிய ஒளியைத் தடுக்க மனமின்றிப் பேசாமல் நின்றார். பீரோவுக்கும் புத்தகங்களுக்கும் வேடிக்கையாக இருந்தது. மறுகணமே அந்த இருள், விரட்ட விரட்டத் திரும்பி வரும் காக்காய்போல அறையை வந்து கவிழ்ந்தது.

இடி, வானத்தில் மூலைக்கு மூலை உறுமிற்று. முடுமுடுத்தது. எதிரொலிகள் நீண்ட கோர்வையாக ஓடித் தேய்வதற்குள் மடேர் என்று பின்னால் நின்று தலையிலடித்தாற் போல ஒரு சிரிப்பு இடிக்கும். துமுதுமுவென்று முழவின் அதிர்வாய் அதிர்ந்து ஒடுங்கும்.

சரசரவென்று கம்பி கம்பியாகத் தூற்றல் மண்ணை நோக்கிப் பாய்ந்தது. மின்னலின் ஒளியில் கம்பிகள் மெலிந்து நீண்டன.

கிருஷ்ணன் பார்த்தார். தென்னந்தோப்பு குளித்துக் கொண்டிருந்தது. குடிசைகள் குளித்தன. மின்னலும் குளித்தது. கூடல் வாயில் நீர் சுமந்து வெளியே கொட்டிற்று. ஜன்னல் சார்பில் நீர் தோரணம் கட்டித் தாரையாய் விழுந்தது. பட்டணம் முழுவதும் குளித்தது.

சாதாரண மழை இல்லை. ஒரே கனமும் இரைச்சலுமாக விழுந்த மழை. அலமாரி, புத்தகங்கள் மீதெல்லாம் சாரல் விசிறி அடித்தது. கொடியிலிருந்து எட்டு முழத்தைப் போட்டு

அலமாரியைப் போர்த்திவிட்டு மீண்டும் சாரலை உடம்பில் வாங்கிக்கொண்டு நின்றார் கிருஷ்ணன்.

கீழே தெருவில் ஆறாக ஓடிற்று. எதிர்வீட்டு ஒட்டுத் திண்ணை யில் ஏறிச் சின்னஞ்சிறுசாக நாலைந்து குட்டிகளுடன் இரண்டு வெள்ளாடுகள் ஒண்டி நின்றன.

தோப்புகளின் மீது ஊடே தெரிந்த கோயில் கோபுரம் மழையில் நனைந்தது. தோப்பிலுள்ள குடிசைகள் நனைந்தன. பின்னால் திரும்பியபோது, நீல விளக்கு வீட்டுக்காரர் வீடும் மனைகளும் நனைந்துகொண்டிருந்தன. முருங்கை மரமும் வாழை மரங்களும் நனைந்தன. பட்டணம் முழுவதும் நனைந்துகொண்டிருந்தது.

அதோ அந்தத் தோப்புக்குப் போகிற திறப்பில் ஒரு முனையில் கட்டியிருந்த எருமை இரண்டும் பசு ஒன்றும் இந்தக் கொட்டுகிற மழையில் நனைந்துகொண்டு நின்றன. இருநூறு மைலுக்கப்பால் உள்ள தன் கிராமத்து மாடுகளைக் கிருஷ்ணன் நினைத்து நினைத்துப் பார்க்கிற வழக்கம். கவணை நிறைய வைக்கோல் திணித்து கிடக்க, வேண்டியமட்டும் தின்றுகொண்டிருந்த, கொடுத்து வைத்த ஜன்மங்கள் அவை. இங்கே இந்த மூன்றும் கால்வாய்க் கரையிலிருந்து வாங்கிப் போட்ட வைக்கோல் ரேஷனைக் கடித்துவிட்டு இளம் வெயில், உச்சி வெயில், மாலை வெயில் எல்லாவற்றையும் தாங்கிய வண்ணம், முளையைப் பார்த்துக்கொண்டே தவம் கிடக்கும். பசுவிற்குக்கூடக் கிராமணி மறைப்புக் கட்டவில்லை. வீட்டை ஒரு அங்குலம் மிச்சமில்லாமல் தடுத்துத் தடுத்துக் குடக் கூலிக்கு விட்டுவிட்டார். இப்போது அவை நிற்கிறது புறம்போக்கு.

கிருஷ்ணன் மழையைப் பார்த்துக்கொண்டே நின்றார். பட்டணத்தை மறந்து, பார்த்துக்கொண்டு நின்றார். ஒளியும் நீருமாக நிறைந்த வெளியைப் பார்த்தார். இப்போது சாரலில் அவர் உடல் வேர்த்தது. தலையையும் உடலையும் தடவிய சாரல், தோலையும் எலும்பையும் ஊடுருவி உள்ளே வீசிற்று. குளிர்ந்த காற்றை அங்கே தெளித்தது.

இன்னும் இரவு முழுவதும் இப்படியே பெய்யவேண்டும். இப்படியே மின்ன வேண்டும்.

'அச்சச்சோ, மறந்தே போய்விட்டேனே' என்று எங்கோ தொலைவில் ஒரு குரல் கேட்டது.

'நீ இங்கியாப்பா நிக்கிறே?' என்று அருகே வந்து கேட்டது. கிருஷ்ணன் திரும்பினார். மாடிப் படியேறி வந்த குழந்தை, மொட்டை மாடியைப் பார்க்க ஓடிற்று.

❦ சிலிர்ப்பு ❦

'எங்கம்மா ஓடறே? துணி உலத்திருக்கியா?' என்று கூட ஓடி, மழைக்குப் பயந்து சார்ப்பிற்குள்ளேயே தடைப்பட்டு நின்றார் அவர்.

'நீ போப்பா. பேசாம நின்னுண்டிருக்கியே. இஞ்சவாப்பா... இது ரண்டையும் உள்ள கொண்டு வையி. எனக்குத் தூக்க முடியலேப்பா' என்று சொட்டச் சொட்ட மழையில் நனைந்து கொண்டே கத்தினாள் குழந்தை. மின்னலில் குழந்தையின் முகம், உடம்பெல்லாம் பளிச்சிட்டது.

ஒரு தாவாகத் தாவி ஓடினார் கிருஷ்ணன். 'நீ உள்ள போ. நான் கொண்டுவந்து வைக்கிறேன்' என்று கட்டைச் சுவர் மீதிருந்த மண் தொட்டியை இரண்டு கைகளாலும் அணைத்து உள்ளே கொண்டு வைத்தார். மறுபடியும் ஓடிப் போய் இரண்டாவது தொட்டியையும் உள்ளே கொண்டு வைத்தார். விளக்கைப் போட்டார்.

ஆழமில்லாத அகல மண் தொட்டிகளிரண்டும் உள்ளே உட்கார்ந்துகொண்டிருந்தன. அவசர அவசரமாகத் தொட்டியில் தேங்கியிருந்த தண்ணீரைக் கையால் இறைத்து வடித்தாள் குழந்தை.

'உனக்கு தெரியாதாப்பா, இதுக்கு ரொம்பத் தண்ணியே கூடாதுன்னு!' என்று அவரைக் கடிந்துகொண்டாள்.

'மறந்தே போயிடுத்து' என்று கள்ளிகளைப் பார்த்தார் அவர்.

இரண்டும் கள்ளிச் செடிகள். சப்பாத்தி மாதிரி தட்டை யில்லை. உருண்டைக் கள்ளிகள். சாம்பல் நிறமான கள்ளிகள். இலை இல்லை. வெறும் தண்டு தண்டாகப் பக்கவாட்டில் காய்கள் போல உருண்டை கண்ட கள்ளிகள். அழகுக்காக அதைத் தொட்டி வாங்கிக் கொடுக்கச் சொல்லி வளர்த்திருந் தாள் குழந்தை. அவள் 'டீச்சர்' அம்மாவின் அக்கா, மூன்றாம் வருஷம் பல வாத்தியார்களோடு அமெரிக்கா போனபோது அதை எடுத்து வந்தாளாம். அபூர்வமான கள்ளியாம் அது. இரண்டு தண்டை ஒடித்து வந்து வளர்த்த பயிர் அது.

'இது பாலைவனத்துக் கள்ளிப்பா. தண்ணி ரொம்ப ஊத்தப்படாது' என்று வாங்கி வந்தவுடனேயே எச்சரித்திருந் தாள் அவள். காலையில் கண்ணைப் பிட்டுக்கொண்டவுடன் மாடிக்குப் போய் ஒரு தடவை பார்ப்பாள். பள்ளிக்கூடம் போகும்முன் ஒரு தடவை, திரும்பி வந்ததும் வராததுமாக ஒரு தடவை, நிலாக் காயும்போது இரவில் பல தடவை.

மலரோ, காயோ இதுவரை ஒன்றும் கொடுக்கவில்லை. கொடுக்காது. இருந்தால்தானே கொடுக்க? அபூர்வமான கள்ளி என்று அவருக்குக்கூடத் தோன்றத் தொடங்கிவிட்டது.

எது அழகில்லை? மழை, வெயில், மின்னல், எருமை, மரவட்டை எல்லாம் அழகுதான். பரம்பரையாகக் கால் வயிற்றுக்கில்லாமல் எலும்பும் தோலும் துந்தமுமாக வளர்ந்த பிச்சைக்காரனும் அழகுதான்.

கள்ளி அழகாகத்தானிருந்தது. 'இனிமே மழை வந்தா உள்ள எடுத்து வச்சுடுப்பா ஞாபகமா' என்று உதடுகளைக் கூட்டிக் குறைக்கோபமாகக் கடிந்துகொண்டாள் பெண்.

'சரிடா கண்ணு, இன்னிக்கி என்னமோ மறந்து போச்சு' என்று தொட்டிகளைச் சுவரோரமாக நகர்த்திவிட்டுக் கீழே இறங்கினார் கிருஷ்ணன். பெட்டியிலிருந்த மூன்று ஐந்துரூபாய் நோட்டுகளில் இரண்டை எடுத்துக்கொண்டு, குடையுடன் கிளம்பினார். அவர் மனைவி, 'எங்க இந்த மழையிலே?' என்று சொன்னது கேட்டது. பதில் சொன்னோமா சொல்லவில்லையா என்று தெரியாமலேயே குடையைப் பிரித்துத் தெருவில் இறங்கினார். இரண்டு தெருக்களுக்கு அப்பாலிருந்த சுப்பண்ணா வீட்டை நோக்கி நடந்தார். மழை ஓய்ந்துகொண்டிருந்தது. தெருவில் மட்டும் வெள்ளம் நிற்கவில்லை. கணுக்கால் வெள்ளம் பாத வெள்ளமாகக் குறைந்துகொண்டிருந்தது. நாலு தடவை கதவை இடித்ததும் 'யாரு, யாரு' என்று நாலு தடவை கேட்டு விட்டுச் சுப்பண்ணாவின் மனைவி கதவைத் திறந்தாள்.

'நான்தான், சுப்பண்ணா.'

'யாரு?'

'கிருஷ்ணன்.'

'அடடே, எங்க இப்படி!' என்று சாய்வு நாற்காலியை விட்டு எழுந்து வந்தார். கால் சட்டையும கோட்டுமாக வந்தார்.

'வரணும். குளுரு தாங்கலே. அதுக்காக இதைப் போட்டுண்டேன்' என்று மண்ணடி சாயபு தைத்துக் கொடுத்த உடையோடு நின்றார் சுப்பண்ணா.

'உட்காரணும்.'

'உட்கார நேரமில்லே. நீங்க சொல்லிட்டுப் போனேளோல்லியோ. உடனே சரி, இன்னொரு முயற்சியும் பண்ணிப் பாத்துடுவமேன்னு நெனச்சுண்டேதான் கிளம்பினேன். நாலு வீடு போட்டு எங்க ஆபீசிலேயே ஒருத்தர் இருக்கார்.

☙ சிலிர்ப்பு ☙ 57

கேட்டவுடனே எடுத்துக் கொடுத்துட்டார். முதல் தேதி ராத்திரி கொண்டுவந்து கொடுத்துடறேன்னு சொல்லி வாங்கிண்டு வந்தேன்' என்று பத்து ரூபாயை அவரிடம் கொடுத்தார் கிருஷ்ணன்.

'ஆகா, ஆகா' என்று சுப்பண்ணா வாய் நிறையக் கூறி உடைந்துவிட்டார். 'நான் என்ன சொல்றதுன்னு தெரியலியே...நானும் முதல் தேதிக்குள் கொடுத்துடறேன். ஆனா திருப்பிக் கொடுக்கிறதா பெரிசு! இப்படிக் கொட்ற மழையிலே, மூணாம் மனுஷாகிட்டே போய்... ஹ்ம்... ஸத்குரோ' என்று பெருமூச்சு விட்டார் சுப்பண்ணா.

அந்தப் பெருமூச்சில் லேசாக 'அந்த' வாசனை வீசிற்று. தன் வாயிலிருந்துவரும் பட்டணத்து வாடைக்கு ஏற்ற வாசனைதான் என்று கிருஷ்ணன் தனக்குள் சொல்லிக் கொண்டார்.

◆

# ஐயரும் ஐயாறும்
## (ஒரு ஆராய்ச்சி அறிக்கை)

'சோழ நாடு சோறுடைத்து' என்று சான்றோர் ஏத்திப் போற்றும் சோழவளநாட்டின்கண், பூலோக கைலாயம் என்றும் தென்கைலாயம் என்றும் தகவோர் போற்றி வணங்கும் திருத்தலமாம் திருவையாற்றில், தைத் திங்கள் தேய்பிறை ஐந்தாம் நாளன்று, வைகறை யாமத்தில் பச்சைப் பசும் சோலை யொன்றில் கரிச்சான் ஒன்று கூவிற்று. அண்மையில் கண்ணை இமைத்திமைத்து நின்ற சேவலும் கூவிற்று. சோலைக்கு முன்பிருந்த மெத்தை வீட்டின் மேல்தளத்தில் துயிலில் ஆழ்ந்திருந்த மங்கையொருத்தி சேவலின் கூவலைச் செவியுற்று, கண் திறந்தாள். அரளிஆரம் போன்ற கைகளை உதறிச் சோம்பர் நீக்கி, எழுந்து சாளரத்தின் கதவைத் திறந்து கீழே நோக்கினாள். காவிரிக்குக் குளிக்கச் செல்லும் மக்களின் ஆரவாரத்தினைக் கேட்டாள். திரும்பினாள். "கிரிஜா, எழுந்திரடி! அலமு, எழுந்திரடி! சியாமளா, எழுந்திரடி! உமா, ரமா, அம்புஜம்! எல்லோரும் எழுந்திருங்கள்" என துயிலில் கிடந்த தன் தோழிமார் அனைவரையும் விளித்துத் தட்டியும் அசைத்தும் எழுப்பினாள். அந்த அரவத்தினைக் கேட்டு அந்த விசாலமான அறையில் கம்பளிப் போர்வைக்குள் முடங்கி உறங்கிக் கொண்டிருந்த திரு அகோரநாதன் "ஆங்! யாரு! ஹென்ன! ஹென்ன! என்ன ஆச்சு!" என்றார்.

"நாழியாச்சு சார், அதுதான் எல்லாரையும் எழுப்பறேன். எல்லாம் கும்பகர்ணி மாதிரி தூங்கறதுகள்" என்றாள் அந்த மங்கை.

"யாரது! மாலதியா! நீ எங்கே வந்த இப்ப?" என்று மீண்டும் மலைத்து விழித்தார் அகோரநாதன்.

"இது திருவையாறு சார்; பட்டணமில்லே. நன்றாக முழிச்சுப் பாருங்க சார்!" என்று புன்னகை நெளிய நினைவூட்டுகிறாள் மாலதி என்ற அந்த மங்கை.

~ சிலிர்ப்பு ~

அப்பொழுதுதான் தாம் வந்து தங்கியிருப்பது திருவையாற்றில் தம் நண்பரின் இல்லத்தின் மேல்தளத்து அறையென்றும், இசைப் பெரு மூவரில் ஒருவராம் தியாகையரின் திருநாள் இன்னும் ஓரிரு யாமங்களில் கொண்டாடப்படவிருக்கிற தென்றும், அவ்வறையில் படுத்துறங்கியவர்கள் திருநாளைக் காண, தம்முடன் சென்னையிலிருந்து வந்திருந்த தம் ஏழு மாணவியர் என்றும் அகோரநாதனுக்கு உணர்வு வந்தது. மறுகணமே வாரிச் சுருட்டி எழுந்தார். மின்சார விசையைத் தட்டினார். மங்கிய அவ்விளக்கு எரியலாயிற்று. பெட்டியைத் திறந்து சாக்லேட் டப்பாவைத் திறந்து கண்ணாடியை முன்பு வைத்து முகச் சவரம் செய்துகொண்டார். அதற்குள் மாணவியர் யாவரும் எழுந்து குளிக்கச் செல்ல அயத்தமாயினர். சிறிது நேரத்தில் அவ்வெண்மரும் காவிரி ஆற்றுக்குச் சென்று அரித்தோடும் நீரில் ஒரு மடுவினைத் தேடி சுற்றிலும் கண்ணையும் நெஞ்சையும் கவரும் சோழவள நாட்டின் தனிச் சிறப்பான இயற்கை வனப்பினையும் கண்டு மகிழ்ந்தவாறு நீராடினர். நீராடல் முடிந்ததும் தெருக்களை அடைத்துச் சென்ற கால்நடை ஊர்திகளையும் கார்களையும் பஸ்களையும் மக்களையும் கடந்தவாறு அகோரநாதனும் மாணவியரும் உணவு விடுதி ஒன்றினுட் சென்று சோழநாட்டுக்கே உரித்தான இட்லி, ரவாதோசை, டிகிரி காப்பி இவற்றை உண்டு மகிழ்ந்து விடுதி திரும்பினர். வந்ததும் அகோரநாதன் தம் சுருண்ட கேசத்தைச் சீவி, கம்பளி முழுக்கால் சட்டையும் கோட்டும் போட்டுக் கொண்டு, மாணவியர் ஆயத்தமானதும் எல்லோரையும் அமரச் செய்து தம் பெட்டியைத் திறந்து ஒவ்வொரு மாணவிக்கும் ஒரு அட்டை, கிளிப், ஒரு தஸ்தா காகிதம், பென்சில் இவற்றை அளித்துவிட்டு, ஒரு சிற்றுரை நிகழ்த்தலானார்.

"அன்புள்ள மாணவிகளே, நான் நண்பர்களைக் கொண்டு நீங்கள் யார் யாரைச் சந்திக்க வேண்டும் என ஒரு முடிவுக்கு வந்திருக்கிறேன்" என்று கூறியவாறு அகோரநாதன் தம் கையிலிருந்த காகிதச் சுருளை விரித்தார். அது ஒரு வரைபடம். திருவையாற்றின் முக்கியமான சில தெருக்கள் அதில் காண்பிக்கப் பட்டிருந்தன. எல்லா மாணவிகளும் ஆர்வத்துடன் வரை படத்தைக் குனிந்து நோக்கினர். ஒவ்வொரு மாணவிக்கும் இரண்டிரண்டு தெருக்களும் நாலு நாலு வீடுகளும் அவ்வீடு களில் அவர்கள் பேட்டி காண வேண்டிய நபர்களின் பேர்களும் குறிக்கப்பட்டிருந்தன.

"தத்தமக்கு இடப்பட்ட இல்லங்களில் சென்று நீங்கள் பேட்டி காணவேண்டும். நீங்கள் எத்தனைக்கெத்தனை அதிக

மாகப் புள்ளி விவரங்களைச் சேகரிக்கிறீர்களோ அத்தனைக் கத்தனை நாம் மேற்கொண்டுள்ள திறனாய்வும் உறுதிபெறும். சரி, கிளம்புகிறீர்களா... பன்னிரண்டு மணிக்கு இங்கு எல்லாரும் திரும்பி வந்து சேருங்கள். தியாகராஜர் வாழ்ந்த இல்லத்தைக் காணச் செல்ல வேண்டும்" என்று அகோரநாதன் விடையளித்ததும், மாணவிகள் அட்டை, காகிதம், எழுது கோலுடன் வெளிப் போந்தார்கள்.

மாலதி தனக்கிடப்பட்டிருந்த தெருவில் புகுந்து முப்பத்து ஏழாம் எண்ணுள்ள இல்லத்தில் நுழைந்தாள். அவள் இடை கழியை அடைந்ததும், ஒரு சிறுவன் மிடுக்கான அவள் தோற்றத்தையும் கைப் பையையும் அட்டை வகையராவையும் பார்த்து, "சச்சு, சோப்பு விக்கிற மாமி!" என்று கத்தினான். சச்சு என்னும் அவன் தங்கை திரும்பி அவனைப் பார்த்து, "ஒண்ணும் இல்லை. இது வந்து தலைக்குத் தடவிக்கிற வாசனை விளக்கெண்ணை விக்கிற மாமி...இல்லே இல்லே! ஸென்ஸஸ் மாமி...இல்லெல்லே...எலக்ஷென் மாமி!" என்று தீர்மான மாகக் கத்தினாள்.

"யார்றா அங்கே!" என்று ஒரு சுமங்கலி அடுக்களை யினின்றும் வெளிப்பட்டு, "வாஷிங் சோப் விக்கறவாளா!" என்று மாலதியை ஏற இறங்கப் பார்த்து அவள் பையையும் காகிதங்களையும் உற்று நோக்கினாள்.

"இல்லே மாமி. நான் மெட்ராஸிலே ஆனர்ஸ் படிக்கி றேன். சங்கீதம் என்னுடைய விசேஷ பாடம். தியாகப் பிரும்மம் இருந்த காலத்தில் திருவையாறு எப்படி எல்லாம் இருந்திருக்கும் என்று ஒரு புத்தகம் எழுதுவதற்காகப் புள்ளி விவரங்கள் சேகரித்து வருகிறோம். இங்கே அனந்தலக்ஷ்மிப் பாட்டி என்று நூற்றிரண்டு வயதான ஒரு பாட்டி இருக்கி றாளாமே...?"

"இருக்கா. எங்க மாமனாருக்குக் கொள்ளுப்பாட்டி அவ."

"அந்தப் பாட்டியைப் பார்த்துச் சில கேள்வி கேட்கணும். பார்க்கலாமா?"

"நீங்கதானா அது! நேத்து தண்டு சாஸ்திரிகள் வந்து மெட்ராஸிலேர்ந்து யாரோ பாட்டியைப் பார்க்கணும்மு சொன்னதாகச் சொன்னார். வாங்கோ" என்று மாலதியை உள்ளே அழைத்துச் சென்று அடுக்களைக்குப் போகும் நடை உள்ளில் உட்கார்ந்திருந்த மூதாட்டிக்கு அறிமுகப்படுத்தினாள் அந்த அம்மாள். மூதாட்டிக்குக் கண்ணிரண்டும் தெரியா விடினும் செவியிரண்டும் கூரியவை. கும்பகோணத்தில் கௌளி

❦ சிலிர்ப்பு ❦

சொன்னால் கண்டியூரில் கேட்டுவிடும் செவிகள். அறிமுகத் துக்குப் பின்பு மாலதிக்கும் மூதாட்டிக்கும் கீழ் கண்டவாறு உரையாடல் நிகழ்ந்தது.

"தியாகப் பிரும்மத்தை நீங்க பார்த்திருகேளா பாட்டி!"

"நான் எப்படியம்மா பார்த்திருக்க முடியும்? எனக்கு முதலாவது ஆண்டு நிறைவு ஆச்சு. அதுக்கு நாலாம் நாள் அவர் சமாதி ஆகிவிட்டார். ஆனா நான் அவரைப் பத்தி நிறையத் தெரிஞ்சுண்டேம்மா!"

"எப்படி?"

"நான் மூணாவது இளையாளா பத்து வயசுலே வாழ்க்கைப் பட்டேன். எனக்கும் அவருக்கும் முப்பத்தாறு வயசு வித்தியாசம். அவருக்கு விவரம் தெரிஞ்ச நாளா தியாகராஜ ஸ்வாமியைப் பார்த்துண்டே இருந்திருக்கார் அவர். நாலு வருஷம் அவர் கிட்டே பாட்டும் சொல்லிக்கொண்டிருக்கார். அய்யர்வாள் ஆத்திலே நித்ய உத்சவமாகத்தான் இருக்குமாம். சீதா கலியாண உற்சவம் எப்படி நடத்தினாலும் இவர்தான் போய் ஐம்பது குடலை நூறு குடலைன்னு பூவாய் பறிச்சுக்கொண்டு கொடுப்பாராம், அதெல்லாம் சொல்ல ஆரம்பிச்சார்னா என் ஸ்வாமி என் ஸ்வாமின்னு தேம்பித் தேம்பி அழ ஆரம்பிச்சுடுவர். அவர்கிட்ட கேட்ட பாட்டெல்லாம் ராத்திரி இல்லே, பகல் இல்லே, பாடிண்டே இருப்பர். ஆனா அதை யெல்லாம் கேட்டுப்ட்டு இன்னிக்கு இவா பாடறதைக் கேட்டா இங்கிலீஷிலே பாடறாப்பலே இருக்கு. நகுமோமு அவர் பாடின தினுசே வேறே. இன்னிக்கு நான் கேக்கற நகுமோமு வேறே. இன்னும் எத்தனையோ பாட்டுக்கள் இப்படி அடையாளம் புரியாமல் இருக்கு. சுப்புணி பாடுவன், வையச்சேரி வைத்தா பாடுவன். அதுக்கப்புறம் எல்லாமே மாறிப் போயிடுத்து!"

"சுப்புணி, வைத்தா – இவாள்ளாம் யாரு?"

"சுப்புணின்னு பட்டணம் சுப்ரமண்யய்யரைச் சொல்றா பாட்டி, வையச்சேரி வைத்தான்னா மகா வைத்திய நாதய்யர்" என்று சின்ன அம்மாள் விளக்கினாள்.

"அவாளைப் பாத்திருக்கேளா நீங்கள்?" என்று பரவச மாகக் கேட்டாள் மாலதி.

"பட்டணம் சுப்ரமண்ய அய்யர்னு நீங்கள் சொன்னா நான் ஒப்புக்குவேனா! எனக்கு அவன் திருவையாத்து சுப்புணி தான் – இவர் தெவசத்தன்னிக்கு ஒரு தடவை வந்து கண்ணாலே ஜலம்விட்டுக் கதறிப்பிட்டான். புவனி தாஸூடனீயை மாமா

மாதிரி பாட முடியலையே எனக்குன்னு அன்னிக்கு புலம்பி மாஞ்சு போயிட்டான்."

"அதுசரி, தியாகையர் எப்படி இருப்பாராம் பார்க்கறதுக்கு!"

"வெடவெடன்னு நல்ல சேப்பா இருப்பாராம். நான் பார்க்கக் கொடுத்து வைக்கலே!"

"அவருக்கு என்னென்ன பட்சணம் சாப்பாடு எல்லாம் பிடிக்குமாம்?"

"இதேதுடிம்மா! இதெல்லாம் எதுக்குடா கேக்றது இந்தப் பொண்ணு! ஏண்டியம்மா, நம்ம ஊரிலே என்ன சாப்பிடுவா எல்லாரும்! சாதம், குழம்பு, கூட்டு, பாயசம் சுகியன், வடை, அதிரசம், இட்லி, தோசை, கொழுக்கட்டை இதைத்தானே நாம் சாப்பிடறோம்! இதுகளைத்தான் தியாகையரும் சாப்பிட்டிருப்பர். ஆனா இந்த நாள் மாதிரி உருளைக்கிழங்கு, காப்பி, டீ எல்லாம் அப்ப ஏது? கிழங்குன்னா கர்ணாக் கிழங்கு; சேப்பங்கிழங்குதான். அவர் பரம ஆசாரமாயிருப்பாராம்."

"உண்மைதான் பாட்டி. அப்புறம் தியாகப்பிரம்மம் திருப்பதிக்குப் போனாராமே? இப்படிக் காவேரியைத் தாண்டித் தஞ்சாவூர் வழியா போனாராமா? இல்லை; இப்படியே கும்பகோணம் போய்ப் போனாராமா?"

"அதெல்லாம் யாருடியம்மா கண்டா? திருப்பதிக்குப் போயிட்டு வந்தாராம், அது தெரிஞ்சிருக்கு! கொட்டையூர் வழியாப் போனா என்ன? கண்டியூர் வழியாப்போனா என்ன? திருப்பதிக்குப் போயிட்டு வந்துட்டார், அத்தோட விடுவியா?"

மாலதி வெகு வேகமாக எழுதிக்கொண்டிருந்தாள். மூதாட்டியின் பேச்சில் மயங்கிவிட்டதால் மணி பன்னிரண்டடித்ததையும் ஒரு தஸ்தா தாள் தீர்ந்துவிட்டதையும் கவனிக்க வில்லை. பேட்டியை ஒரு கட்டத்தில் நிறுத்தி எஞ்சியவற்றைப் பிற்பகலில் வந்து கேட்டுக்கொள்வதாகக் கூறி விடை பெற்றாள்.

தாமதித்து வந்ததற்காக அகோரநாதன் மாலதியைக் கடிந்துகொண்டு, எல்லோரையும் தியாகையர் வாழ்ந்த இல்லத்துக்கு அழைத்துச்சென்று அவர் இறைவனைத் தொழுத இடம், உண்ட இடம், உறங்கிய இடம் போன்ற பல இடங்களைக் காண்பித்து விளக்கினார். பிறகு உணவு விடுதியில் பகல் உண்டியருந்தி, விடுதிக்குச் சென்று, தத்தம் பேட்டிகளைப் பற்றி மாணவிகள் சுருங்க எடுத்துரைத்தார்கள். தனக்குப் பேட்டியளித்தவர் தானே கூறுவதுபோல் எழுதியிருந்த கிரிஜா, அதைப் படிக்கத் தொடங்கினாள்.

✦ சிலிர்ப்பு ✦

"என் பெயர் ஞானஸ்கந்தன், இண்டர்மீடியட் வரையில் படித்திருக்கிறேன். என் முப்பாட்டனாரின் முப்பாட்டனாரான ஐயா தீட்சிதர் நூற்றெட்டு வாஜபேய வேள்விகளும், ஐந்துமுறை சோமயாகமும் செய்தவர். நல்ல இலக்கிய சாதனைகள் புரிந்தவர். பஞ்சநதீச்வரர் பேரில் முப்பது காவியங்களும் மூன்று நாடகங்களும் இயற்றியிருக்கிறார். அவருடைய பல அபிப்பிராயங்கள் போற்றத்தக்கவை. ஏனெனில் எனக்கும் அவற்றோடு உடன்பாடு உண்டு. என்னவெனில் கலை என்னும் ஏணியில் சங்கீதம் என்பது அடிப்படை. அதாவது மிக மிகத் தாழ்ந்தது. கலைகளில் சிறந்தது இலக்கியம்தான். அதற்குப் பிறகுதான் சிற்பம், ஓவியம், நடனம், இசைக் கலை எல்லாம் வரும். இலக்கியத்திலும் தலையாயது உரை நடை இலக்கியமே. கவிதை கடையானது. உரைநடையிலும் சிறுகதையும் நாவலும்தான் தலையாயவை. ஹென்றி ஜேம்ஸ், மாப்பஸான், செக்காவ் போன்று எழுதக் கூடியவர்கள் நம் நாட்டில் ஆறே பேர்தான் உண்டு. ஒன்று நான், இரண்டாவது சிறுத்தொண்டர், மூன்றாவது, சௌனகர் என்ற புனை பெயரில் எழுதும் சோனி, நாலாவது ஐயப்பா, ஐந்தாவது மகிஷபதி, ஆறாவது தாசரதி. இந்தத் தாசரதிகூட இப்பொழுது ரொம்பத் தெரிஞ்சவன் மாதிரி நாவல் நாடகம் எல்லாம் எழுதத் தொடங்கிவிட்டான். இனிமேல் என்னுடைய பட்டியலில் நான் அவனைச் சேர்ப்பதாக உத்தேசமில்லை ... தியாகையர் நாவல் எழுதியிருந்தால் நோபல் பரிசு வாங்கியிருப்பார். அவருக்கு அவ்வளவு ஆற்றல் இருந்தது. ஆனால் பயன் விழுக்கிறைத்த நீராக இசைப் பாலையில் தம் திறமைகளைக் கொட்டி வீணாக்கிவிட்டார். அதனால் எங்கள் முப்பாட்டனாரான ஐயா தீட்சிதருக்கு அவரைக் கண்டால் ஆகவில்லை. ஆனால் தியாகையர் மீது எனக்கு 'பர்ஸனல்' விரோதம் கிடையாது. அதனால்தான் அவரது பாட்டுக்களை பிரெஞ்சு மொழியில் மொழிபெயர்த்து வருகிறேன். ஒவ்வொரு கீர்த்தனைக்கும் ஐயாயிரம் பிராங் தருவதாக 'பாரிஸ் பொக்கே' சஞ்சிகை சொல்லியிருக்கிறது. அப்படி ஐம்பதாயிரம் பிராங் சேர்த்ததும் மாம்பலத்தில் ஒரு வீடு வாங்கிக் கொண்டு குடியேற உத்தேசம். இத்தனை தாராளமாக நம் தேசம் இல்லாததால் தான் தியாகையர் இலக்கியத்துக்குப் பதிலாக, குறுக்கு வழியில் புகழ்தேடும் சங்கீதக் கலையில் ஈடுபட்டார் என்பது என் கருத்து ..."

ஞானஸ்கந்தனாரின் கருத்துக்கள் பெரும் சலசலப்பை மாணவியரிடையே எழுப்பி, ஓயாத சொற்போரை மூட்டும் தருணம் நெருங்கவே, அகோரநாதன் "ஒழுங்கு, ஒழுங்கு" என்று அடக்கி, வாதப் பிரதிவாதங்கள் தேவை இல்லை என்றும்,

அவரவர்கள் குறிப்புக்களைச் சுருக்கமாகக் கூறவேண்டும் என்றும் உத்திரவிட்டு அலமுவைப் பேச அழைத்தார்.

"நான் வைத்தியலிங்க ஆசாரி என்பவரைச் சந்தித்தேன். அவருடைய முன்னோர்கள்தாம் தியாகையருக்கு ஜாலரா, உஞ்சவிருத்திக்கான பாத்திரம் முதலியவற்றைச் செய்து தந்ததாகக் கூறினார். அதற்கு மேல் உணர்ச்சிப் பெருக்கால் அவரால் பேசமுடியவில்லை. நன்றி உணர்வினாலும் அவரது நாத்தழு தழுக்க ஏதும் கூறமுடியாமல் வருந்தினார். தியாகையருக்கு இச்சாதனைகளைச் செய்தளித்த நாள் முதலாக அவருடைய வம்சத்தில் தேவை முடை என்பதே இல்லாதுபோய், சீரும் சம்பத்துமாக வாழ்கிறார்களாம். அவருடைய உறவினர்களில் பலர் தென்னாப்பிரிக்காவிலும் இலங்கையிலும் ஒப்பந்தக் கூலிகளாக வேலை செய்யப்போய் அவதியுற்ற காலையில் அவர் குடும்பம் செல்வத்தில் புரளுகிறதென்றும், அதற்கு ஒரே காரணம் தியாகையர்தான் என்றும் கூறினார் அவர்" என்று சொல்லி முடித்தாள் அலமு.

பின்பு எழுந்த உமா, கிரிஜாவைப்போலவே பேட்டியளிப்பவர் தன்மையில் சொல்வதாகவே எழுதியிருந்தாள். "என் பெயர் ஐயேசக் கவிராயர். சித்திரக்கவி ஆயிரக்கணக்கில் ஒரு நாளில் பாடுவேன். என் பெரியன்னையின் முப்பாட்டனாரின் அருளால் கிடைத்த வரம் அது. அந்த முப்பாட்டனார் தான் ஐயாறப்பக் கவிராயர். அவர் தியாகையரிடம் தனியன்பு கொண்டவர். அதனால் 'தெலுங்கில் பாடாதீர்! மக்களுக்குப் புரியும் தமிழில் பாடுவீர்' என்று பன்முறை மன்றாடியும் என்ன காரணத்தாலோ ஐயரவர்கள் கேட்கவில்லை. 'தமிழ் நாட்டு இசைப்புலவர்கள் இந்தத் தெரியாத மொழியில் பாடி நும்பாக்களின் பொருளனைத்தையும் சிதைத்துக் கொல்வார்கள்' என்று எச்சரித்தும் ஐயரவர்கள் கேட்கவில்லையென்று தெரிகிறது. என் பாட்டனார் கூறியது மெய்யாகிவிட்டது என்பதை நான் விசனத்துடன் கூறத்தான் வேண்டியிருக்கிறது."

அம்புஜம் எழுந்தாள். "நான் பேட்டிகண்டது பிரணதார்த்திஹர சர்மாவை. இவர் எம்.ஏ. படித்து அரசாங்கத்தில் நல்ல பதவியிலிருந்து ஓய்வு பெற்றவர். தியாகையர் வருடா வருடம் சீதா கல்யாணம் செய்வதைக் கண்டு இவர் வெகுண்டெழுகிறார். 'ராமன் ஆப்டர் ஆல் ஒரு மனுஷன். அவனைத் தெய்வத்துக்குச் சமனமாக வைத்துக் கலியாணம் செய்யலாமா? ஏன் பார்வதி கலியாணம் இல்லையா? மீனாட்சி கலியாணம் இல்லையா! இதையெல்லாம் ஏன் தியாகையர் செய்திருக்கக் கூடாது? அதனால தியாகையருக்கு 'ஒன் ட்ராக் மைண்ட்' என்றுதான் முடிவுகட்ட வேண்டியிருக்கிறது. அதனால்தான்

அவர் காலத்தில் வாழ்ந்த என் தாத்தாவின் எள்ளுப் பாட்டனாரான பஞ்சு சிரௌதிகள் அவரை முகாலோபனம் செய்வதையே நிறுத்திவிட்டார்' என்று சர்மா அவர்கள் கூறினார்கள்."

ரமா ஏகநாத்ராவ் என்பவர் கூறியவற்றை எழுதியிருந்தாள். "மராட்டிய மன்னரான சரபோஜி அழைத்ததற்குத் தியாகையர் 'நரஸ்துதி இந்த நாவால் செய்யமாட்டேன்' என்றாராம். ராஜா தெய்வத்துக்குச் சமானம், விஷ்ணு அம்சம் என்று நம் ஸ்மிருதிகள் கோஷிக்கின்றன. மேலும் ஒவ்வொரு உயிரிலும் கடவுளைக் காணும் ஐக்கிய பாவம் தியாகையருக்கு இருந்திருந்தால் இந்த மாதிரி பதிலை அவர் சொல்லியிருக்கமாட்டார் என்பது ஏகநாத்ராவின் கருத்து." என்று ரமா கூறி அமர்ந்தாள்.

அதற்குள் நேரமாகிவிட்டது. ஏழு மாணவியரும் ஒவ்வொரு பேட்டியைத்தான் முடித்திருந்தார்கள். இன்னும் மும்மூன்று முடித்தாக வேண்டும். எல்லாவற்றையும் முடிக்க மூன்று நாட்கள் எப்படிப் போதும் என்று கலங்கினார் அகோரநாதன். மீண்டும் மாணவியர் கிளம்பினார்கள்.

ஐந்தாம் நாள் இரவுதான் எல்லாம் முடிந்தன. அலமு உதட்டைப் பிதுக்கி முனகினாள். "இருந்திருந்து இத்தனை வருஷம் கழிச்சு உற்சவம் பார்க்கணும்னு வந்தோம். ஒரு கச்சேரி கேட்கலே. சமாதியைக் கூட எட்டிப் பார்க்கலே. இத்தனை நாளா பேட்டி, பேட்டி, பேட்டி. கை ஒடிய ஒடிய எழுதியே தீர்த்துப்பிட்டோம்!" என்று அவள் அழாக்குறையாக நொந்து கொண்டாள். மற்றோரும் ஒத்துப் பாடினார்கள்.

"பாட்டும் கூத்தும் கேட்கவா வந்தோம்! வேலையல்லவா முக்கியம். கல்லூரியில் படிக்கிற நீங்கள் இந்தக் கட்டுப் பாட்டைக்கூட தாங்காவிட்டால் என்னதான் செய்யப் போகிறீர்களோ?" என்று பெருமூச்செறிந்து, "சரி, சமாதிக்கு வாருங்கள், அதையும் பார்த்துவிடலாம்" என்று கிளம்பினார் அகோரநாதன்.

இவர்கள் போவதற்கும் பாகவதர்கள் ஆஞ்சனேய உற்சவத்தை முடித்து வெளியே வரவும் சரியாயிருந்தது.

எல்லோரும் காலையில் தஞ்சை வந்து, வரகப்பையர் சந்தில் தியாகையர் ஆராதித்த விக்கிரகங்களைக் கண்டுவிட்டு போட் மெயிலில் சென்னை திரும்பி வந்தார்கள்.

"ஐயரும் ஐயாறும்" என்ற ஆங்கில நூலை எழுதி அடுத்த ஆண்டு பகுள பஞ்சமியன்று தம் நண்பரிடம் காட்டினார் அகோரநாதன். அதைப் படித்து, "அகோரம், இந்த மாதிரி

ரிசர்ச்சை நான் என் ஆயுசிலேயே பார்த்தது கிடையாதுடா! மண்டூகங்கள் நெறஞ்ச இந்தத் தேசத்திலா இதை வெளியிடறது? நான் டர்னருக்கு எழுதுகிறேன்" என்று அதை அமெரிக்காவுக்கு அனுப்பினார் நண்பர்.

"சங்கீத மூவரில் ஒருவரைப் பற்றித்தானே எழுதியிருக்கிறார் அகோரநாதன். மற்ற இருவரையும் பற்றி இதே மாதிரி திறனாய்வு எழுதட்டும். அதற்காக இருபதாயிரம் டாலர் சாங்ஷன் செய்கிறோம்" என்று டர்னர் பதில் எழுதினார். அவற்றையும் எழுதி முடித்து முன்னுரையில் மாணவியரின் உதவிக்கு நன்றி செலுத்தினார் அகோரம். அதன் பயனாக அலமுக்கு அமெரிக்காவில் படிக்க உதவிச் சம்பளம் கிடைக்கவே அவள் அங்குப்போய் அமெரிக்கர் ஒருவரை மணந்து அங்கேயே தங்கி விட்டாள். மற்றவர்களுக்குச் சங்கீதப் பேராசிரியைகளாகவும் ஆசிரியைகளாகவும் இந்தியாவில் பல இடங்களில் வேலை கிடைத்தது. கிரிஜா ஒரு கலெக்டரை மணந்து கொண்டாள். ஆனால் ஆராய்ச்சியை விடவில்லை. அலமுவின் யோசனையின் பேரில் தியாகையர் பாடியது தமிழ்த் தெலுங்கா, தெலுங்குத் தெலுங்கா என்று ஆராய்ந்து கொண்டிருக்கிறாள். அதை முடித்து வெற்றிபெற்றால் அவளுக்கு கிராண்ட் கான்யான் பல்கலைக்கழக 'டாக்டர்' பட்டம் கிடைக்கும்.

◆

## கொட்டு மேளம்

டாக்டர் வரும்போது ஒன்பது மணிக்கு மேல் ஆகிவிட்டது. கம்பவுண்டரின் முகத்தைப் பார்த்தார்.

"ஐயாவுக்கு ரொம்பப் பசி போல் இருக்கு. என்ன செய்ய? நாழியாயிட்டுது."

"அதெல்லாம் ஒண்ணும் இல்லீங்க!"

"என்ன ஒண்ணும் இல்லீங்க? உம் மூஞ்சிதான் ஆறு மாசம் பட்டினி கிடந்தவனாட்டம் இருக்கே. என்ன செய்ய? கல்யாணம் பண்ணிக்கப் போறவன். கடைக்குப்போனா, நேரந்தான் ஆவுது. நீ கல்யாணம் பண்ணிக்கப் போறபோது, இப்படித்தானே அலைஞ்சிருப்பே?"

"நீங்க நேரம் களிச்சு வந்தீங்கன்னு நான் இப்பச் சொன்னேனா?"

"நீ சொல்லித்தான் பாரேண்டா. நான் அப்படித்தான் வருவேன். என்ன தபாலா, மேஜைமேலே?"

"ஆமாம், இன்னிக்கு மெயில் நானூறு நிமிஷம் லேட்டாம்."

"நல்ல வேளை. நானூறு வருஷம்ன்னு சொல்லாம இருந்தியே. அட, கர்னல் சுந்தரதாண்டவனா? ஏய், பார்த்தியாடா பத்திரிகையை? கர்னல் சுந்தரதாண்டவன் அனுப்பிச்சிருக்காரு. இவர் யார் தெரியுமா? எங்க அண்ணிக்கு அத்தை மகன். என்னைவிட ஒரு வருஷம் சின்னவரு. மகளுக்குக் கல்யாணம் பண்றாராம். மருமவனும் லேசுப்பட்டவன் இல்லை. சப் கலெக்டர். நீயும் நானும் இருக்கோமே. அம்பது ரூபா சம்பளத்துக்கு நீ எங்கிட்ட சேவகம் பண்றே. நான் ஜெனரல் ஆஸ்பத்ரியும் இருபத்து மூணு டாக்டரும் இருக்கிற இந்த ஊரிலே இருநூறு ரூபாய்க்கு மேளம் அடிக்கிறேன். இவனைப் பாத்தியா? கர்னல் ஆயிட்டான். நீ ஏண்டா நிக்கறே? என் பேச்சைக் கேட்டுக்கிட்டு நின்னா வயிறு ரொம்பிடுமா? போயிட்டு வா."

புன்சிரிப்பு சிரித்துக்கொண்டே ஜீவரத்தினம் நகர்ந்தான்.

"போன தடவை தம்பிக்குக் கல்யாணம்னு பத்திரிகை அனுப்பிச்சிருந்தான். அப்ப மேஜராயிருந்தான். இப்பக் கர்னலாப் போயிட்டான். ஜீவரத்தினம், உனக்கு எங்கடா இதெல்லாம் புரியப்போறது? நீ எட்டாம் கிளாசுக்கு அப்பாலே எட்டிப் பார்த்ததில்லெ. என் மாதிரி எம்.பி.பி.எஸ். எல்லா வருஷமும் முதல் பிரைஸ் அடிச்சுப் பாஸ் பண்ணிவிட்டுக் கடையில் சாண் ஏறி முழம் சறுக்கிற வித்தையிலே அடிபட்ட வனையிருந்தாத் தெரியும்."

டாக்டர் உட்கார்ந்துவிட்டார். அவருடைய உற்சாகத்தில் பனி படர்ந்துவிட்டது. வரிசை வரிசையாக வந்த தோல்வி களின் ஏக்கம் அவரை அழுத்திற்று. அவரோடு படித்தவர்கள் அவரைப் போலச் சாண் ஏறி முழம் சறுக்காமல் முழும் முழுமாக ஏறிவிட்டார்கள். அவரைச் சறுக்கிவிட்டது எது என்று புரியவில்லை. சகபாடிகளின் முகங்களும் மலர்ச்சிகளும் அதிகாரமும் மோட்டார்களும் அவர் கண்முன் ஊர்ந்து கொண்டிருந்தன.

"என்ன டாக்டர் சார், திரும்பியே பாக்கமாட்டீங்க போல் இருக்கே."

"அட பார்வதியா, நீ எப்ப வந்தே?"

"நான் வந்து இரண்டு நிமிஷமாச்சு. நீங்க திரும்பிப் பாக்கற வழியாயில்லே. கூப்பிட்டுவிட்டேன்!"

"ஒண்ணுமில்லே. என்னமோ யோசிச்சுக்கிட்டே இருந்தேன்."

டாக்டர் முகம் சுண்டிக் கிடந்தது.

"முன்னுக்கு வரது எப்படீன்னு யோசிச்சுக்கிட்டிருந்தேன்."

"வழி கிடைச்சுதா?"

"இன்னும் கிடைக்கவில்லை."

"ஏன்?"

"ஏனா? என்னா?"

கொட்டுமேளச் சத்தம் கேட்டது. வெறும் மேளச் சத்தம் இல்லை. நாயனக்காரன் என்ன வாசிக்கிறான் என்று புரிய வில்லை. டடிம் டகு டகு, டடிம் டகு டகு என்று ஒரே சொல்லைத் திருப்பித் திருப்பி நாலைந்து தவுல்காரர்கள் சேர்ந்து அடித்துப் பிளந்துகொண்டு வந்தார்கள். அந்தச் சத்தம் 'எல்லையில்லாத வஸ்துவான சங்கீதத்தையே விழுங்கிவிட் டேன்!' என்று ஏப்பம் விட்டுக்கொண்டே தெருக்கோடியி லிருந்து டாக்டர் வீட்டு வாசலை நோக்கி நகர்ந்துகொண்டிருந்தது.

∞ சிலிர்ப்பு ∞ 69

டாக்டர் உடனே எழுந்து வாசலுக்கு ஓடிவிடவில்லை. அவர் இந்தச் சத்தத்திற்கெல்லாம் அசைகிறவர் அல்ல.

"டாக்டர் வீடு நல்ல 'ஷுகரில்' இருக்கிறது என்று ஐம்பது வருஷம் முன்னால் அவர் தந்தை அந்த வீட்டை வாங்கிய போது எல்லோரும் சொல்லுகிற வழக்கம். தெருவின் மேலக் கோடி வீடு அது. வாசற்படி இறங்கி இரண்டடி மேற்கே நடந்தால் ராஜவீதி. தெருவைப் பார்த்துக்கொண்டு வைகுண்ட நாதர் கோயில்கொண்டிருந்தார். பெருமாள் கொஞ்சம் பெரிய புள்ளி. முந்நூறு வேலி நிலம், மூன்று நான்கு லட்சத்திற்கு நகைகள், இரண்டு பெரிய பிரகாரங்கள், வெள்ளி வாகனங்கள், தங்கத்தில் கருட வாகனம், இவ்வளவு சம்பிரதாயங்களும் உண்டு. ஆறு கால பூஜை அவருக்கு நடந்ததில் ஆச்சரியம் இல்லை. நாதஸ்வர வித்தைக்கே பிரமாணமாக விளங்கின கிருஷ்ணன் கோயில் மேளக்காரன் – பரம வைஷ்ணவன் என்று அவனைச் சொல்வது வழக்கம் – ஆறு கால பூஜைக்கும் அவன்தான் சேவகம் செய்வான். நாத வெள்ளமாகப் பொழிவான். பொழுது புலருவதற்கு முன்னால் அவன் வாசிக்கிற பௌளி ராகத்தையும் மலய மாருதத்தையும் கேட்டுக்கொண்டு தான் டாக்டர் படுக்கையை விட்டு எழுந்திருக்க வேண்டும். மறுபடியும் ஒன்பது மணி பூஜை, உச்சிக் காலம், மாலை, இரண்டாம் காலம், அர்த்தஜாமம், எல்லா வேளைகளிலும் கால நியதியை ஒட்டி ராகங்களில் சஞ்சரித்துக்கொண்டிருப்பான். கல்யாண மண்டபத்தின் எதிரொலியில் அந்தச் சங்கீதம் விம்மி வளர்ந்து ஆகாய வெளியெல்லாம் முழங்கும்.

மாலை வேளையில் கோயில் நகராக்காரன், மான்யத்திற்கு வஞ்சனை பண்ணிவிடாமல் அரை மணி நேரம் கெத்து வைத்து ஊரையே கிடுகிடுக்க அடித்துவிடுவான்.

டாக்டர் இருக்கிற தெரு ராஜ வீதி நான்கிற்கும் மையமானது. மேலவீதியையும் இணைக்கும் வீதி அது. கல்யாண ஊர்வலங்கள் நாலுவீதியையும் சுற்றக் கூடாது என்று ஒரு கட்டுப்பாடு இருந்தது. நாலு வீதி ஊர்வலம் வைகுண்ட நாதருடைய தனி உரிமை, மனிதன் மனிதன்தான் என்று இடித்துக்காட்டுவதற்காக, கல்யாண ஊர்வலங்கள் நாலு வீதியையும் சுற்றாமல் டாக்டர் இருக்கிற மையவீதி வழியாகப் போகவேண்டும் என்று வரை செய்து வைத்திருந்தார்கள். ஆக, நாலு வீதியில் எந்த முடுக்கில் கல்யாணம் நடந்தாலும் அந்த ஊர்வலங்கள் டாக்டர் வீட்டு வாசலை மிதித்துத்தான் ஆக வேண்டும். ஊர் பெரிய ஊர். வருஷத்திற்கு ஐம்பது கல்யாணம் என்பது குறைந்த கணக்கு. அதைத் தவிர நாலு வீதியிலும் உள்ள சின்னக்கோயில் கடவுள்கள், வைகுண்ட

நாதருக்கு அபசாரம் செய்துவிடாமல் இருப்பதற்காக இந்தப் பவனி வருகிற விஷயத்தில் மனிதர்கள் மாதிரியே நடந்து கொண்டார்கள்.

டாக்டருக்குக் கொட்டுமேளம் மூச்சுக் காற்றாக மாறி விட்டது. நாதக் கடலில் அவருடைய உள்ளம் ஆறு காலமும் முழுகிக் கிடந்தது. மற்ற வேளைகளில் நாதவெள்ளம் இல்லா விட்டாலும், கொட்டு மேளமாவது அவர் காதை அறைந்து கொண்டிருக்கும். அவர் காது காய்த்துப்போய்விட்டது. குருதியை யும் பிணிகளையும் கண்டு காய்த்துப்போன உள்ளம் போலவே, அபஸ்வரங்களுக்கும் சத்தங்களுக்கும் அவர் செவி காய்த்துப் போய்விட்டது. கொட்டு மேளம் இல்லாவிட்டால் அவருக்கு வேலை ஓடுவதுகூடச் சந்தேகந்தான்.

இந்தத் தவுல் சத்தத்துக்கா அவர் அசையப்போகிறார்?

திடீரென்று அந்தத் தவுல் சத்தத்துக்கிடையே 'ஜே!ஜே!' கோஷம் எழுந்தது. டாக்டர் அசைந்து கொடுத்தார்.

"பார்வதி? அது என்ன சத்தம்? வேல் வேலா, ஜே ஜேயா?"

பார்வதி உற்றுக்கேட்டாள். இரண்டு பேரும் மூச்சை அடக்கி மனத்தைச் செலுத்தினார்கள். புரியவில்லை.

"யாருக்கு ஜயகோஷம்? முருகனுக்கா மனுஷனுக்கா?"

"இன்னிக்கிக் கிருத்திகைகூட இல்லையே. கிருத்திகையா யிருந்தாலும் ராத்திரியா காவடி தூக்குவார்கள்?"

"ஸ்வாமி புறப்பாடோ என்னவோ?"

"அதுக்கு இத்தனை தவுல் என்னாத்துக்காம்?"

"அதுவும் சரிதான்!"

"இதைக் கண்டுபிடிக்க ஒரே வழிதான் தோணுது."

"நானும் அதான் நெனச்சேன். வா" – இருவரும் எழுந்து வாசலுக்குப் போனார்கள்.

தெருப்பாதியில் காஸ் விளக்குகள் வரிசையும் கும்பலு மாக நகர்ந்து வந்துகொண்டிருந்தன. இருபது கஜத்துக்கு முன்னால், நாலு விளக்கை வைத்துக்கொண்டு பொய்க்கால் குதிரை ஜோடி டம் டிம் டகுடுகு என்று கிறுக்கட்டி ஒலித்த ஒற்றைக் கொட்டுக்கு இசைவாக ஆடிக்கொண்டிருந்தது.

"என்னப்பா சத்தம்?" என்று வாசலில் ஓர் ஆளைப் பார்த்துக் கேட்டார் டாக்டர்.

"எலக்ஸ்னுங்க! ஆமாம். நம்ப விறகுவாடி மாரியப்பப் பிள்ளை ஜெயிச்சுப்பிட்டாரு."

సிலிர்ப்பு 71

"மாரியப்பப்பிள்ளை ஜெயிச்சுப்பிட்டாரா?"

"ஆமாங்க."

"போடு சக்கை."

பொய்க்கால் குதிரை போனதும், கொட்டுமேளம் வாசலுக்கு வந்துவிட்டது. நாயனம் நாலு ஜோடி. தவுல்காரர்கள் எட்டுப் பேர். இதே டடிம் டகு டகுவைப் பிளந்துகொண்டே வந்தார்கள். தவுல்காரர்களுக்கு அந்தக் கலையே தேகப் பயிற்சியாகவும் அமைந்துவிட்டதை நினைத்து வியந்தார் டாக்டர். கல்லுக் கல்லாக மின்னும் முண்டாக்கள், வயிறு மார்பெல்லாம் கண்டு கண்டாகத் தசைகள், அகன்ற வைரம் பாய்ந்த மார்பு, மெல்லிய கழுத்துச் சங்கிலி, தலையில் ஒரு சொருகு, மேலெல்லாம் வேர்வை – தவுல் சொன்னபடி கேட்காமல் என்ன செய்யும்?

வாத்தியார்களுக்குப் பின்னால், 'மாரியப்பருக்கு ஜே! மாரியப்பருக்கு ஜே!' என்று ஒரு பெரிய கூட்டம் கோஷம் போட்டுக்கொண்டு வந்தது. மாரியப்பிள்ளை மோட்டாரில் உட்கார்ந்திருந்தார். அவர் முகத்தைப் பூமாலைக்கிடையே தேடிக் கண்டுபிடிக்க வேண்டியிருந்தது. புஸ்தி மீசை; ஐவ்வாது பொட்டு; கையைப் பார்த்தால் ஜிப்பாதான் போட்டுக்கொண்டிருப்பார்போல் இருந்தது. டாக்டர் அதைவிடப் பெரிய கும்பிடாகப் போட்டபோது இரண்டு கை நீளம் கிண்டலும் அதில் இருந்ததை மாரியப்பர் அந்த நிலையில் கவனிக்கவில்லை.

ஊர்வலம் வந்த சுருக்கில் தேய்ந்துவிட்டது. காஸ் விளக்குகள் மறைந்ததும் இருள் சற்று அதிகமாகவே இருந்தது. அந்த இருளில் இன்னொரு கூட்டம் கூச்சல் போட்டுக் கொண்டே வந்தது.

முப்பது நாற்பது வாண்டுப்பயல்களும், சோதாக்களுமாகக் கூடிக்கொண்டு, 'ஐராவதத்துக்கு ஜே! தியாகி ஐராவதத்துக்கு ஜே!' என்று கத்திக்கொண்டு வந்தார்கள். டாக்டர் வீட்டு வாசல் விளக்கொளிக்கு முன் வந்ததும், 'இருங்கடா, டாக்டர் ஐயாகிட்டே ரெண்டு வார்த்தை பேசிக்கிட்டு வரேன்' என்று பித்துக்குளி ஐராவதம் நின்றான். கழுத்தில் ஏழெட்டு அரளிப்பூ மாலைகள், மார்பு நிறையச் சந்தனம். ஐராவதம் சிரித்தான்.

"டாக்டர் சார், கும்பிடறேன்!"

"என்ன, முதலியாரா? வாங்க."

"அரளிப்பூ மாலையையும் சந்தனத்தையும் கண்டு என்னமோ ஏதோன்னு பயந்திடாதீங்க; விரலுக்குத் தகுந்த வீக்கம், அவ்வளவுதான்."

"ஒண்ணும் புரியலியே!"

"என்ன புரியலே? 'தியாகி ஜராவதத்துக்கு ஜே!'ன்னு கூப்பாடு போடறாங்களேன்னு யோசிக்கிறீங்களா? ஆமாங்க டாக்டர். நான் மூளையைத் தியாகம் பண்ணிவிட்டேன். மாரியப்பப் பிள்ளையைப் பாருங்க – என்னமோ பார்லி மெண்டுக்குச் செலவு பண்றாப் போலப் பண்ணிக்கிட்டு வராரு. இத்தோட விட்டுதுங்கிறீங்களா? நாலு ஐதை நாயனம், பொய்க்கால் குதிரை, இன்னும் கூச்சல் போடறவங்களுக் கெல்லாம் ஸ்வீட்டு, காரம், காபி எல்லாம் வாங்கிக் கொடுத்தாகணும். கடாசியிலெ என்னதாய்யான்னு பார்த்தாத் துக்கினியூண்டு ஊர்லே துக்கியுண்டு ஏளாவது வார்டுக்கு மெம்பர் – எனக்குப் பாருங்க, செலவே இல்லாம எல்லாம் ஆயிடிச்சி. இந்த அரளிப்பூ மாலையெல்லாம் சத்யமாத் தம்பிங்க வாங்கிப் போட்டதுதான். நான் காசே கொடுக்கலை. கடாசியிலெ இதையும் சொல்லிப்பிடறேன். மாரியப்பப் பிள்ளைக்கு எதிராக நான் ஏன் நின்னேன் தெரியுமா? புத்தி நிதானமா இருக்கறவங்கள்ளாமே ஓட்டுக் கொடுக்கறது, புத்தி நிதானமாயிருக்கறவங்களையே தேர்ந்து எடுக்கறதுன்னா, புத்தியில்லாதவங்க கதி என்னா ஆவுறதுன்னு என்னை நிக்கச் சொல்லித் தம்பிங்கள்ளாம் தொந்தரவு பண்ணிட்டாங்க. ஆயிரத்துத் தாளாயிரத்து இருபத்தெட்டாம் வருஷத்துலெ மாரியப்பப் பிள்ளை கடையிலே நாலு மணு விறகு வாங்கி னேன். 'மீதி மூணரையணா சில்லறை இல்லே. அப்புறம் வா, தாரேன்'ன்னாரு. இன்னம் கொடுக்கப் போறாரு. நான் அந்தக் கோவத்துனாலெ அவருக்கு எதிராக நிக்கலெ. உள்ளதைச் சொல்லிப்பிடணும் பாருங்க. சரி, நாளியாச்சு, நான் வரட்டுங்களா?"

"செய்யுங்க, எலெக்ஷனானத்துக்கு காபி, கீபி ஒண்ணும் கிடையாதா?"

"அது நீங்கள்ள வாங்கிக் கொடுக்கணும்" என்று கழுத்தை ஒடித்து நீட்டிக் கண்ணைச் சிமிட்டிவிட்டு நகர்ந்தான் ஜராவதம்.

ஜராவதம் உண்மையாகவே பைத்தியமா என்று டாக்டருக்குச் சந்தேகம் வந்துவிட்டது.

உள்ளே வந்ததும் "பார்வதி, அதோ அந்தப் பீரோவைத் திறந்து அடித்தட்டிலே சிகப்பா, சின்னதா ஒரு நோட்டு இருக்கும். அதை எடேன்" என்று சாவியைக் கொடுத்தார்.

"பதினெட்டாவது பக்கத்தைப் புரட்டு. என்ன எழுதி யிருக்கு?"

சிலிர்ப்பு

"மாரியப்பப் பிள்ளை – முந்நூறு ரூபாய்ன்னு போட்டி ருக்கு."

"போட்டிருக்கறது என்ன? நான் எழுதினதுதான் அது. இது ரொம்ப ரகசியமான தஸ்தாவேஜி. அதனால்தான் உனக்குக் காண்பிக்கணும்ன்னு எடுக்கச் சொன்னேன். இந்த மாரியப்பன் என்னோட வாசிச்சவன். அஞ்சாங்கிளாஸ் மட்டும் வாசிச்சு விட்டுட்டான். நான் டாக்டர்னு போர்டு போட்டுத் தொழில் பண்ண ஆரம்பிச்சதுலேருந்து எங்கிட்டத்தான் வைத்தியம் பார்த்துக்கிட்டு வரான். ஆனா ஆச்சரியத்தைப் பாரு! காலணாக்காசு எனக்குக் கொடுக்கணும்ன்னு அவனுக்குத் தோணினதேயில்லெ!"

"என்னது!"

"வைகுண்ட நாதர் சாட்சியாகக் கொடுத்ததே இல்லை."

"ஏன் கொடுக்கல?"

"வைகுண்டநாதரைத்தான் கேக்கணும்."

"எலக்ஷன்லெ ஏகச் செலவு பண்ணியிருக்கிறாரே."

"எனக்குக் கொடுக்கத் தோணலை. அவ்வளவுதான்."

"நீங்க முந்நூறு ரூவா ஆகிறவரையிலெ அவரைச் சும்மாவா விட்டு வச்சிருந்தீங்க."

"இன்னமும் சும்மாதான் விடப்போறேன்."

"எதுக்காக?"

"பார்வதி, நான் பணம் வரலைங்கிற கோபத்தினாலெ சொல்லலெ. மனிதன் எப்பேர்ப்பட்டவன்னு சொல்றதுக்காகத் தான் இதை எடுத்துக் காமிச்சேன்."

"இன்னமும் எனக்குப் புரியலெ. இவ்வளவு செலவு செய்யறவரு ஏன் உங்களுக்குப் பணம் கொடுக்கலெ?"

"அதைத்தான் நான் இப்ப யோசனை பண்ணிக்கிட்டிருக் கேன்."

"நீங்க கேக்கலையா?"

"பில் ஒழுங்கா அனுப்பிக்கறேன்."

"இப்பவும் நீங்கதானே டாக்டரு அவருக்கு?"

"இப்பவும் நான்தான்."

"அவர் வரபோது வாயைத் திறந்து கேக்கக் கூடாதா?"

"பில் அனுப்பிச்சாச்சு. வாயை வேறே திறக்கணுமா?"

"கடன், கேக்காம போச்சுன்னு வசனம் சொல்லுவாங்க. சில ஆளுங்க கேட்டால் ஒழியக் கொடுக்க மாட்டாங்க."

"மாரியப்பன் கேட்டாலும் கொடுக்கப்போறதில்லை. சாதாரணமாக, டாக்டர் என்றால் இந்தக் காலத்திலெ மதிப்பு அதிகந்தான். எந்த உயிரையும் கூண்டை விட்டுப் போயிடாமல் பிடித்து நிறுத்துகிறவன் டாக்டர். உயிர், உடல் ரகசியம் எல்லாம் தெரிந்தவர். சாமான்ய மனிதர்களுக்கு – அதாவது டாக்டரல்லாத மனிதர்களுக்கு – இல்லாத சக்தி யெல்லாம் அவருக்கு உண்டு. ரொம்பச் சின்ன டாக்டருக்குக் கூட இந்தப் பெருமை உண்டு. அதனால்தான் டாக்டரிடம் ஒரு மரியாதை, பயம் எல்லாம் வைத்திருக்கிறார்கள். அப்படிப்பட்ட ஒரு டாக்டரை முந்நூற்றுச் சொச்ச ரூபாய்க்கு நாமம் சாத்தலாம் என்று மாரியப்பன் முடிவுகட்டிவிட்டான். மாரியப்பன் என்ன கருமியா? ஐராவதம் சொன்னாப்பலே, துக்கினியூண்டு ஊரிலே துக்கினியூண்டு ஏழாவது வார்டுக்குப் பார்லிமெண்டுக்குச் செலவு பண்றாப்போலப் பண்ணி விட்டான். என்னைக் கண்டால் கொடுக்க வேண்டாம் என்று தோன்றிக்கிறது அவனுக்கு, அவ்வளவுதான்."

"உங்களைக் கண்டால் மாத்திரம் அப்படித் தோணு வானேன் அவருக்கு?"

"பார்வதி, அதிருஷ்டம் என்று சொல்லுகிறார்கள். அந்த வார்த்தை பல பேருக்குப் பிடிக்கிறதில்லை. சோம்பேறிகளின் மந்திரம் என்று நினைக்கிறார்கள். சோம்பேறிகள் சொல்லிச் சொல்லி அந்த வார்த்தைக்கே கெட்ட பெயர் வந்துவிட்டது. ஆனால் எனக்கு அந்த வார்த்தைதான் உயிர். மனிதனுக்குத் தன்முயற்சி அவசியம் என்பதை ஒப்புக்கொள்கிறேன். ஆனால் முயன்றால் மனிதன் நூறு மைல் வேகத்தில் ஓட முடியுமா? அதற்கு ரெயிலும் விமானமும் வேண்டும். தானாக இந்த உடம்பை வைத்துக்கொண்டு அந்த வேகத்தில் ஓடுவதற்குத் தவம் வேண்டும்; உறுதி வேண்டும்; அந்தத் தவம் செய்யும் நீண்ட வாழ்வு வேண்டும். எல்லா மனிதர்களுக்கும் இந்தச் சக்திகள் கிட்டுமா? என்னைப் போன்ற சாமான்யமான மனிதர்களுக்கு அதிருஷ்டந்தான் தேவை. அசாதாரணமான திறமையும் சக்தியும் உள்ளவர்கள் சொந்த முயற்சியால் முன்னுக்கு வந்துவிடுகிறார்கள். அப்படி இல்லாத என்னைப் போலொத்தவர்களுக்கு நான் சொன்ன அதிருஷ்டந்தான் வேண்டும். அது எனக்குக் கிடையாது. இருந்திருந்தா அது மாரியப்பன் காதில் போய், 'ஏண்டா பயலே, டாக்டர் பணத்தை இன்னும் கொடுக்கலெ?' என்று கட்டாயமாகக் கேட்டிருக்கும். அதிருஷ்டத்தை நம்பி நாளை ஓட்ட வேண்டு கிறவர்களில் நானும் ஒருவன்."

ॐ சிலிர்ப்பு ॐ 75

"மாரியப்பப் பிள்ளை முந்நூறு ரூபாய் கொடுக்கா விட்டால் குடி முழுகிப்போய்விடாது. உங்களுக்கு என்ன அதிருஷ்டக் குறைவு வந்துவிட்டது இப்போது?"

"இதோ பாரு, கல்யாணப் பத்திரிகை வந்திருக்கிறது."

"இது யாரு? கர்னல் சுந்தரதாண்டவனா?"

"அவன் மகளுக்குக் கலியாணம். மருமவன் யாருன்னு பாத்தியா?"

"மருதவாணன், எம்.ஏ., ஐ.ஏ.எஸ்., சப்-கலெக்டர்."

"நீ என்ன நினைக்கிறே?"

"இரண்டு இடமும் பெரிய இடந்தான்."

"இந்தச் சுந்தரதாண்டவன் எனக்கு ஒரு வயசு சின்னவன். நாற்பத்திரெண்டு வயசாகிறது. எங்க அண்ணன்தான் அவனுக்கு மிலிடரியிலே வேலை பண்ணி வச்சாரு. அந்தக் காலத்துலே, வெள்ளைக்காரன் ஆண்ட காலத்துலே, நாமெல்லாம் ராணுவ ஆபீசரா ஆறதுன்னா ஜல ஸ்தம்பனம் வாயு ஸ்தம்பனம் பண்ணுகிற மாதிரிதான். அண்ணன் மனசு வச்சாரு; தாண்டவன் மிலிடரி ஆபிசராயிட்டான். அவன் புத்திக்கும் சாமர்த்தியத்திற்கும் எடைபோட்டு வேலை கொடுக்கிறதுன்னு ஆரம் பிச்சா – அதை நான் சொல்லுவானேன்? ரெயில் போர்ட்டர் எல்லாம் சண்டைக்கு வந்துடுவாங்க. அதாவது அவன் அப்ப இருந்த நிலையிலே சொல்றேன். இப்ப அவன் கெட்டிக் காரனா மாறியிருக்கலாம். என்ன சிரிக்கிறே? நீயானும் சிரிக்கிறே. இந்த மாதிரி வேடிக்கையாப் பேசறேன்னு. பேசிட்டுத்தான் நான் பெருமாள்கோயில் தேர்மாதிரி இருந்த இடத்துலேயே உட்கார்ந்துகிட்டிருக்கிறேன். இல்லாட்டி நானும் இப்பக் கர்னலாயிருக்க வேண்டியவன்தான்."

"யாராவது ஆபிசரைப் பார்த்து ஏதாவது இந்த மாதிரி பேசினீங்களாக்கும்?"

"ஆபீசர்கிட்ட பேசலே. ஆபீசர் பெண்ஜாதிகிட்டப் பேசினேன். பிடிச்சது சனி. வேறெ யாரும் இல்லெ, எங்க அண்ணிகிட்டத்தான். என்கூடப் பிறந்த அண்ணன் பெண் ஜாதிகிட்டத்தான் பேசினேன். இந்தத் தாண்டவன் என் அண்ணிக்கி அத்தை மகன். அண்ணாரு அப்ப மீரத்திலே இருந்தாரு. அண்ணி ஊருக்கு வந்திருந்தா. நான் இன்டர் பரீட்சைக்குப் போயிட்டே இருந்தேன். அண்ணி ஊருக்குக் கிளம்பற அன்னிக்கு இந்தத் தாண்டவன் வந்து சேர்ந்தான். அவனையும் கூட அளச்சிக்கிட்டு, அவனை மிலிடரியிலே இழுத்துவிடறதாக ஏற்பாடு பண்ணியிருந்தாங்க அண்ணி.

ஞ் தி. ஜானகிராமன் ஞ்

சாப்பிடறப்போ வேடிக்கையாப் பேசிக்கிட்டிருந்தேன் நான். 'மிலிடரி டிபார்ட்டுமென்டே அண்ணி ஆளாவே போயிடும் போல் இருக்கே'ன்னு சிரிச்சுக்கிட்டே சொன்னேன். உலகத் துலெ எப்பவும் அண்ணிங்களே ஒரு தனி ஜாதீன்னு எனக்கு எண்ணம். கொழுந்தன் சொல்றதெல்லாம் அவகளுக்குத் தேனா இருக்கும். பெத்த புள்ள மாதிரி கொழுந்தனை மதிக்கிறவ அண்ணிதான்னு எனக்குத் தீர்மானம். எங்க அண்ணியும் அப்படித்தான் இருப்பாங்க. ஆனா அந்தச் சமயத்துலெ அண்ணி சிரிக்கலெ. மொலு மொலுன்னு அம்மாகிட்டப்போய்ப் பிடுங்கித் தின்னுக்கக் கிளம்பிட்டாங்க. 'அம்மா நாங்க என்னம்மா பண்ணுவோம்? அவுங்க அவுங்க தலையெழுத்துப்படிதானே நடக்கும்? உங்க பெரிய புள்ளைக்குக் கத்தியும் கபடாவும் எடுத்து சண்டை போட்டுப் பொளைக்கணும்ன்னு இருக்கு. எப்படியோ வயித்தை வளக்கறோம். காக்கிச் சட்டைதான் எங்களுக்குக் குலதெய்வம். அதுதான் எங்களுக்குச் சோறுபோடுது. அது ஒண்ணும் ஈனாயமா, கௌரவக் குறைச்சலாகப் படலெ. அவுங்க அவுங்க மனுசங்களை அவுங்க கவனிச்சுக்கறதும் என்ன தப்பு? மறுபடியும் சொல்றேன், தின்ன உப்புக்கு உளைக்கிறாங்க அவுங்க. அந்த மாதிரி வேலை ஈனாயமாப் படலெ அவுங் களுக்கு. அப்படி நெனச்சிக்கிறவங்க வேறே வேலைக்குப் போகட்டுமே. இந்த உலகம் எவ்வளவோ பெரிசு. அப்படி இப்படி'ன்னு பொரிஞ்சு கொட்டிப்பிட்டா. நான் அப்படியே பிரமை பிடிச்சாப்போல உக்காந்துப்பிட்டேன். அப்ப அம்மாகூடச் சொன்னாங்க.

"என்னம்மா சொல்லிப்பிட்டான், சிறிசு. அண்ணியாச் சேன்னு வேடிக்கையாய்ப் பேசிட்டான். நானும் கேட்டுக் கிட்டுத்தான் இருக்கிறேன். தவறுதலா ஒண்ணும் சொல்லி விட்டதாகத் தெரியலியேன்னு சொன்னாங்க அம்மா.

"வேடிக்கையாவது? என்ன பச்சைக் குளந்தையா? இடம் பொருள் ஏவல் இருக்கு எல்லாத்துக்கும்" என்று திருப்பினா அண்ணி.

'அடியம்மாவே, என்னென்னமோ பேசக் கிளம்பிட்டியே? ஏய் துரைசாமி, துடைப்பக் கட்டே, உனக்குக் குட்டிச் சுவருக்கு ஆவுறாப்பலே வயசாச்சே, நாக்கை அடக்கி ஏண்டா பேசத் தெரியலே?'ன்னு அம்மா என்னைக் கோவிச்சிட்டாங்க.

"அண்ணியை ரெயில் ஏற்றிவிடும்போது மன்னிப்புக் கேட்டுக்கொண்டேன். அண்ணி முகங்கொடுத்தே பேசலை. போய் என்ன வத்திவச்சாங்களோ, அண்ணன் ஆறு மாசம் காயிதமே போடலை. அப்புறம் ஒரு வருசமும் காத்துக்

கிட்டிருந்தேன். சரி, காக்கிச்சட்டைக்க நாம் கொடுத்து வக்கலேன்னு டாக்டருக்குப் படிச்சேன். கர்னல் அதிர்ஷ்டம் மலை ஏறிடிச்சி."

"அதிர்ஷ்டம் என்ன செய்யும்? நீங்க கொஞ்சம் ஜாக்கிரதையாப் பேசியிருக்கணும்."

"அந்த அஜாக்கிரதையைத்தான் நான் அதிர்ஷ்டம்னு சொல்றேன்."

"சண்டை நடக்கிறபோது டாக்டரெல்லாம் போனாங்களே."

'அதுவா? நான் வெள்ளைக்காரன் சண்டையிலே சேர்றதுக்கு இஷ்டமில்லாமெ, போகலேன்னு சிலபேரு சொல்லிக்கிறாங்க. அதுவும் உண்மைதான். ஆனால் சண்டைக்கு முந்தியே எனக்குக் காக்கிச் சட்டை கசந்து போச்சு. ஒரு தடவை இந்தியா முழுக்கச் சுத்தினேன். புனாப்பக்கம் போனேன். என் சிநேகிதன் ஒருத்தன் லெப்டினன்டா இருந்தான். ஒரு சிறுபையனைச் சிப்பாய் ஆஸ்பத்திரியிலே வேலைக்கு வச்சிருந்தான். அந்தப் பையன் திடீர்னு ஒரு நாளைக்கு அழுதுகொண்டு வந்தான். நானும் சிநேகிதனும் பேசிக்கிட்டிருந்தோம். இந்தப் பையன் வேஷ்டி கட்டிக்கிட்டு அவன் ஆபீசர் – ஒரு மேஜர் – அவன் முன்னாலேபோய் நின்னானாம். 'என்னப்பா, கௌபீனம் கட்டிக்கிட்டு வரது தானே, மரியாதை கெட்டவனே! ஆபீசருக்கு முன்னாடி வர டிரஸ்ஸாடா இது?'ன்னு கேட்டானாம் அந்த மேஜர். பையன் சுடச்சுட பதில் கொடுத்திருக்கான். 'மேஜர் ஐயா, நம்ம தேசத்துலே கௌபீனங்கட்டிக்கிட்டு அலையறவங்களுக்கு மதிப்பு அதிகம். அந்த மதிப்புக்கூட இந்த வேட்டிக்குக் கொடுக்க மாட்டேங்கறீங்களே!'ன்னு சொல்லியிருக்கான் பையன். 'வாயை மூடுடா பிச்சைக்காரப் பயலே!'ன்னு கத்தினான் ஆபீசர். 'ஒரு ஆபீசர் வாயிலிருந்து வர வார்த்தையா இது?'ன்னு பையன் கேட்டிருக்கான். உடனே அந்த ஆபீசர் எழுந்து பளார் பளார்ன்னு இரண்டு கையாலேயும் மாறிமாறி அந்தப் பையனைக் கன்னத்திலே இழுத்துப்பிட்டான். பையன் அழுதுகொண்டே ஓடி வந்துவிட்டான். அதுக்கு என் சிநேகிதன் என்ன சொன்னானாம் தெரியுமா? 'போடா போக்கத்த களுதை, அவன் சொன்னானாம் இவன் எதிர்த்துப் பேசினானாம். பணிஞ்சு போகாத நாயில்ல நீ? மேலே இருக்கறவங்க சொன்னா என்னாடா குடிமுழுகிப் போச்சு? இடைவெட்டுப் பண்ணிவிட்டு இஞ்ச வந்து அளுவிறியே? உனக்கு வேலை பண்ணி வச்சதற்கு நல்ல கைம்மாறுடா. ஏண்டாலே, எதிர்த்து பேசினயே, உனக்கு வேலைக்குச் சிபார்சு பண்ணினேனே

நான், என்னைப் பத்தி அவன் என்ன நினைச்சுப்பான்னு யோசிச்சியாடா, பிச்சைக்காரப் பயலே!'ன்னு ஒரு மணி நேரம் குலைச்சுத் தள்ளிப்பிட்டான். அவன் சொன்னதை நான் இப்ப முழுக்கச் சொல்லலே. புழுத்த நாய் குறுக்கே போகாது, அந்த மாதிரி வசவுகள். நான் அப்படியே அதிர்ந்து போயிட்டேன். பையனும் இடிந்துபோய் நின்றான். என் நண்பன் எப்படி இவ்வளவு மூர்க்கனானான்? ராணுவத்து வெள்ளைக்காரன் சகவாசமா? அப்புறம் அந்தப் பையன் தனியாக என்னிடம் வந்தான். 'ஸார், உங்க சிநேகிதர்தான் வேலை பண்ணி வச்சாரு. அதை நெனைக்காட்டி நான் சோத்துக்குப் பறக்கணும். இருந்தாலும் என் மனசிலேயிருக்கிற பளுவை யாருகிட்ட பாத்யத்தோட சொல்லி இறக்கிக்கறது? இந்த ஊர்லே இவருதானே எனக்கு எல்லாம். இவர்கூட இப்படிப் பேசிப்பிட்டாரு பாத்தீங்களா? நான் சின்னப் பையன்தான். ஆனா எனக்கும் சின்னதா ஒரு நெஞ்சு, சின்னதா ஒரு சுயமரியாதை எல்லாம் இருக்குதால்லியா?' என்று என்னிடம் வந்து வேதனைகளைச் சொல்லித் தீர்த்துக் கொண்டான். மறுநாளைக்கே கால் கடுதாசியும் நீட்டிவிட்டு, நான் வரும்போது என்னோடு ஊருக்குக் கிளம்பி வந்திட் டான். அன்னிக்கி முடிவு கட்டினேன், இந்தக் காக்கிச் சட்டை போடக் கூடாதுன்னு, மிலிடரிக்குப் போறதைவிட மிருகத்தனம் கிடையாதுன்னு அன்னக்கி முடிவு கட்டினேன். மிலிடரியிலே இருக்கறவங்க எல்லோரும் மிருகம்னு நான் இப்பச் சொல்ல வரலை. அப்படி நினைக்கவும் இல்லை. என்னைப் பத்தினவரையில் நம்ம சிநேகிதன் அடிச்ச கூத்தும், பையன் சொன்ன சொல்லும் என்னை உலுக்கிவிட்டிடிச்சு. அந்தப் பையன் யார் தெரியுமா? நம்ம கம்பவுண்டர் ஜீவரத்தினம்தான்."

"நம்ம கம்பவுண்டரா, ஜீவரத்தினமா?"

"ஆமாம்."

"அவரும் சோடைதான்னு சொல்லுங்க."

"ஏன்?"

"இல்லை. இவ்வளவு துடியாயிருந்தவரா மாரியப்பப் பிள்ளையை அறஞ்சு பணத்தை வாங்காம இருக்கார் இன்னமும்?"

"பார்வதி, ஜீவரத்தினத்தை மருந்து கலக்கிற வேலைக்குத் தான் வச்சிருக்குறேன். கணக்கும் நிலுவையும் என் வேலை."

"உங்க அதிருஷ்டத்தை யாராவது சரிப்படுத்திட்ப் போறாங் களேன்னு பயமாக்கும் உங்களுக்கு!"

☙ சிலிர்ப்பு ☙

"மாரியப்பனை ஒரு கோடியாகத்தானே காட்டினேன். நம்ம அதிருஷ்டம் மாரியப்பனுக்கு அந்தப் புத்தியைக் கொடுத்திருக்கறப்போ, ஜீவரத்தினமா அதை மாற்றிவிட முடியும்? அப்புறந்தான் நான் சறுக்காமல் ஏறியிருக்கக் கூடாதா? நானும் பெரிய டாக்டர் வேலைக்கெல்லாம் எழுதிப் போட்டேன். ஆனா என் அதிருஷ்டம், எனக்கு முந்தியே ரெயில் ஏறிப்போக ஆரம்பிச்சிது. வைகண்ட நாதருக்கு என்னை விட இஷ்டமில்லேன்னு தெரிஞ்சுக்கிட்டேன். இந்த ஊர்தான், இந்த வீடுதான் நமக்குச் சரீன்னு தங்கிப்பிட்டேன். பேப்பரைப் பார்க்கறபோது கொஞ்சம் நப்பாசை தட்டும் அடிக்கடி. ஆனா ஒரு ஆச்சரியம் பாரு. எந்த வேலைக்கும் நம்மைவிட ஒண்ணு இரண்டு வயசு குறைச்சலாகவே கேப்பாங்க எல்லாரும். இந்தப் பய எங்கயாவது அப்ளிகேஷன் போட்டுறப் போறானோன்னு பயந்துக்கிட்டே விளம்பரம் கொடுத்தாப்போலத் தோணும். ஆச்சுடாப்பா, நானும் நாளைக் கடத்திப்பிட்டேன். இன்னமே இந்த நப்பாசையே வராது. முப்பத்தஞ்சு, இல்லாட்டி நாற்பது வயசுக்கு மேலே ஒருத்தருமே வாண்டாமாம் இப்ப" என்று இடி இடித்தாற்போலச் சிரித்தார் டாக்டர். அவர் முகம் மலர்ந்துவிட்டது.

"காலம் ஒத்துக்கறதுன்னு சொல்றாங்களே, அதுதான் இது. நீகூட எட்டாங் கிளாசுக்கு இங்கிலீஷ் பாடம் சொல்லிக் கொடுப்பியே, 'லேட் லத்தீப்னு', அது நான்தான். இப்பத்தான் லேட் லத்தீபானதும் நல்ல காரியம்னு தெரியுது" என்று பார்வதியைப் பார்த்துச் சிரித்தார்.

"தாமதமா இருக்கிறவங்களும் நல்லாத்தான் இருப்பாங்க" என்று சிரித்தாள் பார்வதி. "அது சரி, மாரியப்பனை ஒரு கோடியாய்க் காட்டினேன்னு சொன்னீங்களே. வேற எதாவது வரவேண்டியது இருக்கா?"

"பார்வதி, நீ கேக்கறதைப் பாத்தா எனக்குச் சந்தேகமா யிருக்கே!"

"என்ன?"

"இன்கம்டாக்ஸ்காரன் மாதிரி கணக்குக் கேக்கிறியேங் கறேன். கலியாணம் ஆறதுக்கு முந்தியே இப்படிக் கணக்குக் கேக்கக் கிளம்பிட்டா, அப்புறம் நான் எங்கே போவது? பேசாம, கல்யாணப் பெண்ண லக்ஷணமா வெக்கப்பட்டுக் கிட்டு இருப்பியா! அதோ பாரு, அந்தச் செப்பு நோட்டு முழுக்க வராத கடன் எல்லாம் எழுதி வச்சிருக்கேன். பத்துப் பதினஞ்சுன்னு வராத கேசு ஐந்நூறு இருக்கும். சேர்மன் மாரி யப்பப் பிள்ளைக்கு அடுத்தாப்பாலே பாரு, இருக்கா? எவ்வளவு?"

"நாலாயிரம்."

"விச்வலிங்கமையர்தானே?"

"ஆமாம்."

"பத்திரிகை நடத்தப் போறேன்னு நாலாயிரம் கைமாத்துக் கேட்டாரு. கொடுத்திருக்கேன். அதுதான் நல்ல புள்ளி."

"கைமாத்தாவா?"

"கைமாத்துத்தான்."

"பத்திரம் கித்திரம் கிடையாதா?"

"இந்தா, சும்மா இரேன். ரொம்ப அவசரம்னு கேட்டாரு. கொடுத்தேன். ஆறு வருஷமாச்சு. நான் பட்டணம் போற போதெல்லாம் அவரைப் போய்ப் பார்க்க ஒழியறதில்லை. போன வருஷம் போனபோது நேரம் இருந்திச்சு. போனேன். ஆபீஸ் கிட்டப் போறப்போ பணத்துக்கு வந்திருக்கானோன்னு பயந்துக்கப் போறாரேன்னு திரும்பிட்டேன்."

"நீங்க பயப்படலியாக்கும்?"

"கேளேன். இரண்டு மாசம் முந்தி, பேச்சு வாக்கிலே, 'நீங்க ஒரு கார் வாங்கப்படாதா'ன்னு கேட்டியா? எனக்கும் அது சரீன்னுதான் பட்டுது. போன வாரம் ஜீவரத்தினம் பட்டணம் போயிட்டு வந்தான்பாரு. அப்ப ஒரு வார்த்தை கேளுடாப்பான்னு சொல்லியிருந்தேன். போய்க் கேட்டானாம். 'டாக்டர் பணம் பத்திரமா இருக்குன்னு சொல்லு. என் பிராணன் போறதுக்குள்ள நான் கொடுத்திடப் போறேன்'னு சொன்னாராம்" என்று டாக்டர் இடிச் சிரிப்புச் சிரித்துக்கொண்டே "அவரு தீர்க்காயுசா இருக்கட்டும். காரில்லாம காலா ஒடிஞ்சு போச்சு? எப்படியாவது பத்திரிகை நடந்தாச் சரி" என்று முடித்து மூச்சுவிட்டார். மறுபடியும் சிரித்தார். பார்வதிக்கு அமிருத பானம் செய்கிற மாதிரி இருந்தது அந்தச் சிரிப்பு.

"அந்த நோட்டுத்தான் உனக்கு ஸ்ரீதனம், நீ எடுத்துக்க."

"நீங்க எனக்கு ஸ்ரீதனம் கொடுக்க வேண்டாம். நான் உங்களைத்தான் கல்யாணம் பண்ணிக்கப்போறேன். இந்தச் சேப்பு நோட்டையோ, உங்க அதிருஷ்டத்தையோ கல்யாணம் பண்ணிக்க வரலை."

"அப்படி வா வழிக்கு; அப்ப நிச்சயமா என்னைத்தான் கல்யாணம் பண்ணிக்கப்போறேன்னு முடிவு பண்ணிப்பிட்டியா?"

"ஐயோ, இதென்ன இரைச்சல்! நாலு தெருவுக்குக் கேக்குதே!"

∽ சிலிர்ப்பு ∽

"வாடாய்யா, இப்பல்ல கல்யாணப் பொண்ணா லட்சண மாயிருக்கு. கொஞ்சங்கூட வெக்கப்படாம கல்யாணம் பண்ணிக்கிடலாம்னு பாத்தியா?"

பார்வதி முகம் சிவக்கத் தலை குனிந்து ஸ்டெத்தாஸ் கோப்போடு விளையாடிக்கொண்டிருந்தாள்.

"என்னமோ பிரசங்கம் பண்ணிப்பிட்டேன்னு நெனச்சுக் காதே. எதுக்குச் சொல்ல வந்தேன்னா, முன்னுக்கு வரதுங் கறது சில ஆட்களுக்குத்தான் முடியும். மாரியப்பன் மாதிரி தானே கொட்டு மேளம் கொட்டிக்கணும். இல்லாட்டி இன்னொருத்தரை விட்டு, இவரு இந்திரன் சந்திரன்னு கொட்டச் சொல்லணும். மாரியப்பன் மாதிரி நம்மாலெ செஞ்சுக்க முடியாது. எங்கண்ணாரும் எனக்காகக் கொட்ட மாட்டேன்னிட்டாரு. நான் சொல்றது சரிங்கறதுக்குச் சாட்சி பாரு. கோயில்லெ கொட்டு மேளம் கொட்டுது. அர்த்த ஜாமக் கொட்டு மேளம். நம்மைப் படைச்ச பெருமாளுக்கே கொட்டு மேளம் கொட்ட வேண்டியிருக்கு. இல்லாட்டி அவரு காலமே எழுந்திரிக்கறதும் யாருக்குத் தெரியும்? நாம் பாட்டுக்குத் தூங்கிட்டே கிடப்போம். கொட்டு மேளம் கொட்டினாத்தான் ஜயிக்கலாம். ஜயிச்சாலும் கொட்டு மேளம் கொட்டலாம்."

"அப்பன்னா நீங்க தோல்வியடைஞ்சவரா!"

"நான் இப்ப அந்த மாதிரியா பேசறேன்? கொட்டு மேளம் ஆண்டவனுக்குத்தான் வேணும்; எனக்கு வேண்டிய தில்லே. நான் அவரைவிட உசத்தி, தெரியுமா?"

டாக்டர் அகந்தையே உருக்கொண்டு ஓங்கி நின்றார். உலகத்தின் சிறுமையெல்லாம் அவர் காலடியில் கிடந்தது. பார்வதி அவரையே பார்த்துக்கொண்டு விசுவரூபம் எடுத்து நின்ற அவருடைய வெற்றியைப் பார்த்துக்கொண்டு நின்றாள். அர்த்த ஜாமக் கொட்டுமேளம் திடீரென்று ஓய்ந்தபோதுதான் அவள் விழித்துக்கொண்டு, "டாக்டர், நான் உங்களுக்கத் தகுதியானவள்தானா?" என்று தழுதழுத்தாள்.

"சீ, சீ பைத்தியம்! இந்தப் பொம்மனாட்டித்தனந்தானே வாணாம்னு சொல்றேன்!" என்று டாக்டர் அவள் முகத்தைத் தட்டிக்கொடுத்தார். டாக்டருக்கு அன்று இரவு தூக்கம் பிடிக்கவில்லை. உடலிலும் அயர்வு இல்லை. எழுச்சிகொண்டு, மொட்டைமாடிக்குப்போய் அங்குமிங்கும் அலைந்துகொண்டி ருந்தார். வராத கடன், சறுக்கல்கள், கிட்டாத வாழ்வு – எல்லாத் தோல்விகளும் திரண்டுவந்து வெற்றியாகவே காட்சியளித்தன. அண்ணியிடம் போய், 'அண்ணி, நான்

பைத்தியக்காரன், குழந்தை மாதிரி உளறிவிட்டேன்' என்று மன்னிப்புக் கேட்க வேண்டும்போல் இருந்தது. விசுவலிங்கம் ஐயரிடம் போய், 'உங்களுக்கு எவ்வளவு பணம் வேண்டுமானாலும் தருகிறேன், கவலைப்படாதீங்க' என்ற சொல்ல வேண்டும்போலத் தோன்றிற்று. நிறைவும் திருப்தியும் நக்ஷத்திரங்களைப்போல அவருடைய நெஞ்சு வெளியை நிறைத்துக் கொண்டிருந்தன. அவர் நெஞ்சு பொங்கி வழிந்தது. 'எடுத்த காரியம் யாவினும் வெற்றி; விடுத்த வாய்மொழிக்கெங்கணும் வெற்றி' என்று பிலகரி ராகத்தில் வீரரசத்துடன் பாடிக் கொண்டிருந்தார்.

அவர் ராகத்திற்குக் கீழ்ப்படிந்து பொழுதும் புலர்ந்து விட்டது. சற்றுமுன் கறுத்து மங்கி நின்ற கருமேகத் துண்டுகள், அவருடைய தோல்வி வெற்றியானது போல, கதிரொளி பட்டுத் தகதகவென்று தங்கமாகக் கனிந்தன.

○

கல்யாணப் பதிவு ஆபீசைவிட்டு வெளியே வரும்போது டாக்டருக்குக் கொஞ்சம் மனசு சிரமமாகத்தான் இருந்தது. கனிந்த குரலில் சொன்னார்: "பார்வதி, ஆயுளிலேயே கல்யாணம் முக்கியமான கட்டம். அதுக்குக்கூடக் கொட்டு மேளம் இல்லாம போயிடிச்சுப் பாத்தியா!"

பார்வதி அவர் முகத்தைப் பார்த்தாள்.

"அந்தக் கல்யாணத்தைக்கூடக் கொட்டு மேளம் இல்லாமல் நடத்திவிட்டோம் என்று நான் அகம்பாவப்பட்டுக் கிட்டிருக்கேன்! நீங்க அங்கலாய்க்கிறீங்க."

"சபாஷ்!" என்றார் டாக்டர்.

"என்ன சபாஷ்? தோத்துப்போன பேச்சுப் பேசிவிட்டுச் சபாஷாம்!"

"நானா தோத்துப்போயிட்டேன். பார்வதி, இதைப் பாரு, மாரியப்பனுக்குச் சேர்மனாயிடிச்சாம். இன்னிக்கி அதுக்காக மறுபடியும் ஊர்வலம் விடப்போறாங்களாம். என்ன செய்யறேன் பாரு!"

"என்ன செய்யப் போறீங்களாம்!"

"பாரேன்."

இரவு சேர்மன் மாரியப்பப் பிள்ளை ஊர்வலம் போன போது, 'தர்ம வைத்தியசாலை' என்று டாக்டர் வீட்டு வாசலில் வெளிச்சப் பலகை தொங்குவதைப் பார்த்துப் பிள்ளையாள் யோசனையில் ஆழ்ந்துவிட்டார்.

ை சிலிர்ப்பு ஒ

மொட்டை மாடியில் டாக்டரும் பார்வதியும் அந்த முகத்தைப் பார்த்துக்கொண்டுதான் இருந்தார்கள்.

"மாரியப்பன் யோசிக்கிறான் பாத்தியா?"

"டாக்டரையா பிழைக்கத் தெரியாதவர்னு யோசிக்கிறாரு" என்று பார்வதி சிரித்தாள்.

◆

# சண்பகப்பூ

குடியிருக்கிற கிழவர் தந்தியை வாசித்துச் சொல்லிவிட்டு வெலவெலவென்று துவண்டு உட்கார்ந்துவிட்டார். கோசலை யம்மாள், விழுந்த இடியை விழவேண்டிய இடத்தில் தள்ளு வதற்காகக் கிணற்றங்கரைப் பக்கம் ஓடினாள். அங்கே அந்தப் பெண் குளித்துக்கொண்டிருந்தது. நெருப்புக்கு வடிவு கொடுத்தாற் போல் இருந்த உடலின் தகதகப்பின் மீது ஒட்டியும் ஒட்டா மலும் செம்பினின்றும் ஒழுகிய நீர் வழிந்து ஓடிற்று. பந்தாகச் சுருட்டிப் பின்னந்தலையில் செருகப்பட்டிருந்த பின்னலின் வெல்வெட்டுச் சிவப்பு ரிப்பன் எழுந்து வளைந்து தொங்கிற்று.

"குஞ்சலமே, மஞ்சளை அப்பிக்கிண்டு முழுகறையே, மகமாயி மாதிரி! கரியைப் பூசிப்பிட்டுப் போய்விட்டானேடி பாவி! முடிச்சை முழுங்கிப்பிட்டுப் போயிட்டானேடி பாவி, பாவி!"

பெற்ற வயிற்றிலிருந்து பீறின அலறல் தொண்டைக் கட்டியை அறுத்து எழுந்தது.

"அம்மா, அம்மா!"

கூடத்திலிருந்து இதைப் பார்த்துக்கொண்டிருந்த கிழவர், "ரத்தப்பூவடி அது, ரத்தப்பூ. சண்பகப் பூ மூந்தால் மூக்கில் ரத்தம் கொட்டும். அதான் மண்ணாய்ப் போயிட்டான்" என்று மனைவியைப் பார்த்துச் சொன்னார். இந்த வார்த் தையைச் சொன்ன பிறகுதான், பிரமிப்பில் ஏறிநின்ற சோகத்தின் அதிர்ச்சி கண்ணீராகக் கரைந்தது. விசிக்க ஆரம்பித்து, வாயை மூடமுடியாமல், விட்டுக் கதறினார்.

ஈரம் சொட்டச் சொட்ட, பெண்ணைக் கூடத்திற்கு அழைத்துவந்தார்கள். அடுத்த வீடுகள் அமங்கலியும் சுமங்கலி யுமாகத் திரண்டுவிட்டன. பெண்ணை நடுவில் போட்டுச் சுற்றி உட்கார்ந்துவிட்டார்கள்.

கிழவர் தலைதூக்கிப் பார்த்தார். பெண்ணின் பின்னல் அவிழ்ந்து அலங்கோலமாகக் கண்ணையும் மூக்கையும்

மறைத்து விழுந்திருந்தது. அதிர்ந்தவர்களும் அநுபவஸ்தர்களும் கலந்து எழுப்பிய குரல்களுக்கும் ஆலிங்கனங்களுக்கும் நடுவில் பெண்ணின் குரலும் முகமும் புதைந்து போயிருந்தன.

'சம்பகப் பூவோடி, நீ

கம்முனு மணத்தை யோடி,

மூந்து பாக்கிறேன்னு மூக்கிலே வச்சு

மண்ணில் புதைந்தானே, உன்னை

மண்ணில் புதைச்சானே....'

என்று கிழவரின் மனைவி, அதிர்ச்சி நிலையைக் கடந்து சம்பிரதாயத்துடன் அழுதாள்.

கிழவர் மெதுவாக வாசல் திண்ணைக்குப் போய்ச் சாய்ந்துவிட்டார்.

அரை மணிக்கு முன்னால்தானே அது பதினெந்தாம் புலி ஆடிக்கொண்டிருந்தது! "தாத்தாவை (புலியை)க் கட்டி விட்டேன்! கட்டிவிட்டேன்!" என்று கிடந்து கூத்தாடிற்றே! அரை மணிகூட ஆகவில்லையே! அதற்குள் இந்த விபரீதமா!

பதினெட்டு வயசு முடியவில்லை. குங்குமக் கிழவிகள் கட்டிப் புலம்பல் ஆகிவிட்டதே! பச்சைப் பெண்.

பெண்ணா அது! மண்ணில் பிறந்த பெண்ணும் ஆணும் முயங்கி வடித்த மனுஷ்யப் படைப்பா அது?

கிழவர் வெகுநாளாக இந்தக் கேள்விகளைக் கேட்டுக் கொண்டது உண்டு. பதில் என்ன சொல்லிக்கொண்டோம் என்று அவர் நினைத்துப் பார்த்தார். குழப்பந்தான் மிஞ்சிற்று.

இந்த இனிமைப் புதையலை எடுத்த தாயும் தந்தையும் விண்ணவள் மேனகையும் மன்னவன் விசுவாமித்திரனுமா? அதெல்லாம் ஒன்றும் இல்லை. கோசலையம்மாள் எல்லாக் குடும்பத்திலும் காண்கிற நடுத்தர ஸ்திரீதான். பங்கரையாக இருக்க மாட்டாள்; சப்பை மூக்கில்லை; சோழி முழியில்லை; நவக்கிரகப் பல்லில்லை; புஸ் புஸ்-வென்று ஜாடி இடுப் பில்லை; தட்டு மூஞ்சி இல்லை; எண்ணெய் வழியும் மூஞ்சி யில்லை; அவ்வளவுதான். அவலட்சணம் கிடையாது. அழகு என்று சொல்லும்படியாக ஒன்றும் இல்லை. மாநிறம்.

அவள் புருஷன் ராமையா இருந்தாரே, அவரும் அப்படித் தான். குட்டையில்லை; கரளையில்லை; இரட்டை மண்டையோ, பேரிக்காய் மண்டையோ இல்லை; கோட்டுக் கண்ணோ, ரத்த முழியோ இல்லை; இவ்வளவெல்லாம் எதற்கு? ஓகோ

என்று மாய்ந்து போகும்படியான அழகன் இல்லை. சற்று நின்று பார்க்கத் தேவையில்லாத எத்தனையோ ஆண்களில் ஒருவர்.

அவர்களுக்குத்தான் இந்தப் பெண் பிறந்திருந்தது. தேங்காய்க்கும் பூவன் பழத்திற்கும் நடுவில் நிற்கிற குத்து விளக்கைப் போல. படைப்பின் எட்டாத மாற்றத்தைக் கண்டு வியந்து கொள்ளும் கிழம். காவியத்தில் அழகுக்குப் பஞ்சம் இல்லை. ரம்பையும் அபரஞ்சியும் மலிந்து கிடக்கிற அந்தக் கும்பலில் சாமானியர்களே தென்படுவதில்லை. சாமுத்திரிகைச் சின்னங்களை அறுபத்து நான்காகக்கூட விரிக்க முற்பட்டுவிட்டார்கள் போல் இருக்கிறது காவ்ய நாயகிகள். ஆனால் மன்னார்குடி ஒற்றைத் தெருவில், ஒரு தாழ்ந்த வீட்டில், சாமான்யக் கோசலைக்கும் சாமான்ய ராமையாவுக்கும் ஒரு புதையல்! – கிழவர் ஆச்சரியப்பட்டதில் வியப்பில்லை.

தெம்புள்ள வீடுகளில் ஊட்டம் உண்டு. நடுத்தரங்கூட ஊட்டத்தில் பொலிவும் மெருகும் பெற்று எடுப்பாக நிற்கிறது. இங்கே அதுவும் இல்லை. ராமையா பள்ளிக்கூட வாத்தியார். அரைப்பட்டினி ஆரம்ப வாத்தியாராயில்லாமல், எல்.டி. வாத்தியாராயிருந்தாலும் பத்தாம் தேதிக்குப் பிறகு கடன் இல்லாமல் வாழ்ந்ததில்லை. செத்தும் போய்விட்டார். வைத்து விட்டுப் போனது குழம்பு ரசத்திற்குக் காணும். இருந்தும், பெண், 'ஐட்சு வீட்டுப் பெண் மாதிரி இருக்கிறதே!' என்று கிழவரின் மனைவி திகைப்பாள்.

கிழவருக்கு வேலை ஒன்றும் இல்லை. பிள்ளைகள் சம்பாதித்துப் பணம் அனுப்புகிறார்கள். இங்கிலீஷ் நாவல், ராமாயணம், கீதை, குறள், வடுவூர் என்று அறிவை அவியல் உருவில் சேர்த்துக்கொண்டும் வெற்றிலையும் பொடியும் போட்டுக் கொண்டும் வேடிக்கைப் பேச்சிலும் எண்ணங்களிலும் காலம் கழிகிறது. கூட புதையலைக் கண்டு வியப்பது அவருக்கு முக்கியமான வேலை. பலனை நோக்கிச் செய்யாத நித்தியக் கடமைபோல அவருக்கு ஆச்சரியப்படுவது தினசரிக் கடமை. மனத்திற்கு வேலை வேண்டுமே.

மலர்ந்து இரண்டு நாளான கொன்னைப் பூவைப்போல வெண்மையும் மஞ்சளும் ஒன்றித் தகதகத்ததையும் நீரில் மிதந்த கரு விழியையும் வயசான துணிச்சலுடன் கண்ணாரப் பார்த்துப் பூரித்துக்கொண்டிருந்தார். 'அது என்ன பெண்ணா? முகம் நிறையக் கண்; கண் நிறைய விழி; விழி நிறைய மர்மங்கள்! உடல் நிறைய இளமை; இளமை நிறையக் கூச்சம்; கூச்சம் நிறைய இளமுறுவல் நெளிவு; நெளிவு நிறைய

*சிலிர்ப்பு*

இது பெண்ணா? மனிதனாகப் பிறந்த ஒருவன் தன்னது என்று அனுபவிக்கப் போகிற பொருளா?'

கிழவருக்கு இந்த எண்ணந்தான் சகிக்க முடியவில்லை. லக்ஷ ரூபாய் லாட்டரி விழுந்த செய்தி கேட்டானாம் தோட்டி. 'ஹா!' என்று மாரடைத்துக் கீழேவிழுந்து செத்தானாம். இந்த முழுமையைத் தனது என்று சொல்லிக்கொள்ளக் கொடுத்து வைத்தவன் இருக்கிறானா? அப்படித்தான் புருஷன் என்று சொல்லிக்கொண்டு வருகிறவனுக்கு இதைத் தொட்டு ஆள மனசு வருமா? தொட்டுவிட்டால்...?

கல்யாணம் செய்யத்தான் போகிறார்கள். ரோஜாப்பூவை அரைத்து குல்கந்து தின்கிற நாசகார உலகத்தில் ஒருவன் இவளை வந்து தொட்டு ஆண்டு, தாயாக்கி, பாட்டியாக்கி எல்லோரையும்போல மனுஷியாக்கத்தான் போகிறான். தேயா இளமையும் தெவிட்டாக் கேளியும் கந்தர்வலோகத்தில் தான்.

கிழவருக்கு வருத்தந்தான். அந்தப் பெண், உலகம் தவறிப் பிறந்துவிட்டதே என்று.

கடைசியில் அதற்கும் கல்யாணம் ஆகத்தான் ஆயிற்று. பெண் பார்க்க வந்தான் பையன். கூடத் தாயும் தகப்பனும் தமையனும் வந்தார்கள். 'தேவலை' என்று தாயாரிடம் அடக்க மாகச் சொல்லி முகத்தில் நிரம்பி வழிந்த ஆவலைத் தேக்கிக்கொண்டான் பையன். 'ஒரு பிடி குட்டையாக இருக்க லாம், பரவாயில்லை' என்று வழக்கத்தையும் மீறாமல் நொட்டைச் சொல் சொல்லிச் சம்பந்தியம்மாள் தன்மையைக் காட்டிக்கொண்டாள் தாயார். தகப்பனார், தாயார் பேச்சை ரசிக்காமல், அதற்காகக் கோபித்தும்கொள்ளாமல் முகூர்த்தத் திற்கு நாள் பார்க்கச் சொன்னார். தமையன் – கல்யாண மானவன் – தம்பியைக்கண்டு பொறாமைப்படாதவாறு மனசைக் கடிந்துகொண்டான். 'இரட்டை நாடியாயிருந்த பெண்டாட்டி, கெட்டிக்காரி; இங்கிதம் தெரிந்தவள்' என்ற ஆறுதலில் குறையை அமுக்கிச் சந்தோஷத்தைக் காட்டிக் கொண்டான்.

கிழவர் ஓடுகிற பாம்புக்குக் கால் எண்ணுகிறவர். இந்த விசித்திரங்களைப் பார்த்து மகிழ்ந்தார். அதுதானே அவருக்கு வேலை. பாக்கு, வெற்றிலை மாற்றிக்கொண்டார்கள். பந்தற் கால் முகூர்த்தம் செய்தார்கள். காவிப்பட்டை அடித்தார்கள். மேளம் கொட்டித் தாலி கட்டியாகிவிட்டது.

பையன் சுமார்தான்! ஒல்லி ஒடிந்துவிழும் உடல்; கூனல்; சராசரிக்குக் குறைந்த புஷ்டி. நீள வகை. கை, கால், மூஞ்சி, விரல், மூக்கு எல்லாம் நீளம்.

சதைப் பற்று இல்லாதது, நீளத்தை இன்னும் நீட்டிக் காட்டிற்று. பாங்கியில் குமாஸ்தா வேலையாம் அவனுக்கு. பொருத்தம் சுமார்தான். எப்படி இருந்தால் என்ன? அதிர்ஷ்டக் காரன்! கிழம் வயிற்றெரிச்சல்பட்டது. 'தன்னது என்று சொல்லிக்கொள்ளக் கொடுத்து வைத்தவன் இருக்கிறானா? இருக்கிறானே! கையைப் பிடித்துத் தனதாக்கிக்கொண்டு விட்டானே!'

பெண் புக்ககம் கிளம்பிற்று. கிழவரின் திருட்டுத்தனத் திற்கும் சாமர்த்தியத்திற்கும் ஈடு கொடுத்துக்கொண்டு பதினைந்தாம் புலியும் சதுரங்கமும் ஆட இனி ஆள் கிடை யாது. கிழவருக்கு வலது கை ஒடிந்துவிட்டது.

'இதைப் பாரு, அவருக்கும் பதினைந்தாம் புலி கற்றுக் கொடுக்கிறேன்னு சொல்லு. உங்கிட்டக் கத்துக்கச் சங்கோசப் பட்டார்ன்னா எனக்கு ஒரு கார்டு எழுது. நான் வந்து நாலுநாள் இருந்து சொல்லித் தரேன். காசு, பணம் வேண்டாம்மா. உன் கையாலே அந்த நாலு நாளைக்கு ரவா சொஜ்ஜியும் வாழைக்காய்ப் பஜ்ஜியும் உருண்டைக் கொட்டைக் காப்பியும் போட்டுக்கொடு, போதும்' என்று தெரிவித்துக்கொண்டார் கிழவர்.

"இப்பவே வாங்கோ தாத்தா" என்று தழதழப்புடன் வேடிக்கை பண்ணிவிட்டு வண்டியில் ஏறிக்கொண்டது பெண்.

கிழவர் இந்த வாழ்க்கை ரெயில் சிநேகத்தை நினைத்து வேதனைப்பட்டுக்கொண்டே கலகலப்பை நாடிக் கடைத் தெருப் பந்தலடியைப் பார்க்க நடந்தார்.

இதெல்லாம் நடந்து ஒரு வருஷந்தான் ஆகியிருக்கும். நடுவில் இரண்டுமுறை பெண் வந்துவிட்டுப்போயிற்று. அது வந்தபோதெல்லாம் தவிட்டுப பீப்பாயில் கிடந்த பதினைந்தாம் புலிப் பலகையை எடுத்து ஈரத்துணியால் துடைத்து சாக்கட்டிக்கோடு கிழித்துத் தயார் செய்துவிடுவார் கிழவர். காலைக் காபியைச் சாப்பிட்டுவிட்டு இரண்டு பேரும் ஆட உட்காருவார்கள். நாலு ஆட்டமாவது புலியைக் கட்டினால் தான் அவளுக்கு எழுந்திருக்கக் கால் வரும். பத்து மணிக்குப் பின்னலைத் தூக்கிச் சுருட்டிப் பின்னந்தலையில் செருகிக் கொண்டு சோப்புப் பெட்டியும் துண்டுமாகக் கிணற்றடிக்குப் போவாள். சாப்பாடு ஆனதும் ஒரு பத்து ஆட்டம். இரண்டு பேரையும் கிளப்ப எங்காவது பட்டணம் கொள்ளை போனால்தான் உண்டு. இது பத்துப் பதினைந்து நாளைக்கு. சிரிப்பும் கூத்துமாக நாடகம் ஆடிவிட்டுக் கடைசியில்

கிழவரைப் பறக்கவிட்டுவிட்டுச் சென்றுவிடுவாள் அவள். பந்தலடியில் நாலுநாள் வாசம் செய்யும் கிழம்.

இப்போது மூன்றாந் தடவையாகப் புக்ககம் வந்திருக்கிறது பெண். வந்து நாலு நாள் ஆயிற்று.

அரை மணிக்கு முன்னால் அவரோடு 'கர்வம்' கட்டிக் கொண்டு பதினைந்தாம் புலி ஆடிக்கொண்டிருந்தது. ஆட்டம் முடிந்து அது குளிக்கப்போனதும் அவர் சாப்பிட்டுக் கையலம்பி விட்டு வெற்றிலையைப் போட்டுக்கொண்டு, 'அப்பாடா' என்று துண்டை விரித்தார். இரண்டு நிமிஷம் ஆகியிராது. வந்துவிட்டான் சிகப்புச் சைக்கிள்காரன். தலையில் ஓங்கி அடித்துவிட்டுப் போய்விட்டான்.

அடுத்த வண்டியில் ஏறிப் பட்டணத்திற்குப் போனார்கள் தாயும் பெண்ணும் சவத்தைப் பார்க்க. யாரோ அடுத்த தெருவில் இருந்து சொந்தக்காரர் அழைத்துப் போனார்.

கிழம் அழுதது. "இது ஏன் பிறந்தது? இவ்வளவு அழகாக ஏன் பிறந்தது? எதற்காக இத்தனை அழகு? நாசமாய்ப் போகவா? கல்யாணம் ஏன் செய்துகொண்டது? சந்தியில் நிற்கவா? 'புருஷனை முழுங்கிவிட்டது' என்று தோசிப்பட்டம் கட்டிக்கொள்ளவா?" என்று கேள்விக்குமேல் கேள்வியாகக் கேட்டுக்கொண்டது.

'எனக்கு அப்பொழுதே தெரியும். சண்பகப்பூவை மூந்து பார்த்தால் மூக்கில் ரத்தம் கொட்டும். வாசனையா அது? நெடி. அதை யார் தாங்க முடியும்? சாதாரணமாயிருந்தால் சரி. மோகினியைக் கட்டிக்கொண்டால் கபால மோக்ஷந்தான். தொலைந்தான்' என்று பதிலும் சொல்லிக்கொண்டது.

மனைவியைக் கூப்பிட்டுச் சொல்லிற்று. "என்னடி, மனுஷ்யப் பிறவியாய் இருந்தால் மனுஷனுக்கு மாலை போட்டுச் சந்தோசமா வாழலாம். இதுதான் அக்னி மாதிரி இருக்கே, தகதகன்னு. இப்படி ஒண்ணைச் சிருஷ்டிச்சிப்பிட்டு, மனுஷக்காக்காய் கொத்திண்டு போறதைப் பார்த்துண்டு பேசாமல் இருக்குமா தெய்வம்?"

"பின்னே பிறந்து தொலைப்பானேன்?"

"நம்மையெல்லாம் அசடா அடிக்க வாண்டாமா? தெய்வத் துக்கு அதைவிட வேலை கிழிக்கிறதோ?"

"என்னமோ, மலையிலிருந்து உருட்றாப்போல உருட்டிப் பிட்டு நிக்கிறது அகமுடையாளை, துடைகாலி" என்று கிழவி சொன்னாள்.

"நான் சொல்றதுதாண்டி தத்துவம்."

"அப்படியே இருக்கட்டும்" என்று அலுத்துக்கொண்டாள் கிழவி.

○

மறுநாளைக்கு மறுநாள் பெண்ணும் தாயும் திரும்பி வந்தார்கள். பையனுக்கு ஒருநாள் ஜூரம் அடித்ததாம். பிரக்ஞை இழந்து கிடந்தானாம். மறுநாள் காலையில் முடிந்து விட்டதாம். பெண்ணை வாத்தியாரம்மா வேலைக்கு வாசிக்க வைக்கலாமா என்று கோசலையம்மாள் யோசித்துக் கொண்டிருந்தாள். மாப்பிள்ளையின் தமையன் ஏற்பாடு செய்வதாகச் சொல்லியிருக்கிறானாம்.

○

ஏழாம் நாள் காலையில் பத்து மணி இருக்கும். கிழவர் எங்கேயோ வெளியில் போய்விட்டுக் கால் அலம்புவதற்காகக் கிணற்றங்கரைக்குப் போனார்.

அந்தப் பெண் தலையை இழையச் சீவிப் பிடியில் அடங்காப் பின்னலைப் பின்னந்தலையில் எடுத்துச் செருகிச் சிவப்பு வெல்வெட்டு ரிப்பன் வளைந்து தொங்க, மூஞ்சியில் சந்தன சோப்பைத் தேய்த்துக் குளித்துக்கொண்டிருந்தது. கல் மோதிரம் பூரித்த இடதுகை ஆள்காட்டியும் கட்டைவிரலும் கண் கரிச்சலை வழித்துக்கொண்டிருந்தன.

கிழவருக்குத் 'திக்'கென்றது. தலை நிமிராமல் காலை அலம்பிவிட்டு உள்ளே வந்தார். நெஞ்சு அடித்துக்கொண்டது.

சாப்பாடு கொள்ளவில்லை. சாதத்தைப் பிசைந்து கொண்டு கிழவியிடம் சொன்னார் மெதுவாக; "துக்கம் பாராட்டக்கூட வயதாகவில்லை. குறைப்பட்டுப் போயிடுத்துப் பாரு" என்று.

"என்ன செய்யறது? தலையெழுத்து."

"கொல்லையிலே பார்த்தியோ, இல்லியோ?"

"என்ன"

"என்னவா?"

"என்ன? சொல்லட்டுமே."

"தெரிஞ்சுண்டு பதில் சொல்றயாக்கும்னு நெனச்சேன். போய் எட்டிப் பார்த்துட்டு வா."

~ சிலிர்ப்பு ~

கிழவி எட்டிப் பார்த்துவிட்டு வந்தாள்.

"என்ன வாரல், என்ன சீவல்! என்ன சோப்பு. நலங்குக்குப் போகப் போறாப்போலனா நடக்கிறது?" என்று மலைத்துப் போய் முகவாயில் கை வைத்துக்கொண்டாள்.

"விவரம் தெரியாத வயசுடி. தெய்வம் இருக்கே, அந்த முட்டாளென்னா சொல்லணும். துக்கத்தை நெனைக்கக்கூடத் தெரியாத நெஞ்சிலேருந்து தாலியை இழுத்துப் பிடுங்கிடுத்தே அதைச் சொல்லு."

"ரொம்ப அதிசயமாயிருக்கு, பேசறது. ஒரே அப்பாவி யான்னா அடிச்சாறது. விவரம் தெரியாத வயசாம்; இப்பப் போன கார்த்திகைக்குப் பத்தொன்பது முடிஞ்சுடுத்து. நான் சுந்தரத்தையும் கமலியையும் பெத்தெடுத்த வயசு! விவரம் தெரியாத வயசாம்!"

கிழவியின் முதல் இரண்டு குழந்தைகள் சுந்தரமும் கமலியும். கமலியைப் பிரசவிக்கும்போது பத்தொன்பது கூட ஆகவில்லை என்று கிழவி புள்ளிவிவரம் கொடுத்தாள்.

"தெரிஞ்சுண்டே செய்யறதுன்னு நினைக்கிறாயா?"

"அது என்னமோ? ஒரே அப்பாவியாக ஆக்கறது எனக்கு வேண்டியிருக்கலெ. உலகம் தலைகீழே நிற்கிறது இப்பல்லாம்."

'சீ, இந்தப் பீடையோடு பேச வந்தோமே; நல்லது என்னைக்கி இது வாயிலே வந்தது?' என்று மனசிற்குள் சொல்லிக்கொண்டு மேலே பேசாமல் மோர் வரையில் சாப்பிட்டு எழுந்தார் கிழவர்.

குளித்துவிட்டுப் பனாரிஸ் பச்சைப் பட்டுப் புடவை கட்டிக்கொண்டு, ஒன்றுமே நடக்காததுபோல் பேசிச் செய்து கொண்டிருந்தது பெண். வாசனைத் தேங்காயெண்ணெய் தடவி இழைய வாரின தலை. சந்தன சோப்புத் தேய்த்த உடல். குங்குமம் இல்லாவிட்டால் என்ன? சுமங்கலிகளுக்கே குங்குமப்பொட்டு கர்னாடகம் ஆகிவிட்டதே. வெண்தாழை மாதிரி பளிச்சென்று கூடத்திற்கும் சமையல் உள்ளுக்கும் நடந்து காரியம் செய்துகொண்டிருந்தது அது. காரியம் ஓய்ந்தபோது ஓட்டையும் சூன்யத்தையும் வெறித்துப் பார்த்து உட்கார்ந்திருக்கவில்லை. புஸ்தகத்தை எடுத்து எழுத்தில் லயித்திருந்தது. கிழவர் பார்த்தார். கிழவியை 'பீடை பீடை' என்று மனத்திற்குள் வைதார்.

எட்டாம் நாள் போயிற்று. ஒன்பதாம் நாள் போயிற்று. கூந்தல் சீவிப் பளபளத்தது. நுரையில் முழுகி முகம் ஒளிர்ந்தது.

பத்தாம் நாள் பின்னலை அவிழ்த்துக் கூந்தல் ஆக்கி, அடித்துக்கொண்டு அழுதுவிட்டுப் போனார்கள்.

அன்று சாயங்காலமே பின்னல் கருநாகம்போல நீண்டு தொங்கி ஆடிற்று. அழுக்கைச் சோப்பு நுரை கழுவிவிட்டது.

'இந்தக் குழந்தையை இப்படி அடித்துவிட்டதே விதி' என்று கிழத்தின் கண் அழுதது.

கிழவிக்குக் கிழத்தின் பார்வையும் பரிவும் வயிற்றெரிச்சலைக் கிளப்பிவிட்டன.

O

நாள் ஓடிற்று. பதினைந்தாம் புலிப் புலியும் ஆடுகளும் அழியாத பகையை மீண்டும் துவங்கிவிட்டன.

நாலாந்தேதி. அவன் செத்துப்போன தேதி. ஒரு மாதம் முடிந்திருந்தது. அன்று மாப்பிள்ளையின் தமையன், கோசலை அம்மாளுக்குக் கடிதம் எழுதியிருந்தான். பள்ளிக்கூடத்தில் சேர்க்க ஏற்பாடு ஆய்விட்டதாம். எட்டாந்தேதி வந்து அழைத்துப் போவதாக எழுதியிருந்தான்.

"சமுத்திரத்தில் பாய்கிற நதி பயிருக்கும் பாயட்டுமே" என்று சின்னஞ்சிறு முகங்கள் நிறைந்த பள்ளிக்கூடத்து அறையைக் கிழவர் மனக் கண்முன் கண்டார்.

முதல் இரவே பயணத்துக்கு ஏற்பாடெல்லாம் ஆய்விட்டது. காலையில் மாப்பிள்ளையின் தமையன் வந்தான்.

"ஐயா, நான் நினைக்கவே இல்லை இப்படி வரும்னு" என்ற கிழம் மேலே பேச முடியாமல் கதறிற்று.

சாப்பாடனாதும் அவனிடம் சொல்லிற்று: "வீட்டில் சாணி அள்ளிண்டு உட்காரணுமா? உங்க யோஜனை சஞ்சீவி மாதிரி இருக்கிறது எனக்கு. குழந்தைக்கு நல்ல வழியா வகுத்து விடுங்கோ, சந்தோஷமாயிருக்கட்டும்."

"அது என் கடமை தாத்தா" என்றான் அவன்.

பொழுது சாய்ந்ததும் ஒற்றை மாட்டு வண்டி வாசலில் வந்து நின்றது.

"கம்சலே, சந்தோஷமாயிருக்கட்டும்டீ பொண்ணு" என்று விடைகொடுத்தாள் கிழவரின் மனைவி.

பெண் வண்டியில் ஏறிற்று. முன்னால் இருந்த மூட்டையை நகர்த்தி ஏற இடம் பண்ணினான் அவன்.

நாணம் புன்னகை பூக்க, பெண் வண்டியில் ஏறிற்று.

❦ சிலிர்ப்பு ❦

தாயார் ஏறினாள். அவனும் ஏறி ஓரத்தில் ஒட்டி உட்கார்ந்து கொண்டான்.

"போய்ட்டு வரேன் தாத்தா."

"ஆஹா."

வண்டி மறைந்தது. கிழவர் திண்ணையில் உட்கார்ந்து கொண்டார். கிழவி ஆளோடியில் நின்று சொன்னாள்:

"ரத்தப்பூவாம். எல்லா மூக்கும் ரத்தம் கொட்டாது, சண்பகப்பூவை மூந்து பார்த்தா! என்ன சிரிப்பு, என்ன நெளிசல்; அவள் அகமுடையான் உயிரோடுதான் இருக்கான். அதான் நெளியறது. குழந்தையைப் பார்க்கலே!"

"ஏ தோசி, உள்ளே, போறயா இல்லையா?" என்று கிழவர் கபோதிக் கோபத்தில் அதட்டினார்.

கிழவியின் குறி தப்பாது என்பது அவர் அநுபவம்.

◆

## ரசிகரும் ரசிகையும்

"திருவையாத்துலே ஆராதனை என்னிக்கி?"

"நாலாம் நாள்."

"நீங்க போகப் போறேளா?"

"நீங்க போகப் போறேளான்னா? மார்க்கண்டம் இல்லாமல் பதினஞ்சு வருஷமாத் திருவையாற்று உற்சவம் நடக்கலியே!"

"எப்பப் போகப் போறேள்?"

"இன்னிக்கு ராத்திரி."

"சொல்லவே இல்லியே."

"உங்கிட்டச் சொல்லணுமா, பருப்பில்லாமல் கல்யாணம் நடக்காதுன்னு?"

"ஆராதனையன்னிக்குக் காலமே அங்கே போய்ச் சேர்றாப்போல் போனாப் போறாதா?"

"ஏன்?"

"என் உடம்பு இப்படி இருக்கேன்னுதான் சொல்றேன்."

"உடம்புக்கென்ன பிரமாதம்? டாக்டரைக் கேட்டேன். இன்னும் ஏழெட்டு நாள் செல்லும்னு சொன்னார். அவரும் நித்யம் வந்து கவனிச்சிக்கறேன்னு சொல்லியிருக்கார். புரசவாக்கத்துக்கும் உங்க அத்தைக்கும் வரச்சொல்லிக் கடுதாசி போட்டிருக்கேன். நாளைக்கு வந்துடுவென். அருணாச்சலமும் இருக்கான், கூப்பிட்ட குரலுக்கு. அவசியமாயிருந்தா ஆம்புலன்ஸுக்கு ஏற்பாடு பண்ணச் சொல்லியிருக்கேன். எக்மோர் ஆஸ்பத்திரிக்கு அழச்சிண்டு போகச் சொல்லி. அப்புறம் என்ன கவலை?"

"அருணாச்சலம்?"

"அவனை அழச்சிண்டு போகலை."

சிலிர்ப்பு

"வெத்தலைப் பெட்டியை யார் தூக்குவா?"

"வெத்தலைப் பொட்டி தூக்கச் சிஷ்யந்தானா? எத்தனையோ கெஸட்டட் ஆபீஸரெல்லாம் காத்திண்டிருக்கான் அதுக்கு. அருணாச்சலத்தை இப்ப ஸ்பெஷல் ட்யூட்டிலே போட்டிருக்கேன். மெடர்னிட்டி டிபார்ட்மென்டைக் கவனிச்சுக்க வேண்டியது அவன். சரிதானே?"

"சிரிச்சுக்குங்கோ. இந்தச் சிரிப்பு ஒண்ணுதான் குறைச்சல். உலகத்துலே எங்கேயும் கோபுரத்தைப் பொம்மை தாங்கிண்டு நிக்கறதாகத் தெரியலை. உற்சவத்துக்குப் போறாளாம்!"

"பொம்மை தாங்க வாண்டாமே கோபுரத்தை. பொம்மை இல்லாட்டாக் கோபுரத்துக்கு அழகேது! இந்தா, அசடே, கண்ணைத் துடைச்சுக்கோ. சன்னதியிலே போய் உட்கார்ந்து ரெண்டு பாட்டாவது பாடாட்டா எனக்கு நிம்மதி இராது. அதுகூட முடியாட்டா இது என்ன ஜன்மம்? இந்த வைரத் தோடு, இந்த வீடு, இந்தப் பட்டம் எல்லாம் அந்தத் தியாகப் பிரும்மம் கொடுத்ததுடை. வருஷத்துக்கு ஒரு நாள். . .எங்கே கிடைக்கப் போறது."

"எனக்குப் பேச வாயில்லியே."

"போயிட்டு வான்னு சொல்லு. ஒரு வார்த்தை. ஆராதனை அன்னிக்கி ராத்திரியே ரெண்டு பாட்டு பாடிப் பிட்டுப் போட் மெயில்லே கிளம்பி ஓடி வந்துடறேன். சொல்லு, போயிட்டு வான்னு."

"வாயாலே சொல்லுங்கோ, போறும். கன்னத்தை வேறே நிமிண்ட வாண்டாம். குழந்தைகள் வந்து பார்த்து வைக்கப் போறது!"

"பின்னே சொல்லு."

"சரி, போய்ட்டு வாங்கோ."

"அப்பா, ராஜ ராஜேச்வரி கிட்டத் தவங்கிடக்கறாப் போலே கிடக்க வேண்டியிருக்கு."

"உங்க காரியம் ஆயிட்டுதோல்லியோ; சிரிச்சுக்குங்கோ. எனக்கு இப்படியெல்லாம் நாடகம் ஆடத் தெரியலியே."

"பாத்தியா!"

"ஆராதனையன்னிக்கி ராத்திரி, கட்டாயம் புறப்பட்டு வந்துடணும். நான் வாசலெப் பாத்துண்டே இருப்பேன், காலமே."

# 2

"பிள்ளைவாள், இப்படி வாருமே, கீழ நின்னுண்டிருப்போம்."

"இருக்கட்டுங்க, காத்து சில்லாப்பா அடிக்குது. வண்டி கிளம்ப எத்தனை நிமிஷம் இருக்கு?"

"அது இருக்கு, பத்து நிமிஷம்."

"குளுரு தாங்கலீங்களே, கீள நிக்கிறீங்களே?"

"என்னையாது? மிருதங்கத்தைத் தட்டப் போறவர் இப்படிப் பயந்து செத்தீர்னா எனக்கு என்னமாய்யா இருக்கும் பாடறவனுக்கு?"

"அதான் சொல்றேன், உள்ள வந்திடுங்கன்னு. தொண்டை கட்டிக்கிட்டா என்ன செய்யறது?"

"நன்னாப் பயப்பட்டீர்! வாரும்யா இப்படி."

"எனக்கு இஞ்ச இருந்தே தெரியுதே."

"என்ன தெரியுது?"

"உங்களை எல்லாச் சனங்களும், 'இந்தப் பார்றா மார்க்கண்டம், இந்தப் பார்றா மார்க்கண்டம்!'னு வேடிக்கை பாத்துகிட்டு நிக்கிறது."

"அட யமனே! நான் அதுக்காக நிக்கலையா! காத்துக்காக நிக்கறேன்."

"நல்லா நில்லுங்க. தை மாசத்து ஊதல்தானே. உடம்புக்க ரொம்ப நல்லது. ஒரே பக்கமாப் பாக்கிறீங்களே. இப்படியும் அப்படியும் திரும்புங்க. கொஞ்சம் அசைஞ்சு கொடுத்தாத் தானே கடுக்கன் டாலடிக்கிறது தெரியும்."

"அப்புறம்?"

"உங்களுக்கு என்ன ஐயா? எல்லா வித்வான் மாதிரியா இருக்கீங்க! நல்ல முகவெட்டு, நல்ல ஓசரம், நடு வயசு, நல்ல படிச்ச களையும் இருக்கு."

"படிச்ச களையா? ஓய், பஸ்ட்பாரம் பாஸ் பண்ணிருக்கேன்யா, மூக்குப்பொடிக் கந்தசாமி ஐயர் பள்ளிக்கூடத்துலே."

"பின்ன என்னாங்க, அதுவே பிரளயம். நல்ல வேளை அத்தோட நிறுத்தினீங்களே! மேலே படிச்சு, கணக்கப்பிள்ளை வேலைக்குப் போகாமெ!"

☙ சிலிர்ப்பு ☙

"ஏன் நிறுத்திப்பிட்டீர்?"

"உள்ளார வாங்க சொல்றேன். சிறுசுங்கள்ளாம் உங்களைப் பாக்கறதைக் கண்டாப் பயமாயிருக்கு எனக்கு. கண்ணாலேயே பாதி ஆளைத் தின்னுடும்போலே இருக்கு; திருவையாத்துக் கண்களுக்குப் பாதியாவது மிஞ்சட்டும். இந்தப் பொண்ணே உங்களைத் தின்னுடும்போல இருக்கே."

"யாரு. அந்தச் சேப்பு ஸாரியா?"

"ஆமாம், நீங்க வாங்க."

"நானும் கவனிச்சுண்டுதான் இருக்கேன். ஓய், முகம் என்ன அமைசல் பாத்தீரா? மூக்கைப் பாருமே, வெள்ளரிப் பிஞ்சு மாதிரி."

"உங்களைத்தான் பாத்துகிட்டே நிக்கிது. நானும் தலையை ஜன்னலுக்கு வெளியிலே நீட்டிக்கிட்டு இருக்கிறேன். எம் பக்கம் திரும்பக்கூட மாட்டேங்குது. ம்ஹ்ம்."

"நீர் மொட்டை. கிராப்பு வச்சுக்கணும் எம்மாதிரி."

"அது போதுமா? அட்டைக் கறுப்பு, சர்க்கார் மம்மிட்டி மாதிரி பல்லு. என்னைப் பார்க்கலேன்னு நான் அழுதா, 'சீ பேசாம இரு'ன்னு தெய்வமே கன்னத்துலே நாலு அறஞ் சிட்டுப் போயிரும்."

"அந்த மூக்கைப் பாருமே... என்ன எடுப்பு! என்ன எடுப்பு! ஆஹா!"

"சும்மா முறைக்காதீங்க. கட்டின புள்ளையாண்டான் பக்கத்துலே நின்னுக்கிட்டிருக்கான். என்னடாது கொஞ்சங் கூட இனம் தெரியாதவனா இருக்காங்கன்னு நெனச்சுக்கப் போறான்."

"நெனச்சா நெனச்சுக்கட்டும். இந்த அழகைப் பார்க்காத கண்ணு இருந்தா என்ன, அவிஞ்சா என்ன? அழகைப் பார்த்து ரசிக்க எல்லாருக்கும் பாத்யமுண்டுய்யா. அப்படிப் பார்க்கப் படாதுன்னு சொன்னா, படைச்சானே பிரும்மா, அவனைத் தான் குறை கூறணும்."

"அப்பன்னா, இப்ப சும்மாத்தான் பாக்கறேன்னு சொல்லுங்க."

"ஆக்ஷேபம் என்ன?"

"சரி."

"உலகத்துலே எவ்வளவோ அழகு எத்தனையோ தினுசா இறைஞ்சு கிடக்கு. சாந்தோம் பீச்சிலெ உட்கார்ந்துண்டு

அலையைப் பாக்கறோமே, அது ஒரு அழகு. மன்னன் தியாகையர் கீர்த்தனம் பண்ணினாரே, அது ஒரு அழகு."

"அப்பன்னா தியாகையர் கீர்த்தனமும் இதுவும் ஒண்ணுன்னு சொல்லுங்க."

"அது ஒரு அழகு. இது ஒரு அழகு."

"நான் வாத்யத்துலே குடுக்குற ஒரு 'குமுக்குக்'குங்கூட இது காணாதுன்னுல்ல நெனச்சுக்கிட்டிருக்கேன். பெரிய குண்டாத் தூக்கித் தலையிலெ போட்டுட்டங்களே."

"ஆமாம். உம்ம குமுக்கைத் தூக்கி உடைப்பிலே போடும். இந்த மூக்கு நுனியிலெ இருக்கிற அழகை எட்டிப் பிடிக்கற துன்னா உம்ம குமுக்கு ஏணி வச்சுண்டு ஏறணும் தெரியுமா?"

"சரி. ஏணிக்குச் சொல்றேன். நீங்க உள்ளாற வாங்க, செடக்கு; இந்தப் பொண்ணு மாத்திரமில்ல. இந்த ஸ்டேசன்லெ இன்னும் பத்துப் பதினஞ்சு பொம்பிளை, நூறு ஆம்பிளெ எல்லாரும் உங்களை முழுங்கிட்டு நிக்கறாங்க. திருவையாத் துக்குக் கொஞ்சம் மிஞ்சியிருக்கட்டும். ஏற்கனவே உங்க உடம்பு இளைச்சுக் கிடக்கு. இந்தப் பாவிப் பயலுவ, பாட்டில் மேலே கையை வச்சானுவேளே, அதைச் சொல்லுங்க. தோசி பிடிச்ச வங்க, என்னமா நிகுநிகுன்னு இருந்த உடம்பு! எப்படியிருந்த தாடை! அப்படியே வத்திப்போயிடிச்சே! பொட்டிக்குள்ளார ஏதாவது வச்சிருக்கீங்களா? வச்சிருந்தா வெளியே தூக்கிப் போட்டுடுங்க. வண்டி வண்டியா வந்து ஸர்ச்சுப் போடறானு வளாமே!"

"ஆ, ஸர்ச்சா! நெஜம்மாவா!"

"... என்னாங்க உள்ளாற வந்தீட்டீங்க! பயந்து பூட்டீங்களே! சும்மால்ல சொன்னேன்."

"அடப் பாவி, வயத்துலெ நெருப்பள்ளிப் போட்டுட்டீரே, ஒரு ஸெகண்டிலே! உம்மோட உருப்படியாத் திருவையாறு போய்ச் சேர முடியாதுபோல் இருகே!"

"துணிஞ்ச கட்டைன்னுல்ல நெனச்சேன். ஆகக்கூடி, போலீஸ்காரன் ஸர்ச்சுப் போட்டு அவமானப்படுத்தறது, நூறு சனங்களுக்கு மத்தியிலெ ஒரு பொம்பளையை வெறிக்க வெறிக்கப் பாக்கற அவமானத்தைவிடப் பெரிசுன்னு ஆயிடிச்சு?"

"உம்ம வாய் அடைக்காதா?"

"நீங்க உளறி அடிச்சிக்கிட்டு வந்ததைப் பார்த்தா நெசம்மாவே இரண்டு மூணு பாட்டில் வச்சிருப்பீங்க போல் இருக்கே."

&~ சிலிர்ப்பு &~

"என்னையா பண்றது! பழக்கம் விடமாட்டேங்கறதே, சாயங்காலம் ஆறுமணி ஆயிடுத்துன்னாப் பைத்தியம் புடிச்சுடறது."

"அப்பன்னா இருக்குன்னு சொல்லுங்க."

"இருக்குய்யா, இருக்கு. கொஞ்சம் மெதுவாய்ப் பேசித் தொலையுமேன். நான் ஏந்து வேறே காரியேஜுக்குப் போயிடட்டுமா?"

"இன்மே எங்கே போறது? வண்டி ஊதிப்பிட்டானே. இந்தா, நகரக்கூட நகந்திடுச்சே. ஏங்க இதெல்லாம் உங்களுக்கு! நல்ல வித்வத்து, நல்ல ஞானம், நல்ல சாரீரம்; சுதியைப் போய்க் கவுவுது. சீனியருக்கும் சீனியரா உலகமே உங்களைத் தலையிலே வச்சிக்கிட்டுக் கூத்தாடுது. இன்னிக்குப் பேன் எடுக்கறதும் நாளைக்குக் காதைக் கடிக்கிறதுமா எழுதறானு வளே பத்திரிகைக்காரனுவ, அந்தக் குரங்குவகூட ஒரே மாதிரியா சலாம் போட்டுக்கிட்டே இருக்கறானுவ. இன்னும் நாலு தலைமுறைக்கு உங்களை அடிக்க ஆளு கிடையாது. இன்னும் மேலே ஒசரப் போறீங்க. இந்தச் சங்கீதத்தை இப்படியா காப்பாத்தறது? நின்னவரைக்கும் நெடுஞ் சுவருன்னு இருக்கப்படாதய்யா. செவுத்தைக் கெட்டிப்படுத்தறது தான் நாம் செய்யவேண்டிய வேலை. இல்லாட்டிப் பாட்டு என்னமா உருப்படும்? எந்த ராட்சசன் இந்த அப்யாசம் பண்ணிக் குடுத்தான் உங்களுக்கு? இதிலே என்டான்னா காந்தியோடேயே பொறந்து வளந்தாப் போல, கதர்ச் சட்டை, கதர் வேட்டி, கதர்த் துவாலை, கதர்க் கைக்குட்டைன்னு, உங்க தேகமே உச்சந் தலையிலேந்து உள்ளங்கால் வரைக்கும் 'கதரு'து. உட்டுத் தொலைங்களேன்யா இதை. நம்ம தொளி லுக்கே சாபத்தீடா வந்திரிச்சைய இது."

"ஓய், நான் தனியா அம்பிட்டுக்கப் போறேன்னு எத்தனை நாளாய்யா காத்துக்கிட்டிருந்தீர் !"

"இப்பத்தான் சமயம் வாச்சுது எனக்கு, வயத்தெரிச்சத் தீரச் சொல்லிப் போடணும்னு சொல்றேன்."

"என்னாலே முடியலியேய்யா."

"முடியலேன்னு சொன்னாப் போதுமா? முனஞ்சு பாக்கணும்."

"எல்லாம் பாத்தாச்சு. பேசாம இரும்."

"இதெல்லாம் என்னமாக் கிடைக்குது உங்களுக்கு?"

"நீர் பேசாம இருக்கிறீரா, உம்மத் தூக்கி வெளியிலே எறிஞ்சுடட்டுமா?"

"சும்மாச் சொல்லுங்க. ஒரு ராஜாங்கத்தையே ஏமாத்தற துன்னா, அந்தச் சூரத்தனம் எப்படீன்னுதான் தெரிஞ்சுக் கறேனே."

"நீர் வேற ஏதாவது பேசுவீரா மாட்டீரா?"

"சும்மாச் சொல்லுங்க."

"முடியாது."

"சொல்லித்தான் ஆகணும்".

"சரி, சொல்றேன். அப்பறம் இதைப் பத்திப் பேச மாட்டீரே."

"இல்லை."

"நிச்சயமா?"

"நிச்சயமா இல்லை."

"சொல்லட்டுமா?"

"சொல்லுங்க."

"ரிஷி மூலம், பாட்டில் மூலம் இதெல்லாம் கேட்கப் படாது. சொல்லியாச்சு. இப்ப வேறெ பேசும்."

"அட ஆண்டவனே, ரிஷி மூலம், பாட்டில் மூலம் இதெல்லாம் கேக்கப்படாதா?"

"ஓய், நீர் வேற ஏதாவது பேசும்; இல்லாட்டாச் சும்மாக்கிடவும்."

"பேசாட்டி?"

"..."

"வெளியிலே தூக்கிப் போட்டிருவீங்களோ?"

"..."

"எப்பத் திரும்ப போறீங்க?"

"அப்படி வாரும். ஆராதனையன்னிக்கி ராத்திரியே திரும்பிவிடப் போகிறேன்."

"ஏன், சுணங்கலியா?"

"வீட்டிலே பிரசவ டயமாயிருக்கு."

"அப்ப சரி. இந்த வருஷம் எங்கே தங்கப் போறீங்க? போன வருஷம் மாதிரி..."

சிலிர்ப்பு

"ஓய், ஏன்யா எரிச்சப்படறீர்? நீரும் யாராவது ராஜாம்பா, கமலாம்பான்னு யாரோடேயாவது தங்கறது தானே?"

"நான் ஆசைப்பட்டாலும் முடியலியே. எம் பல்லும் எம் மொவரையும் முன்னாடியே அவுங்க வீட்டுக் கதவைப் போய் இறுகச் சாத்திக்கிட்டுல்ல நின்னிடுது."

"அதான் தப்பு. என்னோட வந்து இருக்கீறா? நீர் நெனைக் கிறது தப்பூன்னு நீரே தெரிஞ்சுக்கும்படியாப் பண்றேன்."

"அதாவது ராசாம்பா, கமலாம்பா வீட்டுக் கதவுங் கள்ளாம் எனக்கும் திறக்கும்னு சொல்றீங்க."

"ஆமாம்."

"அப்பனே, கதவுன்னா அதைச் சொல்லலே நான். மனக் கதவைச் சொன்னேன். எம்மாதிரி சுப்ரதீபங்களுக்கெல்லாம் அவுங்க மனக்கதவைத் திறக்கமாட்டாங்க. வெளி அழகுக்கு உலகம் அழியற அளவுக்கும் மவுசு உண்டு."

"இந்த மாதிரி வேதாந்தம் பேசறவர் இதுக்கெல்லாம் ஆசையே படப்படாது."

"அதான் சொல்றேன். மனக்கதவு திறக்காட்டி அங்கே என்னாங்க இருக்கும்?"

"அப்ப, இன்னும் கொஞ்சம் விபூதியைப் பூசிண்டு, இந்தக் கூஜாவைத் திறந்து ஒரு டம்ளர் தீர்த்தத்தை எடுத்துக் குடிச்சுப்பிட்டு வயித்தெரிச்சலைத் தணிச்சுண்டு தூங்கும்."

"நீங்க பேசறதைப் பார்த்தா, இந்த வருஷமும் போன வருசம்போல..."

"இல்லே இல்லே, ஒரு ரசிகர் கடுதாசி போட்டிருக்கார். யாரோ அழகுசிங்கு ஐயங்காராம். நம்மாத்திலேதான் தங்கணும்னு பிடிவாதமா எழுதியிருக்கார். ஸ்டேஷனுக்கு வராராம். கார் கொண்டுவரேன்னு எழுதியிருக்கார். மகா ரசிகர்னு தோணறது. யாருன்னு தெரியலெ. பேரே புதுசா இருக்கு; அழகுசிங்கு ஐயங்காராம். உமக்குத் தெரியுமோ?"

"அழகுசிங்கா?"

"ம்."

"தெரியலையே."

"நம்ம சங்கீதத்திலெ இருக்கிற ஓரோரு அம்சத்தையும் எடுத்து அவர் லெட்டர்லெ சொல்லி இருக்கிறதைப் பார்த்தா,

வெறுமனே மேல் பஞ்சமத்துக்குக் கைதட்ற ரசிகர் இல்லேன்னு மாத்ரம் தெரியறது. வாஸ்தவமாகவே விஷயம் தெரிஞ்சவரா இருப்பார் போல் இருக்கு. நீரும் நம்மோடேயே தங்கிப் பிடறீரா?"

"நமக்கு வாண்டாங்க."

"ஏனையா?"

"நமக்கு ஒரு கை விபூதியும் ஒரு டம்ளர் தண்ணியும் போதுங்க, எரிச்சலைத் தணிச்சுக்க."

"ஓய் யமனே, இந்த வருஷத்து உத்சவத்தை மாத்திரம் நான் மறக்கவே போறதில்லெ."

"ஏங்க?"

"இந்த மாதிரி ஒரு வாயாடி கிட்டத் தனியா இந்தச் செகண்ட் க்ளாஸிலே ஆம்பிட்டுண்டேனே. இன்னும் நூறு ஜன்மாக்கப் போறுமய்யா இது."

## 3

"இன்னிக்கு எனக்கு அதிர்ஷ்ட நாள்."

"எனக்கும் அப்படித்தான்."

"இங்கேயேதான் இருக்கியா நீ?"

"இங்கேயேதான் இருக்கேன்."

"எத்தனை நாளா?"

"இந்த மண்ணில் பொறந்ததுலேந்து இங்கதான் இருக்கேன்."

"இந்த அழகுசிங்கு யாரு!"

"ஏன்?"

"யார் சொல்லேன்."

"எங்க காரியஸ்தர். நிலங்களுக்கெல்லாம் கார்வாரியா இருக்காரு."

"மூஞ்சியெப் பார்த்தா, 'சங்கீதம் மாகாணி என்ன விலைன்னு கேட்பார்போல இருக்கு. என்னடாப்பா பிரமாதமா என் சங்கீதத்தைப் பத்தி லெட்டர்லே எழுதியிருந்தாரேன்னு பார்த்தேன்."

"அவர்தான் எழுதினாரு."

"எழுதினது அவர்தான். கையெழுத்தும் அவருதான். யார் இல்லைன்னா?"

"ஏன்?"

"நீ சொல்லியிருக்கே; அவர் எழுதியிருக்கார்; அதானே?"

"அது எப்படியிருந்தா என்ன?"

"ஞானம், நீ இப்படி ஞானக்கடலா இருக்கிறே. இத்தனை நாளா என் கண்ணிலியே படலியே!"

"போன வருஷத்திலேருந்துதானே நீங்க நெஜம்மாப் பாட ஆரம்பிச்சிருக்கீங்க."

"அதுக்கு முன்னாடி?"

"சும்மாச் சத்தம் போட்டுக்கிட்டிருந்தீங்க."

"ஐயையோ, இது என்ன புது தினுசு விமர்சனமா இருக்கு! பத்து வருஷமா உலகமே மார்க்கண்டத்தைத் தலையிலே தூக்கி வச்சிண்டு கூத்தாடறதே."

"உலகம் எதைத்தான் தலையிலே தூக்கி வச்சுக்கலை? கோமாளிகூடத்தான் தலையிலே ஒரு பையைக் கவுத்துக் கிட்டுக் கூத்தாடறான். நீங்க போன வருஷத்திலேருந்து பாடறதுதான் பாட்டு. இப்பத்தான் உங்க பாட்டு அநுபவிச்சுப் பாடற பாட்டா இருக்கு. அதுதான் பாட்டு."

"எது?"

"என் காதை ரொப்பறதுதான் பாட்டு. என் காதை ரொப்பணும். என் மனசை ரொப்பணும். என் பிராணனைப் போய்க் கவ்வணும். இந்தத் தேகம், உயிர் எல்லாம் மறந்து போகணும். இவ்வளவு தூரம், ஏன் சொல்லணும்? இந்த வீட்டுக்கு, அப்படிப் பாடற ஆத்மாவை நான் வரவளைக் கணும்."

"இப்படிச் சாஞ்சுக்கணும்."

"இது கிடக்கு சனியன்."

"நீ பெரிய ஆளா இருக்கியேம்மா."

"பெரிய ஆள்தான். பாடறேன் பாடறேன்னு சும்மாப் படார் படார்னு துடையைத் தட்டிக்கிட்டு, மனசிலே படாம, நெஞ்சிலே படாம தொண்டையைக் கடகடன்னு உருட்டிக் கிட்டிருந்தா பாட்டாயிடுமா? அதுக்கென்ன, இந்தச் சீவல் டப்பாவைத் தள்ளிவிட்டா உருளாதா? இதா பாட்டு!"

"இந்த மாதிரி ரஸிகையை நான் எங்க பார்க்கப் போறேன்?"

"இந்த வருஷம் உங்க பாட்டுக்கு ஈடே கிடையாது! அப்படி என் காது நிறஞ்சுது. என்ன சுருதி! என்ன அநுபவம்!"

"நான் இன்னிக்கி ரொம்ப அதிருஷ்டம் பண்ணி யிருக்கேன். நேத்திக்கி ஊருக்குப் போயிருந்தேன்னா இந்த அமிருதம் என் காதில் எங்கே விழுந்திருக்கப் போறது?"

"நேத்தே ஊருக்குப் போகணும்னீங்களாமே."

"ஆமாம். ஊர்லே ஜோலியிருக்கு."

"பின்னே ஏன் தங்கினீங்க?"

"இந்த வார்த்தைகளைக் கேட்கத்தான். நேத்திக்கே இந்தச் சர்டிபிகேட்டைக் கொடுத்திருக்கப்படாதா?"

"கொடுத்திருக்கலாம். நேத்து ஆராதனையாச்சேன்னு இருந்தேன். பொழுது விடிஞ்சா இந்தப் பாவந்தான் இருக்கவே இருக்கு."

"பலே! எல்லாத்துக்கும் நடுவிலே ஆசாரம், மடி எல்லாம் வேறே வச்சிண்டிருக்காப்பலே இருக்கே."

"இதிலே என்ன தப்பு? ஒரு நாளாவது இதையெல்லாம் மறந்திட்டு இருக்கப்படாதா?"

"போன வருஷம், முந்தின வருஷம் எல்லாம் யார் சர்டிபிகேட் வாங்கினா?"

"ஒத்தருமே வாங்கினதில்லை இதுவரைக்கும்."

"ஒத்தருமே வாங்கினதில்லையா?"

"ஒத்தர்கூட இல்லை. சங்கீதக்காரங்களையே அண்ட விடறதில்லை. யாரும் மனசுக்குத் திருப்தியாய்ப் பாடினதே இல்லை."

"அப்பன்னா. . .?"

"சும்மாச் சொல்லுங்க."

"வீடு வாசல்..."

"வீடு வாசல்லாம் பாடறவன் கொடுக்காட்டாக் கிடைக்காதா? பாடறவங்களை நம்பிப் பொளைக்க ஆரம்பிச் சிருந்தா ஓட்டைத் தம்புராக்கூட கிடைச்சிருக்காதே."

"அம்மா, நீ நெஜமாகவே ஞானாம்பாதான். வாய் முழுக்க விஷப்பல்லா இருக்கே இப்படி."

*சிலிர்ப்பு*

"உங்க சர்டிபிகேட்டும் நல்லாத்தான் இருக்கு."

"வாஸ்தமாவே நீ ஞானம்பாதான். என்ன அழகு! என்ன பேச்சு! நான் என்னமோ பாடறேன் பாடறேங்கிறியே. ஆராதனை முடிஞ்சப்புறம் நேத்திக்கி நீ சமாதிக்கிட்ட நின்னுண்டு, சந்தனக் கலர் புடவை தளரத்தளர முதுகுலே கூந்தல் பெரள, நெத்தியிலே ஒரு விபூதிப்பொட்டு, அதுக்குக் கீழ் ஒரு குங்குமப் பொட்டு, இந்தக் கோலத்திலே நின்னுண்டு பாடினியே... கண்ணைப் பறிச்சுது ரூபம், மனசைப் பறிச்சுது பாட்டு... நான் பாடறேங்குறீயே. இந்தக் கீர்த்தனங்களை இவ்வளவு அநுபவிச்சு யார் பாடப் போறா? இன்னும் அந்தக் காட்சி என் மனசிலே தாண்டவமாடறது. இந்த லோகத்திலே எத்தனை தினுசான அழகு! உன்னை நேத்திக்கிப் பாக்கற போது தியாகையர் கீர்த்தனமே ரூபம் எடுத்திண்டு நிற்கிறாப் போல் இருந்தது."

"என்ன என்னமோ பேசறீங்களே?"

"ஆம், தியாகையர் கீர்த்தனம் மாதிரியே அவ்வளவு அழகா இருந்தே நீ."

"நாம் ஒருத்தரைப்பத்தி ரொம்பப் பெரிசா நெனச்சுக் கிட்டே இருக்கறபோது அவுங்களைப் பார்க்காமலே இருந் திட்டாத் தேவலைபோல ஆயிடுது சில சமயம்."

"ஏன்!"

"நேரே கண்டுட்டா, அசடு வளிஞ்சு ஓட ஆரம்பிச்சிடுது."

"நான் என்ன இப்ப அசடு வழிஞ்சுப்பிட்டேன்?"

"இத்தைவிட இன்னும் வளியணுமா? ஒரு நொடியிலே திடுதிடுன்னு சரிஞ்சுப்பிட்டீங்களே. இது பூச்சி அரிக்கப்போற உடம்பு. எவ்வளவோ மனுஷப் பூச்சியெல்லாம் மனம்போன படி அரிச்சு வேறே ஆயிடிச்சு. இதுக்கும் தியாகையர் பாட்டுக்கும் சரிக்கட்ட வாணாம்."

"தலையிலே இவ்வளவு ரோஜாப் பூவை வாரி வச்சிண்டிருக்கியே... ஆச்சு, வாட ஆரம்பிச்சுடுத்து. இருந் தாலும் இருக்கற வரைக்கும் மணமா வீசி, பிரளயமாடி விட்டுத்தானே போப்போறது அது."

"உங்க மனசிலே இருக்கறதை உங்களோடு வச்சிக்கிங்க. என் காது கேக்க வாணாம். விட்டுடுங்க."

"ஏன் விடணும்? வாஸ்தவத்தைச் சொல்றேன். நேத்திக்கி நீ பாடினியே, அந்தத் தியாகையர் கீர்த்தனத்தைத் தியாகையரே

அப்படிப் பாடியிருக்க முடியும்னு நெனக்கிறியா? ... ஏன் ஏந்துனூட்டே?"

"ஏ தரித்திரமே, ஏந்திரிச்சுப் போ, சொல்றேன். தேவடியாள்னா என்ன வாணாப் பேசிக்கிட்டுத் திரியலாம்னு நெனைக்க வாணாம். தாசியாப் பொறந்திட்டா, இந்த மாதிரி முட்டாள்தனத்தையெல்லாம் பொறுத்துக்கிட்டுக் கிடக்கணும்னு மொடையில்லே."

"நான் என்ன சொல்லிப்பிட்டேன் இப்ப?"

"சொன்னது போதும், போய்யா எழுந்திரிச்சு. தியாகையர் கீர்த்தனத்து அழகையெல்லாம் நீதானே கண்டுப்பிட்டே. அவரே இந்த மாதிரி பாடியிருக்கமாட்டாராம்! உன் நாக்கு அறுந்து விழமாட்டேங்குதே!"

"நீ பரம ரசிகைங்கற அர்த்தத்திலேதான் சொன்னேன்."

"அப்படி நான் இருக்கிறதுனாலேதான் உன்னை இப்ப வெளியே போவச் சொல்றேன் ... போய்யா உன் பேச்சும் மூஞ்சியும்."

"பேசறத்துலே ..."

"போய்யான்னா, இந்தா இந்த அங்கவஸ்திரத்தை எடுத்துக் கிட்டுப் போ. இந்த மாதிரி உளறிக்கிட்டு அலையாதே, எல்லாருட்டியும் உளர்றாப்பலே. நட்சத்ரம் இல்லெ இஞ்ச யாரும்."

"நான் சொல்றதை ..."

"எல்லாம் கேட்டாச்சு போ. நடையிலே இருட்டா இருக்கு. உளுந்து மண்டையை உடைச்சுக்க வேணாம். லைட்டைப் போடறேன். கதவைத் தெறந்துவிடறேன். அய்யங்கார் ஊட்டுலெ போய் நல்லாய் படுத்துத் தூங்கினா சரியாப்போயிரும். இன்னெமெ இங்கிதம் தெரிஞ்சு பேசக் கத்துக்க ... அப்பா ஒளிஞ்சுதுடாப்பா!"

"ஏண்டி அவரை இப்படி வெரட்டியடிக்கிறே?"

"தியாகையரைவிட நான் நல்லாய் பாடறேனாம்மா. இந்த மகான் சொல்லிட்டாரு!"

"எப்பச் சொன்னாரு?"

"இப்ப உள்ற இருக்கிறப்போ?"

"அப்பத்தானே. நீ நெசம்னு நெனச்சுக்கிட்டியா?"

"அவரு நெசமாச் சொல்லலேன்னு தெரியும் எனக்கு. எந்த நேரத்துலே பேசினாலும் எல்லாத்துக்கும் வரம்பு

சிலிர்ப்பு  107

இருக்கு. பொம்மனாட்டி கொஞ்சம் பாக்கும்படியா இருந் திட்டா, இப்படிப் பைய்யம் புடிச்சுப் பாயைப் பிராண்டிக் கிட்டுப் பேத்திக்கிட்டுத் திரியணுமா? எனக்குப் பிடிக்காது இந்த மாதிரியெல்லாம் பேசினா. முன்னாடியே சென்னேன், என் காது கேக்க இப்படிப் பேசாதையான்னு. கேக்கலெ. ஓடறாரு பனீலே. நான் என்ன செய்ய?"

"ரொம்பக் கெட்டிக்காரிதான் போ."

"சீமையிலே ஒரு வெசை கண்டுபிடிச்சிருக்கானாம். அதுலெ ஏறி நின்னா குத்தவாளி யாருன்னு காமிச்சுக் கொடுத்திடுமாம். அதை வந்து சமாதிக்கிட்டக் கொண்ணாந்து வக்கணும். நெசம்மா, உத்சவத்துக்கு மாத்திரம் யாரு வந்திருக்காங் கன்னு தெரிஞ்சி போயிடுமில்ல?"

"கொண்ணாந்து வை. நான் போய்ப் படுத்துக்கறேன். நல்ல தூக்கத்திலே கௌப்பிவிட்டியே மகராசி. அடுத்த வருசத்துக்குள்ளார நீ பைத்தியக்கார ஆஸ்பத்திரிக்குத்தான் போப்போறே."

◆

# கழுகு

"ஏய், இதென்னாது, கோயில் மணி கிணுகிணாய்க்குது?"

"என்ன சொல்றீங்க?"

"வேளை இல்லாத வேளையிலே கோயில்லே மணி பொளக்குதே! தோப்பன் சாமிக்கு அதுக்குள்ளாற என்ன சாப்பாடு? மணி மூணரைதானே ஆச்சு."

"அந்த வேலையாத்தான் நானும் இருக்குறேன்."

"ஒரு எளவும் புரியலேபோ, எனக்கு."

"புரிஞ்சிரும் நாலு நாளியிலே. எளவுதான். கொல்லையிலே போய் நாலு இலை நறுக்கிக்கிட்டு வாங்க. குளம்பு இறக்கியாச்சு. சோறு கொதிக்குது. இறக்க வேண்டியதுதான். சட்டுப்புட்டுன்னு அள்ளிப் போட்டுக்கிடணும்."

"சமையலாவுதா! யாருக்கு எளவு? எல்லாம் திடீர் சேதியால்ல போயிரிச்சி வரவர. வரைமுறையே கெட்டுப்போச்சே. திடீர் திடீர்னு சொல்லிக்காம கொள்ளாமல்ல செத்துப் போக ஆரமிச்சிட்டாங்க."

"ஆமாமா, ஊடு ஊடா நுளஞ்சி, 'மாமா, மாமா செத்துப் போய்ட்டு வரேன்'னு சொல்லிக்கிட்டுத்தான் சாவாங்க போல் இருக்கு."

"அது கிடக்கு, இப்ப யாரு மூட்டை கட்டிக்கிட்டிருக் காங்க?"

"இப்பவானும் கேட்டீங்களே, தயவுள்ளவங்கதான் போங்க!"

"எனக்கொண்ணும் தயவு கியவு இல்லை. செத்துப் போற வங்களைப் புடிச்சு வச்சா நிறுத்த முடியும்? தயவு எதுக்கு? யாரு செத்துக்கிட்டிருக்காங்க, அதைச் சொல்லுவியா?"

"நம்ம கணக்குப்பிள்ளை மாமாதான்."

☙ சிலிர்ப்பு ☙  109

"யாரு? கணக்குப்பிள்ளை மாமாவா? நம்ம சோமு மாமாவா?"

"ஆமாம்."

"இதுக்குத்தானா இம்மாம் பறப்பு, சமையலுக்கு! அடுப்பை அவி, சொல்றேன். சித்ரகுப்தக் கணக்குப்புள்ளே திகைப்பூண்டு மிதிச்சாருன்னு நெனச்சிட்டியா, கணக்குப் பிள்ளே மாமாகிட்ட வர?"

"நீங்க சொல்றது சரி. இ . . . இருந்தாலும் இப்ப அப்படி இல்லே."

"எப்படி இல்லே?"

"முன்னெல்லாம் போல இல்லே; இப்பத் தொண்டைக் குளிக்கு வந்திரிச்சு உசிரு. மேல்மூச்சு வாங்க ஆரமிச்சிடிச்சு. தாவாரத்துலேந்து ரேளி நடைக்குத் தூக்கியாந்து போட்டுட் டாங்க. இன்னும் மூணேமுக்கா நாளி கெடு வச்சிட்டுப் போயிட்டாரு சுப்பையா வைத்தியரு."

"நெசமாவா?"

"கண்ணாலே பாத்திட்டு வந்துதான் சொல்றேன்."

"நான் நெனக்கலெ. அஞ்சு தடவையாச்சு இத்தோட, மாமா நம்மளை ஏமாத்தறது. 'செத்துப்போப்பறாரு செத்துப் போப்பறாரு'ன்னு எத்தினி தடவை அள்ளி அள்ளிப் போட்டுக் காத்துக் கிடந்தாச்சு! 'நாலு தடவை தப்பிச்ச வனுக்கு நமபயம் கிடையாது'ன்னு கேட்டதில்லியா நீ?"

"பெரியவங்க சொன்னதா இல்லாட்டியும் சொல்லுங்க, நல்லாத்தான் இருக்குது. நீங்க போய் இலை நறுக்கிட்டு வாங்க. வெளயாடிக்கிட்டு இருக்கறதுக்கு நேரமில்லே."

"அதெல்லாம் முடியாது, ஒண்ணரை மணிக்குச் சோறு திங்கிறதாம். மூணரை மணிக்கு திரும்பவும் திங்கிறதாம்; வேலையைப் பாரு."

"தெனக்கிமா இப்படி. இண்ணக்கி ஒரு வேளெதானே. பச்சப் புள்ளெயாப் பேசாதிங்க. நீங்க போறீங்களா, நான் போகட்டா? இப்ப சாப்பிட்டாத்தான் சரியாய்ப்போச்சு. அப்புறம் காரியம் முத்திடிச்சின்னா கயிஷடம். பாதிராத்திரிக்கித் தான் தூக்குவாங்க. அதுவரைக்கும் காஞ்சிக்கிட்டா கெடப் பீங்க? எளுந்திருங்க, சொல்றேன்."

"ஐயையோ! ஈயக்குண்டு மாதிரி இருக்கறவங்களெச் சாக அடிச்சிட்டியே!"

"காரியம் முத்திடிச்சின்னுட்டுத்தானே சொன்னேன். செத்துப் போயிட்டாங்கன்னேனா? எழுந்திருங்களேன்." பொறுமையிழந்து அலுத்துக்கொள்ளத் தொடங்கிவிட்டாள் அவள். சாய்வு நாற்காலியைவிட்டு, 'அடக் கடவுளே!' என்று எழுந்திருக்க வேண்டியிருந்தது.

"மாமா செத்துப் போயிடுவாங்கங்கிறியா?"

"ஆமாம்."

"நான் மாட்டாங்கங்குறேன்."

"ஏன்?"

"பந்தியம்?"

"பந்தியத்துக்குத் துட்டு இல்லெ எங்கிட்ட நீங்க போறீங்களா இல்லியா?"

"எவ்வளவு இருக்கு?"

"எங்கிட்டவா? அஞ்சணா இருக்கு, அஞ்சலைப் பெட்டியிலெ."

"அதைக் கட்டு, போதும்."

"சரி."

"அப்படி வா வளிக்கி."

"போங்களேன்."

"அஞ்சு அம்மன் காசாயிருந்தாலும் பந்தியம் பந்தியந்தான். குடு கத்தியை."

"ஏலெ, சின்னக்கண்ணு, நீலாச்சி!" என்று சத்தம் போட்டுக் கொண்டே வெய்யில் வீணாகிவிடாமல் வாசலில் ஏரப்பான், பாண்டி ஆடிக்கொண்டு இருந்த குழந்தைகளை மிரட்டி உள்ளே ஓட்டி வந்தாள் அவள்.

இலை போட்டாகிவிட்டது.

"இப்பச் சோறு வாணாம்மா" என்று சிணுங்கினான் சின்னக்கண்ணு.

"அதுக்குள்ளார ஏம்மா சோறு இண்ணக்கி?" என்று இலையில் உட்கார்ந்து கேட்டது நீலாச்சி.

"கணக்குப்பிள்ளைத் தாத்தா செத்துப்போகப் போறாங்க. செத்துப்போயிட்டாங்கன்னா பொணம் தூக்கற வரைக்கும் சோறு திங்கக் கூடாது. ராத்திரித்தான் தூக்குவாங்க.

సిలிர்ப்பு 111

அதுவரைக்கும் பட்டினி கிடக்க முடியாதுல்ல. அதுக்குத்தான்" என்று விவரமாக அவள் எடுத்துரைத்தாள். சொன்ன மாதிரியைக் கண்டு சிரிப்பு வந்தது எனக்கு.

சோறு வேண்டியிருக்கவில்லை. பகல் சாப்பாடு சாப்பிட்டு இரண்டு மணி நேரம் ஆகவில்லை. இராச் சாப்பாட் டையும் எப்படித் திணிக்கிறது. அவள் உருட்டலுக்குப் பயந்து மல்லுக்கட்டிக் கொறித்தன குழந்தைகள்.

"பொணம் கிடக்கையிலெ சோறு தின்னா என்னாம்மா?" என்று நீலாச்சி கேட்டது.

"தின்னா உடம்பு இளச்சிப் போயிரும். எலும்புக் கூடா ஆயிரும்."

"அதெல்லாம் இல்லெ பாப்பா, அம்மா சும்மாச் சொல்லுது" என்று நான் சொன்னபோது அவளுக்குத் தாங்க முடிய வில்லை.

"இத்தாங்க, உங்களுக்குத்தான் வரைமுறை கிடையாது. கீழ் வாரிசுகளும் உங்க மாதிரியே வளரணுமா, பயம் பக்தி இல்லாம? நல்லாருக்கு!"

நீலாச்சி விழித்தது.

"சின்னக்கண்ணு!" என்று அடுத்த வீட்டுப் பையன் கூப்பிட்டுக்கொண்டு வந்தான்.

"இரு வாரேன்" என்று சமயம் கிடைத்தது என்று எழுந்து ஓடின, சின்னக்கண்ணும் நீலாச்சியும்.

"நான் கூட சுடுசோறு தின்னேன் இப்ப" என்றான் அடுத்த வீட்டுச் சுப்பாண்டி.

"நானுந்தான்" என்றான் அவன் தம்பி மனோஹரன்.

"பாத்தீங்களா? ஊரெல்லாம் சாப்பிட்டுடிச்சு. கும்மா ணத்துலெ போயிக் கோண எழுத்து வாசிச்சவங்களுக்குத் தான் வரைமுறை எல்லாம் பொய்யாயிடிச்சி."

"இந்தா கும்மாணத்துலெ வாசிச்சா என்ன, கொட்டை யூர்லெ வாசிச்சா என்ன? நீ காரியத்தை முடிச்சுக்கிட்டே. நாக்குட்டி மாதிரி நான் இலையிலெ குந்திச் சாப்பிட்டுட் டேன். அடுக்களை நிலைவரைக்கும் ராணியம்மா வச்சதுதான் சட்டமாப் போயிடிச்சு."

கையலம்பி, வெற்றிலை போட்டுக்கொண்டு சோமு மாமாவைப் பார்க்கக் கிளம்பினேன்.

"தாத்தா செத்துப் போப்போறாங்களா அப்பா? நானும் வர்றேம்பா" என்று வந்தான் சின்னக்கண்ணு. அவனுக்கு நல்ல வார்த்தை சொல்லி நிறுத்தவேண்டியிருந்தது.

○

சோமு மாமாவை ரேழிநடையில் கொண்டு போட்டிருந் தார்கள். கெடு, தவணைகள் கொடுத்துச் சாகப்போகிறவர்கள் ரேழி நடையில்தான் மண்ணுலகை விட்டு விடைபெற்றுக் கொள்ள வேண்டும். இதே நடையில் எத்தனையோ நாயனக் காரர்கள் உள்ளே நடக்கும் கல்யாண முகூர்த்தங்களுக்குப் பொழிந்து தள்ளி இருக்கிறார்கள். மண்ணின்பத்தை விடும் போதும் இங்கேதான் விட வேண்டும். இந்த நடைக்குக் கணக்குப் பிள்ளை மாமா வந்து படுத்துவிட்டார்கள். மாமாவின் கண் பஞ்சடைந்துவிட்டது.

அடிக்கடி மாமாவின் கைமாட்டிலும் கால்மாட்டிலும் அணைத்து அமர்ந்திருந்த சந்ததிக் கூட்டம் அழுது அழுது ஓய்ந்தது. அழும்போதுதான் நான் போனேன். என்னைக் கண்டதும் அழுகை சற்று ஓய்ந்தது.

"அப்பா, இதைப் பாருங்க, இதோ வந்திருக்கிறது யாரு தெரியுதா?"

மாமா உத்தரத்தைப் பார்த்துக்கொண்டிருந்தார்.

"இது எத்தனை விரல் சொல்லுங்க?" என்று மாமாவின் இரண்டாவது மகள் மாமாவின் முகத்துக்கு நேராக நாலு விரலை நீட்டிப் பிடித்தாள்.

மகா யாத்திரை செய்யப்போகிறவனுக்கு எவன் யாராயி ருந்தால் என்ன, எது எத்தனை விரலாயிருந்தாலென்ன?

"மாமா, இதைப் பாருங்க."

மாமாவின் காதில் யமன் விரலை வைத்து அடைத்து விட்டான். சற்று நேரம் நின்று பார்த்தேன். மாமாவுக்கு மூர்ச்சை; மூச்சு மட்டும் இருந்தது; எண்பத்தாறு வயதாகி விட்டது அவருக்கு. இருந்தாலும் சாவு, சாவுதானே. யாராயிருந்தால் என்ன? வயிற்றைப் புரட்டிற்று. மனத்திற்குள் அடிக்கடி எழுந்த, 'அவ்வளவுதானு'க்கு என் தலை என்னை அறியாமல் ஆடிற்று.

இரண்டு மூன்று நிமிஷம் ஆழும் தெரியாத அமைதி நிலவியிருந்தது. இது பொறுக்க முடியவில்லை மாமாவின் சந்ததிகளுக்கு. பெரிய புலம்பலாக ஆரம்பித்தார்கள்.

☙ சிலிர்ப்பு ☙

மாடி வீட்டுக் காவேரியாத்தா மெதுவாக வாசற்படி ஏறி வந்தாள். இந்தப் புலம்பலைக் கேட்டு ஆத்தாவின் முகம் சுருங்கிற்று.

"இந்தாங்க. ஏன் இப்படி, 'ஐயோ, ஐயோ!'ன்ன அவச்சத்தம் போடுறீங்க? மாமா என்ன குறைச்சலா வாழ்ந்தாங்களா? குறைச்ச வயசிலே போறாங்களா? மனசிலெதான் குறை உண்டா அவங்களுக்கு? கத்திரிக்காப் பச்சடி கொஞ்சமாச் சாப்பிட்டாங்களா? வாளக்காய் வதக்கல் கொஞ்சமாச் சாப்பிட்டாங்களா? அறவது வயசு வரதி, உறை குத்தின தயிரும் நத்தத்துக் களத்து மாவடுவும் போட்டுக்கிட்டுப் பளயது சாப்பிட்டுக்கிட்டிருந்தாங்க. ராசா தலையை இறடும் அந்தப் பளயது! யாருக்குச் சாப்பிட முடியும்? அது மாதிரி யாருக்கும் சாப்பிடத் தெரியும். பரமக்குடிலேந்து பாவக்காய் வரவளைச்சு நெய்யிலெ வதக்கச் சொல்லிப் பளயதுக்குத் தொட்டுக்கிட்டுச் சாப்பிடுவாங்க. என்னா குறைச்சல் அவுங்களுக்கு? நாலு பேத்தியிவளுக்கும் கட்டிக் கொடுத்து, கடாசிப் பேத்திகூடப் புள்ளையும் தாச்சியுமா நவுற்றதைக் கண்ணாலெ கண்டுட்டாங்க. சம்பாரிச்சதுதான் குறைச்சலா? மாமா தலை எடுத்து எண்ணாயிரம் கடன் அடச்சாங்க. அடையற கடனா அது? வெட்டுக் காயம். அதை அடைச்சாங்க. மனசு ஆறாம போறாங்களா அவங்க? ஏன் அவச்சத்தம் போடுறீங்க? சங்கரா, ராமா, முருவான்னு காதிலே அலறுங்க. போற வளியிலெயாவது பூவாக்கொட்டிக் கிடக்கட்டும்."

அழுகை எப்பொழுதோ அடங்கிவிட்டது.

"சொல்லுங்க, ராமா, ராமான்னு."

வெளியே வந்தேன். கிராமத்து நாற்பது வீடுகளும் கொண்டான் கொடுத்தான் முறையில் பன்னடையாகப் பிணைந்த உறவை நினைத்து, ஒவ்வொன்றாகப் பார்த்து விட்டுப் போயிற்று.

வீட்டுக்கு வந்து, "ராணியம்மா சொன்னது சரியாப் போச்சு" என்று சொன்னபோது அவள் ஒரேடியாக எக்களித்தாள்.

"என்ன? ஆயிடிச்சா?"

"இன்னும் செத்த நாளியிலே ஆயிடும்."

"சாப்பிட்டது நல்லதாப் போச்சுப் பாத்தீங்களா? குளந்தைங்கதான் நல்லாச் சாப்பிடலெ. கொறிச்சிட்டு எளுந்திருச்சுட்டுவ. எப்படித் தாங்கப் போவுதுவளோ!"

நிலா பாலாகப் பொழிந்தது. அடுத்த வீட்டுப் பசுபதி, பட்டாமணியம் செந்திரு, ராசகோவாலு, சிவப்பிரகாசம் எல்லோரும் வாசலில் உட்கார்ந்து பேசிக்கொண்டு இருந்தோம். எதிர்சாரியில் நிலா விழுந்திருந்ததால், சற்றுத் தள்ளி நிலவில் அமர்ந்திருந்தோம். பேச்சு எங்கெங்கோ சுற்றிவிட்டுக் கடைசியில் மாமாவையே மீண்டும் மீண்டும் வந்து அடைந்துகொண்டிருந்தது. செந்திரு மாமா வீட்டுக்குப் போய்ப் பார்த்துவிட்டு இடையில் வந்து சேர்ந்தான்.

"என்னாப்பா, என்ன ஆச்சு?"

"நல்ல ஆச்சு போ. எனக்குத் தோணலெ."

"அப்படீன்னா?"

"மாமாவாவது சாகவாவது? சும்மா திகிடுதத்தம் பண்ணிக்கிட்டிருக்காங்க. எனக்கு உடம்பெல்லாம் இசிக்குது. இந்தப் பசியை யார் பொறுக்கிறது? இந்தப் பொண்டுங்க எல்லாம் நல்லாக் கூத்தடிக்கிறாங்க."

"பெண்டுகளே உலகத்துலே இருக்கக் கூடாது, அநாவசியம்."

"ஹல்...ல்" என்று ஓலையிழுக்கிறாற்போலச் சிரித்து விட்டு, "அதாண்டா சரி!" என்று முடித்தான் பசுபதி.

"நல்ல சிரிப்புடா இது! இந்தப் பசியிலெ சிரிக்க முடியுது பாரு பசுபதிக்கு."

"ஏ. பசுபதி, நீதான் பசிக் களைப்புத் தெரியாதவன். நீ போய் உண்டா இல்லையான்னு கேட்டுக்கிட்டு வா, போ."

"என்ன, உண்டா இல்லையா?"

"மாமா செத்துப் போறாங்களா இல்லியா? ரெண்டுலெ ஒண்ணு தெரியணும். மாமாவையே முடிஞ்சாக் கேட்டுறணும்."

"ஹல்..ல்..ல்" என்று மறுபடியும் ஓலைச் சிரிப்புச் சிரித்துக்கொண்டே, வயிற்றைப் பிடித்தவண்ணம் கீழே உட்கார்ந்துவிட்டான் பசுபதி.

"அப்பப்பா, விலாவெல்லாம் இருத்துக்கிச்சு. நான் போக முடியாது. ஹல்..ல். அப்பா, அப்பாடி!"

"என்ன சிரிப்புடா இது? பெரியவங்க காதிலே உளுந்தா எதானும் நெனைச்சுக்கப்போறாங்க; சாவு வேளையிலே என்ன சிரிப்புன்னிட்டு!"

"சாவு வேளையா! அப்பா, மாமாவைக் கொன்னுப் பிட்டியே...ஹல்...ல்."

☙ சிலிர்ப்பு ☙

ராசகோபாலு வீட்டு வாசற் கதவு படார் என்று சாத்திக்கொள்ளவே, "நான் போறேம்பா. எனக்குத் தூக்கம் தூக்கமா வருது" என்று குறிப்பறிந்து எழுந்து போய்விட்டான் அவன்.

அவ்வளவுதான். பேச்சுச் சிறிது சிறிதாகக் குறைந்தது. ஒவ்வொருவராக எழுந்துபோகவும் தொடங்கினார்கள். கடைசியில் செந்திருவுக்கு விடை கொடுத்துவிட்டு, கட்டிலைத் தூக்கித் திண்ணையில் போட்டுக் கதவைத் தாளிட்டு உள்ளே வந்தேன்.

மணி பதினொன்று. அந்த நிசப்தத்தில் சுவர்க் கோழியின் ஸ்ரீ ஒலியும் தாழ்வாரத்தில் தூங்கிக்கொண்டிருந்த குழந்தை களின் மூச்சும் பயங்கரமாக இருந்தன. குழந்தைகளுக்கு அப்பால் அவள் அடித்துப் போட்டாற்போல் உறங்கிக்கொண் டிருந்தாள்.

'வயிறு காய்கிறது! நல்ல தூக்கம்... உடம்பு தெரியாமல்!. இந்தப் பெண்டுக வர்க்கமே இருக்கக் கூடாது. பொணம் கிடந்தாப் பத்து வீட்டுக்கு இப்பாலே சாப்பிட்டா என்ன? ...காவேரி வெள்ளத்துக்கில்ல கையாலே அணை போடுறாங்க!... பத்தாம் பசலி. ம்ஹும்!... தூங்கறதைப் பாரு, கும்பகருணி மாதிரி!...'

பேச்சு முடியுமுன் என் உடல் விசுப்பலகை மீது பரப்பி யிருந்த மெத்தையில் நீண்டு விழுந்துவிட்டது.

தூக்கம் பிடிக்கவில்லை. பெட்டரும் விளக்கு மாடத்தில் முத்திட்டிருந்தது. படுத்த வாக்கில் முற்றத்துத் திறப்பில் தெரிந்த கொல்லைப் புளியமரத்து உச்சியையும் மேலே எலி அறுத்துக்கொண்டிருந்த ஓட்டு வளையையும் மாறி மாறிப் பார்த்துக்கொண்டிருந்தேன். ஸ்ரீ ஸ்ரீ ஸ்ரீ ஸ்ரீ என்று எங்கிருந்தென்று தெரியாமல் வந்த சுவர்க் கோழியின் சிவநாமம் ஒரு பக்கம். எலி அறுப்பு ஒரு பக்கம். பத்து வீட்டுக்கப்பால் மாமா வீட்டிலிருந்து அழுகைச் சத்தம் வருவதுபோல் அடிக்கடி தோன்றிற்று. காதிற்குள் விரலை விட்டுக்கொண்டேன். இன்னும் அழுகை கேட்டது. 'சை, பிரமையல்லவா? மனத்தையல்லவா பொத்த வேண்டும்? எப்படி? சற்றுப் பேசலாம் என்றால் கும்பகர்ணி மாதிரி மல்லாந்து படுத்து வாயை வேறு சிறிது திறந்து தூங்குகிறாள் அவள். 'ராம ராம ராம ராம ராம!' பயத்தை மறக்க வெகுநாள் பழக்கம் இது. 'ராம ராம – சீதை – காடு – அதோ, தசரதர் செத்துப் போகிறார். முந்நூறு பொம்பிளைகள் அழுகிறார்கள் – தசரதர் கண் செருகிவிட்டது. "ராமா

ராமா"ன்னு ஓதுங்க – காவேரியாத்தா சொல்கிறாள் – மாமா கண்ணும் செருகிவிட்டது – சை – நல்ல ராம நாமம்!" எங்கே யாவது ஓடிப்போய்விடலாம் போல் இருந்தது. நல்ல யம வாதனை.

தாழ்வாரத்திலிருந்து இருந்தாற்போல் இருந்தது "இக்..க்.. ம்ஹூ ..." என்று நீலாச்சியின் அழுகை கேட்டது. கட்டிலில் படுத்தபடியே 'த்ஸ த்ஸ த்ஸ த்ஸ' என்று தூங்கச் செய்தேன். அழுகை நின்றது. ஆனால் 'த்ஸ த்ஸ' நின்றதும் மீண்டும் அழுகை துவங்கிற்று. மீண்டும் சூள் கொட்டினேன். ஆனால் அழுகை நிற்கவில்லை. புரண்டு பார்த்தபோது, நீலாச்சி எழுந்து உட்கார்ந்து அழுதுகொண்டிருந்தது. வெறும் அழுகையல்ல. அடிவயிற்றிலிருந்து தாங்கமாட்டாத குறையைச் சுமந்து நெஞ்சு நோக வேதனை நிரம்பிவரும் அழுகை. எழுந்துபோய்த் தூங்கச் செய்தால்தான் உண்டு.

"பாப்பா, அளுவாதே, தூங்கு; எங்கிட்டப் படுத்துக்கிறியா?"

"ஊ ... ம் ... க் .. ஆ .. ப் ..."

"வா, படுத்துக்க."

"ம்ஹ்ம்."

"வாணாம். அம்மாகிட்டப் படுத்துக்கிறியா?"

"பசிக்கிறது."

"அப்படியா சேதி!"

அவள் எழுந்திருக்கிற வழியாயில்லை. வா என்று கையைப் பிடித்து அழைத்துக்கொண்டு, மாடத்தில் இருந்த பெட்ரும் விளக்கை எடுத்து, அடுக்களைக்குள் சென்றேன். நீலாச்சியின் அதிர்ஷ்டம், பழையது மாடம் காலியாயில்லை. ஈயச் சட்டியை எடுத்து வெளியே வைத்தேன். உறியிலிருந்து மோர்ச் செம்பை எடுப்பதற்குள், பழையதுச் சட்டி மூடியை எடுத்து வைத்துவிட்டு இரண்டு பிடி சோற்றையும் போட்டுக் கொண்டுவிட்டது நீலாச்சி. என் வம்சம் புத்திசாலிகளுக்குப் பெயர்போனது. மோர்ச் சட்டியை எடுத்து வரும்போது, தூணுக்கருகில் கவிழ்த்திருந்த பித்தளைத் தாம்பாளம் உதைபட்டு ஓலமிட்டுக்கொண்டே சுவரின்மீது மோதிற்று.

"த்தா, சூ, சூ."

அவள் விழித்துக்கொண்டு விரட்டினாள்.

"பூனையில்லை. நான்தான்."

"அ, யாரு? அ?"

🙞 சிலிர்ப்பு 🙜

"நான்தான்."

"எங்க இருக்கீங்க?"

"இஞ்சத்தான், அடுக்களையிலே."

"என்னா செய்யுறீங்க?"

"எழுந்திருச்சு வந்தால்ல தெரியும். படுத்துக்கிட்டே கேட்டுக்கிட்டிருந்தா?"

தூக்கக் கலக்கத்துடன், தலைமயிர் சூரிய கிரணமாய்ப் பரந்து நிற்க அடுக்களைக்குள் வந்தாள் அவள்.

"நீலத்துக்கா சோறு போடுறீங்க?"

"இப்பத்தான் புரிஞ்சுது போல்ருக்கு."

"எடுத்திட்டாங்களா அங்கே?"

"அஸ்தி கரைச்சாயிடிச்சான்னிட்டுக் கேளு."

"ஏங்க?"

"என்ன ஏங்க? எல்லாம் உன்னாலெ வருது. உன்மாதிரி அஜீரண வியாதி எல்லாருக்குமா இருக்கும்?"

"சும்மா ஏன் கோவிச்சுக்கிறீங்க? வேணுமின்னா சாப்பிட்டு, பாவத்தைக் கட்டிக்கங்களேன்."

"நீ கட்டிக்க பாவத்தை; கல்லு மாதிரியிருக்கறவங்களைச் சாக அடிச்சிட்டு."

"என்னாங்க இது? இன்னுமா முடியலெ?"

"மாமா முடிய மாட்டாங்க. இஞ்ச வா."

"நல்ல கூத்து இது."

"கூத்துத்தான். இலையைப் போட்டுக்கிடறேன். கொஞ்சம் சாதம் பிசஞ்சி போடு."

தலைமயிரைக் கோதிவிட்டு, முந்தானையைச் செருகி கையைக் கழுவிவிட்டு வந்தாள்.

"உனக்குப் பசிக்கிலியா?"

"ஐய, பாதி நிசியிலே யாருக்கு இறங்கும் சோறு?"

"சும்மாக் கொஞ்சம் சாப்பிடேன்."

முறுக்கெல்லாம் செய்துகொண்டு கடைசியில் பணிந்தாள் அவள். சோறு போன இடம் தெரியவில்லை.

நீலாச்சி படுத்துத் தூங்கிவிட்டது.

எங்களுக்குத் தூக்கம் வரவில்லை. முற்றத்து நிலவில் உட்கார்ந்துகொண்டோம். தெளிவும் தண்மையும் வெண்மையும் நிறைந்து நிலவு பரந்திருந்தது. அந்த நிசப்தத்தில் கொல்லைப் புளியமரத்தில் ஒரு காக்கை கரைந்தது, பொழுது புலர்ந்த பிரமையில்.

"காக்காய்க்குப் புத்தியே கிடையாது; இல்லீங்களா?"

"ஏன்?"

"நிலவை விடிஞ்சாப்பலே நெனைக்குதே."

"நெனச்சா என்னவாம்? இப்ப இல்லாட்டி இன்னும் நாலு நாளியிலெ பொழுது புலரப் போவுது. நிச்சயமாப் புலரத்தான் போவுது. சாகப் போறாங்க, சாகப் போறாங்கன்னு பட்டினி கிடக்கலையே காக்கா!"

"ஆமா, உங்களுக்கும் எம் மண்டையை உருட்டிக்கிட்டே இருக்கணும். மாமாவுக்கும் ஒரு நாளைக்குப் பொலரத்தான் போவுது."

"யாரு, மாமாவா? பொணந்தின்னிக் கழுகுவளுக்குச் சுடுகாட்டைவிட்டுப் போகவா மனசு வரும்? நான் நெனைக்கல்லே. மாமா செத்து நாம் பார்க்கப் போறதில்லெ. நீலாச்சி, சின்னக்கண்ணு இவங்க யாராவது பாத்தாத்தான் உண்டு."

"சும்மா இருங்க. அச்சான்யமாப் பேசக் கூடாது."

நான் மட்டும் பேசக் கூடாதாம். மணி மூன்று நாலுக்குமேல் ஆகிவிட்டது. தூக்கம் அடியோடு கலைந்து விட்டது. வெகுநாழி பேசிக்கொண்டிருந்தோம்.

கிழக்கு வெளுக்கும்போது ஒரு சின்ன அழுகைக் குரல் வாசலில் கேட்டது. சரேலென்று எழுந்து போனோம். கணக்குப்பிள்ளை மாமாவின் கடைசித் தங்கை தங்கக் கிளியாத்தா வெள்ளைத்துணியில் எதையோ சுற்றிக்கொண்டு போனாள். கூட இரண்டுபேர் அழுதுகொண்டு போனார்கள். அடுத்த வீட்டுத் திண்ணையிலிருந்து பசுபதி சொன்னான். "சேதி புரிஞ்சுதாப்பா. மாமா கடாசிப் பேத்திக்கு ராத்திரி ரெண்டு மணிக்கு நோவு கண்டிடிச்சாம். ரெட்டைக் கொளந்தை. ஒண்ணு இப்படி ஆயிடிச்சு."

"மாமா."

"ஹல்...ல் மாமா நடையிலேருந்து திரும்பி உள்ளாரப் போய்ட்டாங்களாம் மறுபடியும்."

ల సిலிர்ப்பு ల

119

"நெசம்மாவா?"

"பொய்யா பின்னே?"

"ராணியம்மா கேட்டுக்கிட்டியா, எடு அஞ்சணாவை."

"ஏனாம்?"

"ஏன்னா? மாமா செத்துப்போகலே!"

"போகாட்டி? யமன் வந்தானா இல்லியா மாமா உளட்டுக்கு?"

"அதுக்காக?"

"மாமாவுக்குத்தான் வந்தான். ரெட்டைப்புள்ளெ எதுக்குன்னு ஒண்ணைத் தூக்கிக்கிட்டுப் போயிட்டான். யோசிச்சுப் பாருங்க."

○

சாயங்காலம் மாமாவைப் பார்க்கப் போனோம், பசுபதியும் நானும். நடையைக் கடந்து, முற்றத்துத் தாழ் வாரத்தில் நாலைந்து தலையணைகளைச் சுவர் ஓரமாகக் குவித்துச் சாய்த்திருந்தார் மாமா.

"மாமா!"

"யாரப்பா பெரிய தம்பியா? இன்னும் யாரு?"

"நான்தான்."

"ம். பசுபதியா? வாப்பா, உக்காருங்க. பாத்தீங்கள்ள, சேதியை? முருவன் என்னை அளச்சிக்கமாட்டான்போல் இருக்கு. என்னமோ ரொம்பக் குடுத்திட்டாப்பலே, ஒண்ணைப் பிடுங்கிக்கிட்டுப் போயிட்டான்... ஒண்ணையாவது வச்சானே."

நாங்கள் ஒன்றும் பேசவில்லை.

"போன மாசிக்க இப்பிடித்தான் கெடந்தேன். அப்பவும் இதேதான் ஆச்சு. முந்நூறு ரூவாய்க்கு எருமை மாடு ஓட்டி யிருந்தது. பதினாலு சேர் கறவை. அது செத்துப்போச்சு. இந்தத் தடவை இப்பிடியாயிருக்கு. அடுத்த தடவை என்ன ஆகுதோ?"

சும்மா இருந்தோம்.

"ஏதோ நடக்குது. முருவன் மனசு நமக்கா தெரியும்?" என்று பசுபதி சொன்னான்.

"ஆமாம்பா, ஆமாம். இல்லாட்டி இப்பிடியா நடக்கும்?"

சற்று யோசித்த ஒரு நிமிஷம் கழித்துச் சொன்னார் மாமா. "ஏதோ... நம்ம சுப்பையாதான் சுப்ரமண்யர்னு எனக்குத் தோத்தம். தொண்டைக் குழிக்கு வந்த உசிரெல்ல உள்ள தள்ளிட்டான்! இப்பிடி ஊட்டுக்குள்ளாரத் திரும்பி வந்து படுக்கப் போறேன்னு கனாக் கண்டுருப்பேங்கிறியா? வைத்தியன்னா எவ்வளவோ பேரு எவ்வளவோ சொல்லு வாங்க... என்னமோ, சுப்பையா கையிலே சஞ்சீவிப் பச்செலை முளச்சிருக்கூன்னுதான் தோணுது!"

பசுபதி, 'ஹல்...ல்' என்று சிரித்துவிடாமல், 'அட கழுகே!' என்று மூன்றாவது காதில் விழாமல் சொன்னான்.

◆

## தவம்

"சரிதான் போய்யா; என்னமோ அந்தப் பொண்ணு கொஞ்சம் சேப்பாயிருக்கு. நீ அதைப் பார்த்து மயங்கறே. உன் மவனுக்குத் தகுந்த பொண்ணா அது? சேப்பா இருந்தா ஆயிடிச்சா?"

"ஏண்ணே, சேப்பு ஒரு அழகு, சூடு ஒரு ருசீன்னு சும்மாவா சொல்றாங்க?"

"சொல்லட்டுமே; சேப்புதான் அழகுன்னு சொல்லலியே. சேப்பாயிருந்தாப் போதுமா? முகத்துலே களை குறி ஒண்ணும் வாண்டாமா? நம்ம வகையறாவிலே டில்லி மட்டம் மாதிரி பொண்ணுங்கள்ளாம் இருக்கே. அதெல்லாம் விட்டுட்டு, இதைப் போய் எடுக்கிறியே? பூண்ணு ஊதினா ஒடிஞ்சு விழுந்திடும். குச்சி உடம்பு, கூனல், குச்சிக்காலு, உள்ளங்காலு சப்பை, தண்ணியை மிதிச்சிட்டு அந்தப் பொண் நடந்து வரபோது காலடியைப் பார்த்திருக்கியா? உள்ளங்காலு முழுக்க அப்படியே சொத்துனு தரையிலே பதிஞ்சிருக்கும். என்னமோ செல்லூர்ச் சொர்ணாம்பா கெட்டுப் போயிட்டாப்பலே பேசுறியே!"

அடுத்த மேஜையில் உட்கார்ந்து டீ குடித்துக்கொண் டிருந்த கோவிந்த வன்னிக்குத் தூக்கிவாரிப் போட்டது. திரும்பிப் பார்த்தான்; அந்தப் பெயரைச் சொன்ன மகாராஜன் யாரென்று ஒரு க்ஷணம் பிரமை தட்டினார் போல உட்கார்ந்திருந்தான். பத்து வருஷம் ஆகிவிட்டன இந்தப் பெயரைக் கேட்டு. அவன் நெஞ்சை ஆட்கொண்டு அவனை ஊக்கிக்கொண்டிருந்த அந்தப் பெயரை இந்தப் பத்து வருஷ காலத்தில் இரண்டாவது மனிதன் ஒருவன் சொல்லி அவன் கேட்கவில்லை. இடைவிடாமல் அவனுடைய அந்தரங்கத்தை நிறைத்து நின்ற அந்த வனப்பு வடிவம் எதிரே நிற்பதுபோல் இருந்தது. வெண்தாழை முகம், பாதம், கை; முதுகில் தளர்ந்து புரளும் சிற்றலையோடும் கூந்தல்; அரக்கு வர்ணப் புடவை; வலது கையில் பூஜைத் தட்டு.

இடது கையில் முன்றானை; வாளிப்பும் வர்ணமும் ஒன்றி வடிந்த அழகு; பளீர் என்று தடுத்து நிறுத்தும் தோற்றம். கோயில் திண்ணையில் இருந்த பெரிய பிள்ளையாருக்கு முன் வந்து நின்று, மோதிரக் கற்களின் ஒளி சிதற நெற்றியில் குட்டிக் கொள்கிறாள். குருக்கள் விபூதியைக் கொடுத்ததும் வாங்கி நெற்றியில் குங்குமத்தின்கீழ் வைத்துக்கொள்ளுகிறாள். குருக்களின் அழுக்கு வேஷ்டித் தலைப்பில் பழைய தினசரித் துண்டில் கிடந்த அந்தச் சாம்பலுக்கு இப்போது எவ்வளவு பெரிய ஸ்தானம் கிடைத்துவிட்டது.

கோவிந்த வன்னி ஒரு கணம் இந்த லயிப்பில் ஒன்றி யிருந்தான். பிறகு உலுக்கிக்கொண்டு நெஞ்சத்தில் மழை பொழிந்த அந்தப் புண்யாத்மாவைப் பார்த்தான்; இன்னும் ஏதாவது சொல்லப் போகிறாரா என்று. ஆனால் அந்தப் பேச்சு ஏதோ கல்யாணப் பேச்சாக வளரும் போல் இருந்ததே ஒழிய, மீண்டும் சொர்ணாம்பாளின் பெயரே அதில் வரவில்லை.

"அண்ணே, இப்ப ஏதோ பேர் சொன்னீங்களே, ரொம்ப அழகின்னு. அது என்ன?"

"அதுவா? சொர்ணாம்பா, செல்லூர்ச் சொர்ணாம்பா."

"ஆண்டாள் கோயில் காமாக்ஷிதான் ரொம்ப அழகுன்னு சொல்லுவாங்க. தமிழ்ச் சீமையிலேயே அவ காலிலே கட்டி அடிக்கறதுக்குக்கூட பொம்பளை கிடையாதுன்னு பேரு."

"அதெல்லாம் ஐதர் காலத்துக் கதை. இந்தச் சிங்கப்பூர்லே எத்தினி நாளா நீங்க இருக்கீங்க?"

"கிட்டத்தட்ட பத்து வருஷமாச்சு."

"அதுக்கு முன்னாலே?"

"திருச்சிராப்பள்ளியிலே இருந்தேன்."

"திருச்சிராப்பள்ளியிலேயிருந்திட்டா சொர்ணாம் பாளைப் பத்திப் புதிசாச் சேதி கேக்கிறீங்க? ஜில்லா தாண்டி ஜில்லா அவ பேர் போயிருக்கே! நீங்க சொல்ற காமாச்சி இருபது வருசத்துக்கு முன்னாலே. சமீபத்திலே எப்பவாவது ஊருக்குப் போகப் போறீங்களா?"

"போகப்போறேன். ஒரு வாரத்துலே."

"போனா, தஞ்சாவூருக்கு ஒரு டிக்கட் எடுத்துக்கிட்டு அவளைப் போய்ப் பாத்திட்டு வாங்க. ரெயிலை விட்டு இறங்கினதும் ஒரு ஒத்தைமாட்டு வண்டி பிடிச்சு, செல்லூர்ச் சொர்ணாம்பா வீடுன்னாக் கொண்டு விட்டுவிடுவான்.

~ சிலிர்ப்பு ~ 123

ஆனால் போறபோது வெறுங்கையோட போங்க. இல்லாட்டி இந்தச் சீமையிலே சம்பாரிச்சதெல்லாம் நீங்களா அவ காலிலே கொட்டிப்புடுவீங்க, ஆனா வெறுங்கையோடத் தான் என்ன? திரும்பி வீட்டுக்கு வந்து எல்லாத்தையும் எடுத்துக்கிட்டுப்போய் அவகிட்டக் கொடுக்கத்தானே போறீங்க? அதனாலே நீங்க தஞ்சாவூருக்கும் போக வாணாம், அவளைப் பார்க்கவும் வாணாம்."

"என்ன ஐயா, அவ்வளவு அதிசயமான ரதி?"

"ஐயா, ஏன் இந்த வீண் பேச்சு? நான் சொன்னா நம்ப மாட்டீங்க. போய்ப் பாத்திட்டே வந்திடுங்க. எத்தனையோ லக்ஷப் பிரபுவெல்லாம் துணியை உதறிக் கொட்டிப்பிட்டான். வடக்கேயிருந்து ஒரு ஜமீன்தார் வந்து ஒரு வருஷம் அவளைச் சுத்திப்பிட்டுப் போதும் போதும்னு ஓடிப் போனான். நீங்களும் போங்க."

"நம்ம வன்னியரு அதுக்கெல்லாம் மசியவறவரு இல்லே. செலவழிக்க நல்ல ஆளைப் பாத்தீங்களே. எனக்குத் தெரிஞ்ச நாளா இந்த ஹோட்டல்லே ஒரு டீ, ஒரு சைவச் சோறு; அதுக்குமேலே சாப்பிட்டதில்லையே இவரு!" என்று ஹோட்டல் முதலாளி நையாண்டி செய்தார்.

"நானா செலவழிக்கிறதில்லே? ஏய், கொண்டா சொல்றேன், மூணு பிரியாணி!"

உடனே அந்தச் சீனாக்காரப் பையன் உள்ளே ஓடினான்.

"என்னாத்துக்குங்க, ராத்திரிப் பத்து மணிக்கு மேலே?"

"பரவாயில்லீங்க. சும்மாச் சாப்பிடுங்க."

"இல்லீங்க."

"நீங்க சும்மாயிருங்க."

பிரியாணி வந்துவிட்டது. அவர்கள் சாப்பிட்டார்கள். வன்னியும் பத்து வருஷத்துக்குப் பிறகு புலவை ருசித்தான்.

"இன்னிக்கு என்ன வன்னியருக்கு ஒரே குஷி கிளம்பிடிச்சி?" என்றார் முதலாளி.

"இந்த மாதிரி பேசற ஆளைப் பார்த்தா ஏனையா செலவு செய்யக் கூடாது? பெரிய ஆளு இவரு. அந்தப் பொம்பளே அழகா இருக்கோ என்னவோ, இவரு பேசற திலேயே அவளை ரதியா அடிச்சிடுவாரு போல் இருக்கு."

"அப்படிண்ணா, நான் என்னமோ ஒண்ணுமில்லாததைப் பெரிசு பண்ணி அளக்கிறேன்னு சொல்லுறீங்க. நீங்கதான்

போய்ப் பார்க்கப் போறீங்களே. நான் சும்மாச் சும்மாச் சொல்லிக்கிட்டுக் கிடப்பானேன்?"

"சரி, பாத்திடறேன்."

"நீங்க சொன்ன காமாக்ஷி, ஆடினா, பாடினா, நாடக மாடினா. ஆனா சொர்ணாம்பா சும்மா எதிர்க்க நின்னாப் போதும். பதினாலு லோகமும் அவ காலிலே உளுந்திடும். அவ ஒத்தரையும் ஒண்ணும் கேக்றதில்லே. தானே கொண்டு கொட்டிப்பிட்டுத் தலையிலே துணியைப் போட்டுக்கிட்டு ஓடற கதிக்கு வறாங்க. இத்தனைக்கும் அவளுக்கு ஆடவும் தெரியாது; பாடவும் தெரியாது. சும்மா ஆள்தான். அதுதான் இப்படிப் பம்பரமா ஆட்டிவைக்குது. நல்லவேளையா இத்தோட விட்டான். ஆண்டவன் ஆட்டம் பாட்டமுன்னு ஏதாவது கொடுத்திருந்தான், இந்த உலகம் தப்பறதா?"

"அண்ணே, என்ன பேசிக்கிட்டே இருந்தா எப்பப் போறது?" என்று அவனுடைய நண்பன் குறுக்கிட்டான்.

"மணி என்ன, பத்தரை ஆயிடுச்சா? அப்ப நான் போய் வரேங்க."

"எந்த ஊர் உங்களுக்கு?"

"எனக்குச் சிதம்பரங்க. கோலாலம்பூர்லே இருக்கேன். கடை இருக்கு."

"வந்தா நம்ம ஊர்ப் பக்கம் வாங்க. கொடவாசல்தான். கோவிந்த வன்னின்னாச் சொல்லுவாங்க."

"சரிங்க, நான் வரட்டுமா?"

அவர்கள் போய்விட்டார்கள்.

ஹோட்டலில் வேறு ஒருவரும் இல்லை. வன்னி, முதலாளி, சீனாக்காரப் பையன் மூவருமே இருந்தார்கள். கடை கட்டுகிற சமயம். பட்சண அலமாரியைப் பூட்டிவிட்டு வீட்டுக்குப் போகுமாறு பையனிடம் சொல்லிவிட்டு, டிராயரைத் திறந்து சில்லறையை எண்ணத் தொடங்கினார் முதலாளி.

"அண்ணே, இந்த ஆளு எப்படிப் பேசறாரு, பாத்தியா?" என்றான் வன்னி.

"அந்தப் பொம்பளை பெரிய ஆளாத்தான் இருக்கணும், பேரைச் சொன்னதுமே அவங்களுக்கும் ரெண்டு பிரியாணி கிடைத்தது. எனக்கு ரெண்டு பிளேட் வியாபாரமாச்சு."

"அட போங்கண்ணே. அந்தப் பொம்பளைக்காகவா இது? அந்த ஆளு பேச்சுக்காகல்ல?"

ஃ சிலிர்ப்பு ஃ     125

"அதிருக்கட்டும். நாலு வருசமா என்னோட பழகிட்டு வரீங்களே, அப்படி இருக்கிறவரு எனக்கு ஒண்ணும் கொடுக்காம, யாரோ முகந்தெரியாத ஆளுக்கு விருந்து பண்ணி நீங்களே?"

"அண்ணே, நீங்கதான் விருந்தாப் பண்ணி எல்லார் வயத்தையும் நிரப்புறீங்க. நான் என்னத்தைச் செய்ய உங்களுக்கு?"

"ம். சரி."

"அலுத்துக்காதீங்க. இப்பவே ஒரு பெரிய விருந்தாச் செய்யப்போறேன் உங்களுக்கு."

"என்னாய்யா அது?"

சீனப்பையன் விடைபெற்றுக்கொண்டு போனான்.

"ஒரு உண்மையான சிநேகிதனுக்கு என்னங்க விருந்து செய்யலாம்? இன்னும் நாலு நாளிலே ஊருக்குக் கிளம்பிடப் போறேன். பாஸ்போர்ட்டும் வந்திரிச்சு, உங்களுக்குத் தெரியும். என் ஞாபகம் உங்களுக்கு மறக்காம இருக்கும்படியா ஒண்ணு கொடுக்கப் போறேன். சாமான் விருந்து இதெல்லாம் அழிஞ்சு போயிரும். அழியாத சாமானாக் கொடுக்கப்போறேன். இதுவரையில் ஒருத்தருக்குமே சொல்லாத, கடவுளுக்கும் எனக்கும் மாத்திரம் தெரிஞ்ச ஒரு ரகசியத்தை உங்ககிட்டே சொல்லப்போறேன். பெட்டியிலே போட்டுப் பூட்டறதுபோல, ஒரு அருமையான சிநேகிதனுக்குத்தான் ஒரு ரகசியத்தைச் சொல்லணும். அதைவிட உசந்த பொருள் கொடுக்க முடியாது."

"வன்னியரே, என்னமோபோல இருக்கீங்க நீங்க இன்னிக்கி. நிதம் பாக்கற வன்னியரா இல்லே."

"அந்த ஆள் பேசின பேச்சு அத்தனையும், ஒவ்வொரு எழுத்தும் உண்மை. அந்தச் சொர்ணத்துக்கு ஈடா நிக்க ஒரு பொம்பளை இந்த உலகத்திலே இருக்க முடியாது. நானும் இந்தச் சிங்கப்பூர்லே எவ்வளவோ தேசத்தப் பொம்பளைங் களைப் பாத்திட்டேன்; இன்னும் பாக்கறேன்; ஜப்பான்காரி, சைனாக்காரி, வெள்ளைக்காரி, பர்மாக்காரி, பஞ்சாப்காரி எவ்வளவோ பாக்கறேன்! ஆனால் அந்தச் சொர்ணாம்பா வீட்டு வாசப் படியிலேகூட இவங்களையெல்லாம் நிக்க வைக்க முடியாது."

"அப்பன்னா நீங்க பாத்திருக்கீங்களா அவளை?"

"பார்த்தும் இருக்கேன், கிட்டக்க நின்னு பேசியும் இருக்கேன்."

"என்னமோ ஒண்ணுமே தெரியாதது போல விசாரிச்சீங்களே !"

"அவளைப் பத்திப் பேசிக் கேக்கணும்ணு நெனச்சேன். பாசாங்கு பண்ணினேன். நீங்க கடையைக் கட்டிக்கிட்டு வாங்களேன். இங்கே ரொம்பப் புளுக்கமா இருக்கு. பார்க்கிலே போய்க் கொஞ்ச நேரம் உக்காந்துக்கலாமே."

ஹோட்டல் முதலாளி சில்லறைகளை எண்ணிக் கொண்டிருந்தார்.

கோவிந்த வன்னி எழுந்து வெளியே போய்க் காற்றாட நின்றான். சிங்கப்பூர் இவ்வளவு அழகாக ஒரு நாளும் தோன்றிய தில்லை அவனுக்கு. பார்க்கில் இருளில் ஓங்கி நின்ற மரங்கள், நீல விளக்குகள் ஒவ்வொன்றும் தனக்கு இன்பம் அளிப்பதற் காகப் பிரத்தியேகமாக ஏற்பாடு செய்யப்பட்டிருப்பது போல் தோன்றிற்று. சொல்லுக்கு எட்டாத நாளாக யாரிடமும் சொல்லாமல் அவன் இருதயத்தை அழுத்திச் சுமந்துபோன அந்த ரகசியம், இப்போது வெடித்து வெளிப்படத் துடித்தது.

முதலாளி ஹோட்டலைப் பூட்டிக்கொண்டு வந்தார். கொஞ்ச தூரம் போனதும் வன்னி சொன்னான்:

"நான் இந்தச் சிங்கப்பூருக்கு வந்ததே அந்தச் சொர்ணம் பாளுக்குக்காகத்தான்."

"என்னது !"

"ஆமாம். பொண்டாட்டி புள்ளைக்குச் சேர்த்து வைக்கணும்ணு வல்லை. அந்தச் சொர்ணம்பாதான் என் மனசிலே கோயில் கொண்டிருக்கா. அவளுக்காகத்தான் இந்தக் கண் காணாத சீமையிலே வந்து ஒண்டியா நாளை ஓட்டிக்கிட்டு இருக்கிறேன். குண்டு, பீரங்கி, குத்து, வெட்டு இதுக்கெல்லாம் நடுவிலே ஊருக்கு ஓடாமே, உசிரைக் கையிலே புடிச்சுக்கிட்டு உட்கார்ந்து இருந்தேன். நல்ல வேளையா என் ஆசையும் நெறவேறிடிச்சு. அந்த மனிசன் பேசிக்கிட்டிருந் தாரே, அவரு என் மனசை அறிஞ்சுதான் பேசிக்கிட்டு இருந்தாரோ, என்னவோ? போனவுடனே ஒரு டிக்கட்டு எடுத்துக்கிட்டுத் தஞ்சாவூருக்குப் போன்னாரே; என்னமாத் தான் சொன்னாரோ! நான் இந்த ஊரிலே பத்து வருஷம் முன்னாடி காலடி எடுத்து வக்கிறபோதே அப்படிப் போற எண்ணத்தோடதான் வச்சேன். வெறுங்கையாய்ப் போன்னாரே, அப்படிப் போகல்லே. சம்பாதிச்சதெல்லாம் அங்கேதான் கொண்டுபோகப் போறேன்.

"அப்ப ஒரு முதலாளிகிட்ட வேலை செஞ்சிக்கிட்டிருந் தேன்; சுப்பையா உடையாருன்னு பேரு. பெரிய மிராசுதாரு.

❧ சிலிர்ப்பு ❧ 127

நூத்தைம்பது வேலி நிலம்; காவேரிப் பாசனம், மோட்டார் வெச்சுக்கிட்டிருந்தாரு. தஞ்சாவூருக்குப் போறபோதெல்லாம் இந்தச் சொர்ணாம்பா வீட்டிலேதான் தங்குவாரு. முதல் தடவை அங்கே என்னை அளச்சிக்கிட்டுப் போனாரு. காரை வாசல்லே நிறுத்திட்டு உள்ளே நுழைஞ்சாரு. பின்னாலே பெட்டியைத் தூக்கிட்டுப்போனேன் நான்.

"வாங்கன்னு குரல் கேட்டது. நிமிந்து பார்த்தேன். இப்ப நினைக்கறப்பவே உடம்பெல்லாம் புல்லரிக்குது. பளீர்னு மின்னல் அடிச்சாப்பலே இருந்தது. அந்த மாதிரி நிறமே நான் பார்த்தில்லே. கொன்னைப்பூப் பூத்து ரெண்டு நாள் ஆனப்புறம் அந்த மஞ்சள் வெள்ளையாப் போயிடுமே. அதுவும் காலை வெயில்லே அதைப் பாத்தா எப்படி இருக்கும்? அந்த நிறம்! தலைமயிர் கரு கருன்னு மின்ன, சுருட்டை சுருட்டையாகத் தொடை மட்டு தொங்கிக்கிட் டிருந்தது. நடந்து வராப்பலே இல்லே. மிதந்து வரமாதிரி இருந்தது. கண்ணு, மூக்கு, கைவிரல், கால்விரல் – மனுஷப் பிறவி இவ்வளவு அழகா இருக்க முடியுமா? எனக்கு ஒரு சந்தேகம் நிழலாடிச்சு. ஏதோ மோகினியா இருக்குமோன்னு கூட அச்சமாயிருந்திச்சு. பூ அழகாயிருந்தா அது சகஜம். பழம் அழகாயிருந்தா அதுவும் நடப்புத்தான். ஆனா மனுசப் பிறவி இப்படி இருந்தா?... நம்பவே முடியல்லே. கொஞ்ச நாழி எனக்கு ஒண்ணும் புரியலே. மண்டையிலே அறஞ்சாப்பல தான் இருந்தது.

"அதே கண்ணோட முதலாளியையும் பார்த்தேன். போய்ச் சோபாவிலே உட்கார்ந்திருந்தாரு. அந்த மாதிரிக் கறுப்பை இனிமே பார்க்கவும் முடியாது. பண்ணவும் முடியாது. பளபளன்னு எண்ணெய் வழியற கறுப்பு, வழுக்கைத் தலை, வாய் நிறைய வெத்திலைக் காவி. புஸுபுஸுன்னிட்டு, பள்ளமும் மேடுமாச் சேனைக்கிளங்கைப் போட்டு மூட்டை கட்டினாப்பலே உடம்பு. அவ வீட்டுப் பங்கா இருக்கக் கூட லாயக்கு இல்லாத லச்சணம். காதிலே வைரக் கடுக்கணும் கை நிறைய வைர மோதிரமும் இல்லாட்டி ஏதோ மூட்டை தூக்கின்னுதான் நெனைக்கணும். அதுவும் மகாராஜன் குடிச்சிப்பிட்டாரோ, அந்த அழகைக் கண்ணைப் பிடுங்கி வச்சிட்டுத்தான் பார்க்கணும்.

"அதே கண்ணோட என்னையும் பார்த்துக்கிட்டேன், நிலைக் கண்ணாடியிலே. மூட்டை தூக்க அவரைப்போட்டு, அந்த ஸோபாவிலே என்னைத் தள்றுக்குப் பதிலா, கடவுள் எதோ அவசர அடியிலே கைப்பிசகா மாத்திப்பிட்டா ரோன்னு தோணிச்சு.

"சொர்ணாம்பா கீளே விரிப்பிலே உக்காந்துக்கிட்டா. 'நீ வாசல்லே போ'ன்னாரு முதலாளி. சிவனேன்னு வாசலுக்குப் போனேன். ஒரு மணி நேரம் களிச்சுக் சமையற்காரி சாப்பிடக் கூப்பிட்டா. அவதான் சோறும் போட்டா. கீழே வேற ஒருத்தரும் இல்லே.

"மறுநாளும் அங்கேதான் இருந்தோம். அன்னிக்கி வெள்ளிக் கிழமை. காமாக்ஷி அம்மன் கோயிலுக்கப் போனோம். நடந்துதான். முதலாளியும் அம்மா கூடவே வந்தாரு. என்னமோ கட்டின புருசன் மாதிரி. கோயில்லே நல்ல கூட்டம். நாங்க நுழஞ்ச உடனேயே கலகலப்பு. சத்தம் எல்லாம் ஒஞ்சு போச்சு. நானும் பார்த்தேன். ஒரு ஆளாவது அந்த அம்மனைப் பாக்கணுமே. பொம்பளைங்களெல்லாம் நேரா அந்த மோகினியைப் பாத்தாங்க. ஆம்பிள்ளைங்க பயப்பட்டுக்கிட்டே பாத்தாங்க; திருட்டுத்தனமாப் பாத்தாங்க; வேறே எதையோ பாக்கற மாதிரி பாத்தாங்க. கடாசியிலே சரிதான் போன்னு துணிச்சலாக் கண்ணெடுக்காமலும் பாத்தாங்க. அந்தச் சொர்ணாம்பாளைத் தவிர வேறு ஒரு கண்ணாவது அம்பாளைப் பாக்கலே. அவதான் ஒரேயடியா அம்பாளைப் பாத்துக்கிட்டிருந்தா. அந்த அம்மன் லேசாகச் சிரிக்கிறாப்பலே பட்டுது – இத்தனை பேர் தவிக்கிறப்போ, ஒண்ணுக்கும் அசையாம, கண் எடுக்காம, ஒண்ணுமே தெரியாததுபோல நம்மைப் பார்த்துக்கிட்டிருக்காளே, என்ன நெஞ்சுரப்பு, என்ன துணிச்சல்ன்னு அந்த அழகைப் படைச்ச லோக மாதா சிரிக்கிறாப்பலே இருந்தது. அர்ச்சனைத் தட்டுகளை குருக்கள்மார் வாங்கிக்கிட்டுப் போனாங்க. ஆனா எல்லாருக்கும் என்ன கொடுக்கிறோம், என்ன வாங்குகிறோம், என்ன செய்கிறோம் என்கிற ஞாபகமில்லாமலே செஞ்சிகிட்டிருந்தாங்க. நானும் சொர்ணத்தைப் பாக்கறபோது என் நெஞ்சு குறுகுறுன்னுது. அந்த அம்மாவோ அம்மனை விட்டுக் கண்ணெடுக்கலே. மனுசர்களை மதிக்கிறதாகவே படலே.

"ராத்திரித் திண்ணையிலே படுத்துக்கிட்டிருந்தேன். ஒரே நெனப்புனாலேயோ என்னமோ ஒரு கனாக் கண்டேன். அந்தச் சொர்ணம் ரோஜாப்பூ மாலையா மாறிட்டாப்பலேயும், முதலாளி பன்னிக்குட்டி ரூபமா மாறி ஊர்ச் சகதியிலே எல்லாம் புரண்டுட்டு, அந்த மாலையைக் களுத்திலே சுத்திக்கிட்டு விளையாடறாப் போலெயும் இருந்திச்சு.

"மறுநாள் காலமே நானும் சமையற்காரியும் கறிகாய் வாங்கறதுக்காக மார்க்கெட்டுக்குப் போனோம். ஒருத்தருக் கொருத்தர் ஊரு, பேரு, குலம், கோத்ரம் எல்லாம் விசாரிச்சுக் கிட்டே. அவளுக்கு மாசம் ஆறு ரூபா சம்பளமாம், சாப்பாடு

∽ சிலிர்ப்பு ∽

போட்டு. இதுக்கு முப்பது நாளும் தூங்கற வரையில் ஓய்ச்சல் ஒழிவு கிடையாது. இதே கணக்கிலே சம்பாதிச்சுக்கிட்டுப் போனா, அம்மா ஒரு நாளைக்குச் சம்பாதிக்கிற பணத்தை, ஏழெட்டு வருசத்திலே சம்பாதிக்கலாம்னு ஒரு கணக்குச் சொன்னா அவ. எனக்கும் முதலாளி சாப்பாடு போட்டு ஏழு ரூபா கொடுத்து வந்தாரு. நானும் கணக்குப் போட்டேன். எம்பொஞ்சாதியும் ரெண்டு குழந்தைகளும் சாப்பிடாமலே பட்டினி கிடக்கிறதா இருந்தா, நானும் ஆறேழு வருஷத்திலே அத்தனை பணம் சம்பாதிக்க முடியும். ஒரு தரம் நெனச்சுப் பார்த்தேன். எனக்கும் ஒண்ணும் புரியலே. ஒரு நாளைக்கா இவ்வளவு சம்பாதிக்கிறா அம்மான்னு மறுபடியும் கேட்டேன் அவளை. ஆமாமையா, ஆமாம். ஒரு நாளைக்குத்தான் இவ்வளவு. 'இல்லாட்டி உங்க முதலாளிக்கு இங்கே என்ன வேலை? அதுவும் உங்க முதலாளிக்கு ராஜ வடிவு பாரு! அவருக்கு ரெட்டைப் பங்கு வரி இருக்கும்'னு சொன்னா அவ. பொண்டாட்டி பிள்ளைகளைக் காப்பாத்தியாகணும். அப்படீன்னாப் பத்துப் பிறவி எடுத்தாலும் நாம் காலணா மிச்சம் பிடிக்கப்போறதில்லே. பாத்தேன். ஒரு மாசமா என் மனசு ஒரு நிலையா இல்லே. தூக்கம் பிடிக்கல்லே. முதலாளிகிட்டேயிருந்து களட்டிக்கிட்டு ஊருக்குப் போனேன். ஊட்டுப் பொம்பளையைச் சமாதானப்படுத்தி நல்ல வார்த்தை சொல்லி, நாலு பவுன்லே அட்டிகை, ஒரு மோதிரம் எல்லாத்தையும் வித்தேன். இங்கே வந்து சேந்துட்டேன்.

"அக்கரைச் சீமைக்கு வந்தா என்ன, சாக்குச் சாக்காவா பணம் கட்ட முடியும்? மூட்டை தூக்க எவ்வளவு தெம்பு வேணுமோ அவ்வளவுதான் சாப்பிட்டேன். பெண்டாட்டி பிள்ளைக்கும் துரோகம் பண்ணல்லே. மாசம் பத்து ரூவா மேனிக்கு அனுப்பிச்சுக்கிட்டு வந்தேன். சண்டை வந்தது. ரொம்பப் பேர் பயந்துக்கிட்டு ஓடினாங்க. பீரங்கி, குண்டு, குத்து, வெட்டு ஒண்ணும் பெரிசாப் படலே எனக்கு. உசிரைக் கையிலே புடிச்சுக்கிட்டு இங்கியே ஒட்டிக்கிட்டேன். ஐப்பான் காரன் ராஜ்யத்தையும் பாத்தாச்சு. மறுபடியும் நெஞ்சிலே சம்மட்டி அடிக்கிறாப்பலே வெடியும் குண்டும் வெடிச்சது. ஆனா என் உசிரு நின்னுது. குருவி சேக்கறாப்பலே சேத்த பணமும் நின்னுது. ஏ அப்பா! பத்து வருசம்! நான் இங்கே வந்து பத்து வருசம் ஆயிடிச்சு. எத்தனை ஆபத்து, நடுவிலே! எத்தனை அதிரல்! ஆனா இந்த உசிருக் கவலை; பூதம் காக்கிற மாதிரி பணம் காக்கிற கவலை; இத்தனைக்கும் நடுவிலே நான் சேந்தாப்போல் அஞ்சு நிமிஷம் சொர்னாம் பாளை நெனைக்காம இருந்ததில்லே. எனக்கே ஆச்சரியமா இருக்கு! உசிருக்கு ஆபத்து வரப்போ, பொண்டாட்டி,

பிள்ளை ஞாபகம் உங்களுக்கு வராதா? எனக்கு வல்லை அண்ணே. நான் அவளைத்தான் பளிச்சுப் பளிச்சினு நெனச்சுக் கிட்டிருந்தேன். ஒரு பிராணிகிட்டே இதை நான் சொல்லல்லே. இன்னிக்கு அந்த ஆளு வந்தப்புறம் எனக்குப் பொங்கிப் பொங்கி வந்திச்சு. என் நெஞ்சு வெடிச்சுப் போகும்போல ஆயிடிச்சு. இப்பக் கவணையைத் திறந்து விட்டிட்டேன். அப்பாடா!"

வன்னி பெருமூச்சு விட்டான். பத்து வருஷச் செய்தி வெளியே பாய்ந்து ஓடியதும் சலசலப்பு ஓய்ந்து அவன் நெஞ்சு அமைதியாக நின்றது. பார்க் விளக்குகள் மௌனமாக எரிந்துகொண்டிருந்தன. இலைகள் ஓய்ந்து உறங்கின.

"ம்!" என்று உடல் விரிய ஒரு பெருமூச்சு விட்டார் ஹோட்டல்காரர்.

"அம்மாடா!" என்று சோர்வைக் கழித்தான் வன்னி. ஏழெட்டு மைல் நடந்துவிட்டாற்போல் அவனுக்கு உடல் களைத்துவிட்டது.

"வன்னியரே, இது ரொம்ப வேடிக்கையான செய்தி. ஒரு நாள் செலவழிக்கிற பணத்துக்காக, பத்து வருஷம் ராப்பகலா உழைச்ச வயத்தை ஒடுக்கி ஓடாப் போறதுக்கு என்ன முடை? நீங்க மனுஷப் பொறவி இல்லையா? வித்தியாசமா நெனச்சுக்காதீங்க. எனக்கும் ஒண்ணும் புரியல்லே. நானும் யோசிச்சு யோசிச்சுப் பாக்கறேன்."

வன்னி பேசவில்லை.

"அந்த ஒரு நாளில் எல்லாத்தையும் தீத்துப்பிட்டு, மறுபடியும் உடம்பை வேலைக்குப் பூட்டித்தானே ஆகணும்? பிழைக்கணுமே, உசிர் வாழணுமே."

ஹோட்டல்காரர் சரியாகத் தன்னைப் புரிந்துகொள்ள வில்லை என்று சந்தேகப்பட்டுக்கொண்டே மேலும் அழுத்திச் சொன்னான் வன்னி:

"அப்புறம் உசிர் வாழணும்னுதான் என்ன முடை? உசிரே இல்லாம இருந்திட்டா?"

○

கப்பல் கரையை விட்டு விலகி நடுக்கடலுக்கு வந்துவிட்டது.

ஹோட்டல்காரர் மனைவியுடன் கப்பலுக்கு வந்து வன்னிக்கு விடை கொடுத்தார்.

சிங்கப்பூர் மெல்ல மெல்ல மறைந்தது.

முதல் நாள் முழுவதும் கைலியும் நீலக்கோட்டும் அணிந்திருந்தான் வன்னி. மறுநாள் பொழுது விடிந்ததும்

✧ சிலிர்ப்பு ✧ 131

கூட்டத்தோடு கூட்டமாகக் குளித்துவிட்டு, மல்வேஷ்டியை எடுத்து மூலக்கச்சம் கட்டிக்கொண்டு, ஒரு ஜிப்பாவைப் போட்டுக்கொண்டான். கப்பல் டீக்கடை பீரோவின் கண்ணாடிக் கதவில் தன்னை ஒரு முறை பார்த்துக் கொண்டான். 'காய்கறி விற்று, மூட்டை தூக்கி, ஹோட்டல் மேஜை துடைத்து, இட்லி மாவு அரைத்து, கொத்தனுக்குச் சுண்ணாம்புச் சட்டி தூக்கின ஆள்' என்று அவனை யாரும் சொல்ல முடியாது. உயரமும் அகன்ற முதுகும் லட்சிய சித்தியும் உடைய அவனுக்கு அந்த உடை வெகுநாள் பழக்கப் பட்டது மாதிரி ஒரு தோற்றம் அளித்தது. அவனுக்குத்தான் அந்தப் புதுஉடை முதலில் என்னவோபோல் உடலில் ஒட்டாது போலக் குறுகுறுத்தது. சுப்பையா உடையார் மாதிரித் தன்னையும் நினைத்துக்கொண்டு, அந்த உடை பழக இரண்டு நாள் பிடித்தது. நீள மூக்கு, ஓட்ட வெட்டிய கிராப்பு, எதிரே உள்ளதைப் பார்க்காத பார்வை எல்லாம் அந்தஸ்தை உயர்த்திவிட்டன. கம்பியின்மீது சாய்ந்து, வாரி மோதி விழுந்த அலைகளையும் வான வெளியையும் பார்த்துக் கொண்டிருந்தான். ஒரு வாரம் ஆயிற்று. காற்று சரியாக இல்லையாம். மதராஸ் இன்னும் இரண்டு நாள் ஆகுமாம். நினைத்த நினைப்பில் எங்கும் போய், எல்லாம் தெரிந்து, எல்லாம் செய்யவேண்டும்போல வானவெளி அவன் ஆசையைக் கிளப்பிற்று. ஆனால் கப்பலுக்கு அவன் துடிப்புத் தெரியவில்லை. நின்று நின்று, தட்டித் தட்டி சென்னையை அடையப் பத்து நாட்கள் ஆயின.

ஒரு நாள் இரவு ரெயில் பிரயாணம். காலையில் பஸ் ஏறிக் குடவாசலை அடைந்தான்.

சாமான்களை மாட்டுவண்டியில் ஏற்றும்போது, பொம்ம லாட்டம் வெங்கட்டா ஐயர் ஒரு மூட்டை நெல்லைத் தலையில் தூக்கிக்கொண்டு நெல் மிஷினுக்குப் போய்க் கொண்டிருந்தார். அப்பொழுதே அவருக்கு ஐம்பத்தாறு ஐம்பத்தேழு வயது. எப்படியும் இப்பொழுது அறுபத்தைந் துக்குக் குறையாது. தலையில் இரண்டு கலம் நெல்! அந்த நாளில் பொம்மலாட்டத்துக்குப் பாடும்போது, பக்கத்தில் ஒரு செம்பு ஆமணக்கெண்ணெயை வைத்துக்கொண்டு, பாட்டுக்குப் பாட்டு அரைச்சேர் குடித்துத் தீர்த்துக்கட்டு வாராம்! வலுவுக்கு என்ன பஞ்சம்!

ஊரில் ஒன்றும் அப்படி மாறுதல் இல்லை. இரண்டொரு சைக்கிள் வாடகைக் கடைகள் அதிகமாயிருந்தன. ஹோட்டல் கள் இடம் மாறியிருந்தன. அவ்வளவுதான். கடைத் தெருக் கோடியில் தேரைக் காணவில்லை. யுத்த முடையில் வெட்டி விறகாக்கிவிட்டார்களாம்.

அவன் பெண் பதினாலு வயது பூரித்துப் பரிசத்திற்குக் காத்துக்கொண்டிருந்தது. கைக்குழந்தை இப்போது ஹைஸ்கூலில் சேர்ந்துவிட்டது. அவளும் அப்படியேதான் இருந்தாள். கொஞ்சம் வயது, சதை வைத்திருந்ததைத் தவிர வேறு ஒன்றும் மாறிவிடவில்லை. தாரை தாரையாக அவள் கன்னத்தில் வழிந்த கண்ணீர் அவனை மறுபடியும் குடும்பஸ்தனாக்கிற்று. அணைத்து அவள் முதுகைத் தடவினான். கப்பலில் ஓரிரண்டு தடவைக்கு மேல் அவள் நினைவே வரவில்லை. 'இதுவா மனுஷத்தனம்?' என்று கேட்டுக்கொண்டான். நெஞ்சு குழம்பிற்று. ஊசலாடினான்; தயங்கினான்.

சாப்பிட்டதும் தூக்கம் பிடிக்க நேரமாயிற்று. அதுவும் மூன்று மணிக்குக் கலைந்துவிட்டது; உதறிக்கொண்டான். உலுக்கிச் சஞ்சலத்தைச் சிலிர்த்து எறிந்துவிட்டுக் கும்பகோணம் போகிறதாகக் கிளம்பிவிட்டான்.

அக்கரைச் சீமையிலிருந்து வந்தவனுக்கு எவ்வளவோ வேலை இருக்கும். அவள் பேசாமல் இருந்துவிட்டாள்.

○

தஞ்சாவூர் வரும்போது இருட்டி இரண்டு நாழிகையாகி விட்டது. ரெயிலடி ஹோட்டலில் சாப்பிட்டுவிட்டு வன்னி வேகமாக நடந்தான். மாறுதல் ஒன்றும் தெரியவில்லை. மணிக்கூண்டுக்கு அப்பால் புதிதாக முனிசிபல் ரேடியோ நிலையம் முளைத்திருந்தது. பெயர் தெரியாத வாத்தியம் ஒன்று சாகிற பூனை மாதிரி முனகிக்கொண்டிருந்தது அப்போது. எதிரே சற்றுத் தூரத்தில் ஒரு புதுச் சினிமாக் கொட்டகை. இன்னும் கொஞ்ச தூரம் நடந்ததும் பழகின குரல் ஒன்று கேட்டது. ராமர், கிருஷ்ணர் படம் எழுதும் எதிராஜு, இடிந்து பொக்கை விழுந்த திண்ணையில் அழுக்கும் கிழிசலுமாக உட்கார்ந்து ஒட்டி உலர்ந்த ஒரு நோஞ்சான் குழந்தையைக் கொஞ்சிக்கொண்டிருந்தான். வருஷம் தவறினாலும் அவனுக்குப் பிள்ளை தவறுகிறதில்லை.

புதிது புதிதாக லாண்டரிகள்! தஞ்சாவூர் பெரிய ஊராகத்தான் போய்விட்டது.

இன்னும் சற்றுத் தூரம் வந்தான் வன்னி. நெஞ்சு படபடத்தது. வயிற்றில் இருந்தாற்போல் இருந்து ஒரு கனம். நீலச் சுண்ணாம்பு அடித்த அந்த வீடு அதோ வந்துவிட்டது. அவன் உடல் முழுதும் சூடேறி நிலைகொள்ளாமல் பரந்தது. கால் இற்றுப் பலம் இழந்துவிட்டது. எப்படியோ நடந்தான்.

இரும்புக் கேட் திறந்திருக்கவே சரேலென்று உள்ளே நுழைந்தான்.

☙ சிலிர்ப்பு ☙

"யாரது?"

"அம்மா இருக்காங்களா?"

"இருக்காங்க."

வன்னி உள்ளே நுழைந்தான்.

"யாரு?"

"இன்னும் யார் இருக்காங்க?"

"வேறே ஒருத்தரும் இல்லை, ஏன்?"

"பார்க்கணும்."

"யார் ஐயா அது? பழகின குரலா இருக்கு."

"ஆமாம்."

"அட, வன்னியரல்லே! ஆளே மாறிப்போயிட்டியே!"

வன்னி திரும்பினான். நடை விளக்கு குப்பென்று எரிந்தது. திண்ணையிலிருந்து கேட்டுக்கொண்டிருந்தவள் நடைக்கு வந்தாள்.

"என்ன ஐயா, இதோ நிக்கிறேனே, தெரியல்லியா? கண்ணுதான் தெரியலே; காதுகூடவா கேக்கல்லே?" என்றாள்.

"யாரு, அம்மாவா?"

வன்னி பதறிவிட்டான். கண்ணை அகற்றிப் பார்த்தான். அவன் வாய் அடைத்துவிட்டது.

கொன்னைப்பூ நிறம் அப்படியே அற்றுப்போய் உடல் பச்சை பாய்ந்து கறுத்திருந்தது. கூனல், வெகுநாள் கூனல் போல. தோள் பட்டையிலும் கன்னத்திலும் எலும்பு முட்டிற்று. தலை முக்கால் நரைத்துவிட்டது. வகிட்டுக் கோட்டில் வழுக்கை தொடங்கி அகன்றிருந்தது.

வன்னி பார்த்தான்.

அந்த உடலில் சதையே மறைந்துவிட்டது. மணிக்கட்டு முண்டு தோலை முட்டிற்று. புறங்கை நரம்பு புடைத்து நெளிந்தது. தோலில் பசையற்று வற்றி உலர்ந்த சுருக்கம். சிரிக்கும் போது தேய்ந்த பல்வரிசை தெரிந்தது. எத்தனை இடுக்கு! தலைமயிர் கூழை பாய்ந்துவிட்டது. குரலைத் தவிர வேறு பழைய அடையாளம் இல்லை. அவள்தான் சொர்ணம் என்று நிதானம் செய்துகொள்ள இரண்டு நிமிஷம் ஆயிற்று அவனுக்கு.

"எங்கேருந்தையா வரே?"

"சிங்கப்பூரிலிருந்து."

"சிங்கப்பூரிலிருந்தா? ஏ, அப்பா! அங்கே எங்கையா போனே?"

"உனக்காகத்தான்."

"எனக்காகவா?" அந்த ஏகவசனமான அழைப்புத்தான் அவளுக்கு வியப்பைத் தந்தது.

"ஆமாம்; உனக்காகத்தான் போனேன். ஆனா உன்னை இப்படிப் பார்க்கணும்னு இல்லே. அன்னிக்குப் பார்த்த மாதிரி பார்க்கணும்னு போனேன். சமையற்காரி சொன்னா, அம்மா அறுநூறு, எழுநூறு ஒரு நாளைக்குச் சம்பாதிக்கிறா இன்னு. கிளம்பிவிட்டேன். பத்து வருஷமா மணலை எண்ணிப் போடராப்பலே சேர்த்தேன். குண்டு பீரங்கிக்கெல்லாம் அசையலே, தூங்கலே. மாடு மாதிரி பாடுபட்டேன். நாலு நிமிஷம் சேர்ந்தாப்போல உன்னை நான் மறந்தது கிடையாது. இதோ..." என்று கையிலிருந்த கடுதாசிக் கவரை எடுத்துப் பிரித்து ஏழெட்டு நூறு ரூபாய் நோட்டுகளை வைத்தான். அவன் கை நடுங்கிக்கொண்டிருந்தது.

அந்த அழகு போன ஜீவன் விக்கிப்போய் அவனைக் கண்கொட்டாமல் பார்த்துக்கொண்டே நின்றது. வன்னி அந்தத் தேய்ந்த பல்லையும் மஞ்சளிட்ட கண்ணையும் பச்சை பூத்த தோலையும் வெறித்துப் பார்த்துக்கொண்டே கல்லாக நின்றான்.

"என்ன உடம்பு உனக்கு?"

"உடம்புக்கென்ன? ஒன்றும் இல்லை. வயசு கொஞ்சமா ஆச்சு?"

"வயசாயிடிச்சா?" என்று அவளைப் பார்த்தான் அவன். அழகில்லாதது கோரமாகலாம். அழகு கோரமானால்? பயங்கரமாக இருந்தது அவளுடைய தோற்றம்.

"ஆமாம்" என்றாள் அவள். "முப்பதுக்கப்பாலே வருஷம் பத்தாகக் கூட்டியாகணும். நாற்பது, ஐம்பது, அறுபது, எழுபது, எண்பது, தொண்ணூறு; அடுத்த ஆடிக்கு நூறு பிறந்திடும். நான் தாசி. ஒரு வருஷம் எனக்குப் பத்து வருஷம். என்னைப் போல அழகே இல்லேன்னு ஆயிரம் வாய் சொல்லிக் கேட்டிருக்கிறேன். முகத்துக்குச் சொன்னதில்லே அது. இந்த நிலைக் கண்ணாடியே சாட்சி. பார்த்த பேரெல்லாம் மடங்கி மடங்கி நெருப்பிலே விழுகிற மாதிரி விழுந்தாங்க. நெருப்பு எரியளரியக் குப்பையும் கரியும் அதிகமாகத்தானே இருக்கும்?"

வன்னி அதிர்ந்துபோய், நினைவிழந்த மாதிரி நின்றான். பேசத் தோன்றவில்லை.

"நானும் மல்லுக்கு நின்னுதான் பார்த்தேன். முடியலே. போனது வராட்டாலும் இருக்கிறதை வச்சுக்கலாம். அதுவும்

சிலிர்ப்பு 135

முடியலே. இந்த மாதிரி விஷயங்களிலே யாரால சண்டை போட முடியும்? பணமா? காசா?"

"ஹும்?" என்றான் வன்னி.

"தவங்கிடக்கறதுக்கு முறை உண்டு. கண்டதுக்கெல்லாம் தவங்கிடந்தா மனசுதான் ஒடியும். தண்டனைதான் கிடைக்கும். இப்படி வா" என்றாள் அவள்.

"இந்தா" என்று அவனைத் தழுவி முத்தமிட்டாள். அவன் கண் மூடியிருந்தது.

"இதை அறுபது வருஷத்துக்கு முன்னாடி கொடுத்திருந்தா, நீ படற சந்தோஷமே வேறே. ஆனா. நான் இந்த மாதிரி எப்பவும் நெறைஞ்சு ஆனந்தப்பட்டதே கிடையாது. இவ்வளவு மனசோட நெறைஞ்சு எதையும் பாத்ததில்லே. இப்ப எப்படி இருக்கு, தெரியுமா? நான் ரொம்ப இளமையா, ரொம்ப அழகா இருக்கிறாப்போல இருக்கு."

புருவத்தைச் சுளித்துக்கொண்டே ஒரு நிமிஷம் அவள் அணைப்பில் கண்ணை மூடிக்கொண்டு நின்றான் அவன். பிறகு கீழே கிடந்த நோட்டுக்களைச் சேர்த்து அடுக்கி அவன் சட்டைப் பைக்குள் வைத்தாள் சொர்ணம்.

"சாப்பிட்டாச்சா?"

"ஆச்சு."

"காலமே. ஆறேகாலுக்குக் கும்பகோணத்துக்கு வண்டி இருக்கு."

"இல்லை. போட்மெயிலிலே போகப் போறேன். இப்பப் போனாச் சரியா இருக்கும்."

ஆனால் உடனே போக முடியவில்லை அவனால். கால்மணி நேரம் பேசாமல் உட்கார்ந்தான். பிறகு அவள் கொடுத்த பாலையோ எதையோ சாப்பிட்டுவிட்டு வாசல்படி இறங்கினான்.

யாரோ வெகுநாள் திட்டமிட்டு அவனை முட்டாளாக அடித்துவிட்டதுபோல் அவனுக்குத் தோன்றிற்று.

தெருக்கோடியில் வெற்றிலை பாக்குக் கடையில் வெற்றிலை சீவல் வாங்கிப் போட்டுக்கொண்டு, அங்கேயே சோடா பாட்டில்களுக்குப் பக்கத்தில் உட்கார்ந்து, பத்து வருஷங்களை அசைபோட ஆரம்பித்தான்.

◆

# சிலிர்ப்பு

திருச்சிராப்பள்ளியிலிருந்தே புறப்படுகிற வண்டி அது.

மாயவரத்தோடு நின்றுவிடும். பத்தரை மணிக்குத் தொடங்கி மூன்று மணியோடு அதன் வாழ்வு முடிந்துவிடும். மதுரை, மானாமதுரை, ஈரோடு என்று எல்லா வண்டிகளையும் அனுப்பிவிட்டுத் திருச்சிராப்பள்ளி ஜங்ஷன் புயல் புகுந்து விளையாடின தோப்பைப்போல, ஒரே வெளிச்சமாக ஹோவென்று வெறிச்சிட்டுக் கிடந்தது. வாழைத்தொலி, ஆரஞ்சுத்தொலி, எச்சில், பொட்டணம், தூங்குமூஞ்சிகள் – இவற்றைத் தவிர ஒன்றையும் காணவில்லை. வண்டி புறப்பட இன்னும் அரைமணிதான் இருக்கிறது. எஞ்சின், கார்டு, ஒன்றும் வரவில்லை. வண்டிக்கு வண்டி ஒரு பரட்டை, அழுக்கு இப்படி ஏதாவது தூங்கிக்கொண்டிருந்தது. பங்களூர் எக்ஸ்பிரஸில் இறங்கி வந்த குடும்பம் ஒன்று இரண்டாம் வகுப்பில் சாமான்களைப் போட்டுக் காவல் வைத்து எங்கேயோ போய்விட்டது. எக்ஸ்பிரஸ் வண்டி சென்றால் என்ன கூட்டம், வரும்போது என்ன வரவேற்பு, என்ன உபசாரம்! போகும்போது எவ்வளவு கோலாகலம்! இது நாதியில்லாமல் அழுது வழிந்தது. ஷட்டிலிலும் கேடுகெட்ட ஷட்டில். ரயில் ஜாதியில்கூட ஏழை, பணக்காரன் உண்டுபோல் இருக்கிறது.

நான் தனியாகக் கடைசிப் பெட்டிக்கு முன் பெட்டியில் உட்கார்ந்திருந்தேன். பக்கத்தில் என் பையன் அயர்ந்து தூங்கிக் கொண்டிருந்தான். தலைமாட்டில் கையிலிருந்து நழுவிய ஆரஞ்சு உருண்டு கிடந்தது. அதைப் பார்க்கும்போது சிரிப்பு வந்தது எனக்கு. பையனைப் பெங்களூரிலிருந்து அழைத்து வருகிறேன். மாமா சம்சாரம் ஊருக்கு வந்திருந்தபோது அவனை அழைத்துப்போயிருந்தாள். நான் காரியமாகப் பெங்களூர் போனவன் அவனை அழைத்துக்கொண்டு வந்தேன். பெங்களூர் ஸிட்டி ஸ்டேஷனில் மாமா, ரெயிலேற்றிவிட வந்திருந்தான். ரெயில் புறப்பட ஐந்து நிமிஷம் இருக்கும்போது

ஆரஞ்சு பழக்காரனைப் பார்த்து, "ஆரஞ்சுப்பா, ஆரஞ்சுப்பா" என்று பையன் முனகினான். மாமா காதில் விழாதது போல அந்தண்டை முகத்தைத் திருப்பிக்கொண்டு விட்டான். மாமாவின் சுபாவம் நன்றாகத் தெரியும் எனக்கு. பையனைச் சுடுகிறாப்போல ஒரு பார்வை பார்த்தேன். அவன் வாய் மூடிக்கொண்டது. ஆனால் வண்டி புறப்பட்டதுதான் தாமதம்; ஆரம்பித்துவிட்டான். ஆறு வயசுக் குழந்தை; எத்தனை நேரந்தான் அடக்கிக்கொண்டிருப்பான்.

"யப்பா, யப்பா!"

"ஏண்டா கண்ணு!"

"பிச்சி மாமாவுக்கு வந்து, வந்து, தொளாயிர ரூபா சம்பளம். பணக்காரர். இவ்வளவு பணக்காரர்ப்பா!" என்று கையை ஒரு கட வாத்திய அளவுக்கு அகற்றி, மோவாயை நீட்டினான்; குறை சொல்லுகிறாற்போல.

"அதுக்கு என்ன இப்ப?"

"வந்து, செத்தே முன்னாடி ஆரஞ்சு கேட்டேனோல்லியோ, வாங்கிக் குடுக்காம எங்கேயோ பாத்துண்டு நின்னார்ப்பா."

"அவர் காதிலே விழுந்திருக்காது. விழுந்திருந்தா வாங்கியிருப்பார்."

"நான் இரைஞ்சுதான்பா சொன்னேன்."

"பின்னே ஏன் வாங்கிக் கொடுக்கலை?" கேள்வியை நானே திருப்பிக் கேட்டுவிட்டேன். பையன் திணறினான். "வந்துப்பா, வந்து, பிச்சி மாமாவை வந்து ஒரு மூணு கால் சைக்கிள் வாங்கித் தான்னேன். வந்து, தரேன் தரேன்னு ஏமாத்திப்பிட்டார்ப்பா . . ."

"அவர் என்னத்துக்குடா வாங்கணும்? நான் வாங்கித் தரேன்."

"நீ எப்படி வாங்கித் தருவியாம்?"

"ஏன்?"

"உனக்கு நூறு ரூபாதானே சம்பளம்?"

"உனக்கு யார் சொன்னா?"

"வந்து, பிச்சி மாமாதான் சொன்னா."

"உங்கிட்ட வந்து சொன்னாரா, உங்கப்பாவுக்கு நூறு ரூபாதான் சம்பளம்ணு?"

∽ தி. ஜானகிராமன் ∾

"வந்து எங்கிட்ட இல்லேப்பா. மாமி கிட்டச் சொன்னா. நீ வந்து மெட்ராஸ்லேந்து லெட்டர் எழுதியிருந்தே பாரு, புள்ளையார் பூஜையன்னிக்கி; அப்பச் சொன்னா மாமிகிட்ட. வெறுமெ வெறுமெ நீ மெட்ராஸ் போறியாம். உனக்கு அரணாக்கொடி வாங்க முடியாதாம்."

இது ஏதுடா ஆபத்து!

"சரி. நாழியாச்சு. நீ படுத்துக்கோ."

"எனக்கு மோட்டார் வாங்கித் தரயா?"

"தரேன்."

"நெஜ மோட்டார் இல்லே. கீ கொடுக்கிற மோட்டார், இவ்வுளுண்டு இருக்குமே, அது."

"அதான் அதான். வாங்கித் தரேன்."

"யப்பா, ஆரஞ்சுப்பா."

"நீ தூங்கு. திருச்சிராப்பள்ளி வந்தவுடனே வாங்கித் தந்துடறேன்."

"போப்பா!"

"இப்ப எங்கடா வாங்கறது. ரெயில் போயிண்டிருக்கிற போது?"

"அப்பன்னா ஒரு கதை சொல்லு."

"அப்படிக் கேளு. நல்ல கதையாச் சொல்றேன். ஒரே ஒரு ஊரிலே..."

பாதிக் கதையில் பையன் தூங்கிவிட்டான்.

"குழந்தை நல்ல சமத்து சார். ஷ்ருடா இருக்கான். ஆளை எப்படி ஸ்டடி பண்றான்!" என்று திடீரென்று எதிரே இருந்தவர் மதிப்புரை வழங்கினார்.

"அதுதான் தலை பெரிசா இருக்கு!" என்று பையனைப் பார்த்தேன். தலை சற்றுப் பெரிதுதான் அவனுக்கு. எடுப்பான முகம். மூக்கும் முழியுமான முகம். மொழு மொழுவென்று சரீரம். தளதளவென்று தளிரைப் போன்ற தோல். கன்னத்தில் தெரிந்தும் தெரியாமலுமிருந்த பூனை மயிர் ரயில் வெளிச்சத்தில் மின்னிற்று. தலைமயிர் வளையம் வளையமாக மண்டி, அடர்ந்து பாதி நெற்றி வரை விழுந்திருந்தது. அழகில் சேர்க்க வேண்டிய குழந்தைதான். நாளை மத்தியான்னம் அம்மாவைப் பார்க்கத்தான் போகிறான். அது வரையில்? யாரோ அநாதையைப் பார்ப்பதுபோல் இருந்தது எனக்கு. தாய்

சிலிர்ப்பு

பக்கத்தில் இல்லாவிட்டால் குழந்தைக்குச் சோபை ஏது? குழந்தையை இரண்டு மூன்று முறை தடவிக் கொடுத்தேன். கபடமில்லாத இந்தக் குழந்தையை எப்படி ஏமாற்றத் துணிந்தது பிச்சி மாமாவுக்கு? கிருபணன், கிருபணன் என்று வேலைக்குப்போன நாள் முதல் வாங்கின பிரக்யாதி போதாதா? குழந்தையிடங் கூடவா வாங்க வேண்டும்? சரிதான், போனால் போகிறது என்று விட்டுவிடக்கூடிய வலுவும் எனக்கு இல்லை. குழந்தையின் முகத்தைப் பார்க்கும்போதெல்லாம் துன்பம் கிளர்ந்தது. சிறிய அற்பமான நிகழ்ச்சி. ஆனால் எனக்குத் தாங்கவில்லை. பிச்சி மாமா எத்தி எத்திப் பிழைக்கிற வித்தைகள், பிறந்தது முதல் உள்ளும் புறமும் ஒன்றாமல் அவன் நடத்தி வருகிற வாழ்க்கை, பெண்டாட்டியிடங்கூட உண்மையில்லாமல் அவன் குடும்பம் நடத்துகிற 'வெற்றி' – எல்லாம் நினைவில் வந்து, திரண்டு சுழல் வண்டுகளைப் போலச் சுற்றிச் சுற்றி வந்தன. ராத்திரி முழுவதும் அதே தியானம். தூக்கமே இல்லை.

திருச்சி வந்ததும் ஆரஞ்சு வாங்கினேன். "யப்பா, இதை ஊருக்குப் போய்த் திங்கறேம்ப்பா. அம்மா உரிச்சுக் கொடுப்பா கையிலே, வாங்கித் திங்கறேம்ப்பா" என்று கெஞ்சினான்.

"ஆல் ரைட், அப்படியே செய்."

வண்டி புறப்பட இன்னும் அரை மணி இருந்தது. தாகம் வரட்டிற்று. இறங்கிப்போய்த் தண்ணீர் குடித்துவிட்டு, வெற்றிலை போட்டுக்கொண்டு வந்தேன்.

திரும்பி வரும்போது யாரோ ஓர் அம்மாள் என் பெட்டியில் ஏறிக்கொண்டிருந்தாள். கூட ஒரு பெண். எதிர்த்த பலகையிலேயே உட்கார்ந்துகொண்டார்கள்.

"இதுதானே மாயவரம் போகிற வண்டி?"

"இதேதான்."

"எப்பப் புறப்படும்?"

"இன்னும் இருபத்தைந்து நிமிஷம் இருக்கு."

"நீங்கள் எதுவரையில் போறேள்."

"நான் கும்பகோணம் போறேன்."

"உங்க குழந்தையா?"

"ஆமாம்."

"அசந்து தூங்கறானே."

"பங்களூரிலிருந்து வரோம். அலுப்பு; தூங்கறான்."

"நீயும் படுத்துக்கறயா?"

"இல்லே மாமி, தூக்கம் வரலே" என்றது அந்தப் பெண்.

"கொஞ்சம் தூங்குடி குழந்தை. ராத்திரி முழுக்கப் போயாகணும். நாளைக்கு வேறே, நாளன்னிக்கி வேறே போகணுமே."

"இல்லே மாமி, அப்பறம் தூங்கறேன்."

அம்மாளுக்கு நாற்பது வயது இருக்கும். இரட்டை நாடி. ருமானி மாம்பழம் மாதிரி பளபளவென்று இருந்தாள். காதில் பழைய 'கட்டிங்'கில் ஒரு பெரிய ப்ளூ ஜாக்கர் தோடு. மூக்கில் வைர பேஸரி. கழுத்து நிறைய ஏழெட்டு வடம் சங்கிலி. கையிலும் அப்படியே. மாம்பழ நிறப் பட்டுப் புடவை. நெற்றியில் பளீரென்று ஒரு மஞ்சள் குங்கும வட்டம். பார்க்கப் பார்க்கக் கண்ணுக்கு நிறைவான தோற்றம். பக்கத்தில் ஒரு தோல் பெட்டி, ஒரு புதுக் குழுட்டி அடுப்பு.

அந்தப் பெண்ணுக்கு எட்டு ஒன்பது வயசு இருக்கும்; மாநிறம்; ஒட்டி உலர்ந்த தேகம்; குச்சி குச்சியாகக் கையும் காலும்; கண்ணை வெளிச்சம் போட்டுப் பார்க்க வேண்டி யிருந்தது; எண்ணெய் வழிகிற முகம்; தூங்குகிறாற்போல ஒரு பார்வை. கையில் ஒரு கருப்பு ரப்பர் வளை; புதிதாக மொடமொடவென்று ஒரு சீட்டிப் பாவாடை; சிவப்புப் பூப்போட்ட வாயில் சட்டை; அதுவும் புதிதுதான்; கழுத்தில் ஒரு பட்டையடித்த கறுப்புக் கண்ணாடி மணிமாலை. பக்கத்தில் ஒரு சீட்டிப் பாவாடை, கொசுவி முறுக்கிச் சுருட்டிக் கிடந்தது. அதிலேயே ஒரு கட்டையும் திணித் திருந்தது.

அந்த அம்மாளுக்கும் பெண்ணுக்கும் என்ன சம்பந்தம்? எப்படிக் கேட்பது?

வண்டி புறப்படுகிற சமயத்திற்கு ஒரு மலைப்பழக்காரன் வந்தான். ஒரு சீப்பு வாங்கி ஒரு பழத்தை அந்தப் பெண்ணிடம் கொடுத்தேன். பதில் பேசாமல் வாங்கிக்கொண்டது.

"சாப்பிடு."

"சாப்பிடு" என்று அந்த அம்மாள் சொன்னதும் உரித்து வாயில் போட்டுக்கொண்டது.

"இந்தப் பொண்ணு கல்கத்தாவுக்குப் போறது."

"கல்கத்தாவுக்கா!"

~ சிலிர்ப்பு ~ 141

"ஆமாம். நம்ம பக்கத்து மனுஷா ஒருத்தர் அங்கே பெரிய வேலையிலே இருக்காராம். அங்கே போறது. ராத்திரி மாயவரத்திலே இருந்து அவாளுக்குத் தெரிஞ்சவா யாரோ போறா. அவாளோட சேர்த்துவிடணும். நல்ல பொண்ணு, சாதுவா, சமர்த்தாயிருக்கு."

பிறகு நானே கேட்க ஆரம்பித்துவிட்டேன்.

"உம் பேரு என்னம்மா?"

"காமாக்ஷின்னு பேரு. குஞ்சுன்னு கூப்பிடுவா."

"பேஷ், பேஷ்!"

"என்ன பெரிய பேஷாப் போடறேள்?" என்று அந்த அம்மாள் சிரித்தாள். "இவ எப்படி இரண்டு பேரைச் சுமக்கிறாள்னா!"

எனக்கும் சிரிப்பு வந்தது.

"அதுவும் சரிதான். ஆனால் நான் நெனைச்சது வேறே. எனக்குக் காமாக்ஷின்னு ஒரு தங்கை இருக்கா. இந்தச் சாயலாத்தான் இருப்பா. நல்ல தெம்பான இடத்துலேதான் குடுத்தது. ஆனா மாப்பிள்ளை ரொம்ப உபகாரி. யாருக்கோ மேலொப்பம் போட்டார், இருபதினாயிரத்துக்கு. அவன் திடீர்னு வாயைப் பொளந்துட்டான். அவர் குடும்பம் நொடிச்சுப் போயிடுத்து. ரொம்பக் கஷ்டப்பட்டார். இன்னது தான்னு சொல்லி மாளாத கஷ்டம். இப்பத்தான் நாலஞ்சு வருஷமா அவர் ஒரு வேலைன்னு கிடைச்சுப் பிடுங்கலில்லாமெ இருக்கார். அவ கஷ்டம் விடிஞ்சுடுத்து. அவளுக்கு அடுத்தவ இன்னொரு தங்கை. குஞ்சுன்னு பேரு. அவளுக்குக் கல்யாணம் பண்ண அலையா அலைஞ்சோம். கடைசியிலெ எனக்கு அத்தைப் பொண் ஒருத்தி; அவளுக்குக் குழந்தை இல்லெ. சீக்குக்காரி. தன் புருஷனுக்கே அவளைக் கொடுத்துடணும்னு தலைகீழ நின்னா, அப்படியே பண்ணிட்டார் எங்கப்பா. ஆனா, கல்யாணம் ஆன நாளிலிருந்து அவ பட்ட பாடு நாய் படாது. பத்து வருஷம் கழிச்சு ஒரு புள்ளைக் குழந்தை பிறந்திருக்கு. மூணாம் வருஷம். அதுக்குப் பிற்பாடுதான் அந்த வீட்டிலெ அவளும் ஒரு மனுஷீன்னு தலை தூக்கி நடமாடிண்டிருக்கா."

"ஆயிரம் இருக்கட்டும். பெண்ணிருக்கப் பெண் கொடுக்கலாமோ?"

"என்ன பண்றது? பிராப்தம். இவ பேரைக் கேட்டவுடனே ஞாபகம் வந்தது. ரெண்டுபேரும் ஒரே இடத்திலே அமைஞ்சிருக்கேன்னுதான் பேஷ் போட்டேன்."

அந்தப் பெண் எப்படி இந்தப் பேச்சை வாங்கிக் கொண்டது என்று புரிந்துகொள்ள முடியவில்லை. அதே தூங்கும் பார்வையுடன் முகத்தில் ஓர் அசைவு, மாறுதல் இல்லாமல் எல்லாவற்றையும் கேட்டுப் பார்த்துக்கொண் டிருந்தது.

"குழந்தை, உனக்கு அப்பா அம்மா இருக்காளா?"

"இருக்கா."

"அப்பா என்ன பண்றார்?"

"ஒண்ணாவது வாத்தியார்."

"அக்கா, தங்கை, அண்ணா, தம்பியெல்லாம் இருக்காளா?"

"இருக்கா...நாலு அக்கா...ரெண்டு அண்ணா, ஒரு தம்பி இருக்கான். அதுக்கப்புறம் ஒரு தங்கை."

"அக்காவுக்கெல்லாம் கல்யாணம் ஆயிடுத்தா?"

"மூணு பேருக்கு ஆயிடுத்து. ரெண்டாவது அக்கா, நாலு வருஷம் முன்னாடி குறைப்பட்டுப் போயிட்டா. எங்களோடதான் இருக்கா."

"அண்ணா என்ன பண்றான்?"

"பெரிய அண்ணா கிளப்பிலே வேலை செய்யறான். சின்ன அண்ணா சகிண்ட் பாரம் வாசிக்கிறான்."

"நீ வாசிக்கலையா?"

"இல்லை. அண்ணா ஒருத்தன்தான் வாசிக்கிறான். எங்களுக்கெல்லாம் சம்பளம் கொடுக்க முடியலை, அப்பாவுக்கு."

"அதுக்காக நீ வேலைக்குப் போறயாக்கும்?"

"ஆமாம். மத்தியான்னச் சாப்பாட்டுக்கே எல்லாருக்கும் காணமாட்டேங்கறது."

"உனக்கு என்ன வேலை செய்யத் தெரியும்?"

"பத்துப் பாத்திரம் தேய்ப்பேன். காபி, டீ போடுவேன். இட்லி தோசைக்கு அரைப்பேன். குழம்பு, ரசம் வைக்கத் தெரியும். குழந்தைகளைப் பாத்துப்பேன். கோலம் போடுவேன். அடுப்பு மெழுகுவேன். வேஷ்டி, புடவை தோய்ப்பேன்."

"புடவை தோப்பியா! உனக்குப் புடவையைத் தூக்க முடியுமோ?"

✿ சிலிர்ப்பு ✿

"நன்னாத் தோய்க்கத் தெரியும்."

"இதெல்லாம் எங்கே கத்துண்டே?"

"ராமநாதையர்ன்னு ஒரு ஜட்ஜி இருக்கார். அவாத்துலெ தான் கத்துண்டேன்."

"ம்ஹம், ஸர்வீஸ் ஆனவளா? அவாத்துலெ எத்தனை வருஷம் இருந்தே?"

"மூணு வருஷமா இருக்கேன்."

"மூணு வருஷமா? உனக்கு என்ன வயசாறது?"

"இந்த ஆவணிக்கு ஒம்பது முடிஞ்சு பத்தாவது நடக்கிறது."

"ஏழு வயசிலேயே உனக்கு வேலை கிடைச்சுட்டுது; தேவலை. என்ன சம்பளம் கொடுப்பா?"

"சம்பளம்ன்னு கிடையாது. ரெண்டு வேளை சாப்பாடு போடுவா. தீபாவளிக்குப் பாவாடை சட்டை ஒரு ஜோடி எடுத்துக் கொடுப்பா."

"இந்தச் சட்டை யார் வாங்கிக் கொடுத்தா?"

"அவாதான்."

"கோலம் போட்டு, அடுப்பு மெழுகி, புடவை தோய்ச்சு, குழந்தையைப் பாத்துண்டு, தோசைக்கு அரைச்சு எல்லாம் பண்ணினத்துக்கு இந்த ஆறணாச் சீட்டிதான் கிடைச்சுதா அவாளுக்கு? கழிசலாப் பார்த்துப் பொறுக்கி எடுத்துக் கொடுத்திருக்காளே."

"..."

"நீ நல்லதா வாங்கிக் கொடுக்கச் சொல்லிக் கேட்கப் படாதோ?"

"..."

"ஜட்ஜ் வீட்டிலெ சாப்பிட்டிண்டு இருந்தேங்கறே. உன் உடம்பைப் பார்த்தா அப்படித் தெரியலியே! பஞ்சத்திலே அடிபட்டாப்பலே, கண்ணுகிண்ணெல்லாம் உள்ளே போயி, ஒட்டி உலர்ந்து, நாய் பிடுங்கினாப் போல இருக்கியே."

"பெரிய மனுஷாள்ளாம் தனி ரகம்ன்னு உங்களுக்குத் தெரியாததுபோல் இருக்கு. அவா வத்தல் குழம்பு. சுட்ட அப்பளாம், மிளகு ரசம் இதைத்தான் பாதிநாள் சாப்பிடுவா. ராத்திரி, பருப்புத் துவையலும் ரசமுந்தான் இருக்கும். ஆனா அவா உடம்பு என்னவோ நிகுநிகுன்னுதான் இருக்கும்.

அது தனி உடம்பு. நம்மைப்போல அன்னாடங் காய்ச்சி களுக்குத்தான் இதெல்லாம் ஒத்துக்காது. ரெண்டு நாளைக்கு இப்படிச் சாப்பிட்டா, வாய் வெந்து, கண் குழிஞ்சு, சோர்ந்து சோர்ந்து வரும்" என்று அம்மாள் தன்னையும் என்னோடு சேர்த்துப் பேசினாள். மரியாதைக்குத்தான் அப்படிச் சொல்லியிருக்க வேண்டும். உடனே ஏதோ தவறாகப் பேசிவிட்டவள் போல, "நான் என்னென்னவோ பேசிண்டிருக் கேனே; நீங்க என்ன பண்ணிண்டிருக்கேள்?" என்று கேட்டாள்.

"பயப்படாதீங்கோ. நானும் அன்னாடங் காய்ச்சிதான். தாலுகாவிலே குமாஸ்தா."

தஞ்சாவூர் ஸ்டேஷன் வந்துகொண்டிருந்தது.

"துண்டைப் போட்டுட்டுப் போறேன். கொஞ்சம் இடத்தைப் பார்த்துக்கோங்கோ; சாப்பிட்டுட்டு குழந்தைக்கும் சாப்பாடு பண்ணி அழைச்சிண்டு வந்துடறேன்."

"இன்னும் சாப்பிடலியா நீங்க? ஏம்மா, நீ என்ன சாப்பிட்டே காலேமே?"

"பழையது."

"எங்கே?"

"ஐட்ஜியாத்திலே!"

"பார்த்தேளா, பெரிய மனுஷாள்ளா இப்படின்னா இருக்கணும்! ஊருக்குப் போற குழந்தைக்கு, மூணு வருஷம் வீட்டோட கிடந்து உழைச்சிண்டிருந்த பொண்ணுக்கு, கொஞ்சம் நல்ல சாப்பாடாப் போட்டு அனுப்பிச்சாதான் என்ன? ஒன்பதே கால் மணிக்கு, நான் புறப்படறபோது கொண்டு விட்டா. அதுக்குள்ளே சமையல் பண்ண முடியாதா என்ன? நல்ல குளிர்ந்த மனசு! பழையது சாப்பிடற ஆசாரம் அத்துப்போயிடப் போறதேன்னு கவலைப்பட்டுண்டு போட்டாபோல் இருக்கு. ஏன் குழந்தை, அவாத்துலே யாராவது பழையது சாப்பிடுவாளோ?"

"நான்தான் சாப்பிடுவேன்."

"ம்...ஹும்; சரி. இப்பப் பசிக்கிறதோ உனக்கு?"

"இல்லை."

"ஏதாவது சாப்பிடும்மா."

"சரி மாமி."

☙ சிலிர்ப்பு ☙

"நீங்க ஒரு பொட்டலம் சாம்பார் சாதமும் ஒரு தயிர் சாதமும் வாங்கிண்டு வாங்கோளேன்."

"நானே அழைச்சிண்டு போயிட்டு வரேனே."

"ரொம்ப நல்லதாப் போச்சு. இந்தாருங்கோ."

"என்னத்துக்குக் காசு? நான் கொடுக்கிறேன்."

"வாண்டாம்னு நீங்க எப்படிச் சொல்ல முடியும்? நான்னா அவளை அழைச்சிண்டு வரேன்!"

தர்மசங்கடமாக இருந்தது. வாங்கிக்கொண்டேன். பையனை எழுப்பினேன். அவசரமாகக் கூட்டத்தில் புகுந்து இரண்டையும் இழுத்துச் சென்றேன்.

"இது யாருப்பா?"

"இந்தப் பொண்ணு மாயவரம் போயிட்டுக் கல்கத்தாவுக்குப் போறா, உன்னோட இவளும் சாப்பிடறதுக்கு வரா."

இரண்டு அநாதைகளும் சாப்பிடும்போது எனக்கு இனம் தெரியாத இரக்கம் பிறந்தது. தாயை விட்டுப் பிரிந்த அநாதைகள்! ஆனால் எவ்வளவு வித்தியாசம்! ஓர் அநாதை இன்னும் இரண்டுமணி நேரத்தில் தாயின் மடியில் துள்ளப் போகிறது. இன்னொன்று தாயிடமிருந்து தூர தூரப் போய்க்கொண்டே இருக்கப் போகிறது.

"ஸ்ஸ்... அப்பா, அப்பா!" என்று பையன் வீரிட்டான். மிளகாய்!

"தண்ணியைக் குடி ம்... ம்."

அந்தப் பெண் உடனே எழுந்து போய்க் கவுண்டரிலிருந்து கை நிறையச் சர்க்கரையை அள்ளி அவனிடம் கொடுத்தது.

சற்றுக் கழித்து, "அம்பி, தயிர்சாதம் கட்டி கட்டியாக இருக்கு. இரு பிசைந்து தரேன். அப்புறம் சாப்பிடலாம்" என்று சாப்பிடுவதை விட்டுக் கையை அலம்பிவந்து ரெயில்வே சாத்தை நசுக்கிப் பிசைந்து பக்குவப்படுத்திக் கொடுத்தது. அவள் பிசைவதைப் பார்த்துப் பையன் என் பக்கம் திரும்பிப் புன்சிரிப்புச் சிரித்தான்.

"ஏண்டா சிரிக்கிறே?"

"அவ பிசைஞ்சு கொடுக்கிறாப்பா!" அதற்கு மேல் அவனுக்குச் சொல்லத் தெரியவில்லை.

அவனுக்குக் கையலம்பி, வாய் துடைத்து விட்டதும் அவள்தான்.

"இந்தா, ஜலம் குடி" என்று அவனுக்குத் தண்ணீர் கொடுத்தாள்.

"வாண்டாம்."

"ஜலம் குடிக்காட்டா ஜீரணமாகாது. இதைக் குடிச்சுடு."

பாடாகப் படுத்துகிறவன், பதில் பேசாமல் வாங்கிக் குடித்துவிட்டான். ஏதோ வருஷக்கணக்கில் பழகிவிட்டது போல. அவனைக் கையைப் பிடித்து ஜாக்கிரதையாக அழைத்துக்கொண்டு வந்தது அந்தப் பெண். அவனும் அவள் இழுத்த இழுப்புக்கெல்லாம் வந்துகொண்டிருந்தான்.

"கல்கத்தாவுக்கப் போறேங்கிறியே, அவாளைத் தெரியுமோ?"

"தெரியாது மாமா. பெரிய வேலையிலே இருக்காராம் அவர். மூவாயிர ரூபாய் சம்பளமாம். குழந்தையை வச்சுக்கணு மாம். அதுக்குத்தான் என்னைக் கூப்பிட்டிருக்கா."

எந்தக் குழந்தையையோ பார்த்துக்கொள்ள எங்கிருந்தோ ஒரு குழந்தை போகிறது. கண் காணாத தேசத்திற்கு ஒரு தாய் அந்தக் குழந்தையை அனுப்புகிறாள். அதுவும் ஒரு பாவாடையைச் சுருட்டிக்கொண்டு கிளம்பிவிட்டது.

"ரொம்ப சமர்த்தும்மா இந்தக் குழந்தை" என்றேன் அம்மாளிடம்.

"நாதனில்லாட்டாச் சமர்த்துத் தானா வந்துடறது. ஓட்டி ஓட்டிண்டு பழகறது அது. கல்கத்தாவுக்குப் போகாட்டால் நானே இதை வச்சுண்டிருப்பேன். பாருங்களேன். பசிக்கிறது கிசிக்கிறதுன்னு நாமாக் கேட்கிறவரையில் வாயைத் திறந்ததோ? என்னமோ பகவான்தான் காப்பாத்தணும்."

பையன் ஆரஞ்சை மறுபடியும் கையில் எடுத்து வைத்துக் கொண்டான்.

"ஏண்டா குழந்தை, உரிச்சுத் தரட்டுமாடா?" என்றாள் அம்மாள்.

"வாண்டாம். ஊரிலே போய் அம்மாவை உரிச்சுக் குடுக்கச் சொல்லப்போறேன்."

"நானும் அம்மாதாண்டா."

பையன் சிரித்து மழுப்பிவிட்டான். ஒரு நிமிஷமாயிற்று.

"உனக்கென்ன வயசு?" என்று திடீரென்று பையன் குஞ்சுவைப் பார்த்து ஒரு கேள்வி போட்டான்.

"பத்து."

ఐ సிலிர்ப்பு ఐ

"பத்து வயசா? அப்பன்னா நீ வந்து அஞ்சாவது படிக்கிறியா!" என்று விரலை எண்ணிக்கொண்டே கேட்டான்.

"இல்லை."

"ஏண்டா, பத்து வயசுன்னா அஞ்சாவது படிக்கணுமா?"

"ஆமாம்பா. எனக்கு ஆறு வயசு. ஒண்ணாவது படிக்கிறேன். ஆறு ஏழு எட்டு ஒன்பது பத்து. அவ அஞ்சாவது."

"அவ படிக்கலைடா."

"நீ படிக்கலை?"

"..."

"வீட்டிலேயே வாசிக்கிறியா?"

"ம்ஹூம்."

"அவ கல்கத்தாவுக்குப் போறாடா. அதான் படிக்கலை."

"அங்க எதுக்குப் போறாளாம்?"

"வேலை பாக்கப் போறா?"

"போப்பா... ஏண்டி, நீ வேலை பார்க்கப் போறியா?"

"ஆமாம்."

பையன் அவளையே சிறிது நேரம் பார்த்துக்கொண்டிருந்தான். அவனுக்கு நம்பிக்கை வரவில்லை. மீண்டும் கேட்டான்:

"உனக்கு சைகிள் விடத் தெரியுமா?"

அந்தப் பெண் வாய்விட்டுச் சிரித்தது. முதல் முதலில் அது சிரித்ததே அப்போதுதான்.

"எனக்கு எப்படி சைகிள் விடத் தெரியும்? தெரியாது."

"அப்படீன்னா எப்படி வேலைக்குப் போவியாம்?"

"நடந்து போவேன்."

மறுபடியும் அவளைப் பார்த்து யோசித்துக்கொண்டிருந்தான் பையன். அவன் அப்பா சைகிளில் வேலைக்குப் போகும்போது அவள் மட்டும் எப்படி நடந்து போகமுடியும் என்று அவனுக்குப் புரியவில்லை. இரண்டு குழந்தைகளும் வயல்வெளிகளைப் பார்த்துக்கொண்டு வண்டியின் வேகத்தை ரசித்துக்கொண்டிருந்தன.

"இந்தப் பொண்ணு யாரை நம்பி இப்படிப் போறது? போகிற இடம் எப்படி இருக்கோ!" என்று கேட்டேன்.

"இந்த ஐஜூக்கு ஒன்றுவிட்ட மச்சினராம் அவர். மூவாயிர ரூபாய் சம்பளம் வாங்கறாராம், ஏதோ கம்பெனியிலெ. நம்ம பக்கத்துக் குழந்தைன்னு விசுவாசமாத்தான் இருப்பா. என்னதான் இருக்கட்டுமே, நல்ல சாப்பாடு, துணிமணி யெல்லாம் கொடுக்கட்டும்; எத்தனைப் பண்ணினாலும் அது பிறத்தியார் வீட்டுக் குழந்தை, வேலைக்கு வந்திருக்கிற குழந்தைங்கிற நினைவு போயிடுமா அவாளுக்கு? இதுதான் அவாளைத் தாயார் தோப்பனார்ன்னு நெனச்சுக்க முடியுமோ? ஆனா இது ஒட்டி ஒட்டிண்டு வித்தியாசமில்லாம பழுகு கிறதைப் பாத்தா எங்கேயும் சமாளிச்சுண்டுடும் போல்தான் இருக்கு. இருந்தாலும் பெத்தவா கிட்ட இருக்கிற மாதிரி இருக்க முடியுமா, ஸ்வாமி? நீங்களே சொல்லுங்கோ."

எனக்கு வயிற்றைக் கலக்கிற்று. நானே முகம் தெரியாத உற்றார் உறவினர் இல்லாத புது ஊருக்குப் போவதுபோல ஒரு சூன்யமும் பயமும் என்னைப் பற்றிக்கொண்டன.

"கடவுள் இதையுந்தான் காப்பாத்தப் போறான். இல்லா விட்டால் மனிதர்களை நம்பியா பெத்தவர்கள் இதை விட்டு விட்டிருக்கிறார்கள்?" என்றேன்.

"கடவுள்தான் காப்பாத்தணும். வேறே என்ன சொல்லத் தெரியறது நமக்கு? சுத்திச் சுத்தி அதுக்குத்தான் வந்துடறோம். ஆனா, இப்படி அனுப்பும்படியான நிலைக்கு ஒரு குடும்பம் வந்துடுத்தே. அது எப்படி ஏற்பட்டதுன்னு யார் யோசிக்கிறா? அதுக்கு என்ன பரிகாரம் தேடறது? அந்த வாத்தியாரோட குழந்தைகளுக்கெல்லாம் தலைக்கு இத்தனைன்னு, பள்ளிக் கூடம் வச்சிருக்கிறவன் படி போட்டிருந்தான்னா இப்படிக் கண்காணாத தேசத்துக்கு இது போகுமா?"

"அப்புறம் ஐஜூ வீட்டுக் குழந்தைகளை யாரு பாத்துப்பா?"

"அதுவும் சரிதான்."

"வீட்டுக்கு வீடு வாசல்படி. கொடுக்கிறவனும் வாத்தியார் மாதிரி ஆண்டியோ என்னமோ?" என்றேன்.

ஒன்றும் புரியவில்லை.

குழந்தையைப் பார்த்து எல்லார் நெஞ்சமும் இளகிற்று. பக்கத்தில் தஞ்சாவூர், ஐயம்பேட்டை என்று நடுவில் ஏறி உட்கார்ந்துகொண்டவர்களுக்கு அரைகுறையாகக் கேட்டா லும் நெஞ்சு இளகிற்று. அம்மாள் உட்கார்ந்திருந்த பலகையின் கோடியில் உட்கார்ந்திருந்தவர் – ராவ்ஜி மாதிரி இருந்தது – உதட்டைக் கடித்து ஜன்னலுக்கு வெளியே தலையைத்

சிலிர்ப்பு 149

திருப்பிக்கொண்டார். நெஞ்சைக் குமுறி வந்த வேதனையை அடக்கிக்கொண்டு தைரியசாலியாக அவர் பட்டபாடு நன்றாகத் தெரிந்தது.

கும்பகோணம் வந்துவிட்டது.

"போயிட்டு வரேம்மா. குழந்தே, போயிட்டு வரட்டுமா?" என்று ஒரு ரூபாயை அதன் கையில் வைத்தேன்.

"நீங்க எதுக்காகக் கொடுக்கறேள்?" என்று அம்மாள் தடுத்தாள்.

"எனக்கும் பாத்யமுண்டு. நீங்களும் அழச்சிண்டுதானே போறேள்? இது வாத்தியார் குழந்தைதானே? உங்க குழந்தை யில்லையே? நீங்க கொண்டாடற பாத்யம் எனக்கும் உண்டும்மா. நான் என்ன செய்யறது? எனக்கு கொடுக்கணும் போல் இருக்கு. எனக்கு இதுக்கு மேலே வக்கில்லை."

"ஹ்ம்" என்று இரட்டைநாடிச் சரீரத்தில் ஒரு பெருமூச்சு வந்தது. "வாங்கிக்கோடியம்மா. உங்களுக்கு ஒரு குறைவும் வராது, ஸ்வாமி" என்றாள் அம்மாள்.

"யப்பா... இதைக் கொடுத்துட்டு வரேம்பா" என்று என் பையன் ஆரஞ்சைக் காண்பித்தான்.

"கொடேன்டா, கேட்பானேன்?"

"வாண்டாண்டா, கண்ணு. குழந்தை, பாவம். அம்மா உரிச்சுக் குடுக்கணும்னு சொல்லிண்டிருந்தது."

"யப்பா... வாங்கிக்கச் சொல்லுப்பா" என்று பையன் சிணுங்கினான்.

"வாங்கிக்கோம்மா."

பெண் வாங்கிக்கொண்டது.

"ஸ்வாமி! நல்ல உத்தமமான பிள்ளையைப் பெத்திருக் கேள். வாடா கண்ணு. எனக்கு ஒரு முத்தம் கொடுத்துட்டுப் போ" என்று அம்மாள் அழைத்தாள். பையன் கொடுத்துவிட்டு ஓடி வந்தான்.

என் மெய் சிலிர்த்தது. முகத்தைக் கூடியவரையில் யாரும் பார்க்காமல் அப்பால் திருப்பிக்கொண்டு கீழே இறங்கி அவனைத் தூக்கிக்கொண்டு நடந்தேன். அவனுக்கு நடக்கவா தெரியாது? எனக்கு என்னவோ வாரியணைத்துக்கொள்ள

வேண்டும் என்று உடம்பு பறந்தது. தூக்கி எடுத்துத் தழுவிக்கொண்டே போனேன். உள்ளம் பொங்கி வழிந்தது. அன்பையே, சச்சிதானந்தத்தையே கட்டித் தழுவுகிற ஆனந்தம் அது.

◆

## சாப்பாடு போட்டு நாற்பது ரூபாய்

"மணியார்டராா!"

"ஆமா ஸ்வாமி! உங்களுக்கேதான்!"

"உத்ராபதி, உனக்கு வயசு நாப்பதாயிருக்கும். சாளேசரம் போட்டுக்கற வயசு! நல்லா பாத்துச் சொல்லு. நான் வாணா கண்ணாடி தரட்டுமா?" என்று துருப்பிடித்த வினோலியா ரோஸ் சோப் பெட்டியைத் திறந்து, வெற்றிலைக்கும் வெட்டுப் பாக்குக்கும் மேல் படுத்துக்கொண்டிருந்த மூக்குக் கண்ணா டியைத் தொட்டார் முத்து.

"கண்ணாடியும் வாணாம், சீப்பும் வாணாம். உங்களுக்குத் தான் வந்திருக்கு. நீங்களே அந்தக் கண்ணாடியை மாட்டிக் கிட்டுப் பாருங்க... எம்.சாம்பமூர்த்தி யாரு?"

"சாம்பமூர்த்தியா? நம்ம அக்கணாக்குட்டிதான்."

"அக்கணாக் குட்டியா? நம்ம புள்ளையா? இப்ப மெட்ரா ஸிலேயா இருக்கு அது?"

முத்து அவசர அவசரமாக மூக்குக் கண்ணாடியை எடுத்து மாட்டி, இடது காதில் நூலைச் சுற்றிக்கொண்டார்.

"ஆமா, வேலைக்குப் போயிட்டானே அக்கணாக்குட்டி ஒரு மாசத்துக்கு முன்னால. உனக்குத் தெரியாது?"

"தெரியாதே. எங்க வேலையோ?" என்று மணியார்டர் பாரத்தில் இரண்டு இடத்தில் இண்ட்டு போட்டுக் கொடுத்தார் உத்ராபதி. கையெழுத்தானதும் அடிக்கடிதத்தைக் கிழித்து முப்பத்தொன்பது ரூபாய்க்கு நோட்டும் ஒரு ரூபாய்க்கு சில்லறையுமாகப் பையிலிருந்து எடுத்து நீட்டினார்.

"சில்லறையும் மாத்திப்ட்டு நாற்பது ரூபாயைக் கொடுப் பானேன்? அரை ரூபாய்க் குறைச்சுண்டு கொடுக்கப் படாதோ?" என்று அரை ரூபாயை நீட்டினார் முத்து.

"நாலணாப் போதும் சாமி. உங்ககிட்ட அதுக்கு மேலே வாங்கறது பாவம்" என்று பாதியைத் திரும்பிக் கொடுத்து விட்டார் உத்ராபதி.

"முதல் சம்பளம் வாங்கி அனுப்பிச்சிருக்கான் அக்கணாக்குட்டி. எட்டணாவாத்தான் இருக்கட்டுமேன்னு நினைச்சேன்" உன்று நாலணாவைத் திரும்பி வாங்கிக்கொண்டார் முத்து.

"பிறந்தியார் பணம் அனுப்பிச்சா, ரண்டு கையாலும் வீசி வீசி தருமம் பண்ணுவாங்க சாமி" என்று சொல்லிக் கொண்டே குறட்டில் இறங்கி வந்தாள் அவர் மனைவி.

"ஏழைக்குத்தாம்மா தெரியும் ஏழை கஷ்டம். நீங்க சொல்றீங்களே, மாசம் நானூறு ரூபா அனுப்பறாரு ரட்டைத்தெரு மகாலிங்கய்யரு மகன், மிலிட்டரியிலே கர்னலா இருக்குறாராமே. மகாலிங்கய்யரு அப்படியே வாங்கிட்டு குந்தினாப்பல உங்ளே போயிடுவாரு. ஒரு பத்துக் காசு டீத்தண்ணிக்கு? மூச்சுப் பரியப்படாது... முகத்தைப் பார்த்தாத்தானே? அக்கணாக்குட்டி என்ன வேலையா யிருக்கு?"

"என்ன வேலையோ? நம்ம எம்.கே.ஆர் கிட்ட போய் புலம்பினேன் ஒரு நாளைக்கு, நம்ம பையனுக்கு ஒரு வழி பண்ணப்படாதா செட்டியார்வாள்! இப்படி உதவாக்கரையாத் திரியறானேன்னு நின்னேன். ஒரு மாசம் கழிச்சு சொல்லி யனுப்பிச்சார். போனேன். உம்ம பையனை அனுப்புரீய்யா மெட்ராஸுக்கு? ஒரு பெரிய மனுஷன் வீட்டிலே கூடமாட ஒத்தாசயா இருக்கணுமாம். ஒரு பையன் இருந்தாத் தேவலைன்னு சொல்றாங்க. பெரிய இடம், புள்ளீங்க பள்ளிக் கூடத்துக்குப் போகும். கொண்டுவிடணும், கடை கண்ணிக்குப் போகணும். இப்படிச் சில்லரை வேலையா இருக்கும் போலிருக்கு. நல்லா கவனிச்சிப்பாங்க. வீட்டோடு சாப்பாடு போட்டு வைச்சிப்பாங்கன்னார் எம்.கே.ஆர்.

"அனுப்புறீமான்னு கேக்கணுமா? நான்தான் கஞ்சி வரதப்பான்னு தவிச்சிண்டு கிடக்கேன். இன்னிக்கே அனுப்பிக்கறேன்னேன். நாலு நாக்கழிச்சு அவர் காரியஸ்தர் மெட்ராஸ் போனார். அக்கணாக்குட்டியை அழச்சிண்டு போயிட்டார். சரியா ஒண்ணரை மாசம் ஆச்சு, பணம் வந்திருக்கு."

"என்னமோ சாமி கண்ணைத் திறந்தாரு. நீங்க முன்னாலே, இந்த மூக்குக் கண்ணாடிக்கு அந்த நூலை எடுத்திட்டு ஒரு காது வாங்கிப் போடுங்க. அப்புறம் ஒரு உறையிலே போட்டு வச்சுக்குங்க. இப்படியே சீவல் மேலேயும்

சிலிர்ப்பு 153

பாங்கு மேலேயும் வச்சிட்டிருந்தா பழங்கோலி மாதிரி கீறல் விளாம என்ன பண்ணுமாம்!" என்று சொல்லிக் கொண்டே உத்திராபதி நகர்ந்தார்.

சம்சாரம் முத்துவைப் பார்த்தாள்.

"இப்படிக் கொடுத்திட்டு நேரே உள்ள வரட்டும். பறமோளம் மாதிரி ஊரெல்லாம்போய்த் தம்பட்டம் கொட்டிண்டு நிக்க வேண்டாம்" என்று பல்லோடு பல்லாகச் சொல்லி வெற்றிலைப் பெட்டி மேலிருந்த நோட்டுகளைப் பெட்டிக்குள் போட்டு மூடி, பெட்டியையும் எடுத்துக் கொண்டு உள்ளே போனாள்.

வெற்றிலைப் பெட்டி கையை விட்டுப் போனதும் கூடவே விரைந்தார் முத்து. அவர் உள்ளே வந்ததும் கதவைத் தாழிட்டாள் சம்சாரம்.

முத்து தோளிலிருந்த மூன்று முழம் ஈரிழையை இடுப்பில் கட்டி, அவள் கையிலிருந்த பெட்டியை வாங்கித் திறந்து நோட்டுகளை எடுத்து, பறையிலிருந்த பரமேச்வரனின் படத்தின் அடியில் வைத்து, நெடுங்கிடையாக விழுந்து மூன்று தடவை நமஸ்காரம் செய்தார்.

"ஏன் நிக்கறே! நீயும் பண்ணேன்!"

"எல்லாம் பண்றேன்" என்றுதான் அவள் வழக்கமாகச் சொல்லிவிட்டு நின்றிருப்பாள். ஆனால் மனசு பாகாகிக் கிடந்ததால் அவரே சம்பாதித்துவிட்டார்போல, பதில் பேசாமல் கீழே குனிந்து மூன்றுமுறை வணங்கி எழுந்தாள். அவளுக்கு அந்தக் காலத்து முத்துவின் ஞாபகம் வந்தது. ஏழு வருடங்களுக்கு முன்னால் முத்து இப்படிக் கிழம் சென்று போகவில்லை. மயிர் கருகருவென்றிருக்கும், அள்ளிக் கட்ட வேண்டிய கூந்தலாக இருக்கும். மூக்கிலிருந்து இரண்டு கோடுகள் இந்த மாதிரி விழவில்லை. மார்பும் இரு பிளவாக அடித்தென்னை மட்டை மாதிரி வைரமாக இருக்கும். இப்படிச் சரியவில்லை. தோள்பட்டை இப்படிச் சூம்பவும் இல்லை. ஆடு சதை, துடைச் சதை எல்லாம் இப்படிக் கழளுவில்லை. அப்பொழுது வெற்றிலைப் பெட்டி, பித்தளைப் பெட்டி. இப்பொழுது குப்பைத் தொட்டிபோல ஒரு வயதான தகரப் பெட்டி. அப்பொழுது வெள்ளிச் சுண்ணாம்புக் கரண்டான். இப்பொழுது பிரம்மோத்சவத்தில் தெருவோரக் கடைப் பரப்பில் வாங்கின தகரக் குழாய். அதுவும் துரு. கழுத்துக் குழியை தங்க ருத்ராட்சக் கொட்டை மறைத்துப் போய், இப்போது குழிதான் தெரிகிறது. மேனிபோய், தெம்பு போய், கங்காளி மாதிரி நிற்கறதைப் பார்த்துத்தான் "ரண்டாம்

தாரமாம்மா!" என்று போன வருஷம் அமர்த்தின புதுத் தயிர்க்காரி கேட்டாள் போலிருக்கிறது. இப்படியா விசுக்கென்று இந்தப் பிராமணன் கிழண்டு போகும்! மருந்துக்குக்கூட மயிரில் கறுப்பில்லாமல், கூந்தல் கொட்டைப் பாக்காகி... பல் விழவில்லை, ஆனால் கோணவும் பழுப்பேறவும் ஆரம்பித்துவிட்டது.

ஆனால் இது ஒன்றும் அவள் கண்ணை இந்தக் கணம் உறுத்தவில்லை. "என்ன இருந்தாலும் இதுக்கு இருக்கிற சாமார்த்தியம் சாமர்த்தியம்தான்" என்று உவந்தாள்.

அவளுக்குச் சற்றுச் சிரிப்பாகக்கூட இருந்தது. நம் பிள்ளையைப் பார்த்து நாற்பது ரூபாய் சம்பளம் போட்டுச் சாப்பாடும் போடத் தோன்றிற்றே ஒருவனுக்கு! இந்த உலகத்தில் எத்தனை அசடுகள் இருக்க முடியும்!

இல்லை... அக்கணாக்குட்டி நிஜமாகவே சமர்த்து தானோ! நமக்கு ஒரு பிள்ளை. செல்லப் பிள்ளை. அசட்டுத் தனமேதான் கண்ணில்பட்டது. வெளியே போனதும் மறைந் திருந்த சமர்த்து வெளிவந்துவிட்டதோ என்னவோ.

..இல்லை... பணத்தையே தின்று, பணத்தையே உடுத்தி, பணத்திலேயே படுத்துப் புரளுகிற கொழுப்பு ஜன்மங்களாய் இருக்க வேண்டும். இல்லாவிட்டால் சாப்பாடு போட்டு, துணிமணி வாங்கிக் கொடுத்து, நாற்பது ரூபாய் கொடுக்க வாவது! கொழுப்போ டம்பமோ, மனது நல்ல மனது. இந்தப் பாச்சைக்கு, பேச்சைக்காலும் பேச்சைக் கையும் கொன்னல் பேச்சுமாக இது கிடக்கிற லட்சணத்துக்கு இப்படி ஆதரிக்க வேண்டும் என்று தோன்றிற்றே.

"தட்சிணாமூர்த்தே, வைதீச்வரா, லோகமாதா! நீங்கள்ளாம் தான் காப்பாத்தணும்" என்று பயந்துபோய் நின்றாள் அவள்.

"சரி, காவேரியிலேபோய் ஸ்நானம் பண்ணிட்டு வந்துடறேன்...சில்லறை ஏதாவது கொடேன். கீரைத்தண்டு பாகற்காய்ணு ஏதாவது வாய்ண்டு வரேன்" என்று முடுக்கி னார் முத்து. 'இன்னிக்குக் கூடவா வத்தக் குழம்பும் சுட்ட அப்பளமும்?' என்று சொல்லாமல் பிணங்குகிற முறுக்கு அது. நாலணாவை எடுத்துக் கொடுத்தாள். கன்னத்தில் அவளை செல்லமாக நிமிண்டிவிட்டு அவர் வெளியே போகிறார். பணம் வந்தால் இந்த நிமிண்டல் குழையல் எல்லாம் இரண்டு பேருக்கும் சகஜம்.

அவர் குளிக்கப் போனது நடந்துபோகிற மாதிரி இல்லை. குதி போடுகிறது போலிருந்தது. அவனை, அதை, ரூபாய்

சிலிர்ப்பு

அனுப்பும்படி யாரும் சொல்லவில்லை. அது அது வேலை என்று போனால் போதும் என்றிருந்தது. அது போய் நாற்பது ரூபாய் அனுப்பவாவது! "நீ உருப்பட மாட்டே, நீ உருப்படவே மாட்டே" என்று அவனைச் சபித்ததெல்லாம் நினைவுக்கு வந்தது, வயிற்றில் பிறந்த பிள்ளையை இப்படியா சபிப்பார்கள்! நம்ம புத்தி இவ்வளவு கட்டையாக ஏன் போயிற்று? இப்பொழுது பணத்தை அனுப்பி நம்ம புத்தியில் கரியைப் பூசிவிட்டதே இந்தப் பிள்ளை! அக்கணாக்குட்டி, இனிமேல் உன்னை சபிக்க மாட்டேன், வெய்ய மாட்டேன் – ஏய்! உன்னை அதட்டக்கூட மாட்டேண்டா என்று தன்னைத் திட்டிக்கொண்டு நடந்தார் முத்து. ஒரு பிள்ளை!

பிள்ளைகளெல்லாம் தாயையும் தகப்பனையும் கொள்ளாமல் பாட்டனையும் பாட்டியையும் கொள்ளுமாமே, அது அக்கணாக்குட்டியைப் பற்றிய வரையில் மெய்தான். அவன் முத்துவின் மாமாவைக் கொண்டுவிட்டான். முத்துவைக் கொண்டிருந்தால் அண்டா, தவலைகளை அலட்சியமாக உருட்டுகிற வலுவு வந்திருக்கும். ஆயிரம் பேருக்கானாலும் ஒரு கல் உப்போ, புளியோ ஏறாமல் குறையாமல் சமைத்துப் போடுகிற நளபாகம் கை வந்திருக்கும். முத்துவின் சம்சாரத்தைக் கொண்டிருந்தால் பார்க்கவாவது லட்சணமாக வளர்ந்திருக்கலாம்.

மீனாட்சி லட்சணம்தான். சமையற்கார முத்து பெண்டாட்டி என்று யார் சொல்ல முடியும்? நூத்தம்பது வேலிபண்ணி வீட்டு எஜமானி எண்ணெய் ஸ்நானத்துக்குக்காக நகை நட்டுகளைக் கழற்றி வைத்தாள் போலிருக்கும்... ஸ்நானம் செய்துவிட்டுத் திரும்பி உள்ளே நுழைந்த கையோடு ஈர வேட்டியோடேயே அவளை அப்படியே அம்மென்று திணறத் திணறக் கட்டிக்கொள்ள வேண்டும். ம்க்கும்...ம்க்கும். இதுவேறயாக்கும் என்று சொன்னாலும் சொல்லுவாள். கட்டிண்டு தொலை என்று சொல்வதுபோல மரம் மாதிரி நின்றாலும் நிற்பாள். அவளுக்குப் பிறந்த பிள்ளை அந்த மாதிரி மூக்கும் முழியுமாக இருக்கக் கூடாதோ? மூக்கில் வற்றாத ஜலதோஷம். ஹ் ஹ் என்று நிமிஷத்துக்கு ஒரு உறிஞ்சல். முட்டிக்கால், முட்டிக்கை. குதிகால் கீழே படாமல் இரண்டு குதியிலும் முள்குத்தினாற்போன்ற விந்து நடை, வாயைச் சற்று திறந்தாலே ஓட்டுக்கூரை மாதிரிப் பல் வரிசை – வரிசை இல்லை கோணல் – ஓடு மாற்றி நாலு வருடமானாற்போல. அந்தப் பல்லுக்கு ஏற்ற சொல், எச்சிலில் குளித்துக் குளித்து வரும் ஒவ்வொரு பேச்சும். எப்ப வந்தேல் மாமா சேய்மா? நாலானன் சேய்மார்க்கனா (நாலானன்

என்றால் நாராயணன்) செலுப்பு பிஞ்சு போச்சுப்பா இன்னிக்கி காவேரி ரண்டால் ஆலம்... வயசு பதினைந்து முடிந்தும் இதே பேச்சுதான். படிப்பு வரவில்லை. எலிமெண்டரிக்கு மேல் ஏறவில்லை. ஐந்து வருஷம் வீட்டோடு கிடந்ததும் போன வருஷம் ஒரு மளிகைக் கடையில் இழுத்துவிட்டார். அங்கே ஒரு நாள் எண்ணெயைக் கொட்டி ரகளை. வேலை போய்விட்டது. சைக்கிள் பழுது பார்க்கிற கடையில் கொண்டுவிட்டார். நாலு நாளைக்குப் போய்விட்டு வந்து ஜுரமாகப் படுத்துக்கொண்டுவிட்டது. நான் மாட்டேன், சைக்கிலுக்குப் பம்பு அடிக்கச் சொல்றான். கண்டு கண்டா மார் வலிக்குது. நான் மாட்டேன் போ என்று திண்ணையிலேயே உட்கார்ந்துவிட்டது. முத்து அலையாத இடமில்லை. பையனை அழைத்துக்கொண்டு வரச் சொல்லுவார்கள். போவார். பையனைப் பார்த்ததும் சொல்லியனுப்புகிறேன் என்று அனுப்பிவிடுவார்கள். விறகுக் கடையில்கூட வேலைக்கு வைத்துப் பார்த்தாயிற்று. ஒரு கட்டையைத் தூக்க நூறு முக்கல். தினமும் நகத்திலும் விரல் இடுக்கிலும் சிலம்பு. வீட்டுக்கு வந்து போகமாட்டேன் என்று அடம். நீ உருப்படவே மாட்டே என்று அப்பா அம்மா பாட்டு! ஒன்றையும் காதில் போட்டுக் கொள்ளேமாட்டான் அவன். பேசாமல் போய்த் திண்ணையில் உட்கார்ந்து வாசலில் போகிற வெள்ளாட்டையும் குட்டியையும் மூக்கை உறிஞ்சி உறிஞ்சிப் பார்த்துக்கொண்டிருப்பான். இல்லாவிட்டால் வீட்டுக்கார வாத்தியார் பெண்ணோடு 'நேத்திக்கி ரிசவாகனம் பாக்கலியே நீ தூங்கிப் போயிட்டியே' என்று திருநாள் சேதிகளைப் பேசிக்கொண்டிருப்பான்.

ஸ்வாமி நினைத்தால் என்ன செய்யமாட்டார்! ஊமைக்கும் அசடுகளுக்கும் அவர்தானே கண். என்னப்பா! வைத்தீச்சுவரா! இந்த மட்டுமாவது பாதை காட்டினியே!

முதல் தடவை பணம் வந்து ஆச்சரியத்தில் கழிந்தது. இரண்டாம் தடவைகூட அந்த ஆச்சரியம் குறையவில்லை. மூன்றாம் தடவை இரண்டு மூன்று நாள் தாமதமாயிற்று. வேதனையாயிருந்தது. பயமாக இருந்தது. ஐந்தாவது தடவை ஒரு வாரம் தாமதம். கோபம் வந்தது. கோபத்தைச் சமாளித்துக் கொண்டு என்ன கஷ்டமோ, இடைஞ்சலோ என்று சமாதானம் செய்துகொண்டு சாந்தமான சமயத்தில் பணம் வந்து குதித்துவிட்டது. "இது சம்பாதிச்சு நான் சாப்பிடணுங்கறது இல்லை ஸ்வாமி. என்னமோ முன்ன மாதிரி கண் சரியாகத் தெரியலை. கை நடுங்கறது. என்னமோ குழப்பம். மொளகாப் புளியெல்லாம் முன் மாதிரி திட்டமா விழ மாட்டேங்கிறது. இல்லாட்டா என்ன விட்டுட்டு ஆனந்தம்

பயலைக் கூப்பிடுவாளோ ஏலாவூர் பண்ணையிலே! எத்தனை கலியாணத்துக்கு அங்கே டின்னரும் டிபனுமா பண்ணிப் போட்டிருக்கேன்? இந்தப் பய இப்படிப் பிள்ளையாப் பிறந்து இப்படி நிக்கறதேங்கிற கவலையிலே எனக்குக் கையி, தீர்மானம், தைரியம் எல்லாம் ஆடிப்போச்சு ஸ்வாமி. இப்ப அது நிமிர்ந்துட்டுது. என் குழப்பம் நிமிரலே, என்ன பண்றது! இல்லாட்டா இது சம்பாரிச்சா நான் சாப்பிடணும், தலையெழுத்து" என்று மணியாடர் வாங்கும்போது வந்து, விசாரிக்கிற பார்வையாகப் பார்த்த வீட்டுக்கார வாத்தியாரிடம் உருகினார் முத்து.

அந்தச் சமயத்தில்தான் வண்டிக்காரத் தெருவிலிருந்து வக்கீல் குமாஸ்தாவின் காரியஸ்தன் வைத்தியநாதய்யன் வந்து செய்தி சொல்லிவிட்டுப்போனான். மத்தியானம் முடிந்தால் வீட்டுப் பக்கம் வந்துவிட்டுப் போகச் சொன்னாராம் அண்ணாவையர்.

வக்கீலுக்குக் குமாஸ்தா. அந்த குமாஸ்தாவுக்கு ஒரு காரியஸ்தனா? இது உலகத்தில் இல்லாத ஆச்சரியம் இல்லையோ? ஆனால் நடக்கிறதே, அண்ணாவையனுக்குக் காரியஸ்தன் ஒருவன் இல்லை, இரண்டு மூன்று பேர் உண்டு. இந்தா என்றால் ஏன் எங்கேயென்று ஓடக் காத்திருக்கிற எடுபிடி ஆட்கள் மூன்று பேர் – அண்ணாவையன் முத்துவுக்குக் கீழ் சமையலாக இருந்தவன்தான். திடீரென்று ஒரு நாளைக்கு வக்கீல் ஜகதுவுக்கு குமாஸ்தாவாக வைத்துவிட்டான். தானே வக்கீல் மாதிரி தொழில் நடத்தத் தொடங்கிவிட்டான். முதலிமார் கேஸ்கள், செட்டிநாட்டுக் கேஸுகள், பாகப் பிரிவினைகள், வியாஜ்யங்கள் என்று பிரயமாடுகிறான். கோர்ட்டு ஏறாமலே எத்தனை மத்தியஸ்தங்கள்! பல மத்தியஸ் தங்கள் வாசல் திண்ணையில் நீட்டின கால்களை முடக்கா மலே நடக்கும். மலையாளத்து இரட்டைத் தாழம்பாயில் திண்டுமீது சாய்ந்து...ஏ அப்பா! என்ன கார்வார்! என்ன மோக்ளா!

முத்து கீரைத்தண்டு சாம்பார் சாதத்தைச் சாப்பிட்டு வினோலியா டப்பாவுடன் வண்டிக்காரத் தெருவுக்குப் போனார். போகாமல் எப்படி இருக்க முடியும்! விறகு கடையிலும் சைக்கிள் கடையிலும் அக்காணாக்குட்டியை வேலைக்கு வைத்து அண்ணாவையன்தானே. இது வேலையை விட்டால் அவன் என்ன செய்வான்?

வழக்கம்போல் நீட்டின காலை மடக்காமலே, "வா முத்து, உக்காரு"ழூ என்று அண்ணாவையன் திண்ணையில் தாழம்பாயில் சாய்ந்தவாறே அழைத்தான்.

"வைத்தா வந்து சொன்னான், அய்யர்வாள் கூப்பிட்டார்ன்னு."

"ஆமா. முத்து" என்று எழுந்து புகையிலையை உமிழ்ந்து விட்டு வந்து, "ராத்திரி மெட்ராஸ் போறேன். இந்தத் தடவை யாராவது கூட இருந்தா தேவலை போலிருக்கு. ஒரு வாரமா ஜுரம். முந்தநாத்தான் ஜலம் விட்டுண்டேன். நாளைக்கு அர்ஜண்டா கேஸ்‌ ஹைக்கோர்ட்டிலே. பத்தியச் சாப்பாடு. ஹோட்டல்ல தங்கப்போறதில்லே. தம்முடு கலியாண மண்டபத்திலே தங்கப்போறேன். நீ கூட வந்து ஒரு ரசம் சாதமோ தொகையிலோ பண்ணிப்போட்டா தேவலைன்னு தோணுது. அதான் கூப்பிட்டனுப்பிச்சேன்."

"அதுக்கென்ன செஞ்சுப்பிடறது."

"நீ தீர்க்காயுசா இருக்கணும் நாலாநாள் திரும்பிவிடலாம். நீ போறதுக்கு ரெடி பண்ணிக்கோ. நாளை நாளனிக்கி ஒண்ணும் அச்சாரம் வாங்கலியே."

"இப்ப என்ன ஆடி மாசத்திலே அச்சாரம்?"

"ரொம்ப நல்லது போ. அப்ப ரண்டு நாள்கூடத் தங்கினாலும் பாதகமில்லேன்னு சொல்லு."

"ஒரு மாசமாத்தான் இருக்கட்டுமே. நீங்க கூப்பிடறச்சே நான் வெட்டி முறிக்கப் போறேனோன்னேன். என்ன பேச்சு இது?"

"சரி, இந்தா – இதோ இருவது ரூவா இருக்கு. மீனாட்சி கிட்டக் கொடு. செலவுக்கு வேணுமே அவளுக்கு... ராத்திரி ஏழு மணிக்கு வந்துடு. இங்கேயே சாப்பிட்டுப் புறப்படலாம்."

"சாப்பிடறேன். இது என்னத்துக்கு?" என்று உபசாரமாகப் பணத்தை மறுத்தார் முத்து.

"எது என்னத்துக்கு?... கொடுத்தா பேசாம வாங்கி வச்சுக்கோயேன். நீதான் மகாப் பிரபுன்னு தெரியுமே எனக்கு."

"சரி" என்று புன்சிரிப்புடன் இரண்டு நோட்டையும் வினோலியாப் பெட்டிக்குள் வைத்து மூடி, "நானே போகணும் போகணும்ன்னு நெனச்சிண்டிருந்தேன். நீங்க கூப்புட்டு பால்லெ பழம் விழுந்தாப்பல ஆயிட்டுது" என்றார் முத்து.

"என்ன?"

"நம்ம அக்கணாக்குட்டி அங்கதானே இருக்கான்... போறபோது அவனையும் ஒருநடை பார்த்துவிட்டு வந்துடலாமே"

சிலிர்ப்பு

"ஓஹோஹோ. ரண்டு மாசம் முன்னாலேயே சொன்னியோ – யாராத்திலேயோ இருக்கான்னு. எனக்கு மறந்தே போயிடுத்து பாரேன். பலசரக்கு கடைக்காரனுக்குப் பைத்தியம் புடிச்சாப்பல ஆயிடுத்து என் புத்தி பேஷ்!"

பட்டணத்துக்கு வந்த நாலாம் நாள்தான் முத்துவுக்க ஒழிந்தது. அண்ணாவையருக்குச் சமைத்துப்போட்டு விட்டு அவரோடும் சுற்ற வேண்டியிருந்தது. மூன்று நாளுக்குப் பிறகுதான் அண்ணாவையருக்குத் தைரியம் வந்தது, தனியாக நடமாடலாம் என்று. அன்று சனிக்கிழமை. வேங்கடாசலபதி பெயரைச் சொல்லி ஒரு சர்க்கரைப் பொங்கல் பண்ணச் சொன்னார் அண்ணாவையர். அவருக்குச் சாப்பாடு போடுவதற்கு முன்னமே சொல்லிவிட்டார் அவர். "முத்து, நான் சாப்பிட்டுக் கோர்ட்டுக்குப் போறேன். நீ அக்கண்ணாக் குட்டியைப் பார்த்துட்டு சாயங்காலத்துக்குள்ள வந்துரு. ராத்திரி வண்டிக்கே கிளம்பும்படியா இருக்கும். முடிஞ்சா அந்தப் பயலையும் அழச்சிண்டு வா. நானும் பார்க்கறேன்" என்று அவர் சொன்னதும் அவிழ்த்துவிட்ட கழுதை மாதிரி ஓட வேண்டும் போலிருந்தது முத்துவுக்கு. நெஞ்சுக்குள் குதியாகக் குதித்தது. சிரமப்பட்டு அடக்கிக்கொண்டு, அவருக்குச் சாதத்தைப் போட்டார். டாக்சி பிடித்துக்கொண்டு அவரை ஏற்றி வழியனுப்பிவிட்டு, ஒரு எவர்சில்வர் டப்பாவில் சர்க்கரைப் பொங்கலைப் போட்டுக்கொண்டு மாம்பலம் பஸ்ஸில் ஏறினார்.

வீடு கண்டுபிடிப்பது சிரமமாக இல்லை. வீடா அது, பங்களா. பங்களாக்கூட இல்லை. சின்ன அரண்மனை. ஒரு மாஞ்சோலைக்கு நடுவில் இருந்தது. கேட்டைக் கடந்து நுழைந்ததும் நடுவில் ஒரு நாகலிங்க மரம். இப்பாலும் அப்பாலும் இரண்டிரண்டு மாமரங்கள். ஒரே நிழலாக இருந்தது. தள்ளிப் போனால் கார் நிற்கும் முகப்பு. காரும் இருந்தது. நாகலிங்க மரத்துக்குப் பக்கத்தில் சிமெண்டு சோபா இரண்டு திண்ணை போலக் கட்டியிருந்தன, அங்கே நான்கு பையன்கள் உட்கார்ந்து பேசிக்கொண்டிருந்தார்கள்.

"அம்பி!" என்று இரண்டு தடவை கூப்பிட்டார் முத்து. அவர்கள் கவனித்ததாகத் தெரியவில்லை. மாமரத்தில் ஒரு குயில் கத்திற்று. கீழே நாகணவாய் இரண்டு மஞ்சள் மூக்கும் குழைந்த கூவலுமாக ஆடி ஆடி நடந்துகொண்டிருந்தன.

"நான் டபிள்ஸ் எத்தனையோ தடவை போயிருக்கேண்டா இதே சைக்கிள்ளே. என்ன செஞ்சிடுவாங்க? எங்க தாத்தா ஹைகோர்ட் ஜட்ஜூ, கான்ஸ்டபிள் என்னைப் பிடிச்சிடுவானா?"

"ம்க்ம்... நீ யார் க்ராண்ட்ஸன்னாயிருந்தா போலீஸ் காரனுக்கு என்னடா? அவன் டூட்டி செய்யத்தான் செய்வான்."

"பெட்டு?... நான் டபுள்ஸ் போறேன், மணியோட. பிடிக்கிறானா பார்ப்பமா? அஞ்சு ரூபா பெட்டு! இந்தா" என்று சட்டைப் பையிலிருந்து ஐந்து ரூபாயை எடுத்து வைத்தான் அந்தப் பையன்.

பன்னிரண்டு வயதுக் குழந்தையின் பையிலிருந்து "பெட்டு"க் கட்ட ஐந்து ரூபாய்ப் பணம் வருவதைப் பார்த்து முத்து பயந்துபோய்விட்டார். இந்தப் பையன்களைத்தான் அக்கணாக்குட்டி பள்ளிக்கூடத்திற்குக் கொண்டுவிடுகிறானா! அவருக்குப் பயமாகவும் இருந்தது. பெருமையாகவும் இருந்தது.

"அம்பி!" என்று மறுபடியும் கூப்பிட்டார். பதிலில்லை. அன்று சனிக்கிழமை, பள்ளிக்கூடம் இல்லை போலிருக்கிறது.

மறுபடியும் கூப்பிட்டார்.

"யாரு?"

"சாம்பமூர்த்தின்னு ஒரு பையன் கும்மாணத்திலிருந்து வந்திருக்கானே அவன் இஞ்சதானே இருக்கான்."

"தெரியாது."

"இதுதானே குப்புச்சாமி அய்யர் பங்களா!"

"யார்றா குப்புச்சாமி அய்யர்?"

"போடா! நம்ம மோகன் தாத்தாதாண்டா, அவர் வீடுதான்."

"நீங்க இந்த வீடு இல்லையா?"

"இல்லை. நாங்க எங்க ப்ரண்டு மோகனைப் பார்க்க வந்திருக்கோம். மோகன் உள்ளே சாப்பிடப் போயிருக்கான்."

முத்து மெதுவாக நகர்ந்து வீட்டின் முகப்புக்குப் போனார். அங்கு யாருமில்லை. உள்ளே ஹாலுக்குப் போனார். பாதி இருட்டு, அங்கே பெரிய மைசூர் மகாராஜா ராணி யோடு நிற்கிற படம், கொம்பு, மான் தலைகள், யாரோ தலைப்பாகை நீளக்கோட்டு கால்சட்டை போட்ட மனிதரின் படம் எல்லாம் மாட்டியிருந்தன. அங்கும் யாருமில்லை. அதையும் தாண்டினார். ஒரு கிழவன் அந்தண்டை நடையில் ஒரு ஸ்டூல்மீது உட்கார்ந்திருந்தான்.

"யாரு?"

◈ சிலிர்ப்பு ◈

"ஏம்பா, சாம்பழார்த்தின்னு ஒரு பையன் இங்க இருக்கானே தெரியுமோ?"

"பையன்னா? எந்தப் பையன்?"

"இங்கே வேலைக்கிருக்கான்பா ஒரு பையன் – கும்மாணத்திலிருந்து வந்திருக்கான்."

"அப்படிச் சொன்னால்ல தெரியும்? சாம்புவைத்தானே கேக்கிறீங்க – பெரிய அய்யரோட இருக்கே, அந்தப் பையன் தானே?"

"அது என்னமோ, இங்க வேலையாயிருக்கான் அந்தப் பையன்."

"கும்பகோணத்துப் பையன்தானே?"

"ஆமாம்."

"அப்ப இப்படி இறங்கி அதோ அங்கே போங்க – காட்டேஜுக்கு, அங்கதான் இருப்பான் பையன், இப்பதான் அய்யரோட வெளியேபோய் வந்தான்."

"இங்கே?" என்று நடை முடிவில் இருந்த வாசற்படியைக் காட்டினார் முத்து.

"இங்க சின்ன ஐயா ரண்டு பேரும் இருக்குறாங்க... பெரியப்பா இருக்கிற இடம் அதுதான். அங்கதான் அந்தப் பையன் இருக்கான்... நீங்க யாரு?"

"நான் அந்தப் பையனோட தோப்பனார்."

"அப்படியா! சரி சரி, போங்க."

முத்து, நடையிலிருந்து இறங்கி தோட்டத்தோடு போனார். ஏ அப்பா, எத்தனை பெரிய வீடு! எத்தனை மரங்கள். ஒரு ஆளைக் காணவில்லை. வாசலை இப்படி ஹோவென்று போட்டு விட்டு உள்ளே எங்கேயோ இருக்கிறார்களாம். ஒரு ஈ காக்காயைக் காணோம்! முன்நெற்றி மயிரைப் பிடித்தாலும் தெரியாது போலிருக்கிறது.

ஒரே நிசப்தமாக இருந்தது. தோட்டப் பாதையில் நடந்து அங்கே காட்டேஜின் படி ஏறினார் முத்து.

தாழ்வாரத்தில் வந்து "சார்" என்றார்.

"யாரு?"

"நான்தான்" என்று சொல்லிக்கொண்டே உள்ளே நுழைந்தார்.

அங்கே ஒரு பெரிய மேஜை, அதன்மேல் தடிதடியாகக் கணக்குப் புத்தகங்கள். அதன் பின்னால் நாற்காலியில் ஒரு பெரியவர் உட்கார்ந்திருக்கிறார். அவர் முகத்தில் கறுப்பாக மூக்குக் கண்ணாடி, மேஜையில் ஒரு நீலக்கடுதாசி, அதன்மேல் வரைபடம். அதைத்தான் பார்த்துக்கொண் டிருக்கிறார். ஒரு பையன் பக்கத்தில் நின்று அவருடைய தலையை, கிராப்புத் தலையை வரக்கு வரக்கு என்று சொறிந்து கொண்டிருக்கிறான்.

கறுப்புக் கண்ணாடியின் உடலும் லேசாகக் கறுப்புத்தான். முத்து உள்ளே நுழைந்ததும் அவர் கறுப்புக் கண்ணாடியைக் கழற்றாமலே நிமிர்ந்து பார்க்கிறார்.

"யப்பா" என்று ஒரு குரல்.

அக்கணாக்குட்டியின் குரல்தான், மேஜை மீதிருந்த மங்கிய விளக்கின் கறுப்பு மறைவுக்குப் பின்னால் அக்கணாக் குட்டியின் முகம் தெரிந்தது.

"எப்பப்பா வந்தே?" என்று ஹ் என்று உறிஞ்சிக்கொண்டே சிரிக்கிறான் அவன்.

"யார்றா சாம்பு?"

"எங்கப்பா மாமா" என்று அவர் தலையைச் சொறிந்து கொண்டே அக்கணாக்குட்டி "எப்பப்பா வந்தே?" என்று சிரித்தான்.

"நமஸ்காரம்" என்றார் முத்து.

"நமஸ்காரம், சாம்பு அப்பாவா... வாங்கோ!"

"வந்தேன்."

"உட்காருங்கோ."

ஒரு நாற்காலியில் உட்கார்ந்தார் முத்து. வெய்யிலிலிருந்து உள்ளே வந்ததும் கண்ணை மறைத்த இருள் மெதுவாக விலகிற்று. கண் நன்றாகத் தெரியத் தொடங்கிற்று.

"சௌக்கியமா?" என்றார் கறுப்புக் கண்ணாடி.

"சௌக்யம்."

முகத்தை நன்றாகப் பார்த்தார் முத்து. உதடு அறுந்து மாதிரி அதைத்துத் தொங்கிற்று. கன்ன எலும்பில் இரண்டு அதைப்பு. காது வளையமெல்லாம் அதைப்பு. மேஜைமீது படிந்திருந்த கைகளைப் பார்த்தார். கைகள் படியவில்லை. கட்டை விரல் மற்ற விரல்களெல்லாம் மடங்கியிருந்தன. நீட்ட முடியாத விரல்கள் என்று பார்த்தாலே தெரிந்தது.

సిలிர்ப்பு

"எப்பப்பா வந்தே... ஹ்?" என்று பல் வரிசையைக் காட்டிக்கொண்டே கேட்டான் அக்கணாக்குட்டி. அவருடைய தலையைச் சொறிவதை மட்டும் நிறுத்தவில்லை.

"இப்பதாண்டா வரேன்."

"இப்ப ஏதுப்பா வண்டி... ஹ்?"

"வண்டி முன்னூறு நிமிஷம் லேட்டு. தெரிஞ்சவா வீட்டிலே வந்து இறங்கினேன். சாப்பிட்டேன், உடனே புறப்பட்டு வரேன்" என்று தன்னையறியாமல் பொய் சொன்னார் முத்து.

அப்பொழுது கறுப்புக் கண்ணாடிப் பெரியவர் கன்னத்தைச் சொறிந்துகொண்டார். எல்லாரும் விரல் நுனியால், நகத்தால் சொறிந்துகொள்வார்கள். அவர் மடக்கின விரலின் பின்பக்கத்தால் சொறிந்துகொண்டார். முத்துவுக்குப் பகீர் என்றது. இரண்டு மூன்று விரலில் நகமே இல்லை.

முத்துவுக்கு உட்கார முடியவில்லை. மேலெல்லாம் அரிப்பது போலிருந்தது. அந்த அறையில் காலைப் பாவ விட்டாலே உள்ளங்கால் அரிக்கும்போலிருந்தது. முள்மேல் உட்கார்வதுபோல குறுகிக்கொண்டார்.

பெரியவர் என்னென்னமோவெல்லாம் கேட்டார். தப்பும் தவறுமாக பதில் சொல்லிக்கொண்டிருந்தார் முத்து. காதில் ஒன்றையும் சரியாக வாங்கிக்கொள்ளவில்லை. அவருக்கு உள்ளே பூஞ்சதை நரம்பெல்லாம் அழுகுவதுபோல் ஒரு கசிவு.

"போறும்டா சாம்பு" என்றார் பெரியவர்.

அக்கணாக்குட்டி சொறிவதை நிறுத்தினான்.

"பையன் ரொம்ப சமர்த்தாயிருக்கான். அவன் இருக்கிறது எனக்கு ஆயிரம் பேர்கூட நிற்கிறாப்போல இருக்கு" என்றார் பெரியவர். சொல்லிவிட்டு "சித்தே இருங்கோ, இதோ வந்துடறேன்... சாம்பு, இப்படி வாயேன்" என்றார்.

அக்கணாக்குட்டி அருகில் வந்து நின்றான். பெரியவர் எழுந்து அவன் தோளில் கையைப் போட்டுக்கொண்டார். அக்கணா நடந்தான். அவரும் விந்தி விந்தி துணி பூட்ஸ் காலால் நடந்தார். அவரை ஹாலின் ஒரு கோடியில் உள்ள கதவைத் திறந்து உள்ளே விட்டு வெளியே காத்து நின்றான்.

"உங்க மாதிரி யார் இருப்பா? விளக்கேத்தி வச்சேளே என் குடும்பத்துக்கு. நிஜமாகச் சொல்றேன். அக்கணாக்

குட்டி அனுப்பியிருக்கிறானே மாசாமாசம், அதில்தான் வயிறு ரொம்பறது. யார் செய்வா இந்த மாதிரி இந்தக் காலத்திலே? அவனையும் ஒரு ஆளாக்கி... அவன் ஒரு கால்காசைக் கண்ணாலே காணப்போறானேன்னு ஒடிஞ்சு போய்விட்டேன். ஸ்வாமிதான் உங்க ரூபத்திலே வந்து அவன் கண்ணைத் திறந்துவிட்டார்..." அக்கணாக்குட்டியைப் பார்க்கப்போகும்போது அவனுடைய எஜமானரைப் பார்த்தால் இப்படி என்னென்னவெல்லாமோ சொல்ல வேண்டும் என்று நினைத்துக்கொண்டே வந்திருந்தார் முத்து.

இப்போது வாயைத் திறக்கவில்லை. முடியவில்லை. அந்த நினைவெல்லாம் தோன்றிய சுவடே இல்லை. மனசில் ஒரு பீதி. ஒரு குமைச்சல். குமட்டல். ஒரு கோபம். "பாவி! நீ நன்னாயிருப்பியா?" என்று அடிவயிற்றிலிருந்து கதற வேண்டும் போலிருந்தது. அக்கணாக்குட்டி ஹால் ஓரத்தில் பெரியவர் வருவதற்காகக் காத்து நின்றவன் அப்பாவைப் பார்த்துப் புன்சிரிப்பு சிரித்தான். ஹ் என்று உறிஞ்சினான்.

முத்துவுக்கு நெஞ்சில் கட்டி புறப்பட்டாற்போல் வலித்தது. இவனையும் தாண்டிக் கதவைப் பார்த்து அவர் கண். வெளியே நெளியப்போகும் நல்ல பாம்பைப் பார்ப்பது போல ஒரு கிலி வேறு சூழ்ந்துகொண்டது.

"இந்தாண்ட வாடா" என்று வாயால் தலையை அசைத்தார் – அவசரமாக, சுளிப்பாக.

அவன் புரிந்துகொள்ளவில்லை. புன்சிரிப்புடனேயே சாத்தியிருந்த கதவைக் கையால் காண்பித்து சைகை காட்டினான்.

பெரியவர் காவி பூட்ஸும் காலுமாக வந்தார். சுவரில் பதிந்த ஒரு பளபள கம்பியிலிருந்த ஒரு துண்டை எடுத்து அவரிடம் நீட்டினான் அக்கணா. அவர் கையைத் துடைத்துக் கொண்டதும் தோளைக் கொடுத்தான். பிடித்துக்கொண்டு வாத்து நடந்து நாற்காலியில் உடகார்ந்துகொண்டார்.

முத்து ஆரம்பித்தார். "சம்சாரத்துக்கு ஊரிலே உடம்பு ரொம்ப மோசமாயிருக்கு. பதினஞ்சு நாளா படுத்த படுக்கையாயிருக்கா. பிள்ளையைப் பார்க்கணும் பார்க்கணும்னு புலம்பறா, ஜுரம் இறங்கவே இல்லை..."

"அடடா... நீங்க ஒரு வார்த்தை எழுதப்படாதோ?"

"என்னமோ சாதாரண ஜுரம்னு நெனச்சிண்டிருந்தேன். அது என்னடான்னா இறங்கற வழியாயில்லே. அப்புறம் அவ தங்கைக்கு லெட்டர் போட்டு வரவழச்சேன்,

☙ சிலிர்ப்பு ☙

கிராமத்திலேர்ந்து இவளானா புலம்பறா. உங்ககிட்ட விஷயத்தைச் சொல்லி பயலை அழச்சிண்டு போகலாம்னு வந்திருக்கேன்" என்று அடுக்கிக்கொண்டே போனார் முத்து.

பெரியவர் நிமிர்ந்து அவரைப் பார்த்தார். கறுப்புத்தான் கண்ணை மறைத்திருக்கிறதே, என்ன தெரியும்? அந்த முகத்தில்தான் என்ன தெரியும்? தடிப்புத்தான் தெரிந்தது.

முத்துவுக்கு மட்டும் தான் சொன்னதை அவர் நம்ப வில்லையோ என்று வயிற்றில் கனத்தது.

பெரியவர் அப்படியே பார்த்துக்கொண்டிருந்தார்.

"ஊர்லெ சிநேகிதர் ஒருத்தர் காரிலே வந்திருக்கார். சேர்ந்து போயிடுவமேன்னார். ரயில்காரனுக்குக் கொடுக்கிறதை யாவது மிச்சம் பண்ணலாம்னு நினைச்சேன்."

பெரியவர் வாய்த் தடிப்பு ஒரு புன்னகையாக மலர்ந்தது. சிரித்தால் அழகாகத்தான் இருக்கிறது. யார் சிரித்தால் என்ன என்று தோன்றிற்று முத்துவுக்கு.

"பெரிய மனசு பண்ணி மன்னிக்கணும்" என்றார் முத்து.

"பாதகமில்லை" என்று ஒரு புத்தானை அழுத்தினார் பெரியவர்.

"சாம்பு, அப்பா கூப்பிடறாரேடா, போறியா?" என்று கேட்டார்.

"அம்மா ரொம்ப ஜுரமாக் கிடக்காடா. உன்னைப் பார்க்கணும்னு பேத்திண்டேயிருக்கா – ராவில்லே பகலில்லே" என்றார் முத்து.

"சரிடா சாம்பு. வேட்டி சட்டையெல்லாம் எடுத்து வச்சுக்கோ" என்றார் பெரியவர். "பையன் ரொம்ப ஒத்தாசையாயிருந்தான் ஸ்வாமி. சுருக்கக் கொண்டுவிட்டு விடுங்கோ."

"ம்! உடம்பு சரியாயிருந்தா, அங்கே என்ன வேலை?" என்றார் முத்து.

அக்கணா பின்னாலிருந்த இன்னொரு அறைக்குப் போனான்.

வாசலிலிருந்து ஒரு தட்டில் டிபன் காபி எல்லாம் பரிசாரகன் கொண்டுவந்தான். அதற்குத்தான் புத்தானை அழுத்தினார் போலிருக்கிறது பெரியவர்.

"சாப்பிடுங்கோ."

"நான் இப்பத்தானே சாப்பிட்டேன்."

"இங்கே வந்து வெறும் வயத்தோட போகலாமோ?"

முத்துவுக்குச் சொல்ல மெல்ல முடியவில்லை. "பாலாம்பி கேச வைத்யேச" என்று மனத்துக்குள் சுலோகம் சொல்லிக் கொண்டே காபியை மட்டும் எடுத்துக் கண்ணை மூடி மளமளவென்று விழுங்கினார். பரிசாரகன் பாத்திரங்களை எடுத்துப்போனான்.

அக்கணாக்குட்டி பையும் கையுமாக வந்தான். வெளிச்சத்தில் நன்றாகப் பார்க்கும்போது அவன் எவ்வளவு மாறிவிட்டிருக்கிறான் என்று தெரிந்தது. தலையை வழவழ வென்று சீவிவிட்டிருந்தான், வெள்ளை வெளேரென்ற சட்டை, வெள்ளை வேட்டி, முகத்தில் ஊட்டத்தின் பொலிவு, சட்டைக்கு வெளியே தெரிந்த முன்னங்கைகூட பளபள வென்று நிறம் ஏறியிருந்தது.

"என்னை ரொம்ப மன்னிச்சிக்கணும்" என்று எழுந்து கும்பிட்டார் முத்து.

"எதுக்காக? ரொம்ப நன்னாயிருக்கே."

"நமஸ்காரம் பண்ணிட்டுப் போய்ட்டு வரேன்னு சொல்லிக் கோடா" என்றார் முத்து.

அக்கணா விழுந்து வணங்கி எழுந்து "போயட்றேன் மாமா" என்றான்.

"போய்ட்டுவா. போய் லெட்டர் போடு, அம்மாவுக்கு உடம்பு எப்படியிருக்குன்னு. எப்ப வரேன்னும் எழுதணும்."

"சரி மாமா."

இருவரும் வெளியே நடந்தார்கள்.

இவ்வளவு சீக்கிரம் காரியம் நடக்கும் என்று நினைக்க வில்லை. சிங்கத்தின் குகையிலிருந்து வருவதுபோல திரும்பிப் பார்காமல் வேகமாக வெளியே வந்து தோட்டத்தைத் தாண்டித் தெருவுக்கு வந்து சாலைக்கு வந்தார் முத்து. "மெதுவாய் போப்பா" என்று கூடவே விரலால் நடந்து சிறு ஓட்டமாக ஓடிவந்தான்.

சாலைக்கு வந்து பஸ் ஏறினதும்தான் வாயைத் திறந்தார் முத்து.

"ஏண்டா மக்கு! இந்த மாதிரி உடம்பு அந்த மாமாவுக்குன்னு நீ சொல்லவே இல்லியே" என்றார்.

∽ சிலிர்ப்பு ∽ 167

"என்ன உடம்பு?"

"உனக்குத் தெரியலியா? ரொம்ப கரிசனமா தலையைச் சொறிஞ்சு விட்டியே, புத்திதான் இல்லை, கண்ணு கூடவா அவிஞ்சுபோச்சு?"

"அது ஒட்டிக்காதாம்பா?"

"ஒட்டிக்காதா! யார் சொன்னா?"

"அவாத்து மாமி, மாமா, மோகன் எல்லோரும் சொல்வாலே."

"பின்னே அந்த மோகன், மாமி, மாமா எல்லோரும் வந்து அவர் தலையைச் சொறியப்படாதோ?"

"அவாலுக்கெல்லாம் வேலையில்லியாக்கும்? மோகன் பள்ளிக்கூடம் போறான். மாமா என்ஜீனியர், மாமி பூ நூல்லே பை பனியன்லாம் போடறா. அவாலுக்கு டயம் ஏது? அவா சொறியப்படாதோங்கிறியே."

"உன்னை ஏமாத்தியிருக்காடா எல்லாரும், அசட்டுப் பொணமே."

"ஒண்ணும் இல்லே. இத பாரு பேப்பர்லேயே போட்டிருக்கு" என்று பையின் பிடியை அகட்டி உள்ளேயிருந்து நாலு சினிமாப் பாட்டுப் புத்தகங்களை எடுத்தான் அக்கணா. ஒரு புத்தகத்தைப் பிரித்து அதிலிருந்து ஒரு தினசரி தாள் பக்கம் ஒன்றை எடுத்தான். அதிலே ஒரு வெள்ளைக்காரப் பெண் யாரோ ஒரு ஆணின் கையைப் பிடித்துத் தடவிக் கொண்டு நிற்கிறாள். கருப்புக் கண்ணாடிக்காரருக்கு இருந்த மாதிரியே கை, மூக்கு எல்லாம். . . . "இது யாரு தெரியுமா? வெல்லைக்கார தேசத்திலே ராணி. போன மாசம் மெட்ராசுக்கு வந்தா – ராஜாவோட. இந்த ஊருக்கு வந்து சினிமா டிராமால் லாம் பார்க்கலியாம். காரை எடுத்துண்டு ஒரு கிராமத்துக்குப் போனாலாம். மாமா மாதிரி அங்கே முப்பது நாப்பது பேர் இருக்கலாம். மருந்து சாப்பிடறாலாம். அவால்லாரையும் பார்த்து, கையெல்லாம் தடவிக் கொடுத்தா வெல்லைக்கார ராணி, போட்டோ போட்டிருக்கா பாரு தடவிக் கொடுக்கறாப் பல. ஒட்டிக்கும்னா ராணி தடவிக் கொடுப்பாலா, பேத்தியம் மாதிரி பேசறியே?"

"பேத்தியம் மாதிரியா? நானா பைத்தியம்?" என்று படத்தைப் பார்க்க ஆரம்பித்தார் முத்து.

"படத்தை மட்டும் பாக்கறியே. கீலே எலுதியிருக்கு பாரு" என்று விரலை அந்த வரிகள் மீது ஒட்டிக் காண்பித்தான் அக்கணா.

"பாலாம்பிகேச வைத்யேச" என்று சுலோகம் சொல்லிக் கொண்டே வினோலியா பெட்டியைத் திறந்து கண்ணாடியை எடுத்து மாட்டிக்கொண்டு படிக்க ஆரம்பித்தார் முத்து.

◆

## சிவப்பு ரிக்ஷா

மூச்சுவிட முடியவில்லை. ஆறாக வேர்த்து ஊற்றிற்று. தோள் பட்டையைப் பற்றிப் பற்றி, தோள்பட்டை வலி எடுத்தது. கை மாற்றிக்கொள்ளவும் முடியவில்லை. தொங்குகிற கையில் சாமான் பை. அதை மேலே உயர்த்த முடியாமல் பின்னால் இருந்து ஆசாமி இடித்து நசுக்குகிறார். டிராம் முழுவதும் வேர்வை நெடி அனலடிக்கிறது. 'பீக் அவர்' என்ற உருவில் காலம் நாலு வண்டி ஆட்களை ஒரு வண்டி யில் அடைத்து நசுக்கிப் பிழிகிறது. உழைத்துவிட்டு, வீட்டின் அமைதியை நோக்கிப் பறக்கும் மனித வர்க்கத்தின் முக வாட்டத்தையும் அலுப்பையும் வேர்வையையும் பார்க்கும் போது, காலத்தின் இந்த அசுர உருவந்தான் கண்முன் நிற்கிறது.

அம்மாடா! இன்னும் மூன்று நிறுத்தந்தான். அப்புறம் இறங்கி வெளியையும் காற்றையும் நுகரலாம். என்னைப்போல அதோ அருகில் இருக்கும் அந்தப் பெண்ணுக்குக்கூட விடுதலை கிடைக்கும். என் தெரு; எதிர்ச் சாரியில் மூன்று வீடு தள்ளியிருக்கிற வீடுதான் அவளுக்கு. வேர்வை துளும்ப, லோலக்கு ஆட அந்தமலர் வாடி வதங்கிக் கொண்டிருக்கிறது. என்ன களை! என்ன குறுகுறுப்பு! எவ்வளவு அலுப்பு!

திடீரென்று அந்தக் கண்ணில் கனல் பறந்தது. உராய்ந்து நின்றிருந்த பையனின் – பையன் என்ன, இளைஞன் – முழங்கைக்குக் கீழ் அவள் நகம் பதிந்தது; சதையைக் கிழித்து இறங்கிறது. ரத்தம் கசிந்தது; ஊற்றெடுத்தது. நல்ல செம்பருத்தி ரத்தம்; இளம் ரத்தம்.

கடவுளும் நானுந்தான் பையனின் முகத்தைப் பார்த் தோம். உடட்டை கடித்தான். கண்ணை மூடினான். ஓர் இடி இடித்தான். முன்னால் நகர்ந்தான்; பிதுங்கிக்கொண்டு நகர்ந்தான். தள்ளப்பட்ட இரண்டு ஆட்களும் நெருங்கிக்கொண் டார்கள். பையனைப் பார்க்க முடியவில்லை.

பெண், ரத்தம் கசிந்த தன் விரலைத் துடைத்துக் கொண்டாள். நகத்தைப் பார்த்தேன். சாதாரண நகந்தான். விரல் இருவாட்சிப் பூ. இந்த விரலுக்கு இவ்வளவு சீற்றமா?

சுற்றுமுற்றும் பார்த்தாள். என்னைப் பார்த்தாள். நான் எங்கேயோ பார்த்துக்கொண்டிருந்தேன். குனிந்து ஜன்னல் பக்கம் பார்த்தாள். எவ்வளவு கோபம்! எவ்வளவு வேதனை!

"ஸ், அப்பப்பா! தாங்கலையே புழுக்கம்! எவ்வளவு மெதுவாகப் போகிறது!" என்று அலுத்துக்கொண்டாள்.

"ரண்டு ரக்கை கட்டினா, சரியாப் பூடும்" என்றாள் உட்கார்ந்திருந்த பெண்பிள்ளை ஒருத்தி.

"அந்த ரக்கையிலும் பத்துப் பத்துப் பேர் உட்கார்ந்துக் கலாம்" என்று சிரித்தாள் பெண்.

என்ன சிரிப்பு இது! அதற்குள்ளா? விரல்பட்ட கோபம் இந்த முத்துப் பல்லுக்குத் தெரியாதா?

இடம் வந்ததும் இறங்கினேன்.

"அப்பாடா!" என்று முகத்தைத் துடைத்துக்கொண்டேன்.

"அம்மாடி! கால் விரலெல்லாம் நசுங்கிப் போயிடுத்து டாப்பா" என்று சொல்லிக்கொண்டே இறங்கினாள் அவள்.

"ரத்தங்கூடத்தான் பீறிட்டு அடிக்கிறது" என்றேன். சட்டென்று திரும்பி, என்னைப் பார்த்தாள்; சிரித்தாள்.

"நீங்க பார்த்துண்டு இருந்தேளா?"

"வேறு ஒருத்தரும் பார்க்கலைன்னுதான் நினைக்கிறேன்."

"பின்னே என்ன ஸார் பண்றது? இந்த வருஷத்தோடு ஸ்கூல் முடியறது. அப்புறம் காலேஜிலே படிக்கப்போறேன். பி.ஏ.யோ, எம்.ஏ.யோ, எதுவோ, பாஸ் பண்ணிப்பிட்டு உருப்படியா வந்தாகணுமே. ஏறினவுடனே எழுந்துண்டு 'ஸீட்டுக்' கொடுன்னு கேக்கலை. நின்னுண்டே வரத் தயார். பேசாமல் வந்தால் என்ன?"

"என்ன பண்ணினான்?"

"இடிச்சு இடிச்சுண்டு நின்னான். சரி, கூட்டம் நெருக்கடி. போனால் போகிறது. காதுக்கிட்ட வந்து ஊதுவானேன்? லோலக் அசையுமான்னு பார்த்தான்; பட்டான். ஸ்கூலுக்குப் போறது அவதி. திரும்பி வரது அவதி. நிற்கிறதுக்கோ வழியில்லை. இந்த அவஸ்தையெல்லாம் புரிஞ்சுக்கப்படாதா? சேஷ்டை வேறேயா?"

☙ சிலிர்ப்பு ❧

"வாயைத் திறக்கலை பயல்; நழுவிப்பிட்டானே!"

"திருடனுக்குத் தேள் கொட்டினா, சத்தம் போடுவானா?"

"ஐயோ! என்னை மாத்திரம் அப்படிக் கிள்ளியிருந்தா, அப்படியே விழுந்து பிராணன் போயிருக்கும்."

"உங்களைக் கிள்ளலை, ஸார். நீங்க கோணா மாணான்னு ஏதாவது நியூஸ் போட்டுட மாட்டேளா? உதவி ஆசிரியராச்சே."

"உனக்கு எப்படித் தெரியும்?"

"மதராஸிலே ஒரு வருஷமாத்தான் வசிக்கிறேன். மாடியிலே குடியிருக்கிறவா யாரு. எதிர்த்த வீட்டுக்காரர்கள் யாரு – இதெல்லாம் தெரிஞ்சுக்காம இருக்க இன்னும் நாலு வருஷமாவது பழக வேண்டாமா?"

சிரிப்பு வந்தது எனக்கு. வயசுக்கு அதிகமான புத்தி.

"இங்கேதான் ஸார் இருக்கோம். கொஞ்சம் வந்துவிட்டுப் போங்கள், ஸார்" என்று வீட்டு வாசல் வந்ததும் அழைத்தாள், தட்ட முடியவில்லை. போனேன்.

"உட்காருங்க ஸார். அப்பா, அப்பா!"

"ஏம்மா" என்று மாடியிலிருந்து குரல் வந்தது.

"கொஞ்சம் கீழே வாங்கோப்பா."

பனியனும் மூக்குக் கண்ணாடியும் விரல் வைத்த புத்தகமுமாக அப்பா வந்தார்.

"நமஸ்காரம்."

"நமஸ்காரம்."

"இவரைத் தெரியுமாப்பா உங்களுக்கு?"

"ம், பார்த்தாப்பலே இருக்கு."

"இதோதான் இருக்கிறேன். இதே தெருத்தான். எதிர்த்த சாரி."

"ஓஹோ! அப்படியா!"

"ஸப் – எடிட்டர் அப்பா! நீங்க கையிலே வச்சிண்டிருக்கேளே, அந்தப் பேப்பர்லேதான்."

"அப்படியா? ரொம்ப சந்தோஷம்."

"நீங்க பேசிண்டிருங்கோ ஸார், இதோ வந்துவிட்டேன்." என்று பெண் உள்ளே போனாள்.

தி. ஜானகிராமன்

மதராஸுக்கு அவர்கள் வந்து ஒரு வருஷம் ஆயிற்றாம். ஊர் சிதம்பரமாம். தாசில்தாராக இருந்து ரிடயராகி இரண்டு வருஷகாலம் ஆகிறது. குழந்தைகள் நிறையப் பிறந்து ஒரு வயசு, ஆறு மாதம் என்று எல்லாம் போய்விட்டன. கடைசி அடியாகப் போட்டது போன வருஷம். காலேஜில் படித்துக் கொண்டிருக்கிற பையனையும் வாரிக் கொண்டுபோய் விட்டது காலம். ஊரில் இருக்கப் பிடிக்காமல் இருக்கிற ஒரு பெண்ணையும் மனைவியையும் அழைத்துக்கொண்டு மதராஸுக்கு வந்துவிட்டார் அவர்.

"குழந்தை என்ன என்னவோ சொல்லிண்டிருக்கால். எம்.ஏ. வரையில் படிக்கணுமாம். இல்லாவிட்டால் டாக்டருக்குப் படிக்கிறேன் என்கிறாள். உன்னிஷ்டம்ன்னு விட்டுவிட்டேன்."

"இந்தாங்கோ, ஸார்" என்று காபியைக் கொண்டுவந்தாள் பெண்.

"எதுக்கம்மா? வீட்டிலே வேறே போய்க் குடிச்சாகணுமே."

"பரவாயில்லே ஸார்."

"பரவாயில்லையா? சரி, உன்னோட ஏதுக்கு வம்பு?"

"அவருக்கும் தெரியுமா, நீ வம்புக்காரின்னு?" என்று தகப்பனார் கண் அகலக் கேட்டார்.

நான் சிரித்தேன்.

"ஏன், யாரையாவது அடிச்சியா?"

"அடிக்கலை. கிள்ளினேன், ரத்தம் சொட்டச் சொட்ட."

"என்னது!"

"ஆமாம், நின்னுண்டே வந்தேன். காதிலே வந்து ஊதினான். நகத்தைப் பதிச்சுக் கிள்ளினேன். ஓசைப்படாமல் நழுவிப் பிட்டான்."

"நல்ல தைரியசாலி, ஸார்."

"தைரியசாலியாவது, ஸார்! கஷ்டமான்னா இருக்கு."

"உங்களுக்கென்ன கஷ்டம்? நான் பாத்துக்கறேன். பொழுது விடிஞ்சா, அப்பாவே என் கூடக்கூட வர முடியுமா? நீங்களே சொல்லுங்கோ ஸார். நான் டாக்டருக்குப் படிக்கணும்; ஆபரேஷன் எல்லாம் பண்ண வேண்டாமா. அடிக்கிறதுக்குப் பயந்துக்க முடியுமா?"

"நீ யாரை அடிச்சே?"

☙ சிலிர்ப்பு ☙ 173

"அது ஒரு மாசம் ஆச்சு, ஸார். இடிச்சு இடிச்சுண்டு நின்னான். எத்தனை நெருக்கடியா இருந்தாலும், அங்கேயும் மரியாதையா ஒதுங்கி நிற்க முடியும். அவனுக்கும் தெரியாதா, என்ன? பளார் பளார்ன்னு அறைஞ்சேன். ஆனால் அவன் கெட்டிக்காரத் திருடன். 'மன்னிக்கணும். இனிமே இப்படித் தவறா யாரையும் எண்ணாதே அம்மா!' என்று ரொம்பப் பெருந்தன்மையாச் சொல்லிப்பிட்டு இறங்கிப்பிட்டான். பொய், பொய். எனக்குத் தெரியும்."

"ஹ்ம்; ராமா! பகவான்தான் உன்னைக் காப்பாத்தணும். இதோடு இரண்டு தடவை ஆயிடுத்து. இனிமே இப்படி யெல்லாம் செய்யாதேம்மா. என்ன இருந்தாலும்..."

"பொம்மனாட்டி. அதானே? அந்தத் தைரியந்தான் எனக்கு. ஆம்பிள்ளை அப்படி அடிச்சிருந்தால் பாஞ்சு கழுத்தைப் பிடிச்சிருப்பான். நான் அடிச்சவுடனே உளறி அடிச்சிண்டு இறங்கிப்பிட்டான்."

அல்லி ராணி மாதிரி பேசிக்கொண்டிருந்தாள் ருக்கு.

"பயந்து பயந்து சாக முடியுமா? அப்பாவுக்கு எப்பப் பார்த்தாலும் பயம். கணக்குப்பிள்ளை மொட்டைப் பெடிஷன் போடுவானோன்னு பயம். ரெவின்யூ இன்ஸ்பெக்டர், டிப்டி கலெக்டர்கிட்டக் கோள் சொல்லுவானோன்னு பயம். மிராசுதார் வந்தால் லஞ்சம் கொடுக்க வந்திருக்கானோன்னு பயம். பயந்து பயந்துகொண்டே ஒரு வழியா அக்கடான்னு ரிடயராகிவிட்டார். இனிமே நான் ரிடயராகற வரையில் பயப்பட்டாகணும் அவருக்கு" என்று அவள் முத்தாய்ப்பு வைத்ததும் அவர் சிரித்ததும் இன்றும் அப்படியே ஒலித்துக் கொண்டிருக்கின்றன.

இன்று டிராம் இல்லை. ஓடின சுவடுகூட அடைந்து விட்டது. காதைத் துளைக்கிற, எரிச்சலைக் கிளறுகிற சத்தமும் இரைச்சலும் இல்லை. கொல்லன் பட்டறையாக அமளிப்படும் வீதிகளில் எவ்வளவு அமைதி!

காலேஜில் வாசிக்கிறாள் ருக்கு. பழைய ருக்குவா இவள்? எவ்வளவு மாறுதல்! மெல்லிய ஆரஞ்சு நைலான் புடவை?

சாண் அகலத்திற்கு மேல் பூவை அள்ளித் தெளித்த பார்டர். இறுக இறுகக் கை பிதுங்கும் ரவிக்கை. உயரத்தை உயர்த்தும் கட்டு. முகங்கூட உருண்டையாகிவிட்டது. வாளிப்பும் கட்டுமாக, பங்களூர் சூரியகாந்திப் பூ மாதிரி, கவர்ச்சியும் பூரிப்புமாக வளர்ந்துவிட்டாள்.

அட! ருக்குவா!

ஏது கார் இவளுக்கு?

ஒரு சின்ன நீலக் கார். பின் ஸீட்டில் உட்கார்ந்திருந்தாள் ருக்கு. காரை ஓட்டின இளைஞனுக்கு இருபத்திரண்டு வயசு இருக்கும். மாம்பலம் 'பஸ்'ஸுக்காகக் காத்துக்கொண்டு நின்றேன். என் பக்கத்தில் இருந்த இரண்டு யுவர்களைப் பார்த்து, ஸ்டியரிங்கில் இருந்த கையைத் தூக்கி "ஹல்லோ" போட்டுக்கொண்டே போனான் அவன்.

"ஹல்லோ! சீரியோ! குட்லக்!" என்று அவனை வாழ்த்தினான், என்னை அடுத்து நின்றவர்களில் ஒருவன்.

ருக்குதான்! சந்தேகமே இல்லை. நம் ருக்குவா!

"அடுத்த வீட்டுக்காரர்களையும் எதிர் வீட்டுக்காரர்களையும் தெரிஞ்சுக்காமல் இருக்க இன்னும் நாலு வருஷம் ஆக வேண்டாமா?" என்று சொன்ன ருக்குதான்.

"அதிர்ஷ்டக்காரண்டா. புதுசு புதுசா ஏதாவது சிநேகம் கிடைச்சிண்டுதான் இருக்கு அவனுக்கு."

"யாரு? நான் சரியாப் பாக்கலையே?" என்று சோடா பாட்டில் கண்ணாடி பதில் சொன்னான்.

"நம்ம கணபதி. எம்.ஸி. கணபதி."

"எம்.ஸி.ஜியா? சரி, சரி, கூட யாரு?"

"கூடவா? பாரதி விழாவிலே டான்ஸ் ஆடித்தே. இன்டர் ருக்மிணி."

"ருக்மிணியா!"

"ஏன் பதைக்கிறே? உனக்கு ஏதாவது சொந்தமா?"

"சொந்தமுமில்லே. ஒண்ணும் இல்லே. ரொம்ப நல்ல பொண்ணுன்னா அது..."

"நல்ல பொண்ணோ என்னமோ? முரட்டுக் குதிரை, நிமிர்ந்துகூடப் பார்க்காது."

"பின்னே?"

"பஞ்சக்கல்யாணி, நீலவேணி, இந்தமாதிரிக் குதிரை யெல்லாம் அடங்காமையா இருந்தது? அதுக்கும் ஒரு தேசிங்கு வந்தானா இல்லியா?"

ருக்குவா? நம் ருக்குவா? அவளா இப்படி அலைகிறாள்? முகம் தெரியாத ஒரு பயல். அவனுடன் சிநேகம். எவனோ சிரிக்கிறான். வாழ்த்துக் கூறுகிறான்! எப்படி மாறிவிட்டது!

సిலிர்ப்பு

நாட்டியம் ஆடினாளாம். அது வேறு சொல்லிக்கொள் கிறாளா? நாட்டியத்தில்தான் இந்தத் துணிச்சல் ஆரம்பித் திருக்க வேண்டும். குழந்தைகளைப் பெற்றுப் பெற்றுச் சாகக்கொடுத்து மீதியிருந்த ஒரு பிச்சைக்குச் செல்லம் கொடுத்ததன் விளைவு!

டிராமில் விழுந்த அந்த ரத்தத் துளி உலர்ந்து உறைந்து விட்டதா?

என் ரத்தம் கொதித்தது. கல்லுக் கல்லாகப் பிள்ளை களைப் பலி கொடுத்து, கண்ணின் மணியாக வளர்த்த நெஞ்சுகள் இதைக் கேட்டால், இதைப் பார்த்தால் எப்படிக் கருகிச் சாம்பும்! நம்பிக்கை வைத்ததற்கு எவ்வளவு கொடிய தண்டனை. தகாத தண்டனை! இருக்கிறது ஒன்று; அதுவும் மண்ணைப் போட்டுவிட்டது.

கங்கையில் விழுகிற சாக்கடை, கங்கையாகிவிடுகிறது. சாக்கடையில் விழுகிற கங்கை ஜலம் சாக்கடை நீராகத்தான் இருக்கவேண்டியிருக்கிறது. மதராஸ் என்ன மாயம் செய்திருக் கிறது! ருக்குவைக்கூட இழுத்துக்கொண்டுவிட்டதென்றால்?

கசப்பு என்று கசப்பாக இல்லை. மாமிசத்தின் பிரதிநிதி களாக, அவமானத்தின் பிரதிநிதிகளாக, பொறுப்பில்லாத பாவங்களின் வடிவமாக, இரண்டு மாணவர்களும் பிதற்றிக் கொண்டிருந்தார்கள். கவிகளும் வேதாந்திகளும் எதற்குத் தோன்றினார்கள்? எல்லாவற்றையும் இந்த வாலிபக் கூட்டம் வாசித்து, மொந்தையுருப் போடுகிறதே, எதற்காக? இப்படி அவருசியின் உருவாக, ரத்தத்தின் கையாலாகாத வெறியாக்ச் சீரழியவா? கால்மணியாகப் பேச்சைக் கேட்கிறேன். எவ்வளவு விரசம்! எவ்வளவு அநாகரிகம்! எவ்வளவு யோசியாத, பொறுப்புணர்ச்சி வற்றிப்போன கொடுமை! இவர்கள் சதையைத் தவிர, உத்தியோகத்தைத் தவிர, மேல் மரியாதையைத் தவிர, வேறு எதில்தான் நம்பிக்கை வைத்திருக்கிறார்கள்? அப்படி மேலுக்குக்கூட மரியாதையைக் காணோமே! காரில் போனவனுக்கு வாழ்த்துக் கூறியவர்கள், பக்கத்தில் இருப்பவன் கேட்கிறானே என்று ஏன் பார்க்கவில்லை? எவ்வளவு அவமரியாதை! எவ்வளவு தடித்தனம்! படிப்பின் அகம் பாவமா இது?

படிப்பின் அகம்பாவந்தான். கண்ணைக் கட்டுகிற படிப்பு. ருக்குவின் கண்ணையும் கட்டித்தான்விட்டது. தெருவில் மானமாக, மரியாதையாக நிற்கக்கூட கற்றுக் கொடுக்காத படிப்பு. ருக்குவை விழுங்கிவிட்ட படிப்பு.

மாணவர்களின் பிதற்றல் தாங்க முடியாமல் முகத்தைச் சிணுக்கி ஒதுங்கி நின்றேன். படபடவென்று வந்தது.

பஸ்ஸில் போகும்போது நெஞ்சு பறந்தது. பெற்றவர்களுக்கு எவ்வளவு அநீதி! உலகத்தைக் கண்டு எவ்வளவு அலட்சியம்! ருக்குவுக்கு இந்தப் படிப்பு அவசியந்தானா? இவள் எம்.ஏ. படிக்க வேண்டும், டாக்டராக வேண்டும் என்று யார் அழுதார்கள்? உலகம் முழுகியா போய்விடும்.

திரும்பி வரும்போது ருக்கு வீட்டைப் பார்த்துக்கொண்டு போனேன். எப்பொழுதும்போல் வாசற்படிக்கு நேராகச் சாய்வு நாற்காலியில் சாய்ந்திருந்தார் அவர். எனக்குக் கோபந்தான் வந்தது. பயப்படுகிறவனாம்! உண்மையாகப் பயப்படுகிறவன் இப்படியா நிச்சிந்தையாகக் காலை நீட்டிச் சாய்ந்திருப்பான்? இப்படி ஒரு நம்பிக்கையா? பேடி முண்டம்! நீ பாட்டுக்கு சாய்ந்தே இரு. டபார் என்று உனக்கே தெரியாமல் பின்பக்கமாக உன்னைக் குடைசாய்க்கப் போகிறது ஒரு கை; அன்று ரத்தம் பீறக் கிள்ளின கைதான்.

வீட்டுக்குள் வந்து முகத்தை அலம்பும்போது ராஜம் சொன்னாள்:

"ருக்கு வந்திருந்தா."

"எப்ப?"

"இப்பத்தான்; அஞ்சு நிமிஷமாச்சு."

"என்ன விசேஷமாம்?"

"சும்மாத்தான் பார்த்துட்டுப் போகலாம்னு வந்தேன்னாள். முடிஞ்சா வரச்சொன்னாள். அவசரமா ஒண்ணும் இல்லே. அவர் வராட்டா, காலமே வரேன்னாள்."

என்னடா இது!

"ஒண்ணுமே சொல்லலையா?"

"இல்லையே!"

சாப்பாட்டில்கூட எனக்கு மனம் செல்லவில்லை. அள்ளிப் போட்டுக்கொண்டு போனேன்.

"என்ன ஸார்?"

"வாங்கோ, வாங்கோ, ருக்கு! ருக்கூ!"

"ஏம்பா?"

"சாப்பிடறயா?"

"ஆமாம்."

"ஸார் வந்திருக்கார்."

சிலிர்ப்பு

"ஸப் எடிட்டர் ஸாரா?"

"ஆமாம்."

"இதோ வந்துட்டேன், ஸப் எடிட்டர் ஸார்!"

"என்ன?"

"கொஞ்சம் உக்காந்திருக்கணும். மோருஞ்சாதந்தான். இன்னும் ரெண்டு பிடிதான் பாக்கி. ஒரு பிடி. அதுவும் ஆயிட்டுது... எழுந்திண்டாச்சு... கையலம்பியாச்சு... கையைத் துடைச்சுண்டுமாச்சு."

தாசில்தார் மலர்ந்துபோய் அவளைப் பார்த்துக் கொண்டிருந்தார்.

"சாப்பிட்டாச்சா, ஸார்?"

"ஆச்சு."

"சாப்பிட்டாக் கோபம் தணிஞ்சுடுமோன்னோ?"

"என்ன இது?"

"தெரியும் ஸார்."

"என்ன தெரியும்?"

"பாண்டி பஸார்லே இறங்கிப் போனேள். உங்க மூஞ்சி நன்னாயில்லை. வதங்கிப்போய், சுருங்கிப்போய், சூடு போட்ட கன்னுக்குட்டி மாதிரி இருந்தது."

"நீ மாம்பலம் போயிருந்தியா?"

"உங்களுக்குத் தெரியாதா? நீங்கதான் பார்த்தேளே?"

"எதை?"

"நான் காரில் போனதை."

"எப்ப? ஓ... சாயங்காலமா? ஆமாம், பார்த்தேன்."

"சரி சரி, மாம்பலந்தான் போறேன்னு எப்படித் தெரியும் உங்களுக்கு? தெரிஞ்சிருக்காதுதான்."

"காரில் உன்னைப் பார்த்தேன். எங்கே போறேன்னு தெரியாதுதான்."

"நானும் ரானடே ஹால் போகிறவரையில் உங்களைப் பின் ஜன்னல் வழியாப் பார்த்துண்டுதான் போனேன். நீங்க பட்ட ஆத்திரம், எரிச்சல், தாபம், வேதனை எல்லாம் தெரிஞ்சுது. ரானடே ஹால் தாண்டினப்புறம் உங்க மூஞ்சியும் மறைஞ்சு போயிட்டுது."

"நீபாட்டுக்கு என்னமோ சொல்லிண்டு போறியே: ஆத்திரம், கோபம், வேதனை."

"எரிச்சல் – இதெல்லாம் வரலியா உங்களுக்கு? இந்த மாப்பிள்ளைச் சமர்த்தெல்லாம் பண்ணாமல், ஸப் எடிட்டர் செய்தியை உள்ளது உள்ளபடியே கொடுப்பார்னு நெனச்சேன்!"

எனக்குச் சிரிப்பு வந்துவிட்டது.

"ஸப் எடிட்டர் ஏதாவது கோணாமாணான்னு நெனச்சுக்கப் போறாரேன்னுதான் உங்களைத் தேடிண்டு வந்தேன். நீங்க இன்னும் வரலைன்னு சொன்னாள் மாமி."

"சொன்னா, சொன்னா. அதுதான் உடனே கிளம்பி வந்தேன்."

"அதுதான் சாப்பிட்டாச்சா, கோபம் தணிஞ்சுதான்னு கேட்டேன்."

"சுத்திச் சுத்தி... நீ வந்து..."

"என்ன ருக்கு இது. தேஞ்சுபோன கிராமபோன் தட்டு மாதிரி?" என்று தாசில்தார் சிரித்துக்கொண்டே குறுக்கிட்டார்.

"சரிப்பா, இதோ சொல்லிப்பிடறேன் ஸார், மாம்பலம் போறதுக்காக ஸம்ஸ்கிருத காலேஜ் பஸ் ஸ்டாப்பில நின்னுண் டிருந்தேன். உங்க மாதிரி காசிலே குறியாயிருந்தா லஸ்ஸிலே போய் ஏறி அரையணா மிச்சம் பிடிச்சிருக்கலாம்."

"அடடடடடடா!"

"சித்தே இருங்கோப்பா. உங்களுக்கென்ன அலுப்புப் பிடுங்கறது? நியூஸ் பேப்பர்காரர்களுக்கு அப்படித்தான் விடாமல் சொல்லணும். மந்திரி பேசினா அப்படியே போட்டு டுவா. தலைமை வகிச்சவா, அப்புறம் பேசினவா பேரு எல்லாத்தையும் 'பீக் அவர்' பஸ்ஸிலே அடைக்கிற மாதிரி நசுக்கி, பின்னர் அவர், இவர், அவர் முதலியார்கள் பேசினார் கள்னு எல்லாரையும் முதலியாரா 'கன்வர்ட்' பண்ணிப் போடுவா. அது போகிறது. உங்கள் இஷ்டம் அது. பஸ் ஸ்டாப்பில் நின்னுண்டிருந்தேனா? மூணு நிமிஷம் நின்னேன். விசுக்குனு ஒரு சின்ன கார், புதுக் கார் வந்து நின்னுது.

"பாப்பா, வறியா?'ன்னு கொஞ்சிக் கொஞ்சிக் கேட்டான் ஒரு தடியன். பி.ஏ. வாசிக்கிறான். 'எங்கே?'ன்னு கேட்டேன். 'நான் மாம்பலம் போறேன். நீ எங்கே போகணும்னாலும் கொண்டு விட்டிடறேன்'னான். 'நானும் மாம்பலந்தான் போறேன்'னு சொன்னேன். முன் ஸீட்டுக் கதவைத் திறந்தான்.

டக்குனு பின் வீட்டுக் கதவைத் திறந்துண்டு பின்னால் ஏறி உட்கார்ந்துண்டேன். முன்னால் வந்து உட்காருன்னும் சொல்ல முடியலை; பின்னாலே உட்கார வேண்டாம், இறங்குன்னும் சொல்ல முடியலை. அசடு வழிஞ்சுது. காரை விட்டுண்டே போனான். 'மாம்பலத்திலேதான் இருக்கீங்கலா?'ன்னு கேட்டான். 'இல்லே, மயிலாப்பூர்லேதான்'ன்னேன். அட்ரஸ் கேட்டான். 'கார் நல்லாருக்குதே, புச்சா வாங்கினீங்கலா?'ன்னு கேட்டேன். அவ்வளவுதான். குஷி தாங்கலை அதுக்கு. பிரமாதமா, கனவேகமா விட்டுது காரை.

"லஸ்ஸிலே உங்களைப் பார்த்தேன். கார் பறந்தது. ரொம்ப வேகமாப் போறீங்களேன்னேன். 'இதா வேகம்?'னு இன்னும் பறக்க ஆரம்பிச்சுட்டுது; போகிற பஸ்ஸு, காரு எல்லாத்தையும் மாறிண்டு, கண்மூடிக் கண் திறக்கிற நேரத்திலே மாம்பலம் போயிட்டுது. பவர் ஹவுஸ் வந்ததும், 'இங்கே தாங்க இறங்கணும்'னேன். வீடு சொல்லுங்கலேன். கொண்டே விட்டிடறேன்னுது. 'இல்லே, இங்கேதான்'னேன். 'ஆல் ரைட்'டுனு கதவைத் திறந்தது. தாங்ஸ்னு இறங்கினேன். மயிலாப்பூர்லே எங்கே இருக்குறீங்க? 'அஞ்சு மூணு, ரங்கப்ப முதலியார் தெரு'ன்னேன். அந்த மாதிரி தெரு இருக்கோ என்னமோ மயிலாப்பூர்லே. எங்கேயாவது போய்த் தேடி முட்டிகட்டுமே. மூஞ்சியிலே கரியைத் தீத்திண்டு வரட்டுமே, ரைட்டோன்னு கையை ஒரு தூக்குத் தூக்கி இளிச்சிப்பிட்டுப் போயிட்டுது. எனக்கும் ரெண்டணா மிச்சம். அத்தங்காவைப் போய்ப் பார்த்துட்டு உடனே திரும்பிப்பிட்டேன். இதைச் சொல்லணும்னுதான் ஸப் எடிட்டரைத் தேடிண்டு வந்தேன். கோபம் தணிஞ்சு போயிடுத்தா?" என்று சிரித்தாள் ருக்கு.

"எனக்கு என்ன கோபம்?"

"சும்மா இருங்கோ, ஸார்; தெரியும்."

"ஸாருக்குக் கோபம் வந்தாலும் வராவிட்டாலும் எனக்குக் கோபந்தான். அவன் கூப்பிட்டா, நான் வரலை ஸார், தாங்க்யூன்னு ஒரு வார்த்தை சொல்லிப்பிட்டுப் பேசாம இருக்க வேண்டியதுதானே நீ? அந்தக் கழுதைக்கு இடங் கொடுத்தாப் போலத்தானே ஆச்சு இப்ப?" என்று தகப்பனார் கடிந்துகொண்டார்.

"அது விஷமமாகக் கேட்டுது. நானும் விஷமமா ஏறிண்டேன். அதுவும் கழுதை வாலிலே தகரத்தைக் கட்டினாப்போல, தலைகால் தெரியாமே பறந்தது. எனக்கு எப்படியானா என்ன? ரெண்டணா மிச்சம்."

"என்னமோ, எனக்குப் பிடிக்கலை. நாளைக்கு எதாவது தகராறு வந்துதுன்னா?"

"நான் பாத்துக்கறேன். நீங்கதான் கழுதைன்னு சொல்லிப் பிட்டேளே அதை. கழுதைக்குத்தான் புத்தி கிடையாதே. இடக்குத்தான் பண்ணும். உதைபடும். நாளைக்கு ரங்கப்ப முதலியார் தெருவைத் தேடிண்டு உலகம் முழுக்கச் சுத்தும். எங்கியாவது ஐம்பத்து மூணுலே போய் விசாரிக்கும். எதாவது சொன்னா வாங்கிக் கட்டிக்கும். இடக்குப் பண்ணித்துன்னா, அப்பப் பாத்துக்கறது. காசு கழுதைக் கொம்பாய் இருக்கிற காலத்திலே நான் ரெண்டணா மீத்தேனே, அதுக்கு ஒரு 'ரைட்டோ' கூடச் சொல்ல மாட்டேங்கறா ஸார், அப்பா" என்று ருக்கு குழந்தை மாதிரி உதட்டைப் பிதுக்கிக் கோபித்துக் கொண்டாள்.

"இத பாருங்க ஸார்" என்று குலுங்கக் குலுங்கச் சிரித்தார் தாசில்தார். ருக்கு பேசுவதைக் கேட்டால் ஏன் சிரிப்பு வராது?

எனக்கும் அவமானமாகத்தான் இருந்தது. எவ்வளவு கோபப்பட்டோம்! எப்படி அமைதி அவ்வளவு விரைவில் நம்மைக் கைவிட்டது! ருக்குதான் எப்படி நம் பலஹீனங் களைப் புரிந்துகொண்டிருக்கிறாள்! இவள் செய்கிற ஒவ்வொரு காரியத்துக்கும் ஓர் அர்த்தம் இருக்கும். ஒரு யோசனை இருக்கும் என்று ஏன் நமக்குப் படாமல் போய்விட்டது.

வீட்டுக்கு வரும்போது அப்பாடா என்று இருந்தது. மனத்தைப் பிடித்த கிரகணம் விட்டதுபோல ஒரு விடுதலை. நல்ல மழை ஒன்று பெய்து மனது அழுக்குகளையும் ஐயங்களையும் அடித்துக்கொண்டு போய்விட்டது.

ருக்குவுக்கு எதையும் சமாளிக்க முடியும். புருஷ ஜாதியைக் கழுதை மாதிரி வாலில் தகரத்தைக் கட்டி வேடிக்கை பார்க்க முடியும் அவளுக்கு. எலி மாதிரி பதுங்கிப் பதுங்கி ஓடச் செய்ய முடியும். குரங்கை ஆட்டுகிற மாதிரி ஆட்ட முடியும். முரட்டுச் சுபாவந்தான். ஆனால் பேச ஆரம்பித்தால், எதிர்பாராதபடியெல்லாம் சுருக் சுருக்கென்று தைக்கிறாள்; முட்டாளாக அடிக்கிறாள்.

அவளைப் பார்த்தாலே ஒரு நம்பிக்கை பிறக்கிறது. நினைத்தால்கூட நெஞ்சு குளிர்கிறது. அழகையும் அலட்சியத் தையும் தெரியத்தையும் சேர்ந்து பார்த்தால் இந்தப் பட்டணத் தில் எவ்வளவு தெம்பாக இருக்கிறது.

அன்றிரவு பார்த்துவிட்டு வந்ததுதான்; ஒரு மாதமாகப் பார்க்கவில்லை. இரண்டு மூன்று முறை வீட்டுக்குப்

సிலிர்ப்பு 181

போனேன். அவள் இல்லை. காலையிலும் கூட்டத்திற்குப் பயந்துகொண்டு சீக்கிரமாகப் போய்விடுகிறாளாம். இதோ பார்த்துக்கொண்டு நிற்கிறது ஒரு கூட்டம். சின்னச் சின்னக் கும்பலாக நின்று பேசிக்கொண்டிருக்கிறார்கள். பஸ் வந்தால் தெரியும், தீவட்டிக் குரங்குக்குப் பட்டாணி போட்டார்போல் ஒரு பாய்ச்சலாக விழுந்து சட்டை கிழிய, மூக்குக் கண்ணாடி பறக்க, முழங்கை ஒடிய, கால் நசுங்க ஏறப்போகிறது.

"ஸார்!"

"அட, நீயா? ஏன் பஸ்ஸிலே போகலையா?"

ரிக்ஷாவில் உட்கார்ந்திருந்தாள் ருக்கு. சற்றுக் கூடவே போய் நின்றேன்.

"இந்த நெருக்கடியில் எப்படி ஸார் போறது?"

"ஆமாமாம். எனக்கே என்ன செய்யப்போறோம்னு தெரியலை. கூட்டம் யுத்தத்துக்கு நிக்கறாப்பாலே நிக்கிறது. உனக்குக் கூடவா முடியலை?"

ருக்கு சிரித்தாள்.

"நீங்க கேப்பேள்னு தெரியும். ரிக்ஷாவைப் பார்த்தேளா?"

"ஏ ஒன்னாயிருக்கு."

"சொந்த ரிக்ஷா."

"சொந்த ரிக்ஷாவா! எப்ப வாங்கித்துது?"

"நேத்திக்கு. இனிமே இதிலேதான் காலேஜுக்குப் போப்போறேன்."

"ஏன்?"

"தாக்குப்பிடிக்க முடியலை."

"என்னது! உனக்கா?"

"எனக்கா? நான் ஒண்டிக்காரி, என்ன பண்றது? எல்லாரும் ருக்குவா இருந்தான்னா சரியாயிருக்கும்?"

"அன்னிக்கு பூட்ஸ் காலை வச்சு நன்னா மிதிச்சுப் பிட்டான் ஒருத்தன். விரல் காயம் இன்னும் ஆறல்லே."

"அடேடே! துணியா சுத்தியிருக்கே?"

"பிளாஸ்டர் போட்டிருக்கேன்."

"எனக்கு ஆச்சரியமாயிருக்கு. ஏமாத்தமாக்கூட இருக்கு."

☙ தி. ஜானகிராமன் ☙

"பின்னே என்ன ஸார்? உங்களுக்கெல்லாம் காளை மாடு மாதிரி பலம் இருக்கு. அந்த மாதிரி பலம் ஒவ்வொரு பொம்மனாட்டிக்கும் வர வரையில் சிரமந்தான்."

"இப்ப இருக்கிறது போராதுன்னா?"

"போரும் ஸார், ஒத்துக்கறேன். ஒண்டிக்கு இருந்தால் சரியாப் போயிடுமா? பாருங்களேன். ஒரு மீட்டிங்கிலே பேசினேன், வரத்துக்கு முன்னாடி காணாததைக் கண்டு பிட்டாப்பலே எல்லாப் பசங்களும் கையைத் தட்டி, மேஜையை உடைச்சு, காதைத் துளைச்சது. நிம்மதியா நாலு நிமிஷம் பேச விடலே. நினைக்கிறதையெல்லாம் கோவையா வரிசைப்படுத்திக்கக்கூட முடியல்லே. டான்ஸ் வேறே கத்துக்கறேனா? நரி கள்ளைக் குடிச்சாப்பலே, ஆயிடறது. இப்படிப்போனா வம்பு இல்லாமெயாவது இருக்கும். காலும் நசுங்காம இருக்கும். நாளைக்கு மாமியை கூட்டிண்டு பீச்சுக்குப் போப்போறேன்."

"துணைக்கா?"

"பேச்சுத் துணைக்குத்தான்" என்று சிரித்தாள்.

"வரட்டுமா? நகத்தைக்கூட ஒட்ட நறுக்கிப்பிட்டேன் ஸார், பார்த்தேளா?" என்று கையைக் காட்டினாள்.

ரிக்ஷா நகர்ந்தது. பிரமிப்புத் தெளியாமல் அந்தச் சிவப்பு ரிக்ஷாவைப் பார்த்துக்கொண்டே நின்றேன். அந்தப் பெரிய சிவப்பில் டிராமில் விழுந்த ரத்தத் துளி மறைவதுபோல இருந்தது.

◆

## கடன் தீர்ந்தது!

"மாமா, நீங்களே இப்படி ஏமாந்துபோவதுன்னா என்னாலே நம்பவே முடியலியே! மூணு வருசமாச்சுங்கிறீங்க. ஒரு நாளாவது என்கிட்ட ஒரு வார்த்தை சொல்லணும்னு தோணலியா?"

"அங்கேதானே பய ஜாக்கிரதை பண்ணிக்கிட்டான்? 'ரத்ன தேசிகர் கிட்ட வாய் விட்டுடாதீங்க. விட்டீங்களோ, போச்சு. மோசம்'னு தேள் கொட்றாப்போலக் கொட்டிக் கிட்டேயிருந்தான். நானும் அதைப் புடிச்சுக்கிட்டேன்."

"நானும் நெனச்சு நெனச்சுப் பாக்கறேன், மாமா. ஆற மாட்டேங்குது. நீங்கதான் இல்லேன்னா, அண்ணி சொல்லக் கூடாதா? இல்லே, உங்க தம்பியாவது சொல்லக்கூடாதா? எங்கிட்ட இல்லாத நம்பிக்கை அந்தக் காலி மேலே விழுந் திடிச்சே உங்களுக்கெல்லாம்! இந்த வட்டாரத்திலே குழி நாலரை ரூபாய்னு சொன்னா எந்தப் பித்துக்குளியாவது நம்புவானா? இந்த ஊரிலே பிறந்த குழந்தை நம்புமா! அகவிலை முக்கால் ஒரு ரூபாய்னு வித்தபோதே குழி அஞ்சு ரூபாய்க்குக் குறைஞ்சு வித்துண்டா? ஓசைப்படாம இருபத்தி நாலாயிர ரூபாயைத் தூக்கிக் கொடுத்திட்டீங்களே. என்னடா, முன்னெப் பின்னே தெரியாதவன் ஒருத்தன் சொல்றானே, யாரையாவது கலந்துகிட்டுக் கொடுப்போம்னு யோசிக்கிற தில்லே? இதென்ன பச்சைப் புள்ளை ஏமாறுறாப்போலல்ல இருக்கு? அண்ணி! எங்கிட்ட உங்களுக்கும் ஒரு வார்த்தை சொல்லணும்னு தோணலியா!" என்று ஆற்றமாட்டாமல் குமுறிக்கொண்டு, தூணில் சாய்ந்துகொண்டிருந்த மீனாட்சி அக்காளைப் பார்த்தார் ரத்ன தேசிகர்.

"நீ போட்டிக்கு வந்திட்டா, குழி நாலரை ரூபாய்க்கு வாங்க முடியுமா? அதான் சொல்லலே. 'ஆத்தா புடவை கொடுத்தா, அப்பன் குதிரை கொடுத்தான்னு சொல்லு'ங்கிற சேதியா நானும் இந்த மூக்குத் திருகு, இந்த செப்பு ஓலை, இதைத் தவிர மீதியெல்லாம் கழட்டிக் கொடுத்திட்டேன்"

தி. ஜானகிராமன்

என்று சொல்லிக்கொண்டே தொண்டையை அடைத்துக் கொண்டு வந்த அழுகையை அடக்க முடியாமல் உள்ளே போய்விட்டாள் அண்ணி.

ரத்ன தேசிகர் கல்லாய்ச் சமைந்துபோய்விட்டார். கட்டிலில் படுத்துக்கொண்டிருந்த சுந்தர தேசிகர் கண்ணி லிருந்து கரகரவென்று நீர் பெருகிற்று.

"ரத்னம், நிலத்தை வித்தேன், பாங்குப் பணத்தையும் எடுத்தேன். அதோடு நிற்கலை. அவ நகை ஜாடா எடுத்து அவன் கையிலே கொடுத்திட்டேன். நாலாயிர ரூபாய்க்கு அவ மேலே நகையிருந்தது. சும்மா ஆத்திலே போடுறாப்போல எல்லாத்தையும் பிடுங்கிப் போட்டிட்டேன். இன்னிக்குத் தான் அவ இரண்டாவது மனுசன் காதிலே இந்தச் சேதியைப் போட்டிருக்குறா. அவளும் யார்கிட்டாவது சொல்லித் தீர்த்துத்தானே ஆகணும்? இப்பச் சொன்னதைத் தவிர வேறு ஒரு பிராணிகிட்ட அவ சொன்னதில்லை. அவளுக்கே தாங்க மாட்டாமெ சொல்லிப்பிட்டா. என்னாலே எத்தனை பேர் மனசு கசந்திருக்கு, பாரு. என் சம்சாரம் போயிட்டுப் போறான்னு வச்சுக்குவம். என் தம்பி, அவன் சம்சாரம், அவன் பிள்ளை குட்டிங்க – ஒருத்தரைக் கலக்காமெ, குடும்பத் துக்குப் பெரியவன்னு ஒரு நிலையை எவ்வளவு தூரம் உபயோகப்படுத்திக்கணுமோ அவ்வளவும் செஞ்சு, எல்லாத்தையும் அழிச்சுப்பிட்டேன். ஆனா இந்தக் குடும்பத் திலே ஒருத்தராவது, 'இப்படிச் செஞ்சிப்பிட்டியே!'ன்னு என்னை இன்னும் ஒரு வார்த்தை கேட்டதில்லை. அது வரைக்கும் நான் கொடுத்து வச்சவன்தான்! ஆனா நாளைக்கு நான் தெய்வத்துக்குப் பதில் சொல்லித்தானே ஆகணும்? நானும் நெனச்சு நெனச்சுப் பார்க்கறேன்; இவ்வளவு முட்டாளா இருக்க முடியுமா ஒரு மனுஷன்னு! எனக்கு எப்படிக் கல்லுக் கல்லா ரூபாயைத் தூக்கிக் கொடுத்தேன்னு புரியவே இல்லை. சொக்குப் பொடி போட்டு மயக்கிப்பிட்டானா? அல்லது வேளைக்காரன்தான் நம்ம புத்தியைக் கெடுத்துச் சந்தியிலே இழுத்துக்கிட்டுப் போயிட்டானா? ஒண்ணுமே புரியல்லை" என்று பிரமித்துப் போய்ச் சாய்ந்துவிட்டார் சுந்தர தேசிகர்.

ரத்ன தேசிகர் கீழே கிடந்த கடுதாசிக் கட்டிலிருந்து ஒவ்வொரு கடுதாசாக எடுத்து வாசித்துப் பார்த்தார். ஒன்றிலாவது ராமதாஸ் நாயுடுவின் பெயரைக் காணவில்லை. 'பணம் வந்தது. வந்தனம். சீக்கிரம் சாஸனம் எழுதி முடிக்க ஏற்பாடு செய்துவிடுவோம்!' 'பணம் பெற்றுக்கொண்டேன். இன்னும் ஒரு வாரம் அல்லது இரண்டு வாரத்தில் சாஸனத்தை

☙ சிலிர்ப்பு ☙

எழுதி, ரிஜிஸ்டர் செய்துவிடலாம்!' என்று மொட்டையாகத் தொகையைக்கூடக் குறிப்பிடாமல், கடைசியில், 'இப்படிக்கு, கந்தசாமி' என்று கடிதங்கள் முடிந்திருந்தன. ஒவ்வொரு கடுதாசியிலும் மேலே 'மயிலாப்பூர்' என்று கண்டிருந்தது. விசாலம் இல்லை. இந்தக் கந்தசாமி யார்? கந்தசாமி என்று யாராவது ஓர் ஆள் உண்மையாகவே இருக்கிறானா என்று ரத்ன தேசிகருக்குச் சந்தேகம் எழுந்தது. இந்தக் கந்தசாமி யார் என்பது கடவுளுக்குத்தான் தெரியும். அவருக்கே தெரியாமலும் இருக்கலாம். அந்த மாதிரி ஓர் ஆசாமியையே அவர் படைக்காமல் இருந்திருந்தால்? ஆகவே ராமதாஸ் நாயுடுவைக் கேட்டால்தான் தெரியும். ராமதாஸ் கம்பி நீட்டிவிட்டான். இரண்டு மாதமாகத் தலைமறைவாகச் சுற்றிக்கொண்டிருக்கிறான். அவன் பெண்டாட்டியைக் கேட்டால், 'எனக்குத் தெரியாது' என்ற பதிலைத் தவிர வேறே ஒன்றும் கிடைக்கவில்லை.

கீழே கிடந்த முப்பது முப்பத்திரண்டு கடிதங்களையும் மாறி மாறிப் பார்த்துக்கொண்டிருந்தார் ரத்ன தேசிகர். இருபத்து நாலாயிரம் வாங்கிக்கொண்ட சுவடே அதில் காணவில்லை. மொத்தமாகப் பணம் பணம் என்றுதான் கண்டிருந்தது. தப்பித் தவறியாவது, 'ராமதாஸ் நாயுடு மூலம் பெற்றுக்கொண்டேன்' என்று ஒரு கடிதத்திலாவது கண்டிருக்கக் கூடாதா? தரித்திரம் பிடித்த சட்டத்திற்குச் சாட்சி வேண்டுமே! சாட்சியை வைத்துக்கொண்டுதான் கொலை செய்ய வேண்டுமென்று சொல்லுகிற சட்டத்திற்கு எப்படிப் பதில் சொல்வது? ரத்ன தேசிகர் திகைத்தார், எவ்வளவு அழகாக ஏமாற்றியிருக்கிறான் என்று.

நாள் தவறாமல் வீட்டு வாசலில் பாராக் கொடுத்துக் கொண்டிருந்த ராமதாஸ் இரண்டு மாதமாக மறைந்து விட்டான். அதிலேயே ஏக்கம் பிடித்துவிட்டது சுந்தர தேசிகருக்கு. 'பணம் போய்விட்டது, சர்வமும் தொலைந்து விட்டது' என்ற அதிர்ச்சியில் அவர் விழுந்துவிட்டார்; படுத்துக் கிடக்கிறார். திரும்பி வராது என்று வேறு சொல்லி விட்டால் ஆள் பிழைப்பது துர்லபம். ரத்ன தேசிகருக்கு இன்னது செய்வது என்று தெரியவில்லை.

வெகு நாழிகை இருவரும் ஒன்றும் பேசவில்லை. கடைசியில், "மாமா, போலீஸிலே எழுதி வச்சு, ஆள்மேலே வாரண்டு கிளப்பித்தான் ஆகணும். நீங்க கவலைப்படாமெ இருங்க. நான் பாத்துக்கறேன். கொஞ்சம் முன்னாடி சொல்லி யிருந்தா இவ்வளவுக்கு வந்திராது. போவுது; நடந்துபோன

சமாச்சாரத்தைப் பத்திப் பேசுறதிலே புண்ணியமில்லை. அதைரியப்படாமெ இருங்க."

"அதைரியம் என்னப்பா? எனக்கு ஒண்ணும் ஆசை யில்லை, சொத்தைக் காப்பாத்திக்க வேணும்ம்ணு. என் சொத்தி னாலே இன்னொரு ஜீவன் திருப்தியடைஞ்சு, சந்தோஷ மடைஞ்சா அதுவே எனக்குத் திருப்தி. ஆனா இது முழுக்கவா என் சொத்து? தம்பி இருக்கிறான், அவன் பெரிய சம்சாரி. என் வார்த்தைக்கு ரெண்டு சொல்லமாட்டான். அவனை நினைச்சாத்தான் எனக்கு ஆறவே மாட்டேங்குது!"

"சும்மா அதை நினைச்சுட்டு நொந்துக்காதீங்க. நம்ம கையிலே என்ன இருக்கு...?"

"சரி அப்பா. எல்லாத்துக்கும் வலது கை மாதிரி இருந்துவரே நீ, உன்னை நம்பாமெ போனத்துக்கு ஆண்டவன் என்னைச் சரியானபடி தண்டிச்சுப்பிட்டான். உங்கிட்டப் பேசுறதுக்கே கூசுது எனக்கு."

"அப்படி எல்லாம் சொல்லாதீங்க, மாமா! என்னமோ காலக் கோளாறு. நம்ம செயலிலே என்ன இருக்கு? அப்ப வரட்டா?"

"சரி."

சுந்தர தேசிகர் சூன்யத்தைப் பார்த்துக்கொண்டு உட்கார்ந்திருந்தார். அந்தி மயங்குகிற வேளை. தொலை விலிருந்து மாதாகோயில் மணியின் ஓசை, கம்பீரமாக மிதந்துவந்துகொண்டிருந்தது. முற்றத்துக்குமேலே ஒரே ஒரு நக்ஷத்திரம் முளைத்துப் பளிச்சிட்டுக்கொண்டிருந்தது. அவருடைய படிப்பு, விவேகம், அறிவு ஒன்றும் சொந்த விஷயத்தில் உபயோக மில்லாமல் போய்விட்டது அவருக்கு வியப்பை அளித்தது.

வயது அறுபது ஆகிறது; சைவ சித்தாந்தத்தில் கரை கண்டவர். தேவாரம் பாட ஆரம்பித்தால் மூன்று ஸ்தாயி பேசும் அந்தச் சாரீரம். பிசிறில்லாமல் தம்புராவுக்கு ஜீவா பிடித்தாற்போலப் பேசி நாதமாகப் பொழியும். ஊரில் அண்ணன் தம்பிச் சண்டைகள், புருஷன் பெண்டாட்டித் தகராறுகள், சொத்துப் பிரவினைகள், நல்ல நாள் பார்த்தல் எல்லாம் அவருடைய யோசனையை நாடி வந்த வண்ணமாக இருக்கும். தர்மத்திலிருந்து இழை தவறாதவர் என்ற கௌரவ புத்தியால், ஊருக்குப் பெரியவர் என்ற ஸ்தானத்தை கொடுத்து, அவரைப் போற்றிவந்தார்கள். கொஞ்சம் சொத்து

☙ சிலிர்ப்பு ☙

சுதந்தரம் இருந்தது அவருக்கு. ஏமாற்றுவதற்கு இவரைத்தானா பார்த்தான் ராமதாஸ் நாயுடு!

ராமதாஸுக்கும் அவருக்கும் நெருக்கமான சிநேகம் இருந்ததே இல்லை. அப்பாமங்கலத்திலுள்ள அந்த ஐயாயிரம் ஆறாயிரம் பேரையும் அவருக்குத் தெரியும். ஊருக்குப் பெரியவர் என்று எல்லோரும் அவருக்குக் கும்பிடு போடுவது வழக்கம். அந்த மாதிரி ஆட்களில் ஒருவன்தான் ராமதாஸ்.

என்னவோ திடீரென்று ஒரு நாளைக்கு அவன் அவரைத் தொத்திக்கொண்டுவிட்டான்.

ஒரு நாள் இதே மாதிரி அந்தி மயங்குகிற வேளை. வாசல் திண்ணையில் உட்கார்ந்து ஒரு கிராம்பைச் சுவைத்துக் கொண்டு ஏதோ ராகத்தை தொண்டைக்குள் மனனம் செய்துகொண்டிருந்தார் அவர். ராமதாஸ் வாசலில் போய்க் கொண்டிருந்தான். வெகுநாளாக அவனைப் பார்க்கவில்லை அவர்.

"என்ன ஐயா, ராமதாஸ் செளக்கியமா? என்ன, கண்ணிலியே காணோம்?" என்று சொல்லி அவனைக் கூப்பிட்டார்.

"காணாமெ என்னங்க?" என்று செருப்பை வாசலிலேயே கழற்றிவிட்டு வந்து உட்கார்ந்தான்.

"செளக்கியந்தானே?"

"செளக்கியந்தானுங்க."

"சவுக்க மரம் எப்படி விக்குது இப்ப?"

"சவுக்க மரமா? நான் கடையை எடுத்து ஒரு வருஷம் ஆகப்போவுதே!"

"கடையை எடுத்துப்பிட்டீரா? எனக்குத் தெரியவே தெரியாதே! ஏனையா!"

"ஒண்ணும் புண்ணியமில்லிங்க. பாடு ஜாஸ்தி, பலன் குறைச்சல்."

"உம்மாலே சும்மா இருக்க முடியாதேய்யா! கடையை எடுத்திட்டு என்ன பண்ணுகிறீர்?"

"ஏதோ கமிஷன் வியாபாரம் மாதிரி செய்துட்டிருக் கிறேன். நிலம் கிலம் முடிச்சுக் கொடுக்குறேன். ஏதாவது தரகு வருதுன்னா."

"பாடு குறைச்சல், பலன் ஜாஸ்தி."

"உம். அப்படி ஒண்ணும் கொந்தி எறிஞ்சிடலைங்க. ஏதோ வயித்துக்குப் போதும்."

"அட, வருஷத்துக்கு நாலு தரகு கிடைச்சாப் போதுமே, ஐயா!"

"அது சரி."

"ஒரு மாசம் அலைஞ்சாலும் பதினோரு மாசம் சும்மா உட்கார்ந்திருக்கலாமே!"

"அது சரிங்க."

"நூறு இருநூறுன்னு வாங்குறீரா, ஆயிரம் இரண்டாயிரம்னா?"

"உம். ஆயிரத்துக்குப் போனா நான் ஏன் இப்படி இருக்கேன்? அந்த மாதிரி வாங்கினா நாலு வீடு வாங்கிப் போட்டுட மாட்டேனா! ஏதோ இப்ப ஒரு நல்ல 'சான்ஸ்' வருது. எந்த மகராஜன் கொடுத்து வச்சிருக்கானோ! அவன் வாங்கினா நமக்குப் பெரிசா எதையாவது கண்ணிலே காணலாம். அப்படிப் புதையல் மாதிரி ஒரு தசை வருது. யார் காத்திட்டிருக்கானோ?"

"நிலமா, வீடா?"

"நிலந்தானுங்க. கண்ணான நிலம். இரு போகம்; ஒரே தாக்காக ரெண்டரை வேலி. குருவை இருபது, தாளடி இருபது காணும். எந்தப் பஞ்சத்திலேயும் இரண்டு போகமும் சேர்ந்து முப்பத்தஞ்சுக்குக் குறையாது".

"ஸ்தலம் எங்கே இருக்கு?"

"இதோ இருக்குங்க, புங்கஞ்சேரியிலே."

"புங்கஞ்சேரியா? அப்பக் கேட்பானேன்? இருபதும் விளையும், முப்பதும் விளையும். என்ன விலை?"

"நாலரை ரூபாய்."

"ஆ!"

தேசிகருக்குத் தூக்கி வாரிப்போட்டது.

"என்ன ஐயா இது, புங்கஞ்சேரியிலா! நாலரை ரூபாயா!"

"உஸ், சத்தம் போடாதீங்க; காரியம் கெட்டுப்போயிடும்."

தேசிகர் குரலைத் தாழ்த்திக்கொண்டார்.

"என்ன ஐயா இது, புரளி பண்றீரு! அந்தத் திக்கிலே பதினைஞ்சு ரூபாய்க்குக் குறைஞ்சு நிலம் ஏதுய்யா?"

☙ சிலிர்ப்பு ☙

"இங்கே வாசலிலே இருந்துக்கிட்டுப் பேசக் கூடாது. உள்ளே வந்தீங்கன்னாச் சொல்றேன்."

"சரி, உள்ளே போவோம், வாரும்." எழுந்து உள்ளே போனார் தேசிகர். அப்பொழுது ராமதாஸின் மனச்சாட்சி எழுந்து சற்றுப் படம் எடுத்து ஆடிற்று. அதை ஓங்கி அடித்துப் படுக்கப் போட்டுவிட்டு, முழு மூச்சில் இந்த வேஷத்தைப் போட்டு ஆடிவிடுவது என்று இறங்கிவிட்டான் அவன். தேசிகரைத் தொடர்ந்து உள்ளே போனான். ஒரு நாற் காலியைக் காட்டினார் அவர்.

"பரவாயில்லை" என்று கீழே உட்கார்ந்தான், ராமதாஸ்.

"ராமதாஸ், நீர் என்ன புதிர் போடுறீரா? புத்தி ஸ்வாதீன மில்லாமெ பேசுறீரா? ஒண்ணும் புரியவில்லையே எனக்கு."

"அதாங்க, இது நம்புறத்துக்கு லாயக்கில்லாத சேதிதான். ஆனாக் கொடுத்து வச்சவன் நம்புவான்."

"நிஜமாவா? நாலரை ரூபாயா!" என்று களங்கமற்ற வியப்புடன் கேட்டார் தேசிகர்.

"ஆமாம்; உடமைக்காரரு மதராஸிலே ஏதோ கம்பெனி யிலே வேலையா இருக்காரு. குத்தகைக்காரன் தவிசல் பண்ணிக்கிட்டேயிருக்கான். அவரும் பட்டணத்திலேயே வீடு கீடு கட்டிக்கிட்டுத் தங்கிடலாம்னு நினைக்கிறாரு. கொஞ்சம் புது மோஸ்தரான ஆளுன்னு வச்சுக்குங்களேன். பரம்பரையா வந்த சொத்து. அவரு தகப்பனாரும் மதராஸிலேயே உத்யோகம் பாத்துச் செத்துப்போயிட்டாரு. பட்டணத்திலேயே பிறந்து வளந்திட்டாரு இவரு. ஊர் நிலைமை தெரியாதவரு. அது போக பாத்யம் கொண்டாடப் போறானேன்னு குத்தகையை மூணு நாலு கை மாத்தினாரு. நாலஞ்சு தடவை அதுக்காக இந்தப் பக்கம் காலடி எடுத்து வச்சிருக்காரு. அதைத் தவிர ஊர் நிலைமை ஒண்ணும் தெரியாதவரு. இப்பக்கூட நிலம் எங்கே இருக்குன்னு யாராவது காட்டினாத்தான் தெரியும். நம்பிக்கையா அவருக்கு ஒரு ஆளு, கண்டு முதலைப் பார்த்து நெல்லோ, நீரோ, காசோ அனுப்பறதுக்குக் கிடைக்க மாட்டேங்கறான். ஊரோடேயே ஒட்டாதவனுக்கு எங்கேயிருந்து இதுக் கெல்லாம் ஆள் கிடைப்பானுங்க? அவருக்குப் பட்டணத்தி லேயே இருக்கணும்னு ஆசை. வித்திடறேங்கிறாரு. இதுதான் கதை. போன வாரம் போயிருந்தேன். சொன்னாரு. விலை கேட்டுக்கு நாலரை ரூபாய்னாரு. எனக்கே நம்ப முடிய வில்லை. நிலவரம் தெரியாதவருன்னு பேச்சுக் கொடுத்ததிலே தெரியவந்தது. ஏதோ இருபது இருபத்தஞ்சாயிரம் முடை

போல இருக்கு. நறுக்குன்னு நாலரை ரூபான்னுட்டாரு. போங்களேன். நானே இரண்டாம் பேர் அறியாமெ தளுக்கா அழுக்கிப்பிடாலாம்ன்னு பார்த்தேன். இருபதினாயிரத்துக்கு நான் எங்கே போவது? நம்மை நம்பி யாராவது இந்தத் தொகையைக் கொடுக்கப்போறானா? அதெல்லாம் நடக்கிற பேச்சில்லை. சரிதான், நம்ம தலையிலே எழுதினது ஏதோ ஆயிரம் இரண்டாயிரம் தரகுதான்னு முடிவு கட்டிப்பிட்டேன். நான் ஆசைப்படறது வேறே ஒண்ணுமில்லிங்க. அட, நமக்குத்தான் முடியலெ. நமக்கு வேணுங்கப்பட்டவுங்க யாருக்காவது முடிச்சு வைக்கலாமேன்னுதான். அதுக்குப் பாருங்க நமக்கு நம்பிக்கையா ஆள் இல்லை. 'நிர்வாண தேசத்திலே கோவணங் கட்டினவன் பைத்தியக்கார'ன்னு சொல்றாப்போல, புங்கஞ்சேரியிலெ நாலரை ரூபாய்க்கு நிலமிருக்கின்னா யாராவது காது கொடுத்துக் கேக்கற சேதியா அது? இதுக்கு இடையிலே உள்ளூர்க் கழுகு ஒண்ணு அங்கே போய் வட்டம் போடுது."

"அது யாரு?"

"எல்லாம் உங்க ஆளுதான்; ரத்ன தேசிகரு. ஒரு வாரத்துக் குள்ளார இரண்டு தடவை பட்டணம் போயிட்டு வந்திட்டாரு. புங்கஞ்சேரிச் சாலையிலெ முந்தாநாப் பாத்தேன். 'எங்கே இப்படி'ன்னு கேட்டேன். 'சும்மாத்தான் காத்தாட வந்தேன்'ன் னாரு. காத்து வாங்க நம்மூரிலியா இடமில்லே? எங்கிட்டக் காது குத்தினாரு. நானும் சரிதான்னு கேட்டுக்கிட்டு வந்திட் டேன்."

"ரத்னம் இறங்கிட்டானா? அப்பக் கட்டாயம் அவனுக்குத் தான் சேரப்போவது அது."

"சேர்ந்திடுமா அது? அவரு ரத்னம், நான் ராமதாஸ்! நம்ப ரானாவுக்கு ஒரு கால் இருக்குங்க."

"சரிதான் ஐயா, நீர் எப்படி முந்திக்க முடியும்?"

"ஒரு மூவாயிரத்தை அட்வான்ஸ் கொடுத்து, ஆணி அறையறாப்போல அறைஞ்சுப்பிட்டா அப்புறம் ரத்னமாவது, வைடூரியமாவது?"

"உம்மாலே முடியுமா அது?"

"ரூபா இருந்தா முடியாமெ என்ன?"

"எத்தனை ரூபாய்?"

"மூவாயிரம் இருந்தாப் போதும்."

"சரி, கவலைப்படாதீர். நாளைக்குச் சாயங்காலம் நாலு மணிக்கு வாரும்."

*சிலிர்ப்பு*

"யாருக்கு?"

"இங்கே ஒருத்தருக்கு?"

"யாருக்கு? சொல்லுங்களேன்."

"அட, நமக்குத்தான்னு வச்சுக்குமேன்."

"அப்படியானா சரி. பாலிலே பழம் விழுந்தாப்போல ஆச்சு. நானும் அதுதான் எதிர்பார்த்தேன். ஆனால் விஷயத்தை வெளியிலே விட்டுடாதீங்க. ஜாக்கிரதை!"

"ஜாக்கிரதையா இல்லாமெ வேறே எப்படியா இருக்க முடியும், இந்தச் சமாசாரத்துலே?"

"என்னமோ, என் பதட்டம், என் கவலை, சொல்லி வைக்கிறேன்."

"கவலைப்படாதீர். நாளைக்கு நாலு மணிக்கு வாரும்."

மறுநாளைக்குப் பாங்கியில் ஆபத்து சம்பத்திற்காக வைத்திருந்த இரண்டாயிரம் ரூபாயை எடுத்துவிட்டார் தேசிகர். இரும்புக்கடை வைத்தியநாத பிள்ளையிடம் நோட் டெழுதிக் கொடுத்து ஓராயிரத்தை வாங்கினார். எல்லாம் பகல் சாப்பாட்டிற்குள் முடிந்துவிட்டது. மாலை நாலு மணிக்கு ராமதாஸ் மூவாயிரத்தையும் வாங்கிக்கொண்டு போனான்.

"அநேக நமஸ்காரம்... பணம் வந்து சேர்ந்தது... சீக்கிரம் சாஸனம் செய்ய ஏற்பாடு செய்கிறேன். மற்றவை நேரில்.

ரா. கந்தசாமி."

அன்று சாயங்காலம் இருட்டுகிற சமயத்திற்கு ராமதாஸ் வந்தான். அவன் பெயருக்கும் ஒரு கடிதம் வந்திருந்தது. அதை எடுத்து அவரிடம் காட்டினான்.

மறுநாளைக்கு மறுநாள் மயிலாப்பூரிலிருந்து ஒரு கடிதம் வந்தது.

"...பணம் வந்தது. தேசிகருக்கும் இன்று கடிதம் எழுதியிருக்கிறேன். சீக்கிரமே சாஸனத்திற்கு ஏற்பாடு செய் வோம். தேசிகருக்கு நிலங்களைக் காண்பிக்கவும்.

ரா. கந்தசாமி."

"நிலத்தைப் பார்க்கிறது என்னையா? எல்லாம் நீர் சொன்னா சரி!" என்றார் தேசிகர்.

"அது முறையில்லீங்க. எல்லாத்துக்கும் ஒரு தடவை பார்த்து விடறதுதான் நல்லது. பார்க்காமெ எந்தக் காரியமும்

செய்யப்படாதுங்க. நாளைக்குத் திருப்தியில்லாமெப் போச்சுன்னா?"

"சரிய்யா. உம்ம இஷ்டத்தைத்தான் கெடுப்பானேன்? என்னிக்கிப் போகலாம்?"

"எப்ப வந்தாலும் நான் தயார்."

"வியாழக்கிழமை போவமா?"

"உம், ஆனா விடியற்காலமே அல்லது இருட்டுற நேரத்துக்குப் போனா நல்லது. கையெழுத்தாகி ரிஜிஸ்டர் ஆற வரைக்கும் மூட்டமா இருக்கிறதுதான் தேவலாம்."

"சரி, வியாழக்கிழமை விடிகாலம் வர்றேன்."

வியாழக்கிழமை இருள் பிரிவதற்கு முன்னேயே வண்டியைக் கட்டித் தாமே ஓட்டிக்கொண்டு சென்றார் தேசிகர். ஊர்க் கோடியில் சாலையில் நின்றுகொண்டிருந்த ராமதாஸ் வண்டியில் ஏறிச் சாரத்தியத்தைத் தான் ஏற்றுக் கொண்டான். நாற்பது வருஷ காலத்தில் அன்றுதான் தேசிகருக்குப் பிராதஸ்நானம் தவறிவிட்டது.

புங்கஞ்சேரி நாலு மைலில் இருந்தது. விடிய விடிய வண்டி புங்கஞ்சேரி எல்லையை அடைந்தது. ஜிலுஜிலுவென்று காலைக் காற்று, குளிர்ந்து அடித்துக்கொண்டிருந்தது. வயலின் குருவி ஊருக்குமுன் எழுந்து ஊரை எழுப்பிக்கொண்டிருந்தது. காலையின் மௌனம், குளிர்ந்த காற்று, மனசில் இருந்த எழுச்சி, எல்லாம் தேசிகருக்குப் பிராதஸ்நானம் தவறிப் போனதற்கு ஈடுகட்டிவிட்டன.

"அட, இதோ நிக்கிறாரே!" என்று வண்டியை நிறுத்தினான் ராமதாஸ்.

"யாரு?"

"நிலத்துக் குத்தகைக்காரருங்க. இங்கேயே இறங்கிப்பிட லாங்க. வண்டியை இங்கேயே அவுத்துப்போடலாம். இதோ இருக்கு. போய்ப் பாத்துப்பிட்டு உடனே திரும்பிடலாம். சும்மா மரத்திலே மாட்டுத்தலைக் கயிற்றைக் கட்டிப்பிட்டுப் போகலாம்."

"சரி."

நாலு வயல் நடைக்கு அப்பால் இருந்தது அந்த இரண்டரை வேலித் தாக்கும். வரப்பின் மேல் மூவரும் நடந்து வந்து நின்றார்கள்.

☙ சிலிர்ப்பு ☙

"நமக்கு ரொம்ப வேண்டியவருங்க குத்தகைக்காரரு. ஓய் குத்தகைக்காரரே, உங்க நிலத்துக்கு இனிமே முதலாளி இவுங்கதான்!"

"தெரியுதுங்க."

தேசிகர் கருகமரத்தடியில் நின்று பார்த்தார். பயிர் கருகருவென்று கரும் பச்சையாக வாளித்து வளர்ந்து காலைக் காற்றில் அலையாடிக்கொண்டிருந்தது.

"காவேரிப் பாசனம் பாசனந்தான். பயிர் எப்படி ஒய்யாரமா, மதம் புடிச்சாப்போல நிக்குது, பாரும்! குத்தகைக்காரரே, கண்டு முதல் சுமாரா எப்படியிருக்கும்?"

"குருவை, பதினெட்டு இருபதுக்குக் குறையாது. தாளடி பதினாறு பதினேழுக்குக் கீழ போனதில்லே."

"குத்தகை?"

"இருபத்தஞ்சு."

"அதிகந்தான்."

"நீங்க சொல்றீங்க. முதலாளிக்கு ரொம்பக் குறைச்சல்னு எண்ணம். கிஸ்தியும் நீயே கட்டிப்பிடுங்கிறாரு. இது உலகத்தில் இல்லாத சேதியா இருக்கு. கிஸ்தியைக்கூடவா குத்தகைக் காரன் கொடுப்பான்? அதாங்க தவிசல்! நெல்லுக்காச்சி மரம் எங்கே இருக்குன்னு கேட்கிறவங்களுக்குப் பாடுபடறவன் அருமை, வழக்கம், முறை ஏதாவது தெரியும்படி என்னமாங்க சொல்றது? அவரு பாட்டுக்குக் கேக்குறாரு."

"இனிமே அந்தக் கவலை ஏன் ஐயா, உமக்கு? புது முதலாளி எப்படின்னு கொஞ்ச நாளில் தெரிஞ்சு போயிடுது."

"நெலம் நல்லாத்தான் இருக்கு. விளைச்சலும் நல்ல விளைச்சலாகத்தான் சொல்றாரு குத்தகைக்காரரு!" என்று பயிரின் கரும் பசுமையைக் கண்டு பூரித்துக்கொண்டே சொன்னார் தேசிகர்.

"அதெல்லாம் உழைப்பிலே சளைக்கிற ஆளு இல்லீங்க குத்தகைக்காரரு. குத்தகை நிலந்தானேன்னு சோம்பிச் சோம்பி மயங்குற ஆளு இல்லே" என்றான் ராமதாஸ்.

"எதுக்காகச் சோம்புறதுங்க! பூமாதேவி 'இந்தா இந்தா'ன்னு கொடுக்கக் காத்துக் கிடக்குறா. அவளுக்கு வேணுங்கிற தீனியைக் கொடுத்தாக் கைநிறைய வாரிக் கொடுக்கிறா, தாயி. உள்ளே கிடக்குது புதையல். அதுக்குக் கொஞ்சமாவது நாம் பிரயாசைப்பட வேண்டாங்களா? சோம்பினா அது தெரியாத்தனம் இல்லே?"

"நீ சொல்றே தம்பி! உன் மாதிரி எல்லாரும் இருந்தா நம்ம தேசத்திலே சாப்பாடு ராஜாங்கத்துக்குத் தலைவலியைக் கொடுக்குமா? உழைக்காமலே வாயிலே சோறு வந்து விழணும்னு நாம் தூங்கறோம். அதான் தேசமே தவிக்குது" என்று சொல்லிவிட்டுத் தேசிகர் நிலத்தைப் பார்த்துக் கொண்டே இருந்தார்.

"என்னமோங்க. வஞ்சனையில்லாமல் உழைக்கிறேன். சொந்தக் கொளத்தை மாதிரி நெனச்சுத்தான் செய்நேத்தி செய்யறேன். குத்தகை தக்கணும்; ஆண்டவன் செயல்."

"கவலைப்படாதையா! வஞ்சனையில்லாமல் உழைச்சா உன்னைவிட்டு ஏனையா குத்தகையை மாத்தறேன்?"

"ஓய், நீர் ஒண்ணும் சொல்ல வாண்டாம். அதெல்லாம் அவங்களுக்குத் தெரியும்" என்றான் ராமதாஸ்.

சற்று நேரம் கழிந்து மூவரும் சாலைக்குத் திரும்பினார்கள்.

வண்டி கிளம்பிற்று. ஊர்க் கோடியில் தலைக்கயிற்றைத் தேசிகர் கையில் கொடுத்துவிட்டு, "மறுபடியும் சொல்றேன்னு நெனச்சுக்காதிங்க. யார்கிட்டேயும் சேதியை வெளியிலே விட்டுடாதீங்க. முக்கியமா ரத்ன தேசிகர் காதுக்கு எட்டிச்சோ, போச்சு!" என்று எச்சரித்துக்கொண்டே இறங்கினான் ராமதாஸ்.

"எனக்கென்ன பைத்தியமா? இதுக்கு என்னையா கவலை?" என்று தைரியம் சொன்னார் தேசிகர்.

வண்டி போய்விட்டது. கத்தியை எடுத்து ஒரு கருகக் குச்சியை நறுக்கிக் கடித்துக்கொண்டு வாய்க்கால் கரையில் நின்றான் ராமதாஸ். அவன் நெஞ்சு தேசிகரை நினைத்துக் கழிவிரக்கத்தில் கசிந்தது. குற்றம் செய்கிற குறுகுறுப்பு அங்கே இல்லை. 'இவ்வளவு நம்பிவிட்டானே பாவி!' என்று வருத்தப்பட்டான்.

தேசிகர் பார்த்த அந்த இரண்டரை வேலித்தாக்கும் புங்கஞ்சேரிக் கொங்கணேசர் கோயில் நிலம். அந்தக் 'குத்தகைக் காரன்' தஞ்சாவூரில் மாட்டுத் தரகு செய்துகொண்டிருந்த வன். ராமதாஸிடம் பத்து ரூபாய் 'பீஸ்' வாங்கிக்கொண்டு குத்தகைக்காரர் வேஷம் ஆடிவிட்டு அடுத்த பஸ்ஸில் தஞ்சாவூர் போய்விட்டான்.

'பாவிப் பய, துரதிஷ்டக்கார மனுசன்! இப்படி ஏமாந்து போகிறானே! இதோடு இந்த நாடகம் சாயம் வெளுத்து விட்டால்கூடப் பிழைத்துவிடுவான்' என்று ஒரு நிமிஷம் தோல்வியைக்கூட விரும்பினான் ராமதாஸ். தேசிகருடைய

குழந்தைத் தன்மை ஒரு கணம் அந்த நிலைக்குக் கொண்டு வந்துவிட்டது அவனை. அந்த எண்ணத்தை உலுக்கி, உதறி எறிவது சற்றுக் கஷ்டமாகத்தான் இருந்தது அவனுக்கு.

தேசிகர் அன்று இரவு தூங்க நேரம் பிடித்தது. இரண்டரை வேலி நிலம் ஒரே தாக்காகத் தம்மை அணுகி வருவது கண்டு அவர் நெஞ்சு எழுச்சியில் மகிழ்ந்து படபடத்தது.

ராமதாஸ் நாள் தவறாமல் வந்து அரைமணி நேரமாவது பேசிவிட்டுப் போய்க்கொண்டிருந்தான். பதினைந்து நாள் கழித்து ஓர் எண்ணாயிரம் கேட்டான். தேசிகர் உடனே நஞ்சையும் புஞ்சையுமாய் இருந்த குடும்பச் சொத்தான பன்னிரண்டு மா நிலத்தையும் குழி பதினைந்து ரூபாய் என்று உச்சிக் கிரயத்தில் விற்று ரொக்கத்தை வாங்கி எண்ணாயிரத்தை ராமதாஸ் கையில் கொடுத்துவிட்டார். அதற்குள் மயிலாப்பூரிலிருந்து ஒரு கடிதம் வந்துவிட்டது. வைத்தியநாதப் பிள்ளையின் கடனை உடனே தீர்த்துவிட்டார் தேசிகர்.

ஒரு மாதம் ஆகிவிட்டது. மயிலாப்பூர்க்காரருக்கு இன்னும் ஒழியவில்லை. ஆனால் ராமதாஸ் முதல்தர நெல்லாக நாலு வண்டியும் தேசிகர் பசுக்களுக்கும் எருமைகளுக்கும் வைக்கோல் போரும் போட்டுவிட்டுப் போனான்.

நாலு மாதம் ஆயிற்று. இன்னோர் ஆயிரம், இன்னொரு நாலாயிரம் ராமதாஸ் கைக்குப் போயிற்று, கடிதத்துடன்தான். இரண்டாம் போகம் கண்டு முதலுக்குப் பிறகு இன்னொரு நாலு வண்டி நெல் வந்துவிட்டது. தேசிகருக்குச் சாப்பாட்டுக் கவலை ஒழிந்தது. மாயவரத்துப் பாதிரிப் பழம் தேசிகருக்கு உயிர். நாலைந்து கூடைகள் வந்தன. மதுரை மலை மாவுடு அவருக்கு இரண்டாவது உயிர். அவருடைய அந்தரங்க ருசிகளை எல்லாம் வெகு குறிப்பாக அறிந்து நிறைவேற்றி வந்தான் ராமதாஸ்.

"ஓய், நீர் ரொம்ப இங்கிதம் தெரிஞ்ச ஆளையா!" என்று ஒரு நாள் அவர் கொடுத்த 'சொட்டு' அவன் மனச்சாட்சி மீது புண்ணில் 'சொட்டு'க் கொடுத்தாற்போல் விழுந்தது. சுரீர் என்று அந்த வலியைப் பொறுத்துக்கொண்டு நிமிர்ந்து கொண்டான்.

நிலம் விற்ற ரொக்கம் முழுவதும் கரைந்துவிட்டது. ஆனால் பன்னிரண்டு மா நிலத்துப் பணத்தில் வரவிருந்த இரண்டரை வேலி நிலம் அணுகிக்கொண்டே இருந்ததே தவிர, கைக்கு எட்டவில்லை.

தேசிகர் மயங்கினார்.

சு தி. ஜானகிராமன் சு

ராமதாஸ் காளவாய் மாதிரிப் பணம் கேட்டுக்கொண்டிருந் தான். கொடுத்த பணத்தை வாங்குவதற்காகவாவது இன்னும் கொடுத்தால்தான் நல்லது என்று தேசிகருக்குத் தோன்றி விட்டது. மீனாட்சியம்மாளின் கை வளையல், அட்டிகை, மூன்று வடம் சங்கிலி, அந்த நாளில் அணிந்திருந்த புல்லாக்கு ஒவ்வொன்றாகக் கடுதாசாக மாறிக் கை மாறிற்று. இரண்டு வருஷம் ஆகிவிட்டது. மயிலாப்பூர்க்காரர் இதோ இதோ என்று மன்னிப்புகள் கேட்டுக் கேட்டுக் கடிதம் எழுதிக் கொண்டேயிருந்தார்.

இன்னோர் ஆறு மாதம் ஆயிற்று. சாப்பாட்டுக்குக் கவலை இல்லை. ஏராளமாக நெல்லும் நீரும் வீட்டில் நிறைந்து கிடந்தது. எங்கிருந்து வந்ததோ!

திடீரென்று ராமதாஸ் நின்றுவிட்டான்.

தேசிகருக்குத் தளர்ச்சி கண்டது. ஜூரம் வந்தது. நெஞ்சு திகிலுற்றது. படுத்துவிட்டார். ரத்ன தேசிகர் அவருக்கு ஒன்று விட்ட அத்தை மகன். அடுத்த ஊரிலிருந்து அவரைப் பார்க்க வந்தபோது, "ரத்னம், இந்த ராமதாஸை உனக்குத் தெரியுமா?" என்று சாதாரணமாகக் கேட்டு வைத்தார்.

"தெரியும்!"

"ஆள் எப்படி?"

"ஏன், ஏதாவது கடன் கிடன் கொடுத்திருக்கீங்களோ?"

"என்னப்பா, அப்படிக் கேட்டே!"

"பின்னே ராமதாஸைப் பத்தி யார் விசாரிப்பாங்க! நூறு இருநூறு கொடுத்திருந்தா, பேசாமே ஒரு முழுக்குப் போட்டுட்டு முளிச்சிடுங்க. இனிமே கொடுக்க வாணாம்."

தேசிகருக்குப் பகீரென்றது. ஒரு மணி நேரத்தில் எல்லா வற்றையும் கக்கி உருகிவிட்டார்.

ரத்ன தேசிகருக்கு மண்டையில் அடித்தாற்போல் இருந்தது. மொட்டைக் கடுதாசிகளும் முட்டாள்தனமும் அவரை அதிரச் செய்து நடுக்கிவிட்டன. ஒன்றும் ஓடவில்லை அவருக்கு.

போலீஸில் பதிவு செய்தார். மறுநாள் ஊர் சலசலத்துவிட்டது. தேசிகரைக் கூட்டம் கூட்டமாக வந்து துக்கம் விசாரித்தார்கள். வேடிக்கை பார்த்தார்கள். அவருடைய உயிர் சாகசத்துடன் உடலில் ஒட்டிப் பிடித்துக்கொண்டிருந் தது. பஞ்சாயத்துப் போர்டு தலைவர் கண்ணுசாமிப் பிள்ளை,

◈ சிலிர்ப்பு ◈

குப்புசாமி டாக்டர், சுப்பட்டா இன்னும் நாலைந்து பேர் கீழே உட்கார்ந்திருந்தார்கள்.

"இந்தக் காலத்திலே தகப்பன், பிள்ளையை நம்ப மாட்டேங்கறான். பெண்டாட்டி, பிள்ளை, அண்ணன், தம்பி ஒருத்தரையும் நம்பமாட்டேங்கறாங்க. இப்படி ஒரு அல்காப் பயலை நம்பிவிட்டீர்களே!"

"உங்களைப் போய் ஏமாத்தினானே, பாவி, பாவி! அவனை உசிரோட வச்சு வச்சுக் கொல்ல வாண்டாம்?"

"அந்தப் பய ஹோட்டல்லெ எப்படிச் சாப்பிட்டான் தெரியுமா? தினந்தோறும் இரண்டு ஜாங்கிரி, இல்லாட்டி இரண்டு அல்வா, டிக்ரி காப்பி, இப்படில்ல முழுங்கினான்? பாவி, பாவி!"

"என்ன வேட்டி! என்ன சட்டை! பெண்டாட்டியை அழைச்சிக்கிட்டு அமாவாசைக்கு வேதாரண்யம் போனான். சிவராத்திரிக்கு ராமேசுரம் போனான்."

திகைப்பும் குரோதமும் பரிவும் தேசிகர் முன் தாறுமாறாக ஆடிக்கொண்டிருந்தன.

"என்னடா இப்படிப் பேசறேனேன்னு நீங்க நெனைக்க லாம். என் பணத்தைக் கொண்டு இவ்வளவு சந்தோஷம் ஒத்தன் அடைஞ்சான்னா அது எனக்கு ஒரு திருப்தியாகத் தான் இருக்கு. என்ன கண்ணுசாமிப்பிள்ளே, நான் சொல்றது எல்லாம் உங்களுக்குச் சம்மதமில்லைபோல் இருக்கு. நீங்க எல்லாரும் இவ்வளவு ஆத்திரப்படறபோது நான் பேசுகிறது ருத்ராக்ஷப் பூனை மாதிரி இருக்கும். 'இந்தப் பழம் புளிக்கும் டாங்'கிற போக்கிலே நான் சொல்லல்லே. உண்மையாகவே எனக்கு ஒரு திருப்தி உண்டாகத்தான் செய்யுது. இந்தப் பணம் போனா என்ன? என் நடராஜன், சபாபதிப் பெருமான் எனக்கு வேறெ கொடுத்திட்டுப் போறான். கட்டாயம் கொடுப் பான். 'ஐயோ, அத்தனையும் போயிடுச்சே!'ன்னு இடிஞ்சு போய் முதல்லே உட்காரத்தான் உட்கார்ந்தேன். ஆனா யோசிச்சுப் பாக்கறப்ப, பரவாயில்லேன்னு தோணுது. நான் இப்பக் கவலைப்படலே. என் பணம் நிச்சயம் வரும்."

"அதுக்காக அந்தப் பயலை ஒண்ணுமே செய்யாமெ விட்டுவிடுகிறதா?"

"நான் அப்படிச் சொல்லலையே. மோசடி பண்ணுகிற வனைத் தண்டிச்சுத்தான் ஆகணும். ராஜாங்கம் அவனைத் தண்டிக்கணும்னுதான் நான் விரும்புகிறேன். நான் சொல்ல வந்தது, என் மனசிலே ஏற்பட்ட ஒரு எண்ணத்தைத்தான்!"

ஆனால் ராமதாஸின் ரத்தத்தையே குடித்துவிடத்தான் துடித்தது ஒவ்வொரு நெஞ்சும்.

இருபது நாள் கழித்துச் சிதம்பரத்திற்குப் பக்கத்தில் ராமதாஸ் பிடிபட்டுவிட்டான். விலங்கிட்டு இழுத்து வந்தார்கள்.

"பணமாவது, வாங்கிக்கவாவது? தேசிகர் கிட்டயா! இது என்னையாது புதிரா இருக்கும்!" என்று அவன் முகம் ஆச்சரியக்குறி போட்டுக் கேட்டது. அதன் பலனாக, நகக் கண்ணில் ஊசி ஏற்றிற்று. முதுகு பட்டையாகத் தடித்தது. முகம் வீங்கிற்று.

இந்தக் கட்டத்தை அவன் எதிர்பார்க்கவில்லை. மடத்து நாய் மாதிரி எலும்பு கடகடக்க அடிபடும் கட்டம் அவன் போட்ட திட்டத்தில் இல்லை. ஜாமீன் கொடுத்து வெளியே வந்தான்.

கேஸ் நடந்துகொண்டிருந்தது. அந்தக் கடிதங்கள் தான் எழுதினவை அல்ல என்று பொய்ச் சத்தியம் செய்தான். அன்று வெளியே வரும்போது கண்ணுசாமிப் பிள்ளை அவன் மீது கோர்ட் வாசலில் காறி உமிழ்ந்தார்.

கையில் இருந்த ஐந்நூறு, ஆயிரமும் தீர்ந்துவிட்டது.

தலைவலி என்று ஒரு நாள் படுத்தான் ராமதாஸ். நிற்காத தலைவலி அது. வளர்ந்தது; காய்ச்சல் கண்டது; பூச்சி வெட்டின வெண்டைச் செடிபோல விறுவிறுவென்று வாடி உடல் தேயத் தொடங்கிற்று. படுத்த படுக்கை ஆகி விட்டான். மருந்து வாங்கக் காசு இல்லை. அடிபட்டு அடிபட்டு வாலைச் சுருட்டி வதங்கி மடிந்திருந்த உள் மனம் ஓங்கி ஜ்வாலை விட்டு எரிந்தது. அதை அடித்து உட்கார வைக்க அவன் மனசு தெம்பு இழந்துவிட்டது. பிழைக்கிற குணம் தெரியவில்லை. மூன்று வாரம் ஆகவில்லை. இன்றைக்கோ நாளைக்கோ என்று பொழுதை எண்ணும் நிலை நெருங்கி விட்டது.

அன்று காலை எட்டு மணி இருக்கும்

"வெந்நீர்" என்றான் ராமதாஸ்.

"அவங்க வந்திருக்காங்க" எனப் பதறினாள் அவள்.

"யாரு?"

"தேசிகரு!"

☙ சிலிர்ப்பு ☙

"ரத்ன தேசிகரா?"

"இல்லே, நம்ம தேசிகரு."

"ஆ!"

அவன் வாய் மூடுவதற்குள் சுந்தர தேசிகர் உள்ளே வந்து நின்றுவிட்டார். சுற்றும் முற்றும் பார்த்தார். கந்தல் துணிகளும் அழுக்குத் துணிகளும் தேயும் உடலும் நாற்றம் வீசி வயிற்றைக் கலக்கின. ராமதாஸின் மனைவி ஒன்றும் புரியாமல் விழித்தாள். ஒரு நாற்காலியைக் காட்டினாள், அவரை அமரச் சொல்லி.

"ராமதாஸ், உனக்கு உடம்பு சரியா இல்லை. கவலைக்கிடமாயிருக்கு என்று சொன்னாங்க. பார்த்துவிட்டுப் போகலாம்ணு வந்தேன். அது மட்டும் இல்லெ. உன்னிடம் ஒரு முக்கியமான சேதி பேசணும்."

ராமதாஸ், கயிற்றுக் கட்டிலில் படுத்திருந்தான். சற்று எழுந்து தலையணையில் சாய்ந்தாற்போல உட்கார முடியாமல் அவனுக்குத் தெம்பு செத்துவிட்டது.

"ராமதாஸ், உன்னைப் போல ஒரு கெட்டிக்காரனை நான் பார்த்திருக்கேன்னு நினைக்கலெ. இந்த உலகத்திலே சுகம் அடையறதுக்காகப் பாடுபடறாங்க. உழைக்கிறாங்க. ஆனா உன்னைப் போல இவ்வளவு சுலபமாக அதை அடைஞ்சவர்கள் ரொம்ப ரொம்பக் கொஞ்சம். ஆனா கடைசியில் மாட்டிக்கவும் மாட்டிக்கிட்டே. எனக்கு ஜயிச்சு துன்னா உனக்குத் தண்டனை கொடுப்பாங்க. ஆனா, எனக்கு ஜயிக்கும்ணு நான் நம்பவில்லை. அவ்வளவு சாமர்த்தியமா நீ என்னை ஏமாத்திப்பிட்டே. ஆனா, கேஸ் உனக்கு ஜயிச்சுதுன்னா உன்னைப் போலத் துர்ப்பாக்கிய சாலி ஒருத்தரும் இருக்க முடியாதுன்னுதான் எனக்குத் தோணுது. எந்தத் தப்பு, குத்தம் பண்ணினாலும் அதுக்குப் பிராயச்சித்தம் பண்ணி இந்த உடம்பையும் நெஞ்சையும் வருத்தித்தான் ஆகணும், மனுஷன். இல்லாட்டா பாவம் பின்னாலே வந்து வந்து அறுக்கும். ஆனா இப்ப உன் நிலையைக் கேட்டுதான் ஓடி ஓடி வந்தேன். கேஸ் யாருக்கு ஜயிச்சா என்ன? இப்ப உன் பிராணன் போயிக்கிட்டிருக்கு. நீ நல்ல வழி தேடிக்காமெ போயிடப் போறேன்னு நான் ஓடி வந்தேன். நம்ம சாஸ்திரங் களிலே வாங்கின கடனைத் திருப்பிக் கொடுக்காமெ செத்துப்போகக் கூடாதுன்னு சொல்லியிருக்கு. இப்ப உன் கடனை நீ தீத்துப்பிடணும், நானும் பாக்கி இல்லேன்னு குறையில்லாமெ மனசாரச் சொல்லிடணும். இப்போ அதுக்குத்தான் நான் வந்தது. நீ என் பணத்தை வச்சுக்கிட்டுப்

பழைய கடனெல்லாம் அடச்சே. சுகமாகவும் இருந்தே. எல்லாம் கேள்விப்பட்டேன். எனக்கு ரொம்பத் திருப்திதான். ஆனா கடனை அடைக்காமெ போகக் கூடாது. அக்கம் பக்கத்திலே விசாரிச்சேன். டாக்டருக்குக்கூடப் பணம் உன்னாலே கொடுக்க முடியலேன்னு சொன்னாங்க. அதனாலே ஒண்ணே ஒண்ணு கேக்கறேன். உன் கையிலே இருக்கிறது ஏதாவது கொடு, போதும். அஞ்சு அல்லது ஒரு ரூபா கொடுத் தாலும் போதும். நான் சந்தோஷமா வாங்கிக்கிட்டு, உன் கடன் தீந்து போச்சுன்னு என் தேவார ஆணை, லோகமாதா ஆணையாச் சொல்லிப்பிடறேன். என்ன? அதுக்குத்தான் நான் வந்தது" என்று தேசிகர் நிறுத்தி, பதிலுக்குக் காத்துக் கொண்டிருந்தார்.

ராமதாஸுக்கு இவ்வளவையும் மனத்தில் வாங்கிக் கொள்ளச் சற்று நேரம் பிடித்தது. மருண்டு விழித்தான். அவன் உயிர் நெருப்பில் விழுந்து துடித்தது.

"நான் நெசமாகத்தான் இதைச் சொல்கிறேன். ஏதாவது கொடு போதும். இருபதினாயிரத்துச் சொச்சமும் தீர்ந்து போச்சுன்னு மனசாரச் சொல்லிப்பிட்டுப் போயிடறேன்."

விம்மியழும் குரல் கேட்டது. திரும்பிப் பார்த்தார் அவர். ராமதாஸின் மனைவி, உடல் குலுங்க, வாய்விட்டு வரும் அழுகையை அடக்க முடியாமல் அடக்கிக்கொண்டு அவனருகே வந்தாள். அவன் பக்கத்தில் துவண்டு, சீம்பித் தொங்கிய வலது கையை எடுத்து உள்ளங்கையில் எதையோ வைத்துத் தேசிகரை நோக்கிக் கையை இழுத்து அவர் பக்கமாக நீட்டினாள்.

அவர், கையைப் பிடித்து அந்த இரண்டணாவை வாங்கிக் கொண்டார்.

"அம்மா, இனி ஏன் அழறே? பேசாம இரு. என் கடன் தீர்ந்துபோச்சு. பராசக்தி கேக்கச் சொல்றேன். உன் புருஷன் கடனைப் பூராவும் தீர்த்துவிட்டான். கவலைப்படாதே! அவனும் கவலைப்பட வேண்டாம். நான் போய்வாரேன்" என்று வெளியே போய்விட்டார்.

◆

*சிலிர்ப்பு*

## கோயம்புத்தூர்ப் பவபூதி

என்ன வெயில்! என்ன வெயில்! இலை அசங்க வில்லை. உடம்பு ஓர் இடத்தில் நிலைகொள்ளாமல் பறந்தது. மூச்சு முட்டுகிற புழுக்கம். சிமிண்டுத் திண்ணையின் சிலு சிலுப்புக்கும் கீற்றுச் சார்பின் குளுமைக்கும் வெறிகொண்டு வாசற்பக்கம் போனேன்.

அம்மா யாரோடோ பேசிக்கொண்டிருந்தாள். வலது காலைத் திண்ணையில் மடக்கி, இடது காலைத் தொங்க விட்ட வண்ணம் ஒரு கிழவர் பேசிக்கொண்டிருந்தார். முன்பின் பார்த்திராத முகம். ஆனால் அந்தக் களையும் தேஜஸும் புதியவை அல்ல. விவேகத்திலும் அனுபவத்திலும் ஒழுக்கத்திலும் பிறக்கும் அந்தக் களையைப் பல முகங்களில் பார்த்திருக்கிறேன். வயசு அறுபத்தைந்துக்குக் குறைவு இல்லை. வாட்டசாட்டமான தேகம். ஆனால் குரலும் தோளும் கிழம் தட்டிவிட்டன. நீள முகம். தலை முன்பக்கம் வழுக்கை, பின் தலையில் பொல்லென வெளுத்த மயிர், பெரிய கொட்டைப் பாக்கு அளவிற்குக் குடுமியாக முடிந்திருந்தது. அந்தக் குடுமிக்கும் நீள முகத்திற்குந்தான் என்ன பொருத்தம்! நெற்றியில் ஒரு சந்தனப் பொட்டு; குங்குமப் பொட்டு. காதில் சிவப்புக் கடுக்கன். கைக்கு இரண்டு மோதிரங்கள். ஆள்காட்டியில் ஒரு வெள்ளி மோதிரம். மோதிர விரலுக்கு ஒரு பவித்திரம்.

அம்மாவுக்கு வயசு அறுபத்தைந்து. ஆனால் சங்கோசத் திலும் கூச்சத்திலும் இருபது வயசுதான் சொல்லலாம். அவள்கூட மூக்குக் கண்ணாடி சரியாமல் தூக்கித் தூக்கி விட்டுக்கொண்டு அவர் பேசுவதைக் கேட்டுக்கொண்டிருந் தாள்.

"இந்தக் காலத்துக்கும் அநுசரணையாகத்தான் இருக்கும். வெறுமே பேசிண்டிருந்தா யார் சீந்தறா இந்தக் காலத்திலே? 'ஆடம்பராணி பூஜ்யந்தே'ன்னு இருக்கு லோகம். சினிமாவும் டிராமாவும் மூணு அணாக் கொடுத்தால் மூணாம் ஜாமம்

வரையில் பார்க்கலாம். சும்மா வறட்டு உபதேசம் யாருக்கு வேணும்னு இருக்கிறது, ஜனங்களோட போக்கு. அதுக்குத் தான் சங்கீதமும் வச்சிண்டிருக்கேன்" என்று சொல்லிக் கொண்டிருந்தார் கிழவர்.

இந்த மண்டை வெடிக்கிற வெயிலில் இவர் எப்படி நடந்து வந்தார் என்று புரியவில்லை. மனுஷனுக்கு இன்னும் வேர்வைகூட அடங்கவில்லை. இந்தச் சிரமத்தில் இவருக்குப் பேச முடிந்ததுதான் எனக்கு வியப்பாக இருந்தது.

"சங்கீதம்னா பின்பாட்டு, மிருதங்கம் இதெல்லாம் உண்டோல்லியோ?" என்று அம்மா கேட்டாள்.

"அதெல்லாம் வச்சுக்கலை. அவ்வளவு ஆடம்பரத்துக்கும் வசதி போராது. சிம்ப்ளா உண்டு; ஜாலரா உண்டு, ஸம்ஸ் கிருதம், தமிழ், இந்துஸ்தானி, மகாராஷ்டிரம் இதிலெல்லாம் நிரூபணங்கள் பாடுவேன்."

"உட்கார்ந்துண்டு சொல்லுவேளோ? நின்னுண்டோ?"

"உட்கார்ந்துண்டும் சொல்லலாம். நின்னுண்டும் சொல்ற துண்டு. இப்ப வயசு எழுபத்தி நாலு ஆயிட்டுது. சேர்ந்தாற் போல ரெண்டு மூணு மணி நிக்கறதுன்னா சாத்தியமா இல்லே."

"அது சரி."

"நின்னுண்டு சொல்றதுனாலெ எவ்வளவு விசேஷ முண்டோ, அதுக்குக் குறைச்சலாக இருந்துவிடாது உட்கார்ந்து சொல்லறதினாலே. என்ன? நின்னுண்டு சொன்னால் பாகவதர், உட்கார்ந்து சொன்னால் புராணிகர். சரக்கு என்னமோ ஒண்ணுதான். ஆச்சா?"

"என்ன, சரித்திரம் எல்லாம் சொல்லுவேளோ?"

"எது வேணுமோ அது. சீதா கல்யாணம், ருக்மணி கல்யாணம், வத்ஸலா கல்யாணம், பாதுகா பட்டாபிஷேகம், லக்ஷ்மண சக்தி, வாலி வதம், விபீஷண சரணாகதி, நந்தனார், இயற்பகை நாயனார், வள்ளி கல்யாணம், குமார சம்பவம் எல்லாந்தான். காலம், தேசம், மனுஷ்யாளுடைய ஆஸ்தை எல்லாத்தையும் பொறுத்திருக்கு அது. எதாக இருந்தாலும் சரி; ரஸக்குறைவா இராது. ஏண்டாப்பா சொல்லச் சொன்னோம்னு இராது. கேட்கிறவா எல்லாரும் எழுந்துபோய், ஒத்தன் மட்டும் உட்கார்ந்திருந்தானாம். 'நீர் ஒருத்தராவது ரஸிகர் இருக்கிறீரே' அப்படன்னாராம் பாகவதர். 'இந்த லைட்டும் ஜமக்காளமும் என்னுது. அதுதான் உட்கார்ந்துண்டிருக்கேன்னு' சொன்னா

சிலிர்ப்பு 203

னாம் அந்த ரஸிகன். அப்படியெல்லாம் இருக்குமோன்னு பயப்பட வேண்டாம். ஆச்சா? ஒரு தரம் கேட்டுப்பிட்டா அப்பறம் நாளைக்குச் சொல்லுங்கோ, நாளன்னிக்குச் சொல்லுங்கோன்னு சொல்ல ஆரம்பிச்சுடுவா. அப்படித்தான் அனுபவம் எனக்கு. ஆனால் முதல் தடவை கேக்க வைக்கிற துங்கறதை நாமதானே செய்ய வேண்டியிருக்கு? நானோ இந்தக் கிழக்கத்திச் சீமைக்குப் புதுசு. பரிச்சயமானவர் ஒத்தரும் கிடையாது. முன்னாடியே வந்து, சாஸ்திரிகள் கிளம்பி விட்டார், வந்துண்டிருக்கார்ன்னு அட்வர்டைஸ் மென்டெல்லாம் செய்யறதுக்கு நமக்கு ஆள் கிடையாது. ஆச்சா? அதனாலே நிலையை விட்டு நாம்தான் தேரைக் கிளப்பணும். இவா யாரு? உங்க பிள்ளையோ?"

"ஆமாம்."

"நமஸ்காரம்" என்று கையைக் கூப்பியும் கூப்பாமலும் மரியாதை செய்தேன். உத்தியோகம், சம்பளம் முதலிய கேள்வி களுக்குப் பதில் சொன்னேன்.

"எனக்குக் கோயம்புத்தூர்ப் பக்கம், ஸ்கூல்லெ பண்டிட்டா இருந்தேன். ஸம்ஸ்கிருதம், தமிழ் ரெண்டுக்கும். ரிடயராகிப் பதினெட்டு வருஷம் ஆயிட்டுது. ரிடயரானதிலேருந்து இப்படிக் காலக்ஷேபம் பண்ணிண்டு வரேன். பிராவிடண்ட் பண்டுன்னு இரண்டாயிர ரூபா கொடுத்தா, ரெண்டு பெண்கள் கல்யாணத்துக்கு அடிபட்டுப் போச்சு. இப்ப இப்படித்தான் பகவான் படியளந்திண்டிருக்கார். இன்னொரு பெண்ணுக்குக் கல்யாணம் ஆகணும். ஒரே பையன்; அவன் வாத்தியார் வேலைக்கு வாசிச்சிண்டிருக்கான். அவனுக்கு ஸ்டைபண்ட் கொடுக்கறா. அது எப்படிப் போரும்? அதையும் நான்தான் பாத்துக்க வேண்டியிருக்கு" என்று தம் பிரவரத்தைச் சொல்லி முடித்தார் கிழவர்.

"இந்த ஊர்லே ஏதாவது ஏற்பாடு ஆகியிருக்கோ?"

"ஆகணும். அதுக்குத்தான் பாத்துண்டிருக்கேன், நீங்கதான் சொல்லுங்களேன். யாரைப் பார்த்தால் தேவலை?"

"மேலத் தெருவிலே ஒரு பாங்க் மானேஜர் இருக்கார், நாகமணின்னு. இந்த மாதிரி விஷயங்களுக்கு அவரை விட்டா இங்கே நாதி கிடையாது."

"மேலத் தெருதானே? பந்தல் போட்டிருக்கிற வீடு; கிழக்கு பார்த்த வீடு?"

"ஆமாம்."

"அவரைத்தான் காலமே போய்ப் பார்த்தேன். ராத்திரி வாங்கோ, ஸ்நேகிதனைக் கலந்துண்டு சொல்றேன்னு சொல்லி யிருக்கார்."

"அப்படீன்னா இன்னி ராத்திரி ஒண்ணுமில்லேன்னு ஆயிட்டுது?"

"அதுக்கென்ன? வந்தவுடனே நடந்துடுமா? யார் யாருக்கு எப்படி எப்படிச் செளகரியமோ?"

"அவரை முன்னாடியே தெரியுமோ?"

"தெரியவாவது கிரியவாவது? இந்த ஊர்ப் பேரையே முந்தாநாள்தான் கேள்விப்பட்டேன். முந்தாநாள் ராத்திரி திருமாங்குடியிலே காலக்ஷேபம் நடந்தது. நான் தங்கி யிருந்தேனே, அந்தக் கிருஹஸ்தர்தான் சொன்னார், இந்த ஊருக்குப் போகச் சொல்லி. லெட்டர்கூடக் கொடுத்தார், ரிடயரான தாசில்தாராமே தாசரதின்னு, அவருக்கு. இந்தத் தெருக்கோடிதான்."

"ஆமாம்."

"அங்கேதான் வந்து தங்கியிருக்கேன். படுக்கை, பெட்டி, சுருதிப்பெட்டி எல்லாம் அங்கேதான் இருக்கு. அவர்தான் பாங்க் மானேஜரைப் போய்ப் பார்க்கச் சொன்னார். இன்னொருத்தரையும் பார்க்கச் சொன்னார். ஆத்தங்கரை யோரமா ஒரு பெரிய சிவாலயம் இருக்கே; அதுக்கு டிரஸ்டி யாம் ஒருத்தர், பரமேச்வர பந்துலுவாமே?"

"ஆமாம்."

"அவரையும் பார்க்கச் சொன்னார். போய்ப் பார்த்தேன். அவர் ஊரில் இல்லையாம். சாயங்காலம் வந்துவிடுவாராம். போய்ப் பார்க்கணும்."

"பாருங்கோ."

காபிக்குக் குரல் வந்தது. கிழவரையும் உள்ளே அழைத்துக் கொண்டு போனேன். சாப்பிட்டார். "அப்பாடா, ஈச்வரீ!" என்று களைப்புத் தீரப் பெருமூச்சுவிட்டு, குனிந்து ஒரு முறை பார்த்துக்கொண்டார். "வெயில் தாங்கலையே!" என்று வானத்தை ஒரு முறை பார்த்தார்.

"இங்கே யாரோ தமிழ்ப் பண்டிதராமே, ராமையான்னு. அவர் சொன்னாக்கூட நடக்குமாமே?"

"அப்படீன்னு ஒருத்தர் இருக்கார்னு தெரியும் எனக்கு."

❀ சிலிர்ப்பு ❀

"அவர், ஸ்டேஷன்கிட்ட ஒரு பெரிய ரைஸ் மில் இருக்கே, அந்த முதலாளி கணபதி செட்டியாருக்கு ரொம்ப ஆப்தராம். அந்தச் செட்டியாரும் பர்மா ஷெல் ஏஜண்ட் வைதீச்வர ஐயரும் ரொம்ப அன்யோன்யமாம்."

"ஸ்வாமி, உங்களுக்கு ஜயலக்ஷ்மி வாவான்னு காத்திண்டிருப்பான்னுதான் நினைக்கிறேன். காலமே வந்தேங்கறேள். இந்தச் சீமைக்கே புதிசுங்கறேள். மத்யானம் மணி மூணு ஆகல்லே. அதுக்குள்ளே, நாலு பெரிய மனுஷ்யாளைப் பார்த்து, இன்னும் யார் யார் பெரியவா, யாருக்கு யார் ஆப்தம், அன்யோன்யம் – இவ்வளவு தெரிஞ்சிண்டிருக்கேளே. ஏ, அப்பா! நீங்க நினைச்சா எது நடக்காது?"

"அது சரின்னா சரி. நடந்ததுக்கு அப்புறம்னா என் சாமார்த்தியத்தை மெச்சிக்கணும் நீங்க."

கிழவர் சற்று இளைப்பாறிவிட்டு நாலு மணிக்குக் கிளம்பினார்.

கிழவர் நல்ல உயரம். முழங்காலுக்குக் கீழ் அந்த வளைவு இல்லாவிட்டால் இன்னும் உயரமாகக் காட்டியிருக்கும். வெயிலின் கடுமை அப்படி ஒன்றும் தணிந்துவிடவில்லை.

"போய்ப் பார்த்துட்டு வரேன், அவர் பேரென்ன? பரமேச்வர பந்துலுதானே?"

"ஆமாம்."

"இத்தனை நாழி வந்திருப்பார். மூணரை மணி வண்டியிலே வரேன்னு சொன்னாராம்."

"அப்படீன்னா வந்திருப்பார்."

"அப்ப, வரட்டுமா?"

"சரி."

கிழவரைப் பார்த்துப் பரிதாபப்படாமல் என்ன செய்ய? ஊர் அப்படிப்பட்ட ஊர். அதிசயப் பிறவிகள். கடவுள் கிராமத்தையும், மனிதன் நகரத்தையும், பிசாசு இரண்டுங் கெட்டானான பஞ்சாயத்து டவுனையும் படைத்தார்களாம். அந்தப் பேய் படைத்த பஞ்சாயத்து டவுன் இது. தண்ணீரைப் பால் என்று விற்பார்கள். கடைத் தெருவில் கடுகு, கற்பூரம் பட்ட பாடு படும். காய்கறி கஸ்தூரி. நெல் வாங்க ஒரு மரக்கால்; விற்க ஒரு மரக்கால். பாடல் பெற்ற ஸ்தலம் என்று பெயர். ஆனால் கோயிலுக்கு எதிரே உள்ளவர்களே அதைத் திரும்பிப் பார்ப்பதில்லை. கோயிலின் கண்டாமணிக்கும்

ரைஸ் மில்லின் சங்கிற்கும் வேறுபாடு அறியாத செவிகள். கோயில் பிரகாரத்துப் புதர்களில் தூண் தூணாகச் சுருண்டு கிடக்கும் சர்ப்பங்கள்தாம் அந்த மணி ஒலியின் அதிர்ச்சியை உணர்ந்து சலசலக்கும். மனிதர்கள் வராததனால் சர்ப்பங்கள் அங்கு குடிபுகுந்தனவோ! அல்லது மனிதர்களை வேண்டாமல் தான் சிவனார், மேலிருந்த அரவுகளைக் கழற்றிக் கோவில் காவலுக்கு விட்டுவிட்டாரோ? அந்தப் பரம்பொருளைத்தான் கேட்க வேண்டும். பகல் வேளையில் வாசலில் வந்தால் நிலக்காரர்கள் நாகரிகம் அற்ற பாஷையில் உழைக்கிறவர்களைத் திட்டிக் கத்தும் அவச் சொற்கள். சூரியன் மறைந்த கணமே உறக்கமும் ஊரில் வந்துவிடும். ஏழு மணிக்கே தெருவில் மனித அரவம் ஓய்ந்து, வீடுகள் அனைத்தும் படுக்கை அறை விளக்குகளின் இருட்டில் ஆழ்ந்து விடும். நாய்கள்கூடக் குரைப்பதில்லை. மனிதன் நடந்தால்தானே, அதற்கும் சொரணை இருக்கும்?

போன கோடையில் நரஹரிராவ் பட்டபாடு எனக்கல்லவா தெரியும்? அவருடைய இரண்டரை வயசுக் குழந்தை இறந்துவிட்டது. மனைவி பிரசவித்து மூன்று நாள் ஆகாமல் அறையில் கிடந்தாள். குழந்தையின் உடலைப் போட்டுக் கொண்டு காத்துக்கிடந்தார் மனிதர். ஏன் என்று கேட்க ஆளில்லை. அவர் தகப்பனார் காலத்தில் அந்தக் குடும்பத்தை அண்டிப் பிழைத்துப் பெரிய மனிதரானவர்கள் எட்டிக்கூடப் பார்க்கவில்லை. கடைசியில் மானத்தை விட்டு சிநேகிதர்களுக்குச் சொல்லி அனுப்பினார் மனுஷர். சிநேகிதர்கள் மனிதர்களாக இருந்தால்தானே வர? கடைசியில் ஊருக்குப் பிழைக்க வந்த எனக்குச் சொல்லி அனுப்பினார். நான் போய்க் குழந்தையை இடுகாட்டிற்கு எடுத்துச் செல்ல வேண்டியிருந்தது. "ஸார், நீங்கதான் சார் காப்பாத்தணும்!" என்று நரஹரி என்னைக் கண்ட மாத்திரத்தில் ஹோவென்று கதறிவிட்டார். தலைமுறை தலைமுறையாக இந்த ஊரிலிருந்து கொட்டை போட்ட வம்சத்தில் வந்தவருக்கு இந்த மரியாதை. கிழவர் எந்தத் தேரை நிலையிலிருந்து கிளப்பப்போகிறார் என்று புரியவில்லை.

பரமேச்வர பந்துலுவைப் பார்க்கப்போகிறாராம்! பரமேச்வர பந்துலுவை! ஒரு வருஷம் பந்துலுவின் அடுத்த வீட்டுக்காரனாக நான் குடியிருந்திருக்கிறேன். பந்துலுவுக்குப் பத்து வேலி சொச்சம் நிலம் உண்டு. எல்லாம் வட்டிக்கு விட்டு சுயார்ஜனம் செய்த சொத்து. பிள்ளை குட்டி கிடையாது. துன்மார்க்கத்தில் சொத்துக்கு மேல் சீக்குகளையும் சம்பாதித்துக்கொண்டுவிட்டார். வர்ஜ்யா வர்ஜ்யம்

சிலிர்ப்பு

இல்லாதவர். அழகு, கோரம், வயசு, உறவு – இந்தப் பேதங்கள் அவருக்கு ஸ்திரீ விஷயத்தில் கிடையாது. விடிந்தது முதல் இருட்டுகிறவரை திண்ணையில் உட்கார்ந்து ஆட்களை நாயாகக் குரைத்துத்தள்ளிக்கொண்டிருப்பார். தெருவில் போகிற பெண்கள், வயசான ஸ்திரீகள் எல்லாரும் அந்த வசவுகளைக் கேட்டுக் குன்றிக் குன்றி, கடைசியில் பழகிப் போய்விட்டார்கள். ஒரு வார்த்தை யாரும் எதிர்த்துச் சொல்ல முடியாது. சொன்னவர் வீட்டில் இரவில் கல் வந்து விழும். வேலைக்காரப் பையன்கள் வாழை மட்டையாலும் புளியங் குச்சியாலும் வாங்குகிற அடியும் அலறும் ஓலமும் வீசலுந் தான் எனக்குக் காலையில் பள்ளியெழுச்சி பாடும். பிச்சைக் காரர்களுக்கு இந்த அடி சர்வசாதாரணம். இந்தப் புண்ணி யாத்மாவைத்தான் பேட்டி காணப் போகிறார் கிழவர். முன்னாலேயே தடுத்திருக்கலாம். ஆனால் இந்த மாதிரி புத்திமதிகள் உத்ஸாகபங்கம் செய்கிற மாதிரிதான் படும். சுய அனுபவத்தில்தான் யாருக்கும் தெரியக்கூடிய விஷயங்கள். மேலும் பந்துலு ஸ்வயம் பிரபு. நாம் சொன்னதற்கு மாறாக, கம்ஸனுக்குக் கருணை பிறந்ததுபோல, நல்ல புத்தி தோன்றிக் கிழவரைக் கடாட்சித்தால் நாம் முகத்தை எங்கே கொண்டு வைத்துக்கொள்வது? அதனால் எல்லாம் விதிப்படி நடக்கும் என்று சித்தர்களின் போக்கில் சும்மா இருந்துவிட்டேன்.

கிழவர் – கோயம்புத்தூர்க் கிழவர் – காவேரி டெல்டாவில் கலையும் கபடும், தர்மமும் தடித்தனமும் கைகோத்து வளர்ந்த பிரதேசத்தில் வந்து, தம் சாமர்த்தியத்தைக் காட்டப் போகிறாராம். ஈச்வரா!

ஆறு மணிக்குத் திரும்பி வந்தார் கிழவர்.

"என்ன, பார்த்தேளா?"

"பார்த்தேன், வந்தேன்."

"என்ன சொன்னார்?"

"திண்ணையிலே உட்கார்ந்து யாரோ ஆளிடம் இரைந்து கொண்டிருந்தார். போய் நின்னேன். யாரதுன்னு அதட்டல் போட்டார். எல்லாத்தையும் சொன்னேன். கேட்டுண்டார். கடைசியில் 'மனுஷனுக்கு இருக்கிற பிடுங்கல் போராதுன்னு வந்தீரோ? கதை சொல்றாராம் கதை! அதெல்லாம் ஒண்ணும் நடக்காது. போம். ஏன் உட்காந்துக்கிறீர்! ம்ம், போகலாம்!' அப்படின்னு ரஹஸ்ய சுருக்கமா அனுமதி கொடுத்துவிட்டார்" என்று சிரித்தார் கிழவர். எல்லாவற்றையும் கபளீகரம் செய்து ஜீரணிக்கிற சிரிப்பு அது. கல்லினுள் தேரைக்கும் பாலை வனத்து ஈச்சைக்கும் பால் வார்க்கிறவனை நம்பிப் பிழைக்கிற சிரிப்பு.

"நான் முன்னாடியே சொல்லலாம்னு நெனச்சேன்" என்று ஆரம்பித்தேன்.

"நீங்க சொல்லி நான் கேட்கப்போறேனா? நானே நேரே போய்ப் பார்க்காதவரை எனக்குத் திருப்தி வராது. பாத்தாச்சு; தீந்துபோச்சு. 'காலோ ஹய்யம் நிரவதி: விபுலாச ப்ருத்வீன்னு பவபூதி சொன்னான். காலம் நீண்டு கிடக்கு. இவன் இல்லாட்டா வேறே யாராவது நம்மைக் கேட்கிறதுக்கு இல்லாமலா போயிடப்போறான்? நான் போன நேரம் அது!" என்று தாமே முடித்துவிட்டார் கிழவர்.

சிறிது நேரம் கழித்து நான் சொன்னேன், "இந்தக் கிராமங் களில் இப்போது ஒன்றும் கிடையாது. சங்கீதம், கலைகள், தர்மபுத்தி, பணத்தைத் தவிர இந்த ஜன்மத்தில் வேறு சில விஷயங்களும் உண்டு என்கிற நினைப்பு எல்லாம் இப்போது பம்பாய், மதராஸ் என்று பட்டணங்களைப் பார்க்கக் குடிபோய் விட்டன. இந்தக் கிராமங்களில் வம்பு, துரங்காரம், அசூயை, கபடம், அறியாமை இவைகளைத் தவிர ஒன்றும் இல்லை. தாங்களும் ஒன்றும் செய்யமாட்டார்கள். பிறர் ஏதாவது செய்தால் நொட்டை சொல்லாமலும் இருக்கமாட்டார்கள். அவனுக்கு என்ன தெரியும், இவனுக்கு என்ன தெரியும் என்று வீட்டைவிட்டு வெளியே வராமலே உலகத்தை அளந்து கொண்டிருப்பார்கள். முன்னேயும் போக விடமாட்டார்கள். பின்னேயும் போக விடமாட்டார்கள். இந்த கிராமங்களைக் கரையேற்ற யாராவது அவதார புருஷன் வந்தால்தான் உண்டு."

"அப்படிச் சொல்லிப்பிடறதா? கிராமங்கள்லேயும் பெரிய பெரிய மகான்களெல்லாம் இருந்திருக்கா."

"கிராமத்தை விட்டு வெளியே போன அப்புறந்தான் அவர்கள் பெரியவர்கள் ஆகியிருப்பார்கள். இங்கேயே இருந் துண்டு பெரியவர்களாக ஆகியிருக்கவே முடியாது. நாகரிகம் என்ற சொல்லே நகரத்திலிருந்து வந்ததுதான். என்றைக்குமே கிராமங்களெல்லாம் இப்படி வீண் விறைப்பும் அறியாமையும் நிறைந்துதான் இருந்திருக்கும்னு தெரிகிறது. இப்ப இன்னும் ரொம்ப மோசமாப் போயிட்டுது. கருணை, பிறருக்கு உதவி செய்கிறது, இதெல்லாம் வற்றிவிட்டது. பட்டணத்திற்குக் குடிபோய்விட்டது. நீங்க என்னன்னா இங்கே வந்து காலக்ஷேபம், சங்கீதம் என்று சொல்றேள். கல்லிலே நார் உரிக்கிற சங்கதி இது."

"நீங்க சொல்றது சரி. இருந்தாலும் எனக்கு அப்படித் துப்புரவா நம்பிக்கை அத்துப்போயிடலே. நானும் இப்படிப்

பாத்துண்டு வரத்துனாலே சொல்றேன். நல்ல விஷயங்களைக் கேக்கணும், பாக்கணுங்கிற ஆசை இங்கேயும் இருக்கு. ஆனால் இருக்கிறது அவர்களுக்கே தெரியலை. இருக்குன்னு ஒருத்தர் காமிச்சுப்பிட்டா அப்புறம் பிடிச்சுக்கும். அதுக்குத்தான் கால க்ஷேபம், கதை, ஸத்ஸங்கம் இப்படியெல்லாம் வச்சிருக்கா" என்று விடாப்பிடியாகப் பேசினார் கிழவர்.

"ஸார்" என்று நடையில் குரல் கேட்டது.

"யார்?"

ஒரு பையன் வந்து நோட்டீஸ் ஒன்றைக் கொடுத்து விட்டுப் போனான். வாசித்தேன். என் கட்சிக்குப் பலம் இருந்ததால் சிரித்துக்கொண்டேன்.

"என்ன நோட்டீஸ் அது?"

"ஸத்யபாமா குறுக்கு எழுத்துப் போட்டியில் இந்த ஊர் ஹோட்டல்காரப் பையன் ஒருத்தனுக்கு முப்பதாயிரம் பரிசு விழுந்திருக்காம். அதுக்கு ஒரு பாராட்டுக் கூட்டமாம்."

"பேஷ்! நல்ல அதிருஷ்டசாலி!"

"ஒரு காலேஜ் பிரின்சிபால் வந்து அந்தச் 'செக்'கை அவனுக்குக் கொடுக்கப்போறாராம். நாளைக் காலமே இந்த உத்ஸவம். இதைத்தான் சொன்னேன். கம்பர், வால்மீகி, தியாகராஜ கீர்த்தனம் இந்த மாதிரி பெரிய முதல் போட்டுச் சரக்கைத் தெருத் தெருவா, ஊர் ஊராப் போய் விற்று முதல் செய்ய அலையறேளே! இங்க பாருங்கோ, எதுக்குப் பாராட்டுக் கூட்டம் நடக்கிறதுன்னு."

நன்கு இருட்டிவிட்டது. கிழவர் சாப்பிடுவதற்காக, தாம் தங்கியிருந்த தாசரதி வீட்டுக்குப் போனார். நானும் சாப்பிட்டு விட்டுக் காற்றாடப் போய்விட்டுத் திரும்பியபோது என் மேஜைக்கு அடியில் ஒரு பெட்டி, படுக்கை, ஒரு பட்டு உறையில் மூடிய சுருதிப்பெட்டி மூன்றும் இருந்தன.

"இது ஏதும்மா?"

"அந்தக் கிழவர்தாண்டா வச்சார். தாசில்தார் வீட்டிலே ராத்திரி எல்லாரும் மதராஸ் போறாளாம். அதுக்காக இங்கே வக்கிறேன்னார். திண்ணையிலே படுத்துக்கலாமான்னு கேட்டார். சரீன்னேன். வச்சார்."

"எங்கே அவர்?"

"நாகமணியைப் பார்க்கப் போறேன்னு போயிருக்கார்."

"பாவம். தள்ளாத வயசு. தானாப்போய் எனக்கு அது தெரியும், இது தெரியும்னு சொல்லிப் பிழைக்க வேண்டியிருக்கு.

நன்னாப் படிச்சவர். பேச்சும் ரஸமாயிருக்கு. யாருக்கோ முப்பதாயிரம் ரூபா பிரைஸ் விழுந்திருக்காம். ஒரு துரும்பைத் தூக்கி அந்தண்டை போடாமல் ஆயிரக்கணக்கில் அடிச் சுட்டான். அதுக்குப் பாராட்டு என்ன? இந்த லோகத்திலே விவேகம், தராதரம் ஏதாவது இருக்கா, பாத்தியாம்மா? ஞானத்தைக் கரைச்சுக் குடிச்சுப்பிட்டு இதோ இதோன்னு சொல்லக் காத்திண்டிருக்கார் ஒருத்தர். கேக்க ஆளைக் காணோம்."

"இந்தக் காலத்துக்குப் புராணமும் காலக்ஷேபமும் போராதுன்னு தோண்றது. சும்மா உட்கார்ந்திருக்கிறவனுக்கு இத்தனை பணம் வரதுன்னா, காரணம் இல்லாமல் வராது. அவன் ஏதோ நல்ல காரியம் எப்பவோ எங்கேயோ செய்திருக் கணும். கர்மாவாவது மண்ணாவதுன்னு சொல்ற ஜனங் களுக்கு இதைவிடத் தீர்மானமா யார் உபதேசம் பண்ண முடியும்?"

"அப்ப இந்தச் சூதாட்டமெல்லாம் வேணும்னு சொல்லு."

"நான் வேணும்னு சொல்லலே. ஜனங்களுக்கு அது ஒரு புத்தி சொல்லிக் கொடுக்கிறதோல்லியோ? அதைத்தான் சொல்றேன்."

"அதெல்லாம் இல்லேம்மா. ஜனங்கள் எல்லாரும் நாலணாவைப் போட்டு நாலாயிரம் ஐயாயிரம் சம்பாதிக்க ஆசைப்படறதுன்னா அதுக்கு என்ன அர்த்தம்? ஏதோ ஒரு நிராசை தேசம் முழுக்கப் பரவியிருக்கு. நியாயமான வழியிலே சம்பாதிக்க வழியில்லே. கை உழைச்சுச் சம்பாதிக்கிற துங்கிறது சாத்தியமான காரியமா இல்லை. உழைப்புக்குப் பலனில்லை. அதாவது இவா ஆசையெல்லாம் திருப்தி பண்ணுகிற அளவுக்கு உழைப்பினாலே சம்பாதிக்க முடியலை. அதுதான் இப்படிக் குறுக்கு வழியிலே இறங்கிவிட்டது ஜனங்கள். நாலாயிரம் ரொக்கமா விழுந்தால் இத்தனை நாளாப் பட்ட சின்னக் கடன்களை அடைக்கலாம்; ரேடியோ, கடிகாரம், நகையெல்லாம் வாங்கலாம்."

"இந்த மாதிரி கண்டான் முண்டான் சாமானுக் கெல்லாம் ஆசைப்படாமெ இருந்தா உழைச்சுக் கிடைச்சதை வச்சுக்குமோல்லியோ ஜனங்கள். நாலு காசைத் தொலைச் சாவது புத்தி வரட்டுமே ஜனங்களுக்கு! இதுவும் ஒரு சிகிக்ஷை தானே?" என்று அம்மா தன் பிடியை விடாமல் பேசிக் கொண்டிருந்தாள்.

கிழவர் வந்துவிட்டார். நாகமணியைப் பார்த்தாராம். நாளை இரவு பெருமாள் கோயிலில் ஒரு பக்த மகாசபை

தொடங்கப் போவதாகவும் அதைத் திறந்து வைக்க ஒரு பார்லிமெண்ட் அங்கத்தினர் வரப்போவதாகவும் சொன்னாராம். கூட்டம் முடியப் பத்துமணி ஆகுமாம். அதற்குப் பிறகு கிழவரைக் கதை சொலச் சொன்னாராம்.

"நாகமணி மனசு வச்சால்தான் உண்டு; வச்சுட்டார்" என்றேன்.

"அது சரி; அதிலெ ஒரு கஷ்டம் இருக்கு. கூட்டம் முடியப் பத்து மணி ஆகும் என்கிறார். பார்லிமெண்ட் மெம்பர், வரப் போறவர். ஆடம்பரம் கொஞ்சம் கூடத்தான் இருக்கும். ஒன்பது பத்துன்னு பதினொரு மணி ஆயிடும். அப்புறம் நம்மை யார் சீண்டப்போறா? பெருமாள்தான் நம்ம கால க்ஷேபத்தைக் கேக்கணும். அதனாலே நாளைக்கும் இல்லேன்னு தான் அர்த்தம் அதுக்கு. நான் ஒண்ணு யோசிச்சிண்டிருக்கேன். நாளைக்கோ ஏகாதசி. ஏதாவது சொல்லித்தான் தீர்க்கப் போறேன். பக்கத்திலே செவ்வாய்ப்பாடின்னு ஒரு ஊர் இருக்காமே. அங்கே ஒருத்தருக்கு லெட்டர் வாங்கிண்டு வந்திருக்கேன். காலமே அங்கே புறப்பட்டுப் போய்ப் பார்க்க றேன். நாளாணிக்கி இந்த ஊரை வச்சுக்கறது" என்றார் கிழவர். தீர்மானம் தொனித்தது குரலில். திண்ணையில் படுத்திருந்துவிட்டு, விடியற்காலையிலேயே காபியைக்கூட எதிர்பார்க்காமல் கிளம்பிப் போய்விட்டார்.

கிழவர் சொன்னது சரியாய்த்தான் இருந்தது. அன்றிரவு பக்த மகாசபையைப் பார்லிமெண்ட் மெம்பர் வந்து வெகு அழகாய்ப் பேசி ஆரம்பித்து வைத்தார். அவர் பேசி முடிக்கும் போது கிட்டத்தட்ட பன்னிரண்டு மணி ஆகிவிட்டது. அந்த மனுஷ்யரைத் தவிர வேறு யார் பேசியிருந்தாலும் அது தாலாட்டாகத்தான் இருந்திருக்கும். கிழவரின் முன்யோசனையை நினைத்து வியக்கத்தான் வேண்டும்.

"என்ன, உங்க பிள்ளை இருக்காரா?" என்று காலை எட்டு மணிக்குக் குரல் கேட்டது.

"இருக்கான். என்ன சேதி? ஏதாவது நடந்துதா?" என்று அம்மா கேட்டாள்.

நான் உள்ளேயிருந்து வந்தேன்.

"போனேன். நான் லெட்டர் வாங்கிக்கொண்டு போனேனே, அந்த ஆசாமி ஊரிலே இல்லை. அவருக்கு நூறுவேலிக் குடித்தனமாம். அவர் சம்சாரம், ஊஞ்சல் பலகையில் உட்கார்ந்திருந்தாள். யாருன்னு உட்காந்தபடியே கேட்டாள். லெட்டரைக் கொடுத்தேன். வாசிச்சுப் பார்த்தாள்.

'அவர் ஊரிலே இல்லை. நாலு நாள் ஆகும் வர, நீங்க காத்திருந்து பிரயோஜனமில்லை. வேணும்னா ஒரு வேளை சாப்பிட்டுவிட்டுப் போங்கோ' என்றாள். என்ன செய்யறது? சாப்பிட்டேன். ஒரு முடிவுக்கு வந்தேன். ஒவ்வொரு வீடாப் போனேன். இன்னிக்கி ஏகாதசி, கோயில்லே எதாவது சொல்லலாம்னு உத்தேசம்னு என் பிரதாபங்களையெல்லாம் சொன்னேன். நீங்க காலணாக் கொடுக்க வேண்டாம். வந்து வெறுமே கேட்டால் போறும்னு சொல்லிப்பிட்டு வந்தேன். ஈச்வரீன்னு அம்பாள் தலையிலே பாரத்தைப் போட்டுப்பிட்டு ராத்திரி ஏழு மணிக்கு ச்ருதிப் பெட்டியும் ஜால்ராவுமாக உட்கார்ந்துண்டேன். ஜணஜண ஜணஜணன்னு தட்டினேன். ஊரிலே நாற்பது வீடாம். புருஷர்களில் நாலு பேரும் ஸ்த்ரீகள் அஞ்சு பேரும் வந்திருந்தா. இதுவே பிரளயம்னு நெனச்சிண்டு ருக்மாங்கத சரித்திரம் சொன்னேன். உங்களைப் போல ஒரு அசடு, சிறு பையன்தான், நடுவிலே எழுந்துண்டு போனான். ரெண்டு ரூபாயைக் கொண்டு வந்தான். மத்தவாளும் நாலும் அரைக்காலுமா ஒண்ணேகால் ரூபாய் போட்டார்கள். மூணேகால் ரூபாயை இடுப்பிலே சொருகிண்டு வந்துட்டேன். அதுதான் சமாச்சாரம். ஆச்சா? ரெண்டுமணி நேரம் சொன்னேன். எனக்குப் பணத்தைப் பத்திக் கவலை யில்லே. நல்லநாள் வீணாப்போகாமல் நாலு நல்ல வார்த்தை சொல்லி, நல்லபோது போச்சே, அதுலே எனக்குப் பரம லாபம்" என்று திருப்தியாகப் பேசினார் கிழவர்.

மத்தியான்னம் நாகமணியைப் பார்த்துவிட்டு வந்தார். நாகமணி பம்பாய் போகிறாராம். கடைசி நம்பிக்கை, தர்மத்தின் ஒரே ஒரு தூண், நகர்ந்துவிட்டது. கிழவர் சளைக்க வில்லை. வெயில் முழுவதையும் தலையில் வாங்கிக்கொண்டு யார் யாரையோ பார்த்துவிட்டு வந்தார். இருட்டுகிற நேரத்திற்கு வந்தார். "ஒரு ஒத்தாசை நீங்க செய்யணுமே" என்றார்.

"என்ன?"

"ஒண்ணும் இல்லே. உங்க திண்ணையிலேயே கால க்ஷேபத்தை வச்சுக்கலாம்னு உத்தேசம். கோயில் மானேஜர் ஒரு நூறு பவர் பல்பு கொண்டுவந்து போட்டுடறேன்னு சொன்னார். உங்க வீட்டுப் ப்ளக்கிலே சொருகிக்கணும் அதை. கரண்டுக்கு ஆகிற சார்ஜை நான் கொடுத்துடறேன்."

எனக்கு, என்ன சொல்வது என்று புரியவில்லை. தொண்டை தழுதழுத்தது.

"பரவாயில்லை, நானே கொடுத்துடறேன்" என்றேன்.

சிலிர்ப்பு

"ரொம்ப சந்தோஷம்."

தாமே ஒரு படத்தை எடுத்துத் திண்ணையில் வைத்தார் கிழவர். அம்மா ஒரு குத்துவிளக்கை ஏற்றிவைத்து, அவசர அவசரமாக ஓடிப்போய், பழம், சூடம் எல்லாம் வாங்கி வந்தாள்.

முதலில் வந்த ஆளைப் பார்த்து என் கண்களையே நம்ப முடியவில்லை. சத்தியபாமா குறுக்குப் போட்டியில் முப்பதாயிரம் பரிசு வாங்கின ஹோட்டல் பையன் நாராயணன் வந்தான். அவனைச் சேர்ந்த சக தொழிலாளிகள் முப்பது பேர்.

"வரணும் வரணும்" என்று வரவேற்றார் கிழவர்.

"முன்னாடியே தெரியுமா என்ன?" என்று கேட்டேன்.

"சாயங்காலம் பெரியவர் வந்தார் வீட்டுக்கு. கதை நடக்கிறது, அவசியம் வரணும்னார்" என்று சிரித்தான் அவன்.

"மகாலக்ஷ்மி கடாக்ஷத்தை அடைஞ்சிருக்கார் பையன். நல்ல குணம். பரம சாந்தர். போய், சமாசாரத்தைச் சொன்னேன். கட்டாயம் வரேன்னு சொல்லிப்பிட்டார், யாருக்கு வரும் மனசு?" என்று கிழவர் ஸ்தோத்திரம் செய்து தள்ளிவிட்டார்.

எள் போட்டால் எள் விழாத கூட்டம். அதாவது நாற்பது பேர். சேர்ந்தாற்போல இத்தனை ஜனங்களை ஒரே இடத்தில் இந்த ஊரில் நான் பார்த்ததில்லை. கிழவருக்கு உத்ஸாகம் தாங்கவில்லை. ஜாலரை உடைய உடையத் தட்டினார். நடுங்கும் குரலைச் சுருதியில் சேர்க்க முயற்சிகளெல்லாம் செய்தார். வயசுக்கும் அவருக்கும் ஏற்பட்ட அந்தப் போராட்டத்தில் மாறி மாறி இருவரும் ஜயித்தும் தோற்றும் வந்துகொண்டிருந்தார்கள்.

ஹோட்டல் நாராயணன் பிரமாதமாக ரஸித்துக்கொண் டிருந்தான். மற்ற ஜனங்கள் அவனைப் பார்த்து வியந்து கொண்டிருந்தார்கள். கிழவரின் ஹாஸ்யம் படர் படர் என்று சிரிப்பாக வெடித்துக்கொண்டிருந்தது. என்ன அறிவு! என்ன அனுபவம்! நவரஸங்களில் ஒன்றைக்கூட கிழவர் விட்டுவைக்கவில்லை. ஹோட்டல் நாராயணனை மகிழ்விக்க அவர் போட்ட திட்டம் வெற்றியடைந்துவிட்டது.

ராமனைக் காடுவரையில் கொண்டுவிட்டபோது மணி பதினொன்று. கிழவருக்கு இரைத்தது; சிரமப்பட்டார்.

தி. ஜானகிராமன்

"என்ன? ரொம்ப நாழியாயிடுத்து. இனிமே பாதுகா பட்டாபிஷேகம் சொல்றதுன்னா ரெண்டு மணி ஆகும். பரதன் வரணும். கைகேயியைக் கோவிச்சுக்கணும். வசிஷ்டரைக் கோவிச்சுக்கணும். சித்ரகூடத்துக்கு எல்லோரையும் அழைச் சிண்டு போகணும். ஜாபாலி நாஸ்திகம் பேசறார். எல்லாம் ரசமான விஷயம். சொல்றதுன்னா ரெண்டுமணி ஆகும். ரொம்ப அகாலமாயிடும். என்ன செய்யலாம்? சொச்சத்தை நாளைக்கு வச்சுக்கலாமா?"

எல்லோரும் தயங்கினார்கள். நானும் தயங்கினேன். மென்று விழுங்கினேன்.

"என்ன? சொல்லுங்கோ. நாழியாச்சு, நிறுத்திண்டு நாளைக்குச் சொல்லலாமா? இல்லை, அரை மணியிலே காமா சோமான்னு ஒப்பேத்திடறதா?"

அரை நிமிஷம் மௌனம். சுருதிப் பெட்டி மட்டும் ரீங்கரித்துக்கொண்டிருந்தது.

"என்ன நாராயணையர்வாள்? என்ன செய்யலாம்?" என்றார் கிழவர்.

நாராயணன் என்னைப் பார்த்தான். நான் அம்மாவைப் பார்த்தேன். அம்மா மூக்குக் கண்ணாடியைத் தூக்கித் தூக்கி விட்டுக்கொண்டு மனத்தில் உள்ளது என்னவென்று கண்டுபிடிக்க முடியாமல் என்னைப் பார்த்தாள்.

"சரி, பெரியவா, நாளை ராத்திரி நம்ம வீட்டுத் திண்ணை யிலே பாக்கிக் கதையைச் சொல்லி முடிச்சிப்பிடணும்" என்று வேண்டிக்கொண்டு ஹோட்டல் நாராயணன் மறுபடியும் கூட்டத்தைப் பார்த்து, "நாளைக்கு நம்ம வீட்டுத் திண்ணையில் பாதுகா பட்டாபிஷேகம். எல்லாரும் தவறாமல் வந்து என்னை ஆசீர்வாதம் செய்யணும். பெரியவர்களையும் கௌரவிக்க வேணும்" என்று உரக்க வேண்டிக்கொண்டான்.

"பேஷ், ஓய் நாராயணையர். நீரும் பரதன் மாதிரி மகா யசஸ்வியாக விளங்கப்போகிறீர். அடுத்த வருஷம் நான் வந்து பார்க்கிறபோது நீர் பிரம்மாண்டமா ஒரு ஹோட்ட லுக்கு முதலாளியாக இருந்து வைரக் கடுக்கனும் தங்கச் சங்கிலியும் லக்ஷ்மி விலாசம் பொங்கப் பொங்க, தர்மவானாய், கீர்த்திமானாய் விளங்கணும்."

"எல்லாம் பெரியவா அருள்தான்" என்று ஒரு பத்து ரூபாய் நோட்டை அவருடைய காலடியில் வைத்துச் சாஷ்டாங்கமாக வணங்கினான் நாராயணன்.

☙ சிலிர்ப்பு ☙

"தீர்க்காயுஸா இருக்கணும். உத்தமமான ப்ரகிருதி. பாத்தேளா ஸார், குணத்தை! என்ன மனசு! என்ன அடக்கம்!" என்று என்னைப் பார்த்து மந்தஹாஸம் செய்தார் கிழவர். பவபூதியைத்தான் அந்தப் புன்முறுவலில் பார்க்க முடிந்தது. அந்தப் பவபூதி இவ்வளவு சாமர்த்தியசாலியா என்ன?

◆

# தேவர் குதிரை

அதோ மேய்கிறதே, சிவப்பாக, குட்டையாக, அதுதான் தேவர் வீட்டுக் குதிரை. ஆனால் வயல் தேவர் வீட்டு வயல் அல்ல. பஞ்சாயத்துப்போர்டு தலைவர் கண்ணுசாமியின் சொத்து. வெறும் வயல் அல்ல. பசபசவென்ற இளம் பசும் நாற்றுகள். காலை இளங்காற்றில் சிலிர்க்கும் நாற்றங்கால். குதிரை மடுக் மடுக்கென்று பச்சைக் குழந்தையை முறிக்கிறது மாதிரி, நாற்றை முறித்துத் தின்றுகொண்டிருந்தது. உடையவன் கண்டால் வயிறு எரிவான். யார் கேட்பது?

கோயில் காளை என்று சொல்வது உண்டு. அப்பா மங்கலத்தில் கோயில் இருந்ததே ஒழிய, அந்தக் கோயிலுக்குக் காளை இல்லை. ஆனால் கோயில் காளைகள் ஊருக்குப் புரியும் பணியை, தேவர் குதிரை செய்துவந்தது. இஷ்டப்படி மேய்ந்து ஊரை அழித்தது. அடக்க ஆளில்லை.

"யலே, யாரைக் கேட்டு உள்ளே வந்தே? தேவர் வீட்டுக் குதிரைன்னு எண்ணம்போல் இருக்கு! உடம்பையும் தேவர் வீட்டுக் குதிரை மாதிரி மனம் போனபடி வளத்திருக்கே. புத்தியையும் கொஞ்சம் அப்படி வளக்கிறதுதானேடா!" என்று ஒரு வாத்தியார் பள்ளிக்கூடத்தில் சத்தம் போட்டாராம், ஒரு பையனைப் பார்த்து. அவர் இதை இரண்டு மூன்று தரம் சொல்லி, பிறகு செய்தி ஊருக்குள் பரவ ஒரு மாதம் ஆயிற்று. கடைசியில் தேவர் காதிலும் விழுந்து வைத்தது. தேவர் அப்பொழுது திண்ணையில் சாய்வு நாற்காலியில் சாய்ந்திருந்தார். எதிர்த் திண்ணையில் சம்சாரம் அந்த மூடுபல்லக்கில் சாய்ந்து நின்றுகொண்டிருந்தாள்.

"தேவர் ஊட்டுக் குதிரை ஊரெல்லாம் மேயுது. சேதியை வந்து முறையிட்டுக்கத்தான் ஆம்பிள்ளையைக் காணும்" என்று புன்னகை செய்தார் தேவர்.

"போவுது போங்க, இந்த மட்டாவது 'காய்தா' பாக்கி இருக்கேன்னு சிரிச்சுக்கிறீங்களாக்கும்!" என்று அர்த்தத்தோடு மட்டம் தட்டினாள் மனைவி.

*சிலிர்ப்பு*     217

"ஆமாம், அப்பாரு நாளிலே ஒருபய செருப்பு மாட்டிக் கிட்டுத் தெருவோட போகமுடியுமா? இப்ப வந்து..."

"அதெல்லாம் போயிடுச்சு. இதாவது பாக்கி இருக்கேன்னு சொல்ல வந்தீங்க, அதானே?"

"ஆமாம்."

"போவுது போங்க. முந்நூறு வேலி வச்சு, எட்டுக் கண்ணு வீசி எறிஞ்சிட்டு, திடுதிடுன்னு ஒண்ணேகால் வேலி வரைக்கும் சரிஞ்சவங்க! பின்னே எதைக்கொண்டுதான் மனசைத் தேத்திக்கிறது?"

"ஒண்ணேகால் வேலியாய்ப் போயிட்டா என்னவாம்? எது கொறஞ்சு போச்சு? 'காய்தா' கொறஞ்சுதா, கெடி கொறஞ்சுதா? கர்வந்தான் கொறஞ்சு போச்சா! கௌரவம் கொறஞ்சு போச்சா? – சொல்லேன், சும்மா நிக்கிறியே!"

"நான் நிக்கலே; இதோ போறேன் உள்ளார. ஆனா ஒண்ணு: தேவர் வீட்டுக் குதிரையானாலும் தரும நியாயம் வேணும். அது எங்கியாவது மேஞ்சு, யாராவது வயிறு எரிஞ்சாங்க, யாருக்குக் கஷ்டம்ன்னு நாமே யோசிச்சுப் பாக்கணும்" என்று சொல்லிக்கொண்டே அவள் உள்ளே போய்விட்டாள். அவருடைய வறட்டு ராங்கியைக் கண்டு அவளுக்குப் பற்றிக்கொண்டு வந்தது.

"அதை உன் மவன்கிட்டச் சொல்லணும்? என்மேலே காயறியே? நானா குதிரைக் குட்டியைக் கொண்ணாந்தேன்? அவனல்ல வேதாரண்யக் காட்டிலிருந்து ஆசையாப் பிடிச்சுக் கிட்டு வந்திருக்கான்? எனக்கு அதும் மொவரையைக் கண்டாலே பொசபொசன்னு வருது. குதிரையாம் குதிரை! செந்தூரம் அடிச்ச கழுதையில்ல அது?" என்று உள்ளே பார்த்துச் சொன்னார் தேவர்.

தேவருடைய பாட்டனாருக்கு முந்நூறு வேலி நிலம் இருந்தது. சோழர்கள் ஆண்ட காலத்தில் படைத் தலைவர் களாக இருந்தவர்களின் வம்சம் அது. நாயக்கர், மராட்டியர் காலத்திலும் அந்தப் பரம்பரை படைகளுக்குத் தலைமை தாங்கி நடத்தியிருக்கிறது. ஆகவே முந்நூறு வேலியும் வழிவழி யாக வந்த சொத்து. இந்தப் பூசொத்து மூன்று கிராமங்கள் சேர்ந்தது. நடுநாயகமாக விளங்கியது அப்பாமங்கலம். இது வெறும் பட்டிக்காடு அல்ல. சோலையும் வளமும் பச்சையும் செழித்த ஊர். ஊர் அழகைக் கண்டு தஞ்சாவூர் ராஜா, கல்யாணம் என்று செய்துகொள்ளாத ஒரு 'பாய்சாகப்'பைக் கொண்டு அங்கே குடி வைத்தார். அவரைப் பார்த்து இன்னும்

இரண்டு பெரிய மனிதர்கள் தங்கள் 'பாய்'களையும் கொண்டு வைத்தார்கள். 'பாய்சாகப்'களைச் சாக்கிட்டு ஊதுவத்தி வியாபாரம், பட்டு நெசவு, நகை வேலை, கடைத் தெரு, சங்கீதம் எல்லாம் வளர்ந்தன. சுற்று வட்டத்து ஊர்களெல்லாம் தொட்டதற்கெல்லாம் அங்கேதான் வர வேண்டும். நகை செய்ய, மளிகைச் சாமான் போட, காய்கறி விற்பனை செய்ய, நாகஸ்வரக்காரர்களுக்குச் சொல்ல, கல்யாணப் பத்திரிகை அச்சடிக்க, கியாஸ் விளக்குக்குச் சொல்ல, ஜவுளி எடுக்க, எல்லாவற்றிற்கும் அங்கேதான் வந்தாக வேண்டும். அந்த ஊரே தேவர் சொத்து. மூவாயிரம் வீடுகளும் கடைகளும் இருக்கிற மனைகள் அவருடைய மனைகள்தாம்.

தஞ்சாவூர் அரசு வெள்ளைக்காரன் வாயில் போனதும், தேவர் குடும்பத்துக்கு அரசாங்கத் தொடர்பு அற்றுவிட்டது! 'பாய்சாகப்'களின் மூன்று நான்கு குடும்பங்களும் அவர்களுடைய பராமரிப்பில் வந்தன. அரசாங்கத் தொடர்பு அற்றுப்போனதால் மேலே சம்பாத்தியத்திற்கு வழியில்லை. இருக்கிற சொத்தைக் கரைக்கப் 'பாய்சாகப்'கள் வந்து சேர்ந்தார்கள். கணக்குப் பிள்ளைகளும் சாராயக் கடைக்காரர்களும் அவர்களோடு சேர்ந்துகொண்டார்கள். பேய் மேய்ந்த காடாகச் சொத்து சூறை போயிற்று. கடைசியில் நொடித்துப் போகும் நிலை வந்ததும் பழங்கணக்குப் பார்க்க ஆரம்பித்தார்கள். வீடுகளும் கடைகளும் இருக்கிற மனைக்குப் பகுதி கேட்டார்கள்.

"பகுதி கேட்க உரிமை உண்டாய்யா? சொத்து, தேவரதுதான். இல்லேன்னு சொல்லலே. என்ன இருந்தாலும் பகுதி கேக்கறது பெரியதனத்துக்குப் பொருத்தமாயில்லை" என்று அரை மனசாக முணுமுணுத்தார்கள் குடியிருப்பவர்கள்.

"வருசம் முழுக்க மனைக்கட்டுக்குக் கால் ரூவா கொடுக்க வலிக்குதோ? மூவாயிர மனைக்கு முக்கால் ஆயிரம். ஏன் உடணும்? அந்தப் பணத்திலே பத்து ஏழைப் புள்ளெங்களைப் படிக்கவைக்கலாம். ரெண்டு தர்மம் செய்யலாமே" என்று பெரிய தேவர் உறுமினார். ஆனால் அந்த முக்கால் ஆயிரம் ஏழைக்குப் போகிறதா, 'பாய்சாகப்'களுக்கும் பிராந்திக்கும் போகிறதா என்பது அவர் சம்சாரத்திற்குத் தெரியும்.

மயிர் சுட்டா கரியாகப் போகிறது? பெண்ணும் குடியும் பறிக்கத் தொடங்கினால், வருசம் ஒரு முக்கால்ஆயிரம் எந்த மூலைக்கு? மனைகளைப் பந்தகம் வைத்தார்கள். மனம் போனபடி ஜப்தி மதிப்பு என்று சொல்லும்படியாகப் பெருமானத்திற்குப் பத்தில் ஒன்று, எட்டில் ஒன்று என்ற தாறுமாறான விலைகளுக்கு மனைகளையும் லாபத்தையும்

நிலங்களையும் விற்றுச் சீரழித்தார்கள். இந்த நடராஜத் தேவரும் நாற்பது வேலிச் சொத்திற்கு எஜமாననாக வந்து, அதையேதான் செய்தார். அவருக்குக் கடைசியில் மிஞ்சியது ஒன்றேகால் வேலியும் அந்தப் பழைய பரம்பரை வீடும் ஊருக்குள் கிழக்கே இருந்த ஓர் அல்லிக் குட்டையுந்தான். வீடு மிகப் பெரியது. முப்பாட்டன் நாளில் பழுது பார்த்த வீடு, இப்போது திண்ணை இடிந்து பொக்கையாகக் கிடந்தது. குதிரைக் கோச்சு நிற்கிற கொட்டகையில் ஒரு வர்ணம் செத்த அரை வண்டி குனிந்து நின்றது. பொக்கைத் திண்ணையில் ஒரு மூடுபல்லக்கு, சாம்பல் நிறத்தில் அமர்ந்திருந்தது. அது அந்த இடத்தை விட்டுப் பெயர்ந்து ஐம்பது ஆண்டுகள் ஆகிவிட்டன. தகப்பனார் நாளில் தேவர் வீட்டுப் பெண்டுகள் அதில்தான் போவார்களாம். அப்பொழுதெல்லாம் அவர்கள் 'கோஷா'வாக இருந்தார்கள், தஞ்சாவூர்ப் பாய்சாகப்புகளைப் பார்த்து. இப்போது தேவர் மகன் தியாகராசன் குளிர் மழைக் காலங்களில், தோன்றிய நாட்களில் படுத்துக்கொள்ளும் பள்ளி அறையாக அதைக் கொண்டுவிட்டான். அல்லிக்குளத்தில் இப்போது அல்லி முளைக்கவில்லை. கோரை மண்டிக் கிடந்தது. ஊரார்கள் அதை நாற அடித்தார்கள். தண்ணீர், கடுக்காய்க் கஷாயத்தைப் போல் ஒரு சிவப்பு அல்லது இனம் தெரியாத வர்ணத்துடன் வானத்தின் கண்ணாடியாக விளங்கி வந்தது.

தேவருக்குச் செல்வாக்கு இன்னும் மங்கிவிடவில்லை. திருவாரூர், மன்னார்குடி, தஞ்சாவூர்த் தேர்களை இழுக்க அவர்தாம் ஆயிரக்கணக்கில் ஆள் அனுப்புவார். விரல் அசைத்தால் ஆயிரம் ஆட்களைக் கூட்டும் 'கெடி' இன்னும் இருந்தது. அந்தக் குடும்பத்தின் பழைமைக்கு ஆட்கள் காட்டிய கௌரவம் அது. அடிபிடிக் கேஸ்கள், பாகப் பிரிவினைகள் பலவற்றிற்கு இன்னும் அவர்தாம் மத்தியஸ்தம் செய்துவருகிறார். பெருங்காயப் பாண்டத்தில் இன்னும் வாசனை இருந்தது. ஊரில் முக்கிய விசேஷங்களுக்கு அவருக்குத்தான் முதல் அழைப்பு வர வேண்டும். செஷன்ஸ் கேஸ்களுக்கு அவர் ஜூரராகப் போய் வருவார். அவர் செய்கிற கோயில் மண்டபப் படிகளை யாராவது அவர் பேரில் செய்துவிடுவார்கள்.

நல்லவேளையாக மதுவிலக்கு வந்தது. ஒன்றேகால் வேலி மிஞ்சிற்று. "இப்படி ஒருத்தன் கெடுபிடி செய்யாட்டி, நாமளாவ அதை நிறுத்தப்போறோம்?" என்று தேவர் சர்க்காரை வாழ்த்தினார்.

அவருக்கு ஒரே பையன் தியாகராசன். அதாவது பிறந்து, போனவர்கள் போக மிச்சம் இருப்பவன் அவன்தான்.

வயசு முப்பது. கல்யாணம் ஆகிவிட்டது. அவன் செய்கிற அட்டகாசம் தாங்காமல் பதினெட்டு வயசிலேயே கல்யாணம் பண்ணி வைத்தார் தேவர். நிலம், நீச்சு ஒன்றையும் கவனிக்க மாட்டான். சின்ன வயசிலிருந்து அவன் செய்யாத வேலை இல்லை. காமிரா வாங்கி வருவான். ஆறாம் நாள் அது மூலையில் கிடக்கும். பத்துப் பதினைந்து என்று பணம் போட்டு, குரோட்டன்ஸ் செடி வாங்கினான். இப்போது சட்டிகூட இல்லை. காடை, கவுதாரி வளர்ப்பான். புறாப் பந்தயம் விடுவான்; பாடுவான்; நாடகம் நடிப்பான். கூஷ்வரக் கடையில் உட்கார்ந்து இரவு முழுவதும் பாடுவான். ஸீனியர் கேம்பிரிட்ஜ் படிக்கிறேன் என்று முந்நூறு ரூபாயைச் செலவழித்தான். மூன்று சீட்டு ஆடுவான். 'ரேக்ளா'வண்டி ஒன்று செய்தான். அதற்கு வேதாரண்யம் காட்டில் பணம் கட்டி ஒரு மட்டக்குதிரை பிடித்து வந்தான். ஆறு மாசம் அதைப் பழக்கினான். வண்டியில் கட்டி இரண்டு வாரம் ஓட்டினான். அது நன்றாகப் பழகி ஒத்துக்கொள்வதற்குள் அவனுக்கு அலுத்துவிட்டது. சிலம்ப விளையாட்டும் கொனைக் கோலும் கற்றுக்கொள்ள ஆரம்பித்துவிட்டான்.

"ஏதுடா குதிரை?" என்று தேவர் கேட்டார்.

மகன் கையை உயர்த்தித் தூண்மீது வைத்து, தலையைத் தொங்கவிட்டுத் தரையைக் கீறினான்.

"குருதைமேலே ஏறிக்கிட்டுத் தாசில் பண்ணப்போறியா? ஏண்டா?"

". . ."

"நீ எக்கேடு கெட்டுப் போ. ஆனா குதிரைக்குக் கொள்ளு, புல்லுன்னு ஊட்டுலேருந்து காலணா எடுக்கக் கூடாது, சொல்லிட்டேன். வேணும்னா நீ திங்கிற சோத்திலே அதுக்கும் கொஞ்சம் போட்டுக்க" என்று கண்டித்துவிட்டார் தேவர்.

தியாகராசனுக்கா தெரியாது? வெட்டி வீரபாகுவைத் திருட்டுத் தேங்காய் பிடுங்கச் சொல்லி விற்று, அவனுக்கு ஓர் அணாவை வீசிவிட்டு, மிச்சத்திற்குக் கொள்ளும் புல்லும் வாங்கிக் குதிரையை வளர்த்தான். ஒரு மல்ஜிப்பாவும் ரப்பர் பூட்ஸும் போட்டுக்கொண்டு இரண்டு வாரம் குதிரையைப் பூட்டி ரேக்ளா ஓட்டினான். "ஹேய், ஹேய், ஹே… ய்?" என்று ஏறி இறங்கும் ராயசக் குரலில் குதிரையை வெருட்டினான். நாலுகால் பாய்ச்சலில் விட்டான். ஒரு தடவை குடை சாய்ந்தான். மறுபடியும் ஒரு வாரம் ஓட்டினான் கடைசியில் புளிப்பு விட்டுவிட்டது. சிலம்ப வித்தையையும் கொனைக்கோலையும் யார் கவனிப்பார்கள்?

∽ சிலிர்ப்பு ∽ 221

குதிரையை இப்போது திரும்பிப் பார்க்க ஆள் இல்லை. வேளை தவறாமல் வரும் சாப்பாடு நின்றுவிட்டது. ரேக்ளாவோ மழையிலும் வெயிலிலும் மடிந்து நைந்துகொண் டிருக்கிறது. குதிரை என்ன செய்யும்? ஊர்சுற்றத் தொடங் கிற்று. உயர்ந்த பசும்புல்லைத்தான் தின்பது என்று விரதம் வைத்துக்கொள்ள முடியுமா என்ன? யார் வாங்கிப் போடுகிறார்கள்? ஊர்ப் புல்லைத் தின்ன நூற்றெட்டு எருமையும் பசுவும் காத்திருக்கின்றன. ஆக, கண்டதைத் தின்று வயிறு வளர்க்க வேண்டியதுதான் என்று அது சங்கற்பம் செய்துகொண்டது. அந்தக் கணத்திலிருந்து அது போகாத இடமோ தின்னாத பண்டமோ கிடையாது. புறம்போக்கு, வயல்வெளி, வேலியோரம், பள்ளிக்கூடத்து விளையாடும் புல்வெளி – எங்கே பார்த்தாலும் மேய்ந்தது. புல்தான் வேண்டும் என்று நியதி இல்லையே. திண்ணைகளில் உலர்த்திய புடவை, வேட்டி, தெருவில் கிடக்கிற பழந்துணி, துடைப்பக் கட்டை, பழைய விசிறி, கறிகாய் மார்க்கெட்டில் கிடக்கிற வாழை மட்டைகள், பட்டைகள், அழுகல்கள், தோல்கள் ஒன்றையும் வர்ஜ்யா வர்ஜ்யம் இல்லாமல் ஜடபரதர் மாதிரி தின்று நாளை ஓட்டிற்று.

"தேவர் மவன் மாதிரிதான் இருக்கு குதிரையும்!" என்று கடைத் தெரு மிலிடேரி ஹோட்டல் வாசலில் நின்ற குப்பைத் தொட்டியிலிருந்து குதிரை, இலைகளை இழுத்துத் தின்னுகை யில் எதிர்த்த கடை எண்ணெய் வியாபாரம் கந்தசாமி செட்டியார் சொல்லிச் சிரித்தார்.

"அதுபாட்டுக்கு அண்டுவார் அடக்குவார் இல்லாமெ மேயுதுங்க. முந்தாநேத்து ராவ்ஜி கொல்லையிலே புகுந்து மொளவாய்ச் செடி, கொத்தவரைச் செடி எல்லாத்தையும் அதம் பண்ணிட்டுதுங்க. எனக்கு அப்படியே கண்ணிலே ரத்தமாத்தான் வந்திச்சு. ராவ்ஜி உடைமையே அதாங்க எல்லாம்."

"கட்டிவச்சு நல்லாப் பூசை கொடுத்தா இப்படி மேயுமா? ஏண்டாய்யா?"

"அப்படித்தாங்க செய்யணும்."

"சும்மாச் சொன்னாப் போதாது. செஞ்சு காமிக்கணும் டாய்யா? தெரியுதா?"

ஆனால் தேவர் குதிரையை அடக்க யாரும் துணிய வில்லை. அசுவமேதக் குதிரையைப் போல வெற்றி வாகை சூடி, இறுமாந்து, கொழுத்துச் சென்ற அந்தக் குதிரையை அடக்க யாரும் துணியவில்லை.

காட்டாமணக்குக் குச்சியைப் பல்லால் கடித்து பிரஷ் செய்துகொண்டிருந்த சுப்பட்டா பார்த்தார். எருமை மாட்டைப் போல் உளையில் இறங்கி, நாற்றுக்களை முடுமுடு வென்று கடித்துக்கொண்டிருந்தது, தேவர் குதிரை. கண்ணு சாமியின் வலதுகை அவர். அவருக்குப் பகீர் என்றது. "ஏ நாரக் கழுதை, நாத்தையா பிடுங்கறே, நாசமாப் போக!" என்று ஓட்ட ஓட்டமாக ஓடினார்.

"அண்ணா, அண்ணா!"

கண்ணுசாமி கண்ணைத் திறந்து மலங்க மலங்க விழித்தார்.

"யாரது, சுப்பட்டாவா?"

"அண்ணா, வாங்க, வாங்க, எழுந்து வாங்க; பாருங்க, வயத்தெரிச்சலை!"

"என்னையா என்ன!"

"தேவர் குதிரை லக்ஷ்மணன் நாத்தாங்காலை மேஞ்சு அழிச்சிடிச்சு."

"ஹா, நாத்தங்காலையா?"

"ஆமாம்."

"அட...பாவி...விரட்டினீங்களா?"

"நீங்க வந்து உங்க கண்ணாலே பாக்கணும்ன்னு அப்படியே ஓடிவந்தேன்."

"இந்தக் கண்ராவியை நான் வேறே கண்ணாலே பாக்கணுமா?.. சரி, ராமச்சந்திரனை அழைச்சுப்போய், பவுண்டிலே கொண்டு அடையுங்க" என்று அவரை அனுப்பினார் கண்ணுசாமி.

சுப்பட்டாவும் ராமச்சந்திரனும் ஓடி விளையாடி ஒரு மணி நேரம் கழித்துக் குதிரையைப் பிடித்து, ஆசைதீரப் பூசையும் போட்டு, பவுண்டில் கொண்டு அடைத்துவிட்டு வந்தார்கள்.

நல்ல இளம் புல்லாக, பசும் புல்லாகத் தின்னத் தொடங்கிற்று, தேவர் குதிரை. ஒரு கட்டுப் புல்லு – கும்ப லாக – யார் இவ்வளவு நாள் போட்டார்கள்?

நாலாம் நாள் காலையில்தான் கொல்லையில் போன தேவர் கவனித்தார். கொல்லை மூன்று நாளாகவே வெறிச் சென்று இருந்தது.

✦ சிலிர்ப்பு ✦ 223

அவர் மனைவியும் அப்போது பல் தேய்த்துக்கொண்டிருந்தாள். மகன் புறாக்களுக்குத் தீனி உருட்டிக்கொண்டிருந்தான்.

"ஏண்டா, தியாகராசு, எங்கடா குதிரையைக் காணும் ரெண்டு நாளா...?" என்று கேட்டார் தேவர்.

"ரெண்டு நாளாவா...?" என்று அவனும் திருப்பிக் கேட்டான்.

"என்ன, குதிரைமேலே ஐயா, புள்ளை ரெண்டு பேருக்கும் அவ்வளவு அக்கறை இப்ப? நிறையப் பல்லும் கொள்ளும் வாங்கிப் போடறமே, அதுக்காகவா? நாலு நாள் முன்னே, பஞ்சாயத்துக் கக்கூஸ் ஓரமாப் படுத்துத் தியானம் பண்ணிக் கிட்டிருந்தது. எனக்கு நாக்கைப் பிடுங்கிக்கலாம் போல இருந்திச்சு. என்னதான் செய்றீங்க பார்ப்பம்ன்னு இருக்கேன். இன்னிக்கு நாலா நாளு அது பவுண்டுலே பூந்து, தெரியுமா?" என்று தேவர் மனைவி கருவேலம்பட்டைப் பல்பொடி கருவட்டம் போட்ட வாயுடன் கேட்டாள்.

"என்ன, பவுண்டிலேயா?"

"ஒரேடியா அதிந்துபோறீங்களே. மூணு நாளா எதை யாவது கவனிக்கிறீங்களான்னுதான் நானும் பாத்துக்கிட்டிருக்கேன். நீங்க புகையிலையை கொதப்புறீங்க. அவன் ததிங்கிணத் தோம் சொல்லிக்கிட்டிருக்கான். குதிரை கண்ணுசாமி நாத்தங்காலைப் போய் அளிச்சுதாம், பவுண்டிலே கொண்டு விட்டுட்டாங்க. ஏன் விடக்கூடாதுன்னு கேக்கறேன்."

"ஏன் நீ அப்பவே சொல்லலே?"

"நீங்க குதிரை இருக்கா செத்துதான்னு இப்பத்தானே பாக்கிறீங்க? உள்ளூர் எருமை போதாதுன்னு வேதாரண்யம் காட்டிலேருந்து குதிரை வேணுமாக்கும், ஊரை அழிச்சுப் பாவத்தைக் கொட்டிக்க!" என்று செம்பு நீரைக் காலில் கொட்டிக்கொண்டு போய்விட்டாள். அவள் பதிலுக்காகக் காத்திருக்கும் வழக்கமே கிடையாது.

தேவருக்கு ரௌத்திராகாரமாகக் கோபம் பீறி வந்தது.

"கண்ணுசாமியா கொண்டுபோய் விட்டான்?...ம்ஹும்.. சரிதான்!"

குதிரையைக் கவனிக்கிறாரோ இல்லையோ; பட்டியில் அது அடைபட்டது என்றதும் அவருக்கு ரோஷம் பொங்கிற்று. தம்முடைய கௌரவத்தை வேணும் என்றே குலைக்கிற ஏற்பாடு அது என்று அவருக்குப் பட்டது. அதுவும் கண்ணுசாமி என்றதும் அவருக்குத் தாங்கவே முடியவில்லை.

கண்ணுசாமி பஞ்சாயத்துப் போர்டின் தலைவர்; அதாவது ஊருக்கே தலைவர் என்றுதானே அர்த்தம்? இருபத்தைந்து வருஷத்திற்கு முன்னால் ஊருக்குப் பஞ்சாயத்து நிர்வாகம் அமைக்கப்பட்டது. அப்போது தேவர் சொத்து ஒன்றேகால் வேலியாகச் சூம்பிப்போய், மூன்று நான்கு வருஷங்கள் இருக்கும். பஞ்சாயத்துப் போர்டு வந்ததிலிருந்தே தேவரை மூட்டை கட்டி மூலையில் வைத்துவிட்டார்கள். அவருடைய முதன்மை, பெருமை எல்லாம் போய்விட்டன. பஞ்சாயத்து அமைப்பு என்ற, கண்ணுக்குத் தெரிந்தும் தெரியாத அந்தப் பகையைக் கண்டு அவர் குமுறினார். ஆனால் என்ன செய்ய? கால வெள்ளம் அப்படிப் போயிற்று. தேவரின் வண்டி, வீடுகளுக்கே, பஞ்சாயத்து வரி கேட்கத் தொடங்கிவிட்டது! 'யார்கிட்ட யார் வரி கேட்கிறது?' என்று திகைத்துப்போய் உட்கார்ந்துவிட்டார் தேவர். அவரைக் கேட்காமலே ஊரில் எலெக்ஷன், மண்ணாங்கட்டி, தெருப் புழுதி எல்லாம் நடக்கத் தொடங்கிவிட்டன. அவர் ஊரிலா, அவருக்கு நேராகவா, அவரைக் கேட்காமலா இதெல்லாம்! சே சே!

அவருடைய தகப்பனார் காலத்தில் கார்வாரியாயிருந்த முருகப் பிள்ளையின் மகன்தான் கண்ணுசாமி. ஐந்து வகுப்புப் படித்தான். வெற்றிலைப் பாக்குக் கடை வைத்தான். திருநாகே சுவரம் வேட்டிகளை வாங்கி ஒரு திண்ணையில் வைத்து உட்கார்ந்தான். அது ஐவுளிக்கடையாக மாறிற்று. பிறகு மண்ணெண்ணெய் ஏஜென்ஸி எடுத்தான். மளிகைக் கடை மொத்தக் கடையாக வைத்தான். நாலைந்து லட்சம் சேர்ந்தது. காங்கிரசோடு சேர்ந்து ஜெயிலுக்குப் போனான். பெரிய மனுஷன் ஆனான். பஞ்சாயத்துப் போர்டுத் தலைவன் ஆகிவிட்டான். தேவர் மாதிரியே அவனும் ஒரு கோயிலுக்கு தர்மகர்த்தாவாகியும் விட்டான். தேவர் கோயில் சாமியை – குருக்கள் தாம்புக் கயிற்றைத் தட்டில்வைத்துத் துணியால் மூடிச் சோற்றுப் பட்டை என்று ஏமாற்றினார். கண்ணுசாமி கோயிலின் சாமி, புதிதாகச் செய்த வெள்ளி ரிஷப வாகனத் திலும் கைலாச வாகனத்திலும் ஏறிக்கொண்டு, மேளக் கச்சேரியும் பாட்டுக் கச்சேரியும் கேட்டுக்கொண்டு, பதி னெட்டு நாள் உத்சவத்தில் பவனி வந்தார். ஊரில் எந்தப் பொதுக் காரியத்திற்கும் நன்கொடைக்கும் கண்ணுசாமிதான் பிள்ளையார் சுழி. கலெக்டர், விற்பனை வரி ஆபிசர் எல்லாரும் அவன் பங்களாவில்தான் தங்குவார்கள். ஹைஸ்கூலில்கூடக் கண்ணுசாமியின் படத்தை ஸப் கலெக்டர் திறந்து வைத்துவிட்டுப் போய்விட்டார். 'நேற்றைப் பயல்! கண்ணுசாமி துளுத்துப் போகாமெ என்ன செய்வான்?

๛ சிலிர்ப்பு ๛ 225

குதிரையை மட்டுமா கட்டுவான்? என்னையே, இந்த வூட்டோட பவுண்டிலே அடைச்சாலும் அடைப்பான்!' என்று தொண்டை கமறக் கத்தினார் தேவர்.

"குதிரையை அவுத்து விடறாரா, இல்லையா? கேட்டு வாடா" என்று ஆள் அனுப்பினார்.

"குதிரை பட்டியிலே இருக்கு. தீனிச் செலவைக் கட்டி அவுத்துக்கிட்டுப் போகட்டுமே" என்று பதில் வந்தது.

"நானா! நானா கட்டணும்! துரைசாமித் தேவரா! ஹ்ம்!" என்று தேவர் பதில் கொண்டுவந்த ஆளிடம் உறுமினார். அவன் மறுபடியும் அவர் உறுமினதைப் போய்ச் சொன்னான்.

எட்டு நாள் ஆயிற்று. குதிரையை ஏலம் போட ஏற்பாடு ஆகிவிட்டது. முதல் நாள் இரவு கண்ணுசாமியின் அண்ணன் உறக்கம் கொள்ளவில்லை.

"தம்பி, என்னத்துக்குப் பெரிய இடத்துப் பொல்லாப்பு?"

"பெரிய இடமா? யாரு? தேவரா?"

"என்னிக்கும் பெரிய இடந்தான். ஆன செலவைக் கட்டி குதிரையை அவுத்து அவரு கிட்டக்கொண்டு விட்டிடு. நாளைக்கு உனக்கும் நாலு காரியம் நடக்கணும். உத்சவத்துக்குத் தேர் இழுக்க ஆயிரம் ஆளாவது வேணும். இன்னும் எவ்வளவோ இருக்கு. இது ஒண்ணுதானா?" என்று அண்ணன் இழுத்தார்.

கண்ணுசாமிக்கு யோசனையாகப் போய்விட்டது. உடனே தேவர் வீட்டுக்குப் புறப்பட்டுவிட்டார். கௌரவம் பார்க்கும் வழக்கம் கிடையாது அவருக்கு. அரசியல்வாதி அவர். தேவர், திண்ணையில் படுத்துக்கொள்ள இருந்த சமயம் அப்போது.

"என்ன, தேவர்வாள்?"

"யாரு, கண்ணுசாமியா? வாங்க வாங்க. ஏது இவ்வளவு தூரம்?" என்று உட்கார இடம் கொடுத்தார் தேவர். 'பெட்ரும்' விளக்கு மாடத்தில் எரிந்துகொண்டிருந்தது.

"எல்லாம் உங்க குதிரை விஷயமாத்தான் வந்தேன்."

"நீங்கதான் அவுத்துவிடலியே?"

"நாத்தங்காலை மேஞ்சிடுச்சு, நான் யார்கிட்டப் போய்ச் சொல்லிக்கிறது? நீங்களே இதைக் கொஞ்சம் உணர்ந்து பார்க்கணும்."

"அது சரிங்க. எங்கிட்ட ஒரு வார்த்தை சொல்லி அனுப்பி யிருக்கலாமில்ல? 'இந்தா ஐயா தேவரே, இப்படி ஆயிடுச்சு; என்ன சொல்றீங்க?'ன்னு. அதுங்காலை ஓடிச்சுப் போட்டிருப் பேனே! கிடுகிடுன்னு நீங்கபாட்டுக்குப் பவுண்டிலே அடைச் சிட்டீங்க."

"நானா கட்டினேன்? நம்ப ஆள் கட்டினான்."

"அப்படின்னாத் தீனிச் செலவைக் கட்டிக்கிட்டு அவுத்துட்டுப் போ இன்னீங்களே, எதுக்காக?"

கண்ணுசாமி சற்று யோசித்து, "ரூலுனு ஒண்ணு இருக்கு, பாருங்க" என்று ஆரம்பித்தார்.

"ரூல் கிடக்கட்டுங்க. பவுண்டிலே தேவர் குதிரையை அடைச்சாச்சு. தேவரு அபராதம் கொடுத்து மீட்டுக்கிட்டு வந்தாருன்னு ஒரு பேரு ஏற்படுத்திடலாம்னு நெனக்கிறீங்க. அவ்வளவுதானே? செஞ்சுடுங்க."

"அபராதம் நான் கொடுத்திடறேன் உங்களுக்காக!"

"எனக்கு அபராதம் கட்டத் திராணி இருக்கு. ஆண்டவன் இன்னும் என்னை முழுக்க மொட்டை அடிச்சிடலே. ஆனா அபராதம்னு நானோ நீங்களோ கட்டி மீட்கும்படியா என்ன வந்திடிச்சு இப்ப?"

"பின்னே, என்ன செய்யறது?"

"என்னைக் கேட்டா?"

"குதிரை ஏலம் போயிடுமே!"

"போகட்டுமே!"

கண்ணுசாமி திணறினார். மறு நாள் காலையில் குதிரை ஏலத்துக்கு வந்தது. யாரும் கேட்கவில்லை. கண்ணுசாமியும் சுப்பட்டாவும் மாறி மாறிக் கேட்டு, கண்ணுசாமியே மூன்று ரூபாய்க்கு ஏலம் எடுத்து, தேவர் வீட்டில் கொண்டு கட்டி விட்டு வரச் சொன்னார்.

தேவர் வெற்றியில் விம்மினார். ஆனால் இன்னொரு பகையான பஞ்சாயத்துப் போர்டின் மேலும் பழி வாங்கினால் ஒழிய அவருக்கு ஆறாதுபோல் இருந்தது.

கண்ணுசாமியைக் கூப்பிட்டு வெகுநாளாக ஊருக்குப் 'பார்க்' இல்லாத குறையை நீக்க வேண்டும் என்று தாம் ஒரு முடிவுக்கு வந்திருப்பதாகச் சொல்லி, தம்முடைய அல்லிக் குளத்தைப் பஞ்சாயத்துப் போர்டுக்கு நன்கொடையாகக்

◈ சிலிர்ப்பு ◈

கொடுத்துவிட்டார். ஒருமாதக் கடிதப் போக்குவரத்திற்குப் பிறகு சாஸனம் ரிஜிஸ்டராகிவிட்டது.

அன்றிலிருந்து மூன்று வருஷமாகப் பஞ்சாயத்து போர்டு வண்டிகள் ஊர்க் குப்பையையெல்லாம் போட்டுக் குளத்தைத் தூர்த்துப் பார்க்காக மாற்றப் படாத பாடு படுகின்றன. நூற்றுக் கணக்கான மணல் வண்டி அடித்தாகிறது. நாலாயிரம் ரூபாய் செலவாகிவிட்டது. குளம் இன்னும் பாதிகூடத் தூர்ந்தபாடில்லை. இன்னும் பதினாயிரம் ரூபாயாவது சாப்பிடாமல் அது பார்க்காக மாறப்போவதில்லை. அதுவரையில் தேவர் வீட்டுக் குதிரை அந்தக் கோரைகளை மேய்ந்து; அந்தத் தண்ணீரைக் குடித்துத் தாகசாந்தி செய்துகொண்டுதான் இருக்கப்போகிறது.

◆

# பரதேசி வந்தான்

வக்கீல் அண்ணா பந்தியை 'ஒரு' நோட்டம் விட்டார்.

அடியேன் அவருக்கு நேர்த் தம்பி அல்ல. ஒன்றுவிட்ட தம்பிகூட அல்ல. அவருடைய மேதா விலாசத்தைக் கண்டு உலகமே அவரை, 'அண்ணா அண்ணா' என்று வாய் நிறைய அழைத்தது. அந்த மாதிரித் தம்பிதான் நான். ஒரே தெரு, எதிர்த்த வீடு – இந்த உறவைத் தவிர வேறொன்றும் இல்லை. அதே காரணத்தால் உலகத்தாரைவிட நான் மிக மிக நெருங்கிய தம்பி. கூப்பிட்ட குரலுக்கு ஏன் ஒன்று ஓடும் தம்பி. ஈஸன் ஹோவர் போட்டி போடுவதிலிருந்து இளம் வித்வான் கச்சேரி வரையில் அவருடைய அபிப் பிராயத்தை எல்லோருக்கும் முன்னால் முதல் முதலாக, அந்தரங்கத்தில் கேட்கும் அபிமானத் தம்பி.

அண்ணா பந்தியைச் சாரி சாரியாக நோட்டம்விட்டார். ஜூனியர் பாப்பா பந்துலு, பூதகணங்களாகச் சேவைக்குக் காத்துக்கிடக்கும் அண்டை வீட்டு இளைஞர்கள், எதிர்த்த வீட்டு நான், இரண்டு குமாஸ்தாக்கள் – எல்லோரும் செய்த சாப்பாடு ஏற்பாடு சரியாக இருக்கிறதா என்று அந்த ராஜாளி நோட்டம் ஆராய்ந்துகொண்டிருந்தது. அவர் திருப்தி அடைய வேண்டுமே என்று எல்லோர்க்கும் கவலைதான். ஜூனியர் பாப்பா, வேற்றுத் தெருவுக்குள் கால் வைத்துவிட்ட நாயைப் போல ஒண்டி ஒடுங்கி நடந்துகொண்டிருந்தார். அண்ணா வின் பார்வை கம்பீரமாக ஒவ்வொரு நபரையும் அவருடைய அந்தஸ்தையும் எடை போட்டு, 'சரி, ம், சரி' என்று ஆமோதம் செய்துகொண்டு வந்தது.

அண்ணா கோர்ட்டில் வக்கீல். வாழ்க்கையில் நீதிபதி. கொலையும் பறியும் புரிந்துவிட்டு, குற்றுயிரும் குலை உயிருமாகச் சட்டத்தின் வாயில் மாட்டிக்கொண்டு இழுத்துக்கொண்டிருந்தவர்களை வெளியே பிடுங்கி எறிந்து அபயம் தந்திருக்கிறார். தீவெட்டிக் கொள்ளையோ, கொலை பாதகமோ – எதுவாயிருந்தால் என்ன? அண்ணா திவலை

பறக்க, நீர்வீழ்ச்சியைப் போல வாதாடும்போது நீதிபதியின் தனித்தன்மை, நடுநிலைமை எல்லாம் அழுங்கி ஆற்றோடு போய்விடும். இப்பேர்ப்பட்ட அண்ணா, வாழ்க்கையில் நீதிபதி – வாழ்க்கையில் எந்தத் தப்பையும் – குற்றம் கிடக் கட்டும் – தவற்றைக்கூட, சின்னத் தப்பைக்கூட லேசில் விடமாட்டார். சாணக்கிய சாகசம் செய்து வேரை ஏற்றி, நீறாக்கி, வெற்றி அடைந்த பின்பு தான் அமைதி காணுவார்.

அண்ணாவின் பிள்ளைக்கு முதல் நாளைக்கு முதல் நாள் கல்யாணம் ஆகிவிட்டது. மறுநாள் இரவு எல்லோரும் திரும்பிவிட்டார்கள். மூன்றாம் நாள் காலையில் கிருகப் பிரவேசம். மணப்பெண்ணை அழைத்தாகிவிட்டது. கோலாகல மாகத்தான் எல்லாம் நடந்தது. ஒரே பிள்ளை!

சாப்பாட்டுக்கு இலை போட்டாய்விட்டது. நூற்றைம்பது இலை போடக்கூடிய கூடத்தில் நெருக்கி இன்னும் ஐம்பது இலை விழுந்திருக்கிறது. கொல்லைக்கட்டு, அடுக்களை, கொல்லை நடை, வாசல் நடை எங்கே பார்த்தாலும் இலை போட்டிருக்கிறது. கூடத்துப் பந்தி 'பொறுக்கான' பந்தி. இருநூறு இலையும் அண்ணாவின் அபிப்பிராயத்தில் 'முதல்' வகுப்பைச் சேர்ந்தவர்கள். ஜூனியர் பந்துலுவும் நானும் பார்த்துத்தான் உட்கார்த்தி வைத்திருக்கிறோம்.

அண்ணா கம்பீரமாகப் பார்க்கிறார். வாழ்க்கையில் நீதிபதி அவர். சின்னத் தவறு நடந்தாலும் தவறுதான். துளி அபஸ்வரம் பேசினாலும் அபஸ்வரந்தானே... அண்ணாவும் வெறும் வக்கீல் அல்ல; பெரிய சங்கீத ரசிகர். ரசிகர் என்பதைவிடச் சங்கீத 'க்ரிடிக்' (விமரிசகர்) என்று சொல்வது பொருந்தும். கர்நாடக சங்கீதத்தில் ஊறித் திளைத்து நீந்தியவர். வேங்கடமகி, சார்ங்க தேவர் எல்லாம் அவருக்குத் தலைகீழ்ப் பாடம். தமிழ்ப் பண்களை எல்லாம் துருவித்துருவிக் கேட்டிருக்கிறார். மாகாணத்தின் எட்டு மூலையிலும் எங்கே சங்கீதச் சர்ச்சை நடந்தாலும் அண்ணா அங்கே இருப்பார். தலையின் முன்வழுக்கை பளபளக்க, ஒரு மாநாட்டில் பிரமாதமாக ஒரு ராகத்தை – பேச்சில்தான் – விளக்கிக் கொண்டிருந்த அண்ணாவின் தலையை ஒருவர் கார்ட்டூனாக வரைந்திருந்தார். அது பெரிதாகி அண்ணாவின் ஆபீஸில் தொங்குகிறது.

அண்ணாவுக்கு யார் பாடினாலும் பிடிக்காது. அவருடைய லக்ஷிய சங்கீதத்தின் வாசற்படியைக்கூட தற்கால சங்கீத வித்வான் யாரும் மிதிக்கவில்லை என்பது அவர் கருத்து. அவருடைய சொந்த ஊரான பூக்கால்குளத்தில் ஒரு பெண் நன்றாகப் பாடும். அதன் பாட்டைத்தான்

அவர் திருப்தியோடு கேட்பார். ஒன்றரை நூற்றாண்டுகளுக்கு முன் வாழ்ந்த ஒரு வாக்கேயக்காரரின் பேரனுடைய சிஷ்யனின் பெண் வயிற்றுப் பேத்தி அந்தப் பெண். அவள் இப்போது கல்யாணமாகி மூன்று குழந்தைகளுக்குத் தாயாகி ஹைதராபாத்தில் குடியும் குடித்தனமுமாக வாழ்க்கை நடத்திக்கொண்டிருக்கிறாள். கிருகப் பிரவேச வைபவத்திற்கு, மாலையில் அவள்தான் கச்சேரி செய்யப் போகிறாள். ஹைதராபாத்திலிருந்து அதற்காகத்தான் அவள் வந்திருக் கிறாள்... அபஸ்வரம் என்ற வார்த்தையிலிருந்து எங்கெங்கோ போய்விட்டது. அபஸ்வரம் என்ன, அவச் சொல்கூட அண்ணா காதில் விழக் கூடாது. கல்யாணத்திற்கு முன், கிருகப்பிரவேசத் திற்காகப் பந்தல் போட்டுக்கொண்டிருந்தான். காலை எட்டு மணி; குமாஸ்தாக்கள் இன்னும் வரவில்லை. பிச்சைக்காரன் ஒருவன் வந்து சேர்ந்தான். அந்த நிமுலே அண்ணா வீட்டு வாசலில் விழக்கூடாது. ஆள் புதிது. துந்தனத்தை மீட்டிக் கொண்டு சுருதியோடு இழைந்து கவ்விய குரலில் பாடிக் கொண்டு வந்தான்.

"காஞ்சிமா புரியில் வாழும் காமகோடி வாவா, வாங்கைஷ யுடன் வந்தெனக்கு வரமருள வாவா, தற்பரம் அளிக்கும் திவ்ய கற்பகமே வாவா."

"ஏய், மறுபடியும் பாடு."

"காஞ்சிமா புரியில்... வாங்கைஷயுடன் வந்தெனக்கு..."

"என்னது?"

"வாங்கைஷயுடன்..."

"வாஞ்சையா? வாங்கைஷயா?"

"வாங்கைஷதானுங்க."

"வாஞ்சையில்லை?"

"இல்லீங்க."

"ஏன்?"

"எங்க குருநாதன் அப்படித்தான் சொல்லிக் கொடுத்தாரு."

"யாரு உங்க குருநாதன்?"

"முருகப் பண்டாரம்."

"எங்கே இருக்கார் அவர் இப்போ?"

"சமாதி ஆயிட்டாருங்க."

☙ சிலிர்ப்பு ☙

"போனாப் போறார். நீ இனிமே வாஞ்சைன்னு சொல்லு."

"அவரு வாங்கைஷுன்னுதானே சொல்லுவாரு."

"அப்ப உனக்கு அரிசி கிடைக்காது."

"வேணாமே."

"நீ வேணும்னுதான் கேட்டுப் பாரேன் – கிடைக்கிறதா பார்ப்போம்."

"நீ வேணும்ணுதான் என்னைச் சொல்லச் சொல்லிப் பாரேன். நான் சொல்கிறேனா, பார்ப்போம்."

"சீ. சீ. நாயே! போ! பதில் பேசாதே!"

"நானா இப்போ வள்ளு வள்ளுனு உளுவறேன்?"

"போடான்னா!"

"அட போய்யா, பிச்சைக்கு வந்த இடத்திலே சண்டைக்குல்ல நிக்கிறே! கச்சை கட்டிக்கிட்டு" என்று பந்தல்காரன் இடைமறித்தான்.

"போய்யா... போ... ஏங்க அந்த ஆளோட வம்பு? தக்கு பிக்குன்னு ஏதாவது உளறுவான். நமக்கு என்னாத்துக் குங்க?"

"குருநாதன் சொல்லிவிட்டானாம், இவன் சொல்ல மாட்டானாம்!"

"ஆமாய்யா! சொல்லத்தான் மாட்டேன். சொல்லு, மனுசன் உண்டாக்கினதுதான். காக்காய்க்கு கிளின்னு பேர் வச்சு நானூறு பேர் அளைச்சா கிளிதான், ஆமாம்."

"நீ இப்பப் போக மாட்டே...? போய்யா... அப்புறம் தெரியுமா"

அப்போதுதான் நானும் வந்து சேர்ந்தேன்.

"ஏதோ, தெரியாத பயல்."

"யாரு, அவனா? நீன்னா தெரியாத பயல்! பாயின்ட் பாயின்டாப் பேசறான்! தெரியாத பயலாம்... பிடிவாதக் காரப் பயன்னா அவன்!"

"தொலையறான் அண்ணா; விடுங்கோ."

அண்ணா வாழ்க்கை, வார்த்தை எல்லாவற்றிலும் நீதிபதி; ஆமாம்.

அண்ணா பந்தியைப் பார்த்துக்கொண்டே வந்தார். திடீரென்று முகம் இருண்டது. புருவத்தைச் சுளித்தார். மூக்கின் இதழ் விரிந்தன.

"ஏய், பஞ்சாமி!"

"அண்ணா . . ."

"வா, இப்படி."

ஓடினேன்.

"யாரது?"

"எங்கே?"

"அதோ பார்!"

கூடத்தில் நடைநிலைக்கு எட்டிய தாழ்வாரத்தில் போட்டிருந்த பந்தியில் ஒரு பரதேசி உட்கார்ந்திருந்தான். நடுப்பருவத்தைக் கடந்து கிழத்தனத்தில் கால் வைத்த பருவம். எலும்பும் தோலுமான உடல். அளவுக்கு மிஞ்சிய நரை, கன்னம் முழுவதையும் மறைத்த தாடி. ஒழுங்கில்லாத குரங்குத் தாடி. பலபல பட்டினிகளால் வயதை மீறிய மூப்புத் தோற்றம். கண்ட தண்ணீரில் நனைத்து நனைத்துப் பழுப்பேறிய, மடித்துப் போன, ஓட்டுகள் போட்ட வேட்டி; பக்கத்தில் அதே பழுப்பு நிறத்தில் ஒரு மூட்டை; இவ்வளவு காபந்துக்களுக்கிடையே, ராகு வந்து அமுதத்திற்கு அமர்ந்துபோல அமர்ந்துவிட்டான். அமுத சுரபியை ஏந்தி வரும் மால்பூண்ட மோகினி வேடந்தான் மயங்கிவிட்டது; அண்ணாகூட ஏமாந்துவிடுவாரா, என்ன?

"எப்படிடா வந்தான் அவன்?" என்று இரைச்சல் போட்டார்.

மௌனத்தைத் தவிர வேறு விடை எதைச் சொல்ல?

"அழகாக இருக்குடா நிர்வாகம்! கிளப்புடா அந்தக் கழுதையை!"

"உட்கார்ந்துவிட்டானே, அண்ணா" என்று மெதுவாகச் சொன்னேன்.

"அப்படியா, மன்னிக்கணும்!" என்று ஒரே ஓட்டமாக ஓடினார், அந்த இலைக்குமுன் நின்றார். இருநூறு, முகங்களும் அவரைப் பார்த்துக்கொண்டிருந்தன.

"ஏய். எழுந்திற்றா!"

அவன் வாய் பேசாமல் அவரை நிமிர்ந்து பார்த்தான். வாயில்போட்ட கறி உள்ளே செல்லாமல் அந்தரத்தில் நிற்க, எச்சிலான கை இலையில் இருக்க, அவரை மௌன மாகப் பார்த்தான்.

*சிலிர்ப்பு*

"எழுந்திருடா."

மீண்டும் அதே தீனமான பார்வை.

"எழுந்திருடான்னா!"

"பசிக்கிறது, எச்சில் பண்ணிவிட்டேன்."

அவ்வளவுதான்.

அப்படியே தலைமயிரை ஒரு லாவு லாவினார் அண்ணா! உடும்புப் பிடி!

"எழுந்திர்றாங்கறேன். பதில் சொல்லிண்டா உட்கார்ந் திருக்கே?"

பிடித்த பிடியில், பரதேசியின் கை தானாகவே பக்கத் திலிருந்த மூட்டையை அணைத்துக்கொள்ள, காலும் தானா கவே எழுந்துவிட்டது. இடது கையால் அப்படியே தர தரவென்று அவனைத் தள்ளிக்கொண்டு, நடையைக் கடந்து, வாசல் திண்ணையைக் கடந்து, ஆளோடியைக் கடந்து, படியில் இறங்கி, பந்தலுக்கு வெளியே ஒரு தள்ளு தள்ளினார் அண்ணா. தலை அவிழ்ந்து அலங்கோலமாகக் குப்புற விழுந்தான் அவன்.

"அப்பா, அம்மா, பாவி!" என்று முனகிக்கொண்டே எழுந்தான். திரும்பி அவரைப் பார்த்தான். முகம் கொதித்தது. பசியின் எரிச்சல் கண்ணில் எரிந்தது. கைக்கு எட்டி வாய்க்குக் கூடத் துளி எட்டி, பசியைக் கிளப்பிவிட்டு முழுவதும் கிட்டா மல் போனதன் எரிச்சல் முகத்தில் எரிந்தது. ஆற்றாமையும் கோபமும் தொண்டையை அடைக்க, பசியால் மூச்சு வேகமாக, சின்னச் சின்னதாகத் தொண்டையில் ஏறி இறங்க, வயிறு குழைய, ஒரே கத்தாகக் கத்தினான் அவன்.

"ஓய் வக்கீலே, நீர் நன்னா இருப்பீரா? இலையில் உட்கார்ந்து எச்சில் பண்ணினவனைக் கிளப்பி, யமதூதன் மாதிரி தள்ளிண்டு வந்தீரே!"

"ஏய், போறயா, நொறுக்கிவிடட்டுமா?"

கண் கனல் கக்க, சாணக்கியனைப் போல, விரிந்த குரலில் ஓர் இரைச்சல் போட்டான் அவன்.

"போறேன், போறேன், இதோ போறேன். ஆனால் திரும்பி வருவேன். அடுத்த மாசம் இதே தேதிக்கு உம்ம வீட்டிலேயே சாப்பிட வரேன். நீர் அழுதுகொண்டு போடற சாப்பாட்டுக்கு வரேன், பார்த்துக்கும்!"

விறுவிறுவென்று நடந்தான்.

எனக்குச் சொரேர் என்றது. என்னமோ சொல்லிவிட்டானே!

அண்ணா ரௌத்ரம் பொங்கச் சீறினார்.

"ஏய், போய் அந்தப் பயலை இழுத்துண்டு வாடா. சும்மா விட்டுவிடுகிறதா அந்தப் பயலை?"

"அண்ணா, உள்ளே போங்களேன். சகதியிலே கல்லைத் தூக்கி எறியலாமா?" என்று அவரை இறுக அணைத்து உள்ளே தள்ளிக்கொண்டு போனேன். என் பிடியை மீறமுடியாமல் அண்ணா மெதுவாக உள்ளே சென்றார்.

என்ன அவச் சொல்! ஆபாசமான வார்த்தைகள்! மங்களமான வைபவத்தில் கேட்கவொண்ணாத கொடூர அவச் சொல்! ருசிக்க முடியாத அவச் சொல்! உதட்டில் வைத்துப் பருகும் பாலில் மேலேயிருந்து ஒரு துளி நஞ்சு விழுந்து, வாய்க்குள் போய்விட்டதுபோல் என் கண் இருண்டது; உள்ளம் இருண்டது. எப்படிப் பேசினான் இந்த வார்த்தைகளை! பாவி! இனிய நாதம் பொழியும் தந்தியை அறுத்து அவ ஓசையை எழுப்பிவிட்டான். என் மனம் படபட என்று பறந்தது.

"ஏலே, உம் மூஞ்சி ஏண்டா அசடு வழியறது... முட்டாள்!"

மாலையில் கச்சேரி நடந்தது. பூக்கால்குளத்துப் பர்வதம் பாடினாள். இனிய குரல். ஞானம் நல்ல ஞானம். ஆனால் மூன்று குழந்தைகளுக்குத் தாயார் என்பதைக் குரல் காட்டிக் கொண்டே வந்து, பாட்டைக்கூட மூன்றாம் தரமான பாட்டாக அடித்துவிட்டது. அண்ணா முன்னால் உட்கார்ந்து கைமேல் கையில் தாளம் போட்டு, விரலை எண்ணி, சிரக் கம்பம் செய்துகொண்டிருந்தார். இரண்டு மணி நேரம் ஆவதற்குள் இரண்டாயிரம் ஆஹாகாரம் வந்துவிட்டது. ஆட்டுகிற ஆட்டலில் தலை ஒடிந்து விழுந்து விடும்போல் இருந்தது. அண்ணாவின் கற்பனை பயங்கரமானதுதான்.

மணமகனும் மணமகளும் ஒரு சோபாவில் உட்கார்ந்து கச்சேரி கேட்டுக்கொண்டிருந்தார்கள். நடுவில் மணமகன் எழுந்து கொல்லை நடைப்பக்கம் சென்றான்.

பத்து நிமிஷத்திற்கெல்லாம் அண்ணாவின் சம்சாரம் பரபரவென்று என்னைக் கூப்பிட்டாள்.

"ஏய் பஞ்சு, அண்ணாவைக் கூப்பிடு."

அண்ணாவும் நானும் உள்ளே போனோம். அடுக்களையில் கல்யாணப் பையன் பிரக்ஞை தவறிப்

படுத்துக்கிடந்தான். கொல்லையில் போனவன் ஒரு முறை வாந்தி எடுத்தானாம். பிறகு, "தலை கிறுகிறு என்கிறது" என்று முனகினானாம். அடுக்களையில் வந்து மடேர் என்று விழுந்தானாம். மூர்ச்சை போட்டுவிட்டது. ஸ்திரீகள் சுற்றி நின்று கொண்டிருந்தார்கள். அண்ணாவின் தமக்கை விசிறிக்கொண்டிருந்தாள்.

"குழந்தே, குழந்தே!" என்று அண்ணா அழைத்தார்.

"விஸ்வநாதா, விஸ்வநாதா!" என்று நான் அழைத்தேன்.

நல்ல மூர்ச்சை. பதில் வரவில்லை. "பஞ்சு, நான் என்னடா செய்வேன்!" என்று உட்கார்ந்தவாறே என்னை நிமிர்ந்து பார்த்தார் அண்ணா. திகில் படர்ந்த அந்தப் பார்வையை அந்த முகத்திலேயே நான் பார்த்ததில்லை.

"ஒண்ணுமில்லேண்ணா! இதோ போய் டாக்டரை அழைச்சுண்டு வரேன். கவலைப்படாதிங்கோ" என்று சொல்லிவிட்டு ஓடினேன்.

டாக்டர் வந்தார். அரைமணி தட்டிக் கொட்டிப் பார்த்தார். ஊசி போட்டார். மருந்து எழுதிக் கொடுத்தார். மூர்ச்சை தெளியவில்லை. பெரிய டாக்டரை அவரே போய் அழைத்து வந்தார். கோமா சோமா என்று ஏதோ வைத்திய பாஷையில் பேசிக்கொண்டார்கள்.

என்னத்தைச் சொல்கிறது! மூர்ச்சை தெளியும் வழியாக இல்லை. ஒரே பேத்தல், பிதற்றல், ஏழெட்டு நாள் கண் திறக்கவில்லை. உள்ளூர் டாக்டர்கள், மந்திரவாதிகள் எல்லோரும் பார்த்தார்கள், திருச்சியிலிருந்து இரண்டு டாக்டர்கள், பிறகு மதராஸிலிருந்து ஐந்தாறு டாக்டர்கள்! கடைசியாகக் கல்கத்தாவிலிருந்து விமானத்தில் ஒரு நிபுணர் வந்தார். கையைப் பார்த்தார். "இன்னும் நாற்பத்தெட்டு மணி நேரத்திற்குப் பிறகுதான் சொல்ல வேண்டும்; பிறகு மூர்ச்சை தெளிந்தால் கொடுங்கள்" என்று ஒரு மருந்தை எழுதிக் கொடுத்துவிட்டு ஆயிரம் ரூபாய் பீஸையும் வாங்கிக்கொண்டு போய்விட்டார். அவ்வளவு பெரிய டாக்டர் சொல்வது வீணாகவா போய்விடும்? மூன்றாம் நாள் காலையில் எல்லாம் அடங்கிவிட்டது.

எல்லாம் மாயாஜாலம்போல் இருந்தது எனக்கு. எவ்வளவு வேகம்! அண்ணாவின் ஒரே பிள்ளை. ஒரே இன்பக் கனவு! அவருடைய ஜகமே அவன்தான் – அது அழிந்துவிட்டது!

அண்ணா தேம்பினார். திடீரென்று நினைத்துக்கொண்டு வாய்விட்டு அழுவார். அழாத நேரத்தில் சூன்யத்தைப்

பார்த்துக்கொண்டு உட்கார்ந்திருப்பார். திடீரென்று புன் சிரிப்புச் சிரிப்பார்; பேய் சிரிக்கிறாற்போல் இருந்தது எனக்கு! குலை நடுங்கிற்று!

"என்னடா பஞ்சாமி, என்ன சிரிக்கிறேனென்று பார்க்கிறாயா? நாளைக்குத் தேதி ஐந்து. அதனால்தான் சிரிக்கிறேன்."

நான் பதில் சொல்லவில்லை. 'சோகத்தில் சிரிக்கிறார், அழுகிறார், புலம்புகிறார். இஷ்டப்படி பேசட்டும்' என்று விட்டுவிட்டேன். பிரமையடைந்து, நிதானமிழந்து ஆடிக் கொண்டிருந்த சித்தத்தில் என்ன என்ன தோன்றுகிறதோ! மோகம் சோகத்தின் இரட்டை.

"நாளைக்குத் தேதி ஐந்துடா. நாளைக்குத்தான் பன்னிரண் டாம் நாள் என் உயிர் போய். போன ஐந்தாம் தேதி கிருகப் பிரவேசம். அந்தப் பரதேசிப் பய எவ்வளவு கணக்கா ஆணி யடித்தாற்போலச் சொன்னான் பார்."

எனக்கு ஞாபகப்படுத்தத் தேவையில்லை. பரதேசியின் நினைவாகத்தான் இருந்தேன்.

மறுநாள், பன்னிரண்டாம் நாள், காலையில் ஈமக் கடன்கள் தொடங்குகிற சமயம். காலை எட்டு மணி இருக்கும்; வாசலில் வந்துநின்றான் அவன். சவம் உயிர்பெற்று வந்தது போல் வந்து நின்றான். வெளுத்துப்போன தாடி, மீசை, எலும்பும் தோலுமான உடல், பழுப்பேறிய நைந்துபோன துணி, கையில் மூட்டை; கல்யாணத்தன்று வந்த அதே வேஷந் தான்.

எனக்கு ஒரேயடியாகப் பற்றிக்கொண்டு வந்தது. நெஞ்சு கோபத்தில் விம்மிற்று. ஒரே பிடியாகக் கழுத்தைப் பிடித்து அமுக்கித் திருகிப்போட்டுவிடலாமா என்று, கை, நெஞ்சு எல்லாம் துடித்தன. ஆனால் ஒன்றும் செய்ய இயலவில்லை. உள்மனம் நடுங்கிச் செத்தது. இவ்வளவு ஆத்திரமும் முடவனின் கோபமாகப் புகைந்து அணைவதைத் தவிர வேறு ஒன்றும் செய்ய முடியவில்லை.

அண்ணா அவனைக் கண்டதும் தேம்பித்தேம்பி அழுதார்.

"ஸார், வருத்தப்படாதீர்கள். நான் புண்ணில் கோல் இடுவதற்காக வரவில்லை. வாக்குத் தவறக்கூடாது என்று வந்தேன்" என்று பரதேசி சொன்னான்.

அண்ணா சிறிது நேரம் முகத்தை வேறு பக்கம் திருப்பிக் கொண்டார். பெரிய முயற்சி செய்து பல்லைக் கடித்து, உதட்டைக் கடித்து, கண்ணைத் துடைத்து, துக்கத்தை

அடக்கிக்கொண்டார். பரதேசி தலைகுனிந்து நின்று கொண்டிருந்தான். ஐந்து நிமிஷம் ஆயிற்று.

"ஓய், உம்முடைய வாக்குப் பலித்துவிட்டது!" என்றார் அண்ணா.

"என் வாக்காவது பலிப்பதாவது! நடப்பது நடந்துதான் தீரும்."

"நீர்தானே ஐயா சாபமிட்டீர்?"

"என் பசி சாபமிட்டது. ஆனால் இது நடப்பதற்கு அதுதான் காரணம் என்று நான் நினைக்கவில்லை. தெரியாமல் இருந்ததை நான் சொல்லியிருக்கலாம்!"

"எங்கும் இருக்கிறது நாதம். கேட்கவா முடிகிறது? கை தட்டியோ, ஏதாவது செய்தோதானே அதைக் கேட்க முடிகிறது! அது மாதிரிதான்."

"உமக்கு வருங்காலம் தெரியுமா?"

"தெரியாது; என்னமோ வாயில் வந்ததைச் சொன்னேன்."

"ம்... நீர் பெரிய அறிவாளியாக இருப்பீர்போல் இருக்கிறதே. ஏன் இப்படிச் சோற்றுக்கு அலைகிறீர்?"

"அறிவு இருந்தால் வக்கீல் தொழில்தான் செய்ய வேண்டுமா, என்ன? அறிவு இருந்தால் பிச்சை எடுக்காமல், சோற்றுக்கு அலையாமல் இருந்துவிட முடியுமா?"

"நீர் சொல்வது எனக்குப் புரியவில்லை."

"எப்படிப் புரியும்? பந்தியில் அவ்வளவு பெரிய மனிதர் களுக்கு நடுவில் நான் உட்கார்ந்து சாப்பிடுவதைப் பார்த்துக் கொண்டிருக்க உமக்குத் தைரியம் இல்லை. தெம்பு இல்லை. உம்முடைய அகங்காரம் அவ்வளவு லேசாக, பஞ்சையாக இருக்கிறது. அந்தத் தெம்புக்கு அஸ்திவாரமான அன்பு உம்மிடம் இல்லை. சிமிண்டில், வலுவில்லாததுபோல் தோன்றுகிறது. நீரைக் கலந்தால் அப்புறம் சம்மட்டி போட்டுத்தான் உடைக்க வேண்டும். உம்முடைய கல்நெஞ்சம் வெறும் வலுவில்லாத கல் நெஞ்சம். துளி அன்பை இவ்வளவு பெரிய அகந்தையில் கலந்திருந்தால், அது கம்பீரமாக நிற்கும். அத்தர் கலந்தாற்போலப் பரிமளிக்கும். உண்மையான வலு, உம் நெஞ்சுக்கு இல்லை. இருந்திருந்தால் பட்டப் பகலில் இரட்டைக் கொலை செய்த பாண்டிக்கு நீர் வக்காலத்து வாங்கியிருப்பீரா? அவன் கொலைசெய்தது உலகறிந்த விஷயம். நீர் சரமாரியாக வாதாடி, அவனுக்கு நீதியளிக்காமல்

காப்பாற்றினீர். உம்முடைய அகங்காரத்திற்கு நான் சொன்ன வலுவில்லை. இருந்தால் மோட்டார், ஆயிரம் வேலி, வைரக் கடுக்கன், இந்தப் பரதேசி, தரித்திரம் எல்லாவற்றையும் சேர்த்து உட்காரவைத்துக் காது நிறைய, கண் நிறைய, உள்ளம் நிறைய ஆனந்தமடைந்திருப்பீர். மோட்டார், வைரம், இதற்கப்பால் உம் அகங்காரத்திற்குக் கண் தெரியவில்லை."

அண்ணா சூன்யத்தைப் பார்த்துக்கொண்டு தேம்பினார்.

சற்றுக் கழித்து, "ஓய் காலதேவரே, உட்கார்ந்து பேசுமேன். கால் வலிக்கவில்லையா?" என்று வேண்டினார்.

காலதேவன் வயிறு குழைய, கண் குழைய, விலா எலும்பு களின் தோல் விம்ம, "ஈசுவரா!" என்று பசியின் வடிவாக உட்கார்ந்துகொண்டான்.

◆

சிலிர்ப்பு

## சத்தியமா!

"இது ஏதுடா காலண்டர்?"

"நான்தாண்டா வாங்கிண்டு வந்தேன் – மண்ணெண்ணெய்க் கடை நாயக்கர் கிட்டேருந்து."

"ரெம்ப நன்னாருக்குடா, என்ன விலைடா இது?"

"விலைக்குக் கொடுக்கமாட்டா இந்தக் காலண்டரை, தெரிஞ்சவாளுக்கு மாத்திரம் இனாமாகக் கொடுப்பா."

"உங்கப்பாவுக்குத் தெரியுமா அவரை?"

"எங்கப்பாவுக்குத் தெரிஞ்சிருந்தா ஜனவரி மாசமே வாங்கியிருக்கமாட்டாரா? நான்தான் அந்தக் கடை வாசல்லே நின்னுண்டு தினமும் பார்த்துண்டேயிருப்பேன். அந்தக் கிருஷ்ணர் சிரிச்ச மூஞ்சியா, புல்லாங்குழல் வாசிக்கிறார் பாரு. காது ரெண்டையும் தூக்கிண்டு அந்தப் பசுங் கன்னுக் குட்டி அதைக் கேட்டுண்டு நிக்கறது பார், எவ்வளவு அழகா யிருக்கு பாத்தியா! நித்தியம் பள்ளிக்கூடத்திலேருந்து வரபோதெல்லாம் அதைப் பாத்துண்டே நின்னிண்டிருப்பேன். அங்கே ஒரு கணக்குப்பிள்ளை இருக்கு பாரு, ஒல்லியா, குடுமி வச்சிண்டு, உர்ருன்னு மூஞ்சியை வச்சிண்டு, ஒணான் மாதிரி! ஜூன் மாதம் பள்ளிக்கூடம் திறந்த உடனே 'மாமா, மாமா, அந்தக் காலண்டரை எனக்குத் தரேளா?'ன்னு கேட்டேன். 'அது, பத்து ரூபாடா விலை'ன்னு அது காதிலே பென்சிலை வச்சிண்டு, மூக்கு நுனியிலே கண்ணாடியை நழுவி விழுந்துடராப்போலப் போட்டுண்டு நிமிந்துபாத்துச் சொல்லித்து. ஒரு ரூபா தரேன்னேன். மாட்டேன்னுடுத்து. தினமும் கேட்டுண்டே இருந்தேன். 'அதெல்லாம் கொடுக்கறத் துக்கு இல்லே, கம்பெனிலேருந்து ஒண்ணே ஒண்ணுதான் அனுப்பிச்சிருக்கா, கடையிலே வச்சுக்கணும்னு. அதனாலே அதைக் கொடுக்கப்படாது, கொடுத்த கம்பெனிக்காரன் கோச்சுக்குவான்'னு சொல்லிடுத்து. நான் அப்புறம் கேக்கவே இல்லெ. ஆனா, தினமும் பார்த்துண்டே ரொம்ப நாழி நிப்பேன்.

தி. ஜானகிராமன்

நேத்திக்கு என்ன ஆச்சு தெரியுமா? முதலாளி இருக்காரு பாரு, குப்புசாமி நாயக்கர், நாமம் போட்டுண்டு அம்மை வடு மூஞ்சியா, வெத்திலை போட்டுண்டே இருப்பாரே, வைரக்கடுக்கன் போட்டுண்டு?"

"குண்டா!"

"ஆமாம், அவரே நேத்திக்குச் சாயங்காலம் உட்காந்திருந்தார். நான் பாத்துண்டே நின்னிண்டிருந்தேன். அவர் ரொம்ப நல்லவர்டா! அவர் என்ன செஞ்சார் தெரியுமா? 'ஏய் தம்பீ!'ன்னு கூப்பிட்டார். கிட்டப் போனேன். 'நீ யாரு?'ன்னார். 'ஸப் ரிஜிஸ்தர் கே.ஒய். சுந்தரம் பிள்ளை'ன்னேன். 'எத்தனாவது படிக்கிறே!'ன்னார். 'பஸ்ட் பாரம்'ன்னு சொன்னேன். 'எதுக்காக வெறுமனே வெறுமனே இங்கே வந்து நிக்கிறே?'ன்னார். 'அந்தக் காலண்டரைப் பாக்கறதுக்காக நிக்கிறேன்'ன்னேன். 'அது உனக்கு வேணுமா?'ன்னு கேட்டார் அவர். 'ஒண்ணே ஒண்ணுதான் கம்பெனிலேர்ந்து அனுப்பிச்சாளாமே! அதைக் கொடுத்தாக் கோச்சுப்பாளாமே'ன்னேன். 'யார் சொன்னா அப்படி உனக்கு?'ன்னு கேட்டார். 'அந்தக் குமஸ்தா மாமா சொன்னார்'னு சொன்னேன். உடனே அவர் என்ன பண்ணினார் தெரியுமா? 'கணக்குப் பிள்ளே!'ன்னு கூப்பிட்டார். 'ஏன்?'னு அது மூக்குக் கண்ணாடியை மூக்கு நுனியிலே வச்சிண்டு நிமிர்ந்து பாத்தது. 'ஒரு கார்டெ எடுத்து இந்தக் காலண்டரைக் கொடுத்துடறதுக்கு உத்தரவு போடணும்னு இன்னிக்கே கம்பெனிக்கு எழுதிப்போடுங்க. உடனே அர்ஜெண்டா ஆர்டர்போடச் சொல்லணும் தெரியுமா?' என்று நாயக்கர் சொன்னார். அவரே சொல்லிப்பிட்டார். என்ன செய்வது? அது சரீன்னுடுத்து."

"அந்தக் காலண்டரை எடுத்து இப்படிக் கொடுங்க"ன்னார் நாயக்கர். அது எடுத்துக் கொடுத்தது. அவர் கையிலே அதை வாங்கி, 'தம்பி உனக்காக ஸ்பெஷலா ஆர்டர் போட்டுடச் சொல்றேன். இந்தா எடுத்துக்கிட்டுப் போ. ஜாக்கிரதையா வச்சுக்க'ன்னு சொன்னார். 'சரி மாமா'ன்னு நான் எடுத்துக் கிட்டு வந்துட்டேன். எவ்வளவு நல்லவர் பாத்தாயா? இன்னொருத்தர்னாக் கொடுப்பாளா? எனக்காக அர்ஜெண்டா ஆர்டர் வாங்கிக்கிறேன்னு சொன்னார்."

"ஆர்டர் வராட்டா?"

"வந்திடும். இல்லாட்டா முன்னாடியே கொடுப்பாரா? ...இது எவ்வளவு அழகா இருக்கு பாருடா! இந்த உள்ளு இப்ப என்ன ஜோரா இருக்கு. பாத்தியா! அந்தக் கிருஷ்ணர் உடம்பைப் பாத்தியா, பள பள பள பளன்னு! தலையிலே

சிலிர்ப்பு 241

பார், மயில்தோகை! நெஜம் மயில்தோகை மாதிரி இல்லே! இதைப் பார்த்துக்கிண்டே நிக்கணும்போல இருக்குடா எனக்கு! சாப்பிடப்படாது; பள்ளிக்கூடம் போகப்படாது; தூங்கப்படாது; ராத்திரிகூட லைட்டைப் போட்டுண்டு இதைப் பாத்துக்கொண்டே நிக்கணும்."

"ஏய் மணி ஒன்பது அடிக்கிறதுடா. காபி எழுதவே இல்லியே!"

"ஆமாண்டா. ஐயையோ... கிடுகிடுன்னு எழுதணும்."

"இன்னிக்கு எழுத்து நன்னாவே இல்லேடா. அவசர அவசரமா எழுதினா இப்படித்தான். நீ படம் படம்னு காலண்டரைப் பார்த்துண்டே நின்னுட்டே சரி, நான் போய்ட்டு வரட்டுமா?"

"சரி."

"போய்க் குளிக்கிறத்துக்குக்கூட நாழி இல்லை."

"ஆமாம்டா, சட்டுனு போ."

"ஏய், ரமணா!"

"என்ன?"

"நான் ஒண்ணு சொல்றேன்; அது மாதிரி நீ செய்யறியா?"

"என்ன?"

"நீ செய்வியா?"

"என்னன்னு சொல்லேன்."

"நீ செய்வேன்னு சொல்லு."

"என்னன்னு சொன்னாத்தானேடா தெரியும்."

"நீ செய்வியா, மாட்டியா?"

"போடா."

"அப்பன்னா நான் போறேன், போ."

"ஆமாண்டா, நீ உடனே கோச்சுக்கறே, என்ன செய்யணும்னு சொல்லேன்."

"செய்வேன்னு சொல்லு."

"சரிடா, செய்யறேன்."

"நிச்சயமாச் செய்யறேன்னு சொல்லு."

"நிச்சயமாச் செய்யறேன்."

"சத்யமாச் செய்யறேன்னு சொல்லு."

"சத்யமாச் செய்யறேன்."

"என் உள்ளங்கையிலே அடிச்சு மூணு தடவை சாமி சாக்ஷியா சத்யமாச் செய்யறேன்னு சொல்லு."

"சாமி சாக்ஷியா சத்யமாச் செய்யறேன், சத்யமாச் செய்யறேன், சத்யமாச் செய்யறேன். போதுமா?"

"அப்புறம் மாட்டேன்னு சொல்லப்படாது."

"இல்லெ."

"சொல்லட்டுமா?"

"சொல்லேன்."

"அந்தக் காலண்டரை எனக்குக் கொடுத்துடு."

"இதையா, இந்தக் காலண்டரையா!"

"ஆமாம்."

"நேத்திக்கு ராத்திரிதானேடா வாங்கிண்டு வந்தேன். இன்னொரு காலண்டர் தரேனே. இதைவிட நன்னா இருக்கும்."

"எனக்கு இதுதான் வேணும்."

"என்னடா நீ?"

"என்னமோ சத்யமாக் கொடுக்கறேன்னு சாமி சாக்ஷியாச் சொன்னியே."

"அதுக்காக இதைக் கொடுக்கச் சொல்றியே."

"சத்தியம் பண்ணிப்பிட்டா எதைக் கேட்டாலும் கொடுக்கணும். அதுவும் சாமி சாக்ஷியாச் சொல்லியிருக்கே."

"சரிடா, தரேன்."

"..."

"இந்தா."

"சரி, நான் போயிட்டு வரட்டுமா."

"..."

சிலிர்ப்பு

"ஓடுடி, ஓடு. இந்தப் பயலுக்கு இருக்கிற சாமர்த்தியத்தைப் பாரு. ஓடுடி, ஓடு. கூப்பிடு அந்தப் பயலை."

"யாரை?"

"எதிர்த்த வீட்டுப் பயலையடி; கூப்பிடேன். அப்பறம் பேசிக்கலாம். சரி, நான் கூப்பிடறேன். எலே, சின்னாணி, இஞ்ச வரியா இல்லையா. ஏய், ஓடறதைப் பாரேன்."

"ஏன் திரும்பி வந்துட்டேள்?"

"வீட்டுக்குள்ளே ஓடிப்போயிட்டான்."

"ஏன், என்னத்துக்கு?"

"உம் பிள்ளை இருக்கான் பாருடி ஜடபரதர். அதை ஏச்சுப்பிட்டான் அந்தப் பய."

"என்ன?"

"ரும்லெ உக்காந்து கேட்டுண்டே இருந்தேன். என்னமோ, 'சத்யமாச் செய்யறேன்னு சொல்லு; சத்தியமாச் செய்யறேன்னு சொல்லு'ன்னு அந்தப் பய இவனைக் கேட்டுண்டே இருந்தான். இதுவும் செய்யறேன்னு சொல்லித்து. அந்தக் காலண்டரை வாங்கிண்டு போயிட்டான் அந்தப் பய."

"எதை? நேத்திக்கு வாங்கிண்டு வந்தானே, அதையா?"

"ஆமாம்."

"ஐயையோ! துடைகாலி! நன்னா இருந்துதே! ஏண்டா கொடுத்தே அதை? ஏன் விசும்பிவிசும்பி அழுறே கொடுத்துட்டு? சரி அழாதே. ஏன் கொடுத்தே?"

"ஒண்ணு சொல்வேன் செய்யறியா செய்யறியான்னு கேட்டான். சத்தியமா செய்யணும்னு சொன்னான். சாமி சாக்ஷியா, சத்தியமாச் செய்யறேன்னு சொன்னேன். அப்புறம் அந்தக் காலண்டர் வேணும்னு கேட்டுட்டான்."

"மாட்டேன்னு சொல்றதுக்கு என்ன?"

"சத்தியம் பண்ணினப்புறம் எப்படி மாட்டேங்கிறதாம்?"

"நீ எப்படிடா பொழைக்கப்போறே! தரித்தரமே! அழகாப் பளிச்சுனு இருந்துதே! அதைப்போய்க் கொடுத்திட்டியே. அப்பாவைக் கேட்காமெ கொடுக்க மாட்டேன்னு சொல்றதுக் கென்ன!"

"..."

"என்னடா முழிக்கிறே?"

"அவன்தானேடி வாங்கிண்டு வந்திருக்கான். சுதந்தர பாத்யமாக் கொடுத்திட்டான்."

"கொடுத்துட்டு அழுதுண்டு நில்லு."

"அந்தப் பய அப்படிப் பண்ணிவிட்டான்டி அவனை. ஆணி அறஞ்சாப்போலென்ன சத்தியம் வாங்கிப்பிட்டான். இனிமே, பொழைக்கிற பிள்ளைன்னா வக்கீல் குமாஸ்தா கணேசன் பிள்ளை மாதிரி பிறந்து வரணும். முன்னாடி, ஒண்ணு சொல்றேன் செய்வியான்னான். இவன் என்ன, என்னன்னு தலைகீழே நின்னான். அந்தப் பய சொல்ல மாட்டேன்னுட்டான். அப்புறம் கோச்சுக்க ஆரம்பிச்சான். இவன் சமாதானம் பண்ணினான் அவனை. அப்புறம் அந்தப் பய சத்யம் பண்ணச் சொன்னான் இவனை. இது பண்ணித்து. கடைசியிலே அடி மடியிலே கையைப் போட்டுட்டான் அந்தப் பய! எவ்வளவு அஸ்திவாரம்! எவ்வளவு பீடிகை! இது கொடுத்திட்டு அழறது! எனக்கு ஆச்சரியமாயிருக்கு."

"ஏண்டா, மாட்டேன்னு சொல்றதுக்கென்ன? இதுக்கு வாயில்லையே இந்தப் பிள்ளைக்கு."

"கையிலே மூணு தரம் சத்யமாச் செய்யறேன்னு அடிச்சுக் கொடுத்தேன். எனக்கு அதைக் கேக்கப் போறான்னு தெரியுமா?"

"அதுக்குத்தான் அவ்வளவு கஷ்டப்பட்டு அதை வாங்கிண்டு வந்தியா?"

"அந்தப் புள்ளைக்குத்தான் அதைக் கேக்க மனசு வந்தது பாருங்களேன்! ஏ அம்மாடி! அப்பன், ஆயி, பிள்ளை எல்லாம் ஒண்ணைப் பாத்தாப்போல ஒண்ணு இருக்கு. எரிச்சல், அசூயை, பிறத்தியார் பண்டத்திலே ஆசை எல்லாத்தையும் பிள்ளை அப்படியே வாங்கிண்டிருக்கான்."

"நான் கூப்பிடறேன். எப்படி ஓடறான் தெரியுமோ அந்தப் பய! ஒரு நொடியிலே வீட்டுக்குள்ளே மறைஞ்சுட்டான்!"

"பண்டம் போயிடுத்தே, அதுக்கு என்ன வழி இப்போ!"

"ஏய் ரமணா, நீதான் வாங்கிண்டு வரணும் அதைத் திருப்பி."

"..."

"என்ன பேசாமெ நிக்கறே? இதே மாதிரி அவன் வித்தையை அவன்கிட்டே காமி. அவன் கிட்டேயும் சத்தியம் வாங்கிண்டு அந்தக் காலண்டரைத் திருப்பி வாங்கிண்டு வந்துடணும். என்ன?"

☙ சிலிர்ப்பு ☙

"..."

"என்ன பேச மாட்டேங்கறே?"

"எப்படிப்பா வாங்கறது?"

"அவன் கேட்டாப்போலவே, சத்யமாச் செய்யறேன்னு சொல்லச் சொல்லி, அதைக்கேட்டு வாங்கிண்டு வா. வந்தாத் தான் ஆச்சு. இல்லாட்டாச் சோறு கிடையாது."

"காலண்டரை இஞ்ச மாட்டிப்பிட்டியாடா சின்னாணி?"

"இந்த இடத்திலே மாட்டினா நன்னா இருக்கோல்லியோ?"

"நன்னா இருக்கு."

"ஆமாம்மா. ரமணன்தாம்மா. இந்தக் காலண்டரை, இவன்தாம்மா எனக்குக் கொடுத்தான்."

"ஏண்டா, நீதான் கொடுத்தியா?"

"ஆமாம் மாமி."

"சின்னாணீ, கிழிச்சுப்பிடாமெ ஜாக்கிரதையா வச்சுக்கோ."

"சரிம்மா... ஏய் வாடா. வாசல்லே போய் விளையாடு வோம்."

"ஏய் அந்தக் கன்னுக்குட்டி எப்படிக் காதைத் தூக்கிண்டு நிக்கறது பார்."

"ஆமாம்."

"மொழு மொழுன்னு எப்படி இருக்கு பார், அது?"

"ஆமாம்... போவோமா?"

"இருடா போவோம்."

"அப்புறம் நாழியாயிடும், இருட்டிப் போயிடும்."

"போறதுன்னா இப்பவே போய் விளையாடிட்டு வந்துடணும். ராத்திரி எட்டு மணிக்கு வரப்படாது! தெரியற தாடா?"

"சரீம்மா, பாத்தியாடா, சட்டுன்னு வாடா. அப்புறம் நாழியாயிடுத்துன்னு எங்கம்மா அடிப்பா."

"சரி."

"என்ன விளையாடலாம்?"

"ஏதாவது விளையாடலாம்டா."

"ஏதாவுதுன்னா?"

"ஏதாவது விளையாடுவோம்."

"ஏன், உனக்கு உடம்பு சரியா இல்லை?"

"அதெல்லாம் ஒண்ணும் இல்லை."

"பின்னே ஏன், என்னமோபோலே இருக்கே?"

"ஒண்ணுமில்லை... இன்னிக்கி விளையாட வாண்டாமே."

"ஏன்?"

"சும்மாதான்."

"பின்னே விளையாடாமே என்ன பண்றது?"

"நான் ஒண்ணு சொல்றேன், கேக்கறியா?"

"என்ன?"

"நான் ஒண்ணு கேப்பேன், தருவியா?"

"என்ன?"

"தரேன்னு சொல்லு."

"என்னன்னு சொல்லு."

"நீ தரேன்னு சொல்லு."

"முடிஞ்சாத் தரேன்."

"அப்படின்னா?"

"எனக்குத் தர முடிஞ்சாத்தான்."

"உனக்கு முடியும்."

"என்ன, சொல்லேன்."

"நிச்சயமாத் தரேன்னு சொல்லு."

"முடிஞ்சா நிச்சயமாத் தரேன்."

"சத்யமா."

"முடிஞ்சாச் சத்யமாத் தரேன்."

"வந்து, வந்து நீ ஒரு ரப்பர் வச்சிருக்கே பாரு, பென்சில், மசி ரண்டையும் அழிக்குமே, அதைக் கொடுப்பியா?"

"அப்பாடா, இதானே! என்னடாப்பான்னு பாத்தேன். வேற எதையோ கேக்கப்போறேன்னு நெனச்சுட்டேன்."

சிலிர்ப்பு

"என்ன?"

"உனக்கு இப்பவே வேணுமா?"

"இப்பவே வாண்டாம். விளையாடி முடிஞ்சப்புறம் உன் வீட்டுக்கு வந்து வாங்கிக்கறேன்."

"இப்பவே இருக்கு ட்ராயர் பையிலே. இதோ பாத்தியா. இந்தா எடுத்துக்கோ. அப்புறம் ஒண்ணும் கேக்கப்படாது."

"இல்லெ."

○

"எங்கேடா காலண்டர்?"

"பாத்தியாப்பா, சின்னாணி கிட்டேருந்து இந்த ரப்பரை வாங்கிண்டு வந்துட்டேன். இது மசியைக்கூட அழிக்கும்பா, ஒஸ்தி ரப்பர்!"

"காலண்டர் கேட்டியா?"

"இல்லை."

"ஏன்?"

"எப்படிப்பா கேக்கறது?"

"அவன் கேட்ட மாதிரியே கேக்கறது."

"வாண்டாம்பா."

"என்னடா வாண்டாம்."

"எனக்குப் பயமாயிருக்கு."

"என்ன பயம்?"

"கேக்கறதுக்கு."

"எதைக் கேக்கறதுக்கு?"

"அதைத்தாம்பா, காலண்டரை."

"ஏன்?"

"கொடுத்தப்புறம் எப்படிப்பா கேக்கறது?"

"என்ன?"

"இந்த ரப்பர் ஒஸ்தி ரப்பர் அப்பா. இது இப்பக் கிடைக்கவே இல்லெ."

"இதைத்தான் கேட்டியா?"

"ஆமாம்."

"அதைக் கேக்கலியா?"

"அது எனக்கு வாண்டாம்பா. எனக்கு அது பிடிக்கலே."

"ஏண்டா?"

"என்னமோ பிடிக்கலே."

"பலேடா சிங்கம்... சரி, போ."

"ஏய் யாரு உள்ளே, இஞ்ச வாயேன்."

"என்ன?"

"இஞ்ச வா."

"குழந்தை எங்கே?"

"சாப்பிடச் சொன்னேன். கொல்லையிலே போயிருக்கான் கைகால் அலம்ப."

"இதைப் பாரு. உம் பிள்ளை சாமர்த்தியத்தை எதிராளாத்துப் பயல் கிட்டேருந்து இதைச் சாமர்த்தியமா வாங்கிண்டு வந்துட்டானாம்! சொல்லிக்கிறான்."

"இது என்ன ரப்பரா?"

"மசி அழிக்கிறதாம். ரொம்ப ஒஸ்திங்கறான். காலண்டருக்குப் பிரதி."

"நீங்க ஏன் காலண்டர் காலண்டர்னு நச்சரிக்கிறேள் அவனை?"

"இல்லேடி. இந்த மாதிரி தெய்வங்கள்ளாம் இந்தப் பூமியிலே ஏண்டி பிறக்கிறதுகள்? இது கெட்டிக்கார உலக மாச்சே. அதுக்குன்னா சொல்றேன்."

"உங்க மனசு இன்னும் பலமாத்தான் இருக்கு. கண்ணைத் துடைச்சுக்குங்கோ. வாங்கோ சாப்பிட. வயசானாத் தானா புத்தி வரது."

◆

# செய்தி

"என்னடாது?"

பிள்ளையின் முகத்தில் அருவருப்பும் கோபமும் முண்டி நின்றன. "நிறுத்து!" என்று கையை உயர்த்தினார்.

நாகஸ்வர ஒசை நின்றது.

"என்னடாது ரோதனை! விடிஞ்சதும் விடியாததுமா! இதையெல்லாம் ராத்திரியிலே வச்சுக்கிட்டிருந்தே; சரி, தொலையுதுன்னு நெனச்சா, காலமேயும் ஆரமிச்சிட்டியே. ஏண்டா கோடாலிக்காம்பு, என்னடா இதெல்லாம்? காலமே பிலஹரியும் கேதாரமும் பாடி ஆகாசம் முழுக்கப் பூப்பூவாக உலுக்க வேண்டிய வேளையிலே, இதென்டா ஒப்பாரி! உனக்கென்ன, பைய்யம் கிய்யம் பிடிச்சிருக்கா!"

பிள்ளையாண்டன் நாகஸ்வரத்தைத் தடவிக்கொண்டே உட்கார்ந்திருந்தான், பேசவில்லை.

"கண்ணைப் புட்டுகிறதுக்கு முன்னாடி இந்த ஒப்பாரி வச்சு அழுவவா, உனக்கு வித்தை சொல்லிக் குடுத்தது? இதுக்கு ஆத்தங்கரைத் தெருவிலே ஒரு கசாப்புக் கடை வச்சுக்கிட்டு, கறி கொத்திக்கிட்டு உக்காந்திருக்கலாமே. நாயனம் எதுக்கு? ஓத்து எதுக்கு? ஏன் மூஞ்சியைச் சிணுக்குறே? நான் சொல்றது கசக்குதா?...சொல்லேண்டா! வாயைத் தொறந்து பதில் சொல்லு!"

"இன்னிக்கிக் கச்சேரின்னீங்களே. அதுக்குத்தான் சாதகம் பண்ணிக்கிட்டிருந்தேன்" என்று வாயைத் திறந்தான் பிள்ளையாண்டன். ரொம்ப சாவதானமாகப் பதில் சொன்னான்.

"சாதகமா?...ஹும்!" என்று கிண்டலாக ஒரு ஹூம்காரம். பளார் என்று ஓர் அறைவிட வேண்டும்போல அவருக்குப் பற்றிக்கொண்டு வந்தது. அடுத்த க்ஷணம் ஒரு சந்தேகம் வந்தது. புத்தி ஸ்வாதீனம் இல்லையோ இவனுக்கு என்று நினைத்தார்.

"கச்சேரி பண்ணப்போவது யாரு தெரியுமில்லே?"

"..."

"யாரு தெரியுமான்னேன்?"

"..."

"தொறவேண்டா வாயை!"

"நீங்கதான்."

"நான்தானே! அப்ப உன்னைக்கூட உக்காத்தி வச்சுக் கிட்டு இந்த ஒப்பாரி, நவதான்ய கோத்ரம், இந்த சினிமாப் பாட்டு எல்லாத்தையும் வாசிக்க உடுவேன்னு நெனச்சியா? பெருச்சாளி அஞ்சறைப் பெட்டியைக் கவுத்த மாதிரி, இந்தச் சத்தம் எல்லாம் அங்க வந்து ஊதலாம்னு நெனச்சியா?"

"கச்சேரி கேக்கறவங்க வெள்ளைக்காரங்கப்பா..."

"ஆமாம், அதுக்காக?"

"அவங்களுக்குப் புரியும்படியா ஏதாவது வாசிச்சாத் தானே தேவலாம்."

"நீ இப்ப என்ன சொல்றே! நான் வாசிக்கிறது அவங் களுக்குப் புரியப் போவதில்லே. என் பேரைக் காப்பாத்தறுக் காக நீ புரியும்படியா இந்த மாதிரி ரண்டு வாசிச்சு, நம்ம ஊருக்கு வந்தது வீணாப்போயிடலேன்னு நெனச்சுக்கும் படியா அவங்களையும் செஞ்சுடப்போறேன்னு சொல்லு!"

தங்கவேலு மௌனம் சாதித்தான். ஏதோ அவர் சொல்லு வது சரிதான் என்று ஆமோதிப்பதுபோல. தகப்பனார் கிண்டல் சாட்டை சாட்டையாக அவன்மீது விழுந்தாலும், உண்மை என்னவோ தன் பக்கந்தான் என்று தியாகிபோல மௌனம் சாதித்துக்கொண்டிருந்தான் அவன்.

"ஐயரு என்ன சொன்னாரு தெரியுமில்லே? அப்பட்ட மாக நம்ம சங்கீதம்னா வேணும்னு கேட்டாரு. வந்திருக்கிற வங்க அதைத்தான் கேட்டாங்களாம். அவங்களுக்குப் புடிக்குதோ புடிக்கலையோ இப்ப என்னாத்தைத் தெரியும். புடிக்காதுன்னு நீயே இப்பவே சமாதி கட்டிப்பிட்டியா என்ன? புரியக்கூடியதாக் கேக்கணும்னு வரலை அவங்க. நம்ம சங்கீதம் எப்படி இருக்கும்ன்னு தெரிஞ்சுக்கணுமாம். வாசிச்சாத் தானே புரியுதா இல்லையான்னு தெரியும். நீ இந்த 'டபக்கு டபா'வை வாசிச்சு, 'இதான் எங்கள் சங்கீதம்'ன்னு கொடி கட்டலாம்ன்னு பாக்கறே...! ஆகாகா! நம்ம சங்கீத்து மானத்தை காப்பாத்தணும்ன்னு எவ்வளவு அக்கறை! எவ்வளவு கவலை...!"

*சிலிர்ப்பு*

பையன் புன்சிரிப்புச் சிரித்தான். பிள்ளைக்கும் சிரிப்பு வந்தது.

"சிரிடா சிரி ... சீச்சீ போ ... வாத்தியத்தை எடுத்து அலம்பி வை!"

வாத்தியத்தை உறையில் போட்டுக் கட்டி, ஆணியில் மாட்டிவிட்டு அப்பால் போனான் தங்கவேலு. பிள்ளை, அங்கேயே ஜன்னலோரமாக இருந்த பெஞ்சின்மீது உட்கார்ந்து, தாழம் பெட்டியை உருவிக் கொட்டைப் பாக்கைச் சீவ ஆரம்பித்தார்.

அந்த இடத்தில்தான் பரம்பரையாக வாத்தியங்கள் தொங்கிக்கொண்டிருக்கின்றன. பிள்ளையாண்டன் இப்போது ஊதுகிற வாய்யம், அவர் தந்தை வாசித்து, அமிருதமாகப் பொழிந்த வாய்யம். திருச்சேறை கோயிலில் அவர் வாசித்த உசேனி ராகத்தை நினைத்தால் இப்போதுகூட உடல் சிலிர்க்கிறது. எவ்வளவு உருக்கம்! எவ்வளவு ஜீவன்! எவ்வளவு ஸ்வானுபூதி! நாதத்தின் உயிரைக் கவ்வும் குழைவு! அதே வாத்யத்தில்தான் இப்போது தங்கவேலு கில்லாடி அபஸ்வரங் களை ஊதித் தள்ளிக்கொண்டிருக்கிறான்.

ஒரு வருஷமாக அந்தக் கவலைதான் அவருக்கு. கல்யாணங்களில் எட்டுத் திக்குக்கும் ஓலமிடும் சினிமாப் பாட்டுகளை நாகஸ்வரத்தில் சாதகம் செய்துகொண்டு வந்தான் தங்கவேலு. மக்களை ரஞ்ஜகம் செய்யச் சக்தியில்லை என்று அவரை அதிலிருந்தே உலகம் ஒதுக்கிவிட்டது. அதற்காக அவர் கவலைப்படவில்லை. ஆதீனத்துக் கோயில் மான்யம் அளிக்கிறவரையில் சங்கீதம் உயிரிழக்காமல் நடமாடிக் கொண்டிருக்கும் என்று அவருக்குத் தெரியந்தான். வயிற்றுக்கு இருக்கிறது. சோறு துன்னது போக இரண்டு ஜதை வேஷ்டி, மேலுக்கு இரண்டு துணுக்கு, அவளுக்கு நாலு சேலை, அவனுக்கு நாலு வேஷ்டி – இவ்வளவுக்கும் காணும். மனித னுக்கு இதைவிட வேறு என்ன தேவை? இதுதான் புரிய வில்லை. தோடாவும் பெயரும் பத்திரிகையில் படமும் வேண்டாம். தலையெடுத்து இருபத்தைந்து வருஷமாக இப்படி ஒரு பயலைச் சட்டை செய்யாமல் காலம் ஓடிவிட்டது. இனிமேல்.

இந்தத் தங்கவேலுக்கும் ஞானத்தில் ஒன்றும் குறைச்சல் இல்லை, அவரும் மனித சரீரம் ஏதோ எப்படியோ என்று, தெரிந்தவற்றையெல்லாம் அவசர அவசரமாக அவனுக்கு உருவேற்றிக்கொண்டுதான் வந்தார். ஆனால் இந்த அசத்து, 'அம்மாசிப் பீடை'க்குத் தத்தாரிகளை, ஞான சூன்யங்களைத்

திருப்தி செய்ய வேண்டும் என்று எப்படித்தான் தோன்றிற்றோ? சங்கீதத்துக்குத்தான் விநாச காலம் வந்துவிட்டதா? கடவுளே அழிந்துகொண்டிருக்கும்போ, அவருடைய பெயர் அழிய எத்தனை நாளாகப்போகிறது?

நாகஸ்வரம் அதே உறையில்தான் தொங்கிக்கொண்டிருக் கிறது. அவர் தந்தை காலத்திலேயே போட்ட முரட்டுப் பட்டு உறை. ஆனால் நாகஸ்வரம், வேறு எதற்கோ உறையாகி விட்டது!

'நாம் செய்வதுதான் தவறா? ஜனங்களுக்குப் புரியாத சங்கீதம் சங்கீதமா? புரியாத ஒரு கலை கலையாக இருக்குமா?'

'நம் வாத்தியத்தைக் கேட்டு, நாலு பேர் சந்தோஷப்பட வேண்டுமென்றுதானே கூப்பிடுகிறார்கள்? அவர்களை விட்டு விட்டு நாம்பாட்டுக்கு எங்கோ ஒரு உலகத்தில் திரிந்து கொண்டிருப்பது முறைதானா?'

எத்தனையோ வருஷமாகக் கேட்டுக்கொண்டிருக்கிற கேள்விதான். ஒரு வருஷமாகத் தினம் தினம் இந்தக் கேள்வி வர ஆரம்பித்துவிட்டது. மலயமாருதத்தை ஒரு சஞ்சாரம் செய்துவிட்டு, திடீரென்று ஒரு கூத்தாடி மெட்டை வாசித் தான் தங்கவேலு. விடியற்காலை... என்ன அபஸ்வரம்! குரங்குக்கு லோலக்கும் சட்டையும் போட்டு ஆட்டுகிறாற் போல ஒரு தோற்றம் அந்தப் பாட்டைக் கேட்கும்போது அவர் முன் எழுந்தது. ஏதோ ஆவல் தூண்ட, பிள்ளை அவசர அவசரமாக உறையை அவிழ்த்து, நாயனத்தை உதட்டில் வைத்தார். அந்த அபஸ்வரம் அவருக்கு வரவில்லை. எந்த ஸ்வரத்திலும் சேராமல், ஒரு பிடி ஒன்று அவரைத் திணற அடித்தது. வாய் நிறையத் தண்ணீரை வைத்துக்கொண்டு மல்லாந்து படுத்தவாறே நீளமாகத் துப்பினால் நுனியில் போய் வளைந்து விழுமே அந்த மாதிரி ஒரு பிடி. 'என்ன ஸ்வரமடா இது?' யோசித்தால் ஆதார ச்ருதியில்கூட உதைத்துவிட்டுத் துண்டாக நின்றது அது! 'அட, இப்படி ஒரு சங்கீதமா? சுருதியை விட்டுவிட்டு ஒரு ஸ்வரமா? சீ...'

சீ என்று சொன்னாரே ஒழிய அதுவும் ஒரு வித்தைதானே என்று மறுபடியும் அதைப் பிடித்துப் பார்த்தார் அவர். அந்தப் பிடி அவர் பிடியில் அகப்படவில்லை. அவர் பிடிவாத மும் பிடியின் பிடிவாதமும் சேர்ந்து போரைத் தொடங்கின. திணறி ஒரு சிரிப்புச் சிரித்தார் பிள்ளை.

"அப்படியில்லேப்பா...இதைப் பாருங்க" என்று குரல் கேட்டது.

✦ சிலிர்ப்பு ✦

பிள்ளையாண்டான் தோப்பன்சாமி மாதிரி நிலையண்டை வந்து பிடியைக் கற்றுக் கொடுப்பதற்காக நின்றான்.

"பலே!"

"அது."

"எங்கே வாசி பார்ப்பம்!"

பிள்ளையாண்டான் வாசித்தான்.

"அந்த அபஸ்வரத்தை – அப்பன் பேர் தெரியாத மாதிரி ஒரு ஸ்வரம் வருதே – அதை எப்படிடாலெ பிடிக்கறே? எனக்கு வரமாட்டேங்குதே!"

மறுபடியும் முயன்று பார்த்தார். வரவில்லை.

"இப்படிப் புடிச்சார்?"

"வேறு ஒரு பிடி."

"அது நம்மடவங்க சங்கீதமால்ல போயிடுது?"

"இது யாருது?"

"இது வேறே."

"எந்தத் தேசம்?"

"அது என்னமோ!"

பிள்ளை இடுப்பில் சோமனைக் கட்டிக்கொண்டு எட்டு அங்கமும் தரையில்பட, ஒரு நமஸ்காரம் செய்து எழுந்தார்.

"யாருக்குத் தெரியுமுல்ல இது? இந்த அபஸ்வரத்துக்கு. இனிமே அந்தப் பக்கமே நான் பாக்கமாட்டேன்."

"என்னாங்க இது?" என்று காபியைக் கொண்டு வந்த அவர் சம்சாரம் கண்ணை அகல விழித்தாள்.

"நமஸ்காரம்."

"யாருக்கு?"

"நீ பத்து மாசம் சுமந்து பெத்திருக்கயே, அவரு பாடற சங்கீதத்துக்கு."

"சும்மா ஒரு சினிமாப் பாட்டும்மா" என்றான் தங்கவேலு.

"ஏன் உங்களுக்கு வரல்லியா?"

"நூறு ஜன்மம் பாலாபிஷேகம் செய்தாத்தான் வரும் போல் இருக்கு!" என்று பிள்ளை சிரித்தார்.

ஓர் ஒப்பந்தம் மாதிரி, சொல்லாமல் செய்துகொண்டார்கள், தந்தையும் பிள்ளையும் கல்யாண ஊர்வலங்கள் முடிகிற தருவாயில் சினிமாப் பாட்டுக்குச் சீட்டோ, உத்தரவோ வந்தால் அதைத் தங்கவேலு நிர்வாகம் செய்யவேண்டியது. பிள்ளை எங்கேயாவது திண்ணையில் போய்ப் படுத்துக் கொண்டுவிடுவார்.

○

இரவு வேளைகளில் புதிது புதிதாக இந்தப் பாட்டுகளைச் சாதகம் செய்துவந்தார் பிள்ளை. திடீரென்று காலையில் இதைக் கேட்டதுந்தான் அவருக்குத் தூக்கிவாரிப்போட்டது.

பிள்ளை நாயனத்தைப் பார்த்தார்.

வெள்ளைக்காரர்களாம்! சங்கீத கோஷ்டியாம்! சுத்தமான தெற்கத்திச் சங்கீதம் கேட்க வேண்டும் என்று ஆசையாம்.

'எந்தச் சங்கீதம், கேட்டு வெகுகாலத்திற்குப் பிறகும் கூடக் கண்டா நாதத்தின் ஊசலைப் போல, ஹ்ருதயத்தில் ஒலிக்குமோ, மறையாமல் ஒலித்துக்கொண்டிருக்குமோ, அந்த மாதிரி சங்கீதம் கேட்க வேண்டுமாம்' என்று வக்கீல் மணிஐயர் முந்தாநாள் காலையில் வந்து சொன்னார்.

"எதுக்குய்யா அவங்களுக்கு இந்த வம்பெல்லாம்?" என்று ஆரம்பித்தார் பிள்ளை. "கருவேப்பிலைக்கு, வெட்டிவேருக்கு, பாலுக்கு எல்லாத்துக்குந்தான் இமிடேசன் வந்திடுச்சு. சுத்தமாவது சங்கீதமாவது? என்னங்க பைத்தியம் இது?"

"உலகம் இன்னும் அப்படிச் சீரழிஞ்சு போயிடலை. உங்களுக்கு என்ன அதெல்லாம்? நான் சொல்றேன். நீங்க வாசிக்க வேண்டியதுதானே."

"நாலு கீர்த்தனம் வாசியுங்கோ போதும். தவுல்கூட வாண்டாம். ஆத்மார்த்தமா, எப்படித் தனியா உட்கார்ந்திண்டு வாசிப்பேளோ, அந்த மாதிரி வாசிச்சா போதும். எதிரே இருக்கிறவன் சட்டையையும் நடையையும் உடையையும் பார்க்கக்கூட வாண்டாம். நீங்க பாட்டுக்குக் கண்ணை மூடிக்கொண்டு, ரெண்டு கீர்த்தனம் வாசிச்சாப் போதும்."

"ஓய், நீங்க பொல்லாத ஆளுய்யா...!" என்று சிரித்தார் பிள்ளை.

"சட்டை கிட்டை போட்டுக்கணுமோ?"

"உங்க இஷ்டம். வந்திருக்கிறவன் நிறைகுடமாக இருக்கிறான். பேசிண்டிருந்தேன். அப்படித்தான் தோணித்து.

❦ சிலிர்ப்பு ❦ 255

நீங்க சட்டை போட்டுண்டா என்ன? போட்டுக்காட்டா என்ன?"

இரவு ஆறு மணிக்குக் கச்சேரி. என்ன வாசிக்கலாம் என்று கண்விழிக்கும்போதே திட்டமிடத் தொடங்கினார் அவர். நாராசம்போல் தங்கவேலுவின் புதுச் சாதகம் நினைவைக் கலைத்துவிட்டது.

மீண்டும் கசப்பையும் அலுப்பையும் ஒதுக்கிவிட்டு அமைதியைத் தேடுவதற்காக ஒரு ராகத்தைப் பிடித்துக் கொண்டு மனதிற்குள்ளேயே அதன் வடிவைக் கண்டு, திகைத்துப் போய் ஆனந்த வெள்ளத்தில் திளைத்தன, அவருடைய மனம், ஆத்மா எல்லாம். அப்படியே சுவரில் சாய்ந்தபடியே தூங்கிவிட்டார் அவர்.

○

ஒற்றை மாட்டு வண்டியிலிருந்து இறங்கி, பிள்ளை வக்கீல் ஐயர் வீட்டில் நுழைந்தார். தங்கவேலுவும், வாத்தியங் களைத் தூக்கிக்கொண்டு ஒத்துக்காரரும் பின்னால் வந்தார்கள்.

பெரிய ஹால். வாசலிலிருந்தே அவரைக் கையைப் பிடித்து அழைத்துப்போன வக்கீல் உள்ளே குழுமியிருந்த கோஷ்டியை ஒவ்வொருவராக அறிமுகப்படுத்தி வைத்தார்.

"இவர்தான் பிலிப் போல்ஸ்கா, இந்தச் சங்கீத கோஷ்டியின் தலைவர்."

பிலிப் போல்ஸ்கா மகரிஷி மாதிரி இருந்தான். வயது எழுபது இருக்கும்போல் இருந்தது. தலையில் வழுக்கை இல்லை. பொல்லென்று வெளுத்துப்போன மயிர் தலையில் பறந்துகொண்டிருந்தது. சற்று நடுத்தர உடலம். கண் பெரிய கண். மேலும்கீழும் தொட்டும் தொடாததுமாக விழிகள் அமைந்திருந்தன. பார்த்தும் பார்க்காதவை போன்ற விழிகள்; நீலவிழிகள். ஆள் தூங்குகிறானோ, அல்லது வேறு எங்காவது நினைத்துக்கொண்டிருக்கிறானோ என்று சந்தேகம் எழுப்பும் விழிகள். அந்தக் கண்களை ஒரு விநாடி பார்த்தார் பிள்ளை. சுருக்குப் போட்டு இதயத்தை இழுப்பது போன்ற ஓர் உணர்ச்சி. அவர் உள்ளம் போல்ஸ்காவிடம் ஒரு தாவாகத் தாவிற்று.

"நிறைகுடம்னு சொன்னீங்கள்ள, ஞாபகமிருக்கா?" என்று வக்கீலைப் பார்த்தார்.

"இருக்கு."

"சரியான வார்த்தை! கண்ணைப்பாருங்க. முகம் எவ்வளவு அழகாயிருக்கு, பாத்தீங்களா?"

"நானும் அதைத்தான் யோசிச்சிண்டிருக்கேன். நீங்க சொன்னதைச் சொல்லட்டுமா?"

"வாண்டாம். முகஸ்துதி எல்லாம் நமக்குள்ளேயே இருக்கட்டும். தேசம் விட்டுத் தேசம் வாணாம். என்ன சொன்னேன்னு கேட்டான்னா, ரொம்பச் சந்தோசம் அவரைப் பார்த்ததிலேன்னு சொன்னான்னு சொல்லுங்க."

போல்ஸ்காவுக்குப் பிறகு கூட வந்திருந்த இருபது இருபத்தைந்து பேருக்கும் வக்கீல், பிள்ளையை அறிமுகப் படுத்தினார்.

மேலே ஏறி உட்கார்ந்து ஒத்துக்காரன் ஆரம்பித்ததும், ஓலையைச் சரிபண்ணிக்கொண்டார் பிள்ளை. தங்கவேலு மேடைக்குப் பின்னால் உட்கார்ந்துகொண்டான்.

நாட்டையைக் கம்பீரமாக ஓர் ஆலாபனம் செய்து கீர்த்தனத்தைத் தொடங்கினார்.

போல்ஸ்காவின் முகத்தில் புன்முறுவல் தவழ்ந்தது. விழி மேலே செருகியிருந்தது. அமிருத தாரையாகப் பெருக் கெடுத்த நாதப் பொழிவில் அவன் தன்னை இழுத்துவிட்டான் போல் தோன்றிற்று. நாதம் அவனுடைய ஆத்மாவை, காணாத லோகங்களுக்கும் அநுபவங்களுக்கும் இழுத்துச் சென்றது போல் தோன்றிற்று. சளைத்துப்போய் ஆற்றோடு போகிற வனைப் போல், இஷ்டப்படி வெள்ளம் தன்னை அடித்துப் போகும்படி விட்டுவிட்டான் அவன்.

சட்டென்று நாதம் நின்றது. போல்ஸ்காவின் கண் இன்னும் அந்த அநுபவத்தில் திளைத்துக்கொண்டிருந்தது. மேலே செருகிய விழிகள் கீழே இறங்கிப் பிள்ளையைப் பார்க்க ஒரு நிமிஷம் ஆயிற்று.

டையும் கால் சட்டையுமாகச் சப்பணம் கட்டி அமர்ந் திருந்த அந்தக் கூட்டம் பிள்ளையைப் பார்த்துக் கொண் டிருந்தது.

"ஐயா, ஒரு சின்னச் சோதனை வைக்கப்போறேன்" என்றார் பிள்ளை, வக்கீலைப் பார்த்து.

"என்ன?"

"பாருங்களேன்."

꧁ சிலிர்ப்பு ꧂

வக்கீல் ஒன்றும் புரியாமல் அவரைப் பார்த்தார். பிள்ளை யின் முகத்தைப் பார்த்த அவருக்கு ஒன்றும் புரிந்துகொள்ள முடியவில்லை.

"தஸரிமா...மா" என்று ஆரம்பித்தார் பிள்ளை.

சாமா ராகம் என்று அடையாளம் கண்ட வக்கீல், பிள்ளையை வைத்த கண் எடுக்காமல் பார்த்தார். ராகம் கொஞ்சம் கொஞ்சமாக மலர்ந்துகொண்டிருந்தது. நடுநிசியில் தோட்டத்தில் மலர்ந்து மணத்தைப் பெருக்கும் – அமைதி யான மணத்தை வீசும் – பவழமல்லியின் நினைவு அவருள்ளத் தில் தோய்ந்தது. அவர் சிரம் அங்கும் இங்கும் விட்டுவிட்டு வரும் அந்த மணத்திற்கு இசைவாக அசைந்துகொண்டிருந்தது. ராகம் வளர்ந்துகொண்டிருந்தது.

யாரோ கையாட்டுகிற மாதிரி இருந்தது. திரும்பிப் பார்த்தார் வக்கீல். போல்ஸ்காதான். அவன் உடல் ராகத்தோடு இசைந்து அசைந்துகொண்டிருந்தது. இரண்டு கைகளையும் எதையோ வாங்கிக் கொள்வதுபோல் நீட்டிக் கொண்டிருந்தான். முகத்தில் ஒரு புன்சிரிப்பு. சன்னதம் வந்தவன் மாதிரி அந்த முகம் நினைவிழந்து எங்கேயோ ஆகாசத்தைப் பார்த்துக்கொண்டிருந்தது.

திடீரென்று உட்கார்ந்திருந்தவன் எழுந்துவிட்டான். கையை நீட்டியபடியே நின்றுகொண்டு, மெல்லிய காற்றில் அசையும் சம்பங்கி மரம் மாதிரி ஆடினான். ராகம் இன்னும் வளர்ந்தது.

நின்று கொண்டிருந்தவன் அடியெடுத்து வைத்தான். கைகளை நீட்டி ஏந்திக்கொண்டே அடியெடுத்து வைத்தான். நடந்துநடந்து மேடைமுன் வந்ததும், மெதுவாக முழந்தாளிட்டு உட்கார்ந்துகொண்டான். கையை மேடையோரத்தில் வைத்து முகத்தைப் புதைத்துக்கொண்டான்.

வக்கீலும் போல்ஸ்கா கோஷ்டியும் போல்ஸ்காவையே பார்த்துக்கொண்டிருந்தார்கள். போல்ஸ்கா எந்த உலகத்தில் அலைகிறானோ? எந்த வானில் திரிகிறானோ?

அவன் தவத்தைக் கலைத்துவிடப் போகிறோமே என்று பயந்தாரோ என்னவோ பிள்ளை. ராக ஆலாபனத்தைக்கூட ஓர் இடத்தில் நிறுத்தாமல் அப்படியே கீர்த்தனையைத் தொடங்கிவிட்டார்.

"சாந்தமுலேகா..." குழந்தையைக் கொஞ்சுகிறது போல அந்த அடி கொஞ்சிற்று. சத்யத்தைக் கண்டு இறைஞ்சுவது போல் கெஞ்சிற்று.

போல்ஸ்காவின் மெய் சிலிர்த்தது. முதுகு ஒரு சொடுக்குடன் உலுக்கியதில் தெரிந்தது.

கீர்த்தனம் முடிந்தது. வாத்தியம் நின்றது.

மேடையில் கைவைத்து, முகத்தைப் புதைத்துக்கொண்டிருந்த போல்ஸ்கா ஓர் எட்டு எட்டிப் பிள்ளையின் கையைப் பிடித்தான். கெஞ்சுகிறாற்போல் ஒரு பார்வை.

பிள்ளை திருதிருவென்று விழித்தார். தைரியத்தைத் தருவித்துக்கொண்டு குழந்தையைப் பார்த்துச் சிரிப்பது போல ஒரு சிரிப்புச் சிரித்தார்.

"மிஸ்டர் பிள்ளை, மிஸ்டர் பிள்ளை" என்று கையைப் பிடித்துக்கொண்டே கெஞ்சினான் போல்ஸ்கா. குரல் நடுங்கித் தழுதழுத்தது.

"மிஸ்டர் பிள்ளை! வேறு ஒன்றையும் வாசிக்காதீர்கள். என் உயிர் போய்விடும் போல் இருக்கிறது. வேறு வேண்டாம்."

பிள்ளை பாஷை தெரியாமல் விழித்தார்; வக்கிலைப் பார்த்தார்.

"மிஸ்டர் பிள்ளை! இதையே வாசியுங்கள் – இல்லாவிட்டால், என்...என் உயிர் போய்விடும்."

"பிள்ளைவாள், சாந்தமுலேகாவையே திரும்பி வாசிக்கச் சொல்றார்" என்று நிசப்தத்தைக் கலைக்கத் துணிவில்லாமல் மெதுவாகச் சொன்னார் வக்கீல்.

மீண்டும், "சாந்தமுலேகா!"

"எஸ், எஸ்" என்றான் போல்ஸ்கா.

தலை அசைந்துகொண்டிருந்தது. கீர்த்தனம் முடிந்தது.

"நிறுத்த வேண்டாம்" என்று கெஞ்சினான் போல்ஸ்கா.

"நிறுத்தாதிங்கோ பிள்ளைவாள். ஆவேசம் வந்தவன் மாதிரி இருக்கான். பேசாமே வாசியுங்கோ."

மீண்டும் அதே நாதம் பொழிந்தது.

ஐந்து ஆறு தடவை திருப்பித் திருப்பிக் கீர்த்தனத்தை வாசித்து முடிந்தார் பிள்ளை. கடைசியில் நாதம் மௌனத்தில் போய் லயித்துபோல, இசை நின்றது.

போல்ஸ்கா அப்படியே தலையை அசைத்துக்கொண்டே இருந்தான். கோயில் மணியின் கார்வையைப் போல அந்த நிசப்தத்தில் அவன் சிரமும் உள்ளமும் ஆத்மாவும் அசைந்து ஊசலிட்டுக்கொண்டிருந்தன. மூன்று நிமிஷம் ஆயிற்று.

☙ சிலிர்ப்பு ☙

வக்கீல் ஒரு பெருமூச்சு விட்டார். தொண்டையில் வந்த கரகரப்பைப் பயந்துபயந்து கனைத்தார்.

திரும்பிப் பார்த்தான் போல்ஸ்கா.

"மிஸ்டர் ஐயர், மிஸ்டர் பிள்ளை, இதில் ஏதோ செய்தி இருக்கிறது. ஏதோ போதம் கேட்கிறது. எனக்கு ஒரு செய்தி; எந்த உலகத்திலிருந்தோ வந்த ஒரு செய்தி கேட்கிறது. அந்தப் போதத்தில்தான் திளைத்துக்கொண்டிருக்கிறேன். இன்னும் எனக்கு வேகம் அடங்கவில்லை. செய்திதான் அது. எனக்காக அனுப்பிய செய்தி. உலகத்துக்கே ஒரு செய்தி. உங்கள் சங்கீதத்தின் செய்தி அது!"

குழந்தையைப் போல் சிரித்துக்கொண்டே நினைத்ததைச் சொல்லத் தெரியாமல் தடுமாறினார்.

"புரிகிறதா?" என்று கேட்டான்.

"புரிகிறாற்போல் இருக்கிறது" என்றார் வக்கீல்.

"எனக்கு நன்றாகப் புரிகிறது. அது செய்தி. உலகத்திலேயே எந்தச் சங்கீதமும் இந்தச் செய்தியை எனக்கு அளிக்கவில்லை. இரண்டு கைகளையும் நீட்டி அதை நான் ஏந்தி வாங்கிக் கொண்டுவிட்டேன். ஒருவரும், ஒரு கலையும், ஒரு சங்கீதமும் கொடுக்காத செய்தியை நான் இப்போது பெற்றுக்கொண்டு விட்டேன். நீங்கள் இப்போது என்னை உடலை விட்டுவிடச் சொன்னால், நான் விட்டுவிடத் தயார்" என்றான்.

"என்னாங்க?" என்று கேட்டார் பிள்ளை.

வக்கீல் மொழிபெயர்த்துச் சொன்னார் கேள்வியை.

"என்ன தோன்றிற்று என்று கேட்கிறாரா? மிஸ்டர் ஐயர், மிஸ்டர் பிள்ளை! உலகம் முழுவதும் பிணக் காடாகக் கிடக்கிறது. ஒரே இரைச்சல், ஒரே கூச்சல், ஒரே அடிதடி. புயல் வீசி மரங்களை முறிக்கிறது. அலை உயர உயர எழுந்து குடிசைகளை முழுக அடிக்கிறது. இடி விழுந்து சாலையின் மரங்கள் பட்டுப்போகின்றன. கட்டிடம் இடிந்துவிழுகிறது. எங்கே பார்த்தாலும் ஒரே இரைச்சல்... இந்தப் போர்க்களத்தில், இந்த இரைச்சலில், நான் மட்டும் அமைதி காண்கிறேன். மெதுவாக இந்த இரைச்சல் தேய்ந்து, இந்தப் பிரளயக் கூச்சலும் இரைச்சலும் மெதுவாக அடங்கித் தேய்கிறது. ஓர் அமைதி என் உள்ளத்தில் எழுகிறது. இனிமேல் இந்த இரைச்சலும் சத்தமும் யுத்தமும் என்னைத் தொடாது. நான் எழுந்துவிட்டேன். அரவமே கேட்காத உயரத்திற்கு, மேகங்களுக்கும் புயலுக்கும் அப்பாலுள்ள உயர்விற்கு, எழுந்து,

அங்கே அமேதியை, அழியாத அமைதியைக் கண்டு விட்டேன். இந்த அமைதி எனக்குப் போதும். இப்போதே நான் மரணத்தை வரவேற்று, இந்த அமைதியில் கலந்துவிடத் தயாராயிருக்கிறேன்."

அமைதியுடன்தான் பேசினான் போல்ஸ்கா. வக்கீல் மொழிபெயர்த்துச் சொன்னார்.

பிள்ளை திகைத்துப்போனார்.

"அமைதியா, அப்படியா தோணித்து இவருக்கு!"

"ஆமாம்."

"நிஜமாவா?... அப்படீன்னா, நம்ம தியாகராஜ ஸ்வாமியும் அமைதி வேணும்தானே, சாந்தம் வேணும்னு தானே இந்தக் கீர்த்தனத்திலே பாடியிருக்கிறாரு. எவ்வளவு ஏக்கத்தோடு கேட்டிருக்காரு... அதேயா இவருக்கும் தோணிச்சாம்?"

"அப்படித்தானே சொல்கிறார் இவர்."

"வார்த்தைகூடச் சொல்லையே நான். எப்படி இவருக்குத் தெரிஞ்சுது?"

திகைத்துப்போய் உட்கார்ந்தார் பிள்ளை.

"மிஸ்டர் போல்ஸ்கா, இந்தப் பாட்டும் அமைதி வேணும் என்றுதான் அலறுகிறது. நீங்கள் சொன்ன புயல், இடி என்ற மாதிரியில் சொல்லாவிட்டாலும், அமைதி, அமைதி என்று அமைதியைத்தான் கடைசி லக்ஷ்யமாக இந்தப் பாட்டு இறைஞ்சுகிறது."

"அப்படியா!" என்று போல்ஸ்காவும் சமைந்துபோய் விட்டான்.

"செய்திதான் இது. நாதத்துக்குச் சொல்லவா வேண்டும்! எந்த வரம்பையும் கடந்து செய்தியை அது கொடுத்துவிடும்" என்றான் அவன்.

"இந்தக் கையைக் கொடுங்கள். வாசித்த இந்தக் கையைக் கொடுங்கள். கடவுள் நர்த்தனமாடுகிற இந்த விரலைக் கொடுங்கள். நான் கடவுளை முகர்ந்து முத்தமிடுகிறேன்" என்று பிள்ளையின் விரலைப் பிடித்து உதட்டில் வைத்துக் கொண்டான் போல்ஸ்கா.

பிள்ளைக்கும் ஒரு செய்தி கிடைத்துவிட்டது!

◆

❧ சிலிர்ப்பு ❧

## கோபுர விளக்கு

திடீரென்று கண்ணைக் கட்டிவிட்டாற்போல் இருந்தது; அவ்வளவு இருட்டு. கிழக்குத் தெருவின் வெளிச்சத்தில் நடந்து வந்ததால் அந்த திடீர் இருட்டு குகை இருட்டாகக் காலைத் தட்டிற்று. சந்நிதித் தெரு முழுதும் நிலவொளி பரப்பும் கோவில் கோபுரத்தின் மெர்க்குரி விளக்கு அவிந்து கிடந்தது. நட்சத்திரங்களின் பின்னணியில் கோபுரம் கறுத்து உயர்ந்து நின்றது. கோயிலுக்குள் நீண்டு ஒளிரும் விளக்கு வரிசையில் லிங்கத்தைச் சுற்றிய ஒளிவட்டமும் காணவில்லை. கோவில் பூட்டித்தான் கிடக்க வேண்டும். ஏதாவது நாயை மிதித்து விடப்போகிறோமே என்ற கவலையில் தட்டித் தடவி வீட்டு வாசலை அடைந்தேன்.

"பூஜை இல்லேன்னா கதவை அடைச்சுக்கட்டும். இந்த விளக்கைக் கூடவா அணைச்சுடணும்?" என்று எதிர்வீட்டுப் பந்தலிலிருந்து குரல் கேட்டது.

"பஞ்சாயத்தும் கேட்பாரில்லாத நாட்டாமயாப் போயிடுத்து – இருக்கிறது ஒரு விளக்கு தெருவுக்கு. அதுவும் ப்யூசாயிடுத்து, ஒரு வாரமாச்சு நாதியைக் காணோம்" – என்று நாட்டு வைத்தியரின் குரல் கீழண்டை வீட்டு வாசலிலிருந்து புலம்பிற்று.

"கோயிலில் விளக்கு எரிஞ்சுண்டிருக்கும். இந்தப் பஞ்சாயத்து பல்பு எங்காத்துக்காரரும் கச்சேரிக்கு போறார்னு மினுங்கிண்டிருக்கும் மத்தியானத்திலே சந்திரன் இருக்கிற மாதிரி. இன்னிக்கு சூரியனே அவிஞ்சுபோயிட்டான். மானேஜர் இதை அணைச்சிருக்க வாண்டாம். யாராவது வந்து சொல்லட்டும்னு இருக்கார் போலிருக்கு..."

"அந்த 'யாராவது'க்கு அவரைத் தவிர யாராவது என்று தான் அர்த்தம்! இந்த அற்ப விஷயத்திற்காக மானேஜரைப் போய்ப் பார்க்கும் அகௌரவத்தை அவர் தலையில் போட்டுக்கொள்ள மாட்டார். நாட்டு வைத்தியர் அவரை விடப் பெரிய மனிதர். நாட்டு வைத்தியம் அவருக்குப்

பொழுதுபோக்கு. நான் இருக்கிறேன். சுனச்சேபன். எனக்கு இதைவிட என்ன வேலை? பார்த்தால் போகிறது.

இரண்டாம் காலப் பூஜை. மேளமும் சங்கும் தாரையுமாக அமர்க்களப்படுகிற அந்த வேளையில் இன்று இந்த நிசப்தம் நிலவுகிறது. யாருக்குச் சீட்டு கிழிந்துவிட்டதோ?

கதவைத் தட்டினேன். கௌரி வந்து திறந்தாள்.

"ஏன் கோவில் பூட்டிக் கிடக்கு?"

"எல்லாம் விசேஷம்தான்" என்று கதவைத் தாழிட்டாள் அவள்.

"என்ன?"

"தெற்கு வீதியிலே யாரோ செத்துப்போயிட்டாளாம்."

"யாராம்?"

"எல்லாம் உங்க கதாநாயிகிதான்."

"என் கதாநாயகியா? அப்படி ஒருத்தரும் இருக்கக்கூடியதாகத் தெரியலியே!"

"செத்துப்போன அப்புறம்தானே இந்த மாதிரி மனுஷா எல்லாம் உங்களுக்குக் கதாநாயகி ஆகிற வழக்கமாச்சேன்னு சொன்னேன்..."

"எந்த மாதிரி மனுஷா?"

"தருமு மாதிரி"

"தருமு யாரு?"

"துர்க்கை அம்மன் கிட்ட வரம் கேட்பாள்னு சொன்னேனே அந்த ஜில்தான்..."

"ஆ... அவளா!"

"என்ன மூர்ச்சை போட்டுட்டேள்?"

மூர்ச்சை போடக்கூடிய செய்திதான்... தர்முவா செத்துப் போய்விட்டாள்? முந்தா நாள்கூட கோவிலிலே பார்த்தேன். என்னைக் கண்டதும் நாணத்திலும் பயத்திலும் விறுவிறு வென்று நடையைக் கட்டிவிட்டாள்! இன்னும் கண் முன்னே இருக்கிறது.

"முந்தா நாள் ராத்திக்கூட கோவிலிலே பார்த்தேனே!"

"பார்த்தா என்ன? நாலு மணிக்குப் பார்த்தவாளை நாலேகால் மணிக்குப் பார்க்க முடியவில்லை; மாரடைச்சு பொத்துனு விழுந்து பிராணன் போய்விடுகிறது?"

ജ சிலிர்ப்பு ജ

"என்ன உடம்பாம்?"

"என்ன உடம்பு இருக்கு இதுகளுக்கு? பாம்புக்காரனுக்குப் பாம்புதான் எமன். புலியை வச்சு ஆட்றவனை புலிதான் விழுங்கும்."

நான் சமைந்து போய் உட்கார்ந்தேன். தருமுவின் மெல்லிய உருவம் நிழலாடிக்கொண்டிருந்தது.

முந்தாநாள், இரண்டாங்காலப் பூஜை முடிந்ததும் கோவிலுக்குப் போயிருந்தபோது, அவள் நிகு நிகு என்று தீட்டித் தேய்த்த சுத்தி மாதிரி நடந்துபோய்க்கொண்டிருந்தாள். கோயிலில் ஒரு பிராணி இல்லை. நுழையும்போதே வெளிப் பிராகாரம் வெறிச்சென்று கிடந்தது. நந்திக்கருகில் அர்த்த ஜாமத்துக்காகக் காத்துக்கொண்டிருந்த இரண்டு ஆச்சிகள். தூங்கி வழிந்துகொண்டிருந்தார்கள். இரண்டு பேருக்கும் முண்டனம் செய்து முக்காடிட்ட சிரசுகள். பழுத்துப்போன வெள்ளைப் புடவை. நெற்றியில் விபூதி. பல்லும் பனங்காயு மாக மூஞ்சிகள். தோலில் சுருக்கம். பட்டினியும் பசியுமாக காயக் கிலேசம் செய்கிறார்களோ என்னமோ, இரண்டு பேரும்! இல்லாவிட்டால் ஐம்பது வயசுக்குள் இத்தனை அசதியும் சோர்வும் வருவானேன்? மனிதப் பிறவி எடுத்துச் சுகத்தில் எள்ளளவுகூடக் காணாத ஜன்மங்கள் இரண்டும். மங்கைப் பருவத்திற்கு முன்னாலேயே குறைபட்டுப் போனவர் களாம். பரஸ்பர அனுதாபத்தினால் ஒரு சிநேகம். இரண்டு பேரும் சேர்ந்துதான் வருவார்கள்; போவார்கள்— விருப்பு வெறுப்பு இல்லாத மரக் கட்டைகள்; உணர்ச்சி மாய்ந்துபோன மரப்பின் உருவாக, சாவை எதிர்நோக்கிக்கொண்டிருந்த கிழங்கள்.

அவர்களைக் கடந்து போனதும், தர்மு உள்ளே சிவசன்னதி யில் நின்றுகொண்டிருப்பது தெரிந்தது.

"உன்னைவிட இந்த இரண்டும் எவ்வளவோ கொடுத்து வைத்தவை. முக்காடிட்டுக்கொள்கிற பாக்யமாவது இவர் களுக்கு இருக்கிறது. நீ வெறும் சுமங்கலிக் கட்டை" என்று தர்முவை நினைத்து என் நெஞ்சு குரல் கொடுத்தது.

நான் உள்ளே போனதும் சட்டென்று திரும்பி என்னைப் பார்த்துவிட்டாள் அவள். உடனே வேதனையும் வெட்கத்தை யும் ஒரு புன்சிரிப்பில் புதைத்துக்கொண்டு, 'விர்'ரென்று அந்த இடத்தைவிட்டுப் பறந்துவிட்டாள். கட்டுக் கூந்தல் அவளுடைய பிடரியில் புரண்டுகொண்டிருந்தது. முன்தலைப் பக்கவாட்டில், ஒன்றோடும் சேராமல், பறங்கிக் கொடியின் பற்றுச் சுருளைப் போல இரண்டு சுருள்கள் அவள் எடுத்து

வைக்கும் ஒவ்வொரு அடிக்கும் ஆடி அதிர்ந்துகொண்டே வந்தன. அவளைக் கறுப்பு என்றுதான் சொல்ல வேண்டும். ஆனால், அட்டைக் கரி அல்ல. மெல்லிய உயரமான தேகம். கையில் நாலைந்து ஜோடி இருக்கும், மஞ்சளும் நீலமும் கலந்த ரப்பர் வளையல்கள். கழுத்தில் முலாம் தோய்ந்த சங்கிலி. அதுவும் முலாம் தேய்ந்து பல்லை இளித்தது. ஒரு பூப்போட்ட வாயில் புடவை. பளபளவென்று தங்க நிறத்தில் கைக்கு வழுவழுக்கும் செயற்கைப் பட்டு ரவிக்கை. நிகு நிகுவென்ற ஒரு புது மெருகு அந்த உடல் முழுதும் ஊடுருவி ஒளிர்ந்தது.

என்னைக் கண்டுவிட்டு அவள் வெட்கி ஓடியதற்குக் காரணம் இது. இரண்டு மாதத்துக்கு முன் இரண்டாங்காலப் பூஜைக்குப் பிறகு கோவிலுக்குப் போனபோது நடந்தது. பிராகாரத்தை வலம் வருவதற்காகச் சென்றேன். துர்க்கை அம்மனுக்கு முன்னால் நின்று இந்த தர்மு வேண்டிக் கொண்டிருந்தாள். அழும் குரலில். நான் வந்ததை கவனிக்காத அளவுக்கு அவ்வளவு சோகம் அவள் மனத்தையும் புலன் களையும் மறைத்திருக்கத்தான் வேண்டும்.

"ஈச்வரி! இரண்டு நாளாக வயிறு காயறது. இன்னிக்காவது கண்ணைத் திறந்து பார்க்கணும். தாராள மனசுள்ளவனா... ஒருத்தனைக் கொண்டுவிட்டுத் தொலைச்சா என்னவாம்?"

கேட்டுக்கொண்டே போனேன். இரண்டு விநாடி கழித்துச் சட்டென்று என்னைப் பார்த்தவள், மருண்டு நின்றாள். என்ன செய்ய? வேண்டுமென்று ஒற்றுக் கேட்கவில்லையே!

"ஈச்வரி, என் தங்கையைக் காப்பாற்றிப்பிடு, தாராள மனசுள்ளவனா ஒருத்தனை பார்த்து அவளுக்கு முடிச்சுடு, தாயே" என்று தயங்கித் தயங்கி வேண்டுகோள் முடித்தது. உண்மையான முடிவாக இருந்தால் குரலில் இவ்வளவு அசடு தட்டுவானேன்? பயந்துகொண்டு அவசர அவசரமாக அவள்தான் ஓடுவானேன்?

அவள் போனதும், துர்க்கை அம்மனைப் பார்த்துக் கொண்டே நின்றேன். கல்லில் வடித்த அந்தப் புன்முறுவலுக்கு என்ன பொருள்?

'மகிஷாசுரனை மர்த்தனம் செய்கிற எனக்கு இந்த உத்தியோகம்கூடவா? இந்தப் பிரார்த்தனையைக் கொடுத்து விடலாமா...? கடைசியில் தங்கை கிங்கை என்று சொன்னது உன்னை ஏமாற்றத்தான், என்னை ஏமாற்ற இல்லை... ஆனால், நீகூட ஏமாறவில்லையே?"

~ சிலிர்ப்பு ~

என் உள்ளம் கிளர்ந்து புகைந்தது, கோபம் வந்தது; யார் மேல் என்றுதான் தெரியவில்லை. கொஞ்சம் தொண்டையைக் கூட அடைத்தது. வெளியிலே இந்த வேண்டுகோளை நினைத்து யாரும் எதுவும் பதைபதைப்பதாகக் காணவில்லை. துர்க்கைக்கு முன் மினுங்கின விளக்கு சாந்தமாக அசையாமல் மினுங்கிற்று. தட்சிணார்த்தி மௌனமாக உட்கார்ந்திருந்தார். கோயில் மானேஜர் நிமிராமல் கணக்குப் போட்டுக் கொண்டிருந்தார். மானேஜர் தலைக்குமேல் தொங்கின கூண்டிற்குள்ளே கிளி கண்ணை மூடி தவத்தில் இருந்தது.

வீட்டுக்கு வந்ததும், கௌரியிடம் சொன்னேன்.

"தெய்வம் நல்ல புத்தி கொடுக்கும், ஞானம் கொடுக்கும், விவேகம் கொடுக்கும், இப்ப இதுவும் கொடுக்கும்னு தெரியறது" என்று என் படபடப்பைக் கிண்டல் செய்தாள் கௌரி.

"ஏன், கொடுக்கப்படாதா?"

"கொடுக்கணும்னுதான் சொல்றேன். எந்தக் காரியத் துக்கும் தெய்வபலம் வேணும். திருடனுக்குக்கூட ஒரு தெய்வம் உண்டு. அந்த மாதிரி, தேவடியாளுக்கு ஒரு தெய்வம் வேண்டாமா! நல்ல ஆளா கொண்டுவந்து விடுன்னா விடத் தானே வேணும் அது?"

"அந்தப் பொண்ணு அழுதுண்டே வேண்டிண்டுது. கொஞ்சம் மனசுக்குள்ளேயே வேண்டிக்கப்படாதா? தன்னை அறியாமல் கஷ்டம் பொறுக்காமல் புலம்பியிருக்கு. என் காதிலே விழுந்து, உன் காதிலெயும் விழுந்து சிரிப்பா சிரிக்கணும்னு இருக்கு! வேறென்ன?"

"நீங்க வர்றதைப் பார்த்துட்டுதான் அப்படிக் கொஞ்சம் உரக்க வேண்டிண்டாளோ என்னமோ?

"அப்படி இருந்தா உன்னளவு சமாசாரம் எட்டிவிடுமா என்ன?"

"பேஷ். அவ்வளவு கெட்டிக்காரரா நீங்க? வாஸ்தவம் தான். உங்களுக்கு தாராள மனசுதான். கையிலேதான் காசு இருக்கிறதில்லை. அதனாலேதான் அனுதாபம் இங்கே வந்து அருள் பிரவாகமாக ஓடறது!"

"போருமே! நீ பேசறது வேண்டியிருக்கலெ. இங்கிதம் தெரியாம என்ன பேச்சு இது?"

"யார் அந்தப் பொண்ணு?"

"யாரோ தெரியலெ. கறுப்பா உசரமா சுருட்டை மயிரா இருக்கு. முகம் களையா இருக்கு."

"கறுப்பா உசரமாவா?"

"ஆமாம்."

"பல்லு கோணலா இருக்குமோ?"

"அதென்னமோ பல்லைப் பார்க்கலை நான்."

"யாரு அது? வேடிக்கையா இருக்கே!"

"வாசலோடுகூட அடிக்கடி போகும்."

மறு நாளைக்கு அந்தப் பெண் வாசலோடு போனாள். கூட அவள் தாய் போய்க்கொண்டிருந்தாள். அவசர அவசரமாக கௌரியைக் கூப்பிட்டேன். அவள் வருவதற்குள் ஜன்னல் கோணத்தை விட்டு அவர்கள் போய்விட்டார்கள். வாசலுக்கு ஓடிப்போய்ப் பார்க்கச் சொன்னேன்.

கௌரி ஒரு நிமிடம் கழித்து வந்தாள்.

"இதுவா? இது கிரிசை கெட்டுதுன்னா! இதுக்குத்தானா இத்தனை புலம்பினேள்?"

"யாரது? உனக்குத் தெரியுமோ?"

"தெரியறது என்ன? குளம், சந்தி, கடைத்தெரு, எங்கே பார்த்தாலும் நிக்கறதே, காலமே கிடையாது. மத்தியானம் கிடையாது. ராத்திரி கிடையாது. எடுபட்ட குடும்பம்!"

"அதுதான் தெரியறதே, அவா யாருன்னு கேக்கறேன்."

"யாருன்னா? முருங்கைக்காயின்னா முருங்கைக் காய்தான். எந்த ஊரு, எந்தக் கொல்லை... இதெல்லாமா கேக்கணும்?"

"இது முருங்கைக்காயா?"

"முருங்கைக்காய்தான். வேணும்ன்னா நீங்க போய் விசாரிச்சுத் தெரிஞ்சுக்குங்களேன். இந்த வம்பு தும்பெல்லாம் எழுதி உங்களுக்குக் காசாப் பண்ணனும். அதுதான் சீனு மாமா இருக்காரே, அக்கப்போர் ஆபிசர், அவரைக் கேட்டாச் சொல்றார்."

நாலைந்து நாள் கழித்து சீனு ஐயரின் கடையில் உட்கார்ந்திருந்தபோது, தாயும் பெண்ணும், ஒருவர் பின் ஒருவராய்ப் போவதைக் காட்டிக் கேட்டேன். "இது யார் சார்?"

"தெற்கு வீதியிலே இருக்கா. ஒரு தினுசு!"

"அப்படீன்னா?"

❦ சிலிர்ப்பு ❦

"நான் நேரே பார்க்கலை சார். சொல்லிக்கிறா."

"என்ன சொல்லிக்கிறா?"

"ஒண்ணுன்னா பத்து சொல்லும் ஊரு. நானும் சரியா விசாரிக்காம சொல்ல மாட்டேன்."

"நீங்க இன்னும் ஒண்ணுமே சொல்லலியே!"

"என்னத்தைச் சொல்றதாம். எல்லாம் அதுதான். வேறே என்ன?"

"எது?"

"மந்திரச் சாமா மந்திரச் சாமான்னு ஒருத்தன் இருந்தான். பஞ்சாங்கக்காரன். பொல்லாதவன். ஆனால், மகா உபகாரி. ரொம்ப நீக்குப் போக்குத் தெரிஞ்சவன். நன்னா பேசுவான். எட்டுக் கண்ணும் விட்டெரிஞ்சுது. மில்லுச் செட்டியாருக் கெல்லாம் அவன் சொன்னா வேதவாக்கு. அவன் பொண்ணு தான் இது.

"அவன் பொண்டாட்டிதான் இந்த 'விடோ'. அவன் ஜோசியம் சொன்னான்னா ரிஷிவாக்கு மாதிரிதான். இன்ன வருஷம், இன்ன மாசம், இன்ன தேதி – இத்தனையாவது மணிக்கு இன்னது நடக்கும்னு பிரம்மதண்டத்தைத் தலையிலே வச்சாப் போலச் சொல்லுவான். அப்படியே ஒரு விநாடி பிசகாமல் நடக்கும். இந்தக் காவேரி மேற்கு முகமாகப்போனாலும் போகும், அவன் சொல்றது பிசகாது. பாம்புக் கடி, தேள் கடிக்கு மந்திரிப்பான். ஆகாசத்துக்கும் பூமிக்கும் குதிச்சிண்டு வருவான். 'தேள் கடிச்சுதா? என்னது, உன்னையா தேள் கடிச்சுது?' என்பான் சாமா சிரிச்சுண்டே. 'சரியாப் போயிடுத்தே. எங்கே கொட்டித்துன்னே தெரியலியே'ன்று திரும்பிப் போயிடுவான் வந்தவன். சாமா பிசாசுகூட ஓட்டுவான். நடத்தைதான் கொஞ்சம் போராது. பூர்வீகமா ஒண்ணரை வேலி சர்வமானிய சொத்து இருந்தது. எல்லாத்தையும் தொலைச்சான். நாற்பது வயசுக்கப்புறம் திடீர்னு பாரிச வாயு வந்து ஒரு பக்கம் பூரா சுவாதீனமில்லாம போயிட்டுது. ஏழு வருஷம் படுத்த படுக்கையாகக் கிடந்தான். சாப்பாட்டுக்கு வழி இல்லே. பாங்கியிலே நானூறு ஐநூறு போட்டிருந்தான். இதோ போறதே, இந்தப் பொண்ணு கல்யாணத்துக்கு செலவழிஞ்சு போச்சு. என்ன செய்யறது? சாப்பிட்டாகணுமே! அவன் பொண்டாட்டி அவன் இருக்கிற போதே இப்படி ஆரம்பிச்சுட்டா. இந்தப் பெண்ணோடு ஆம்படையானுக்குக் கல்யாணமாகி நாலு மாசம் கழிச்சுத் தான் இதெல்லாம் தெரிஞ்சுது. அழைச்சு வச்சுண்டிருந்தான்

அ. தி. ஜானகிராமன் ஓ

மதுரையிலே. சமாசாரம் தெரிஞ்ச உடனே அடிச்சு விரட்டிப் புட்டான். தாயார் அப்படி இருந்தா பொண்ணு என்ன செய்யும்? அப்ப எல்லாம் இந்தப் பொண்ணு யோக்கியமாத் தான் இருந்தது. அது வாழா வெட்டியா வந்து சேர்ந்ததும் அம்மாக்காரி இப்படி பழக்கிப்பிட்டா. ஏழெட்டு குழந்தைகள்! வீட்டோட இந்த விடோவுக்கு ஒரு அம்மாக் கிழவி வேறெ இருக்கா. என்ன செய்யறது? கிளப்பிலே இந்த ரண்டும் அரைக்கிறது. என்னத்தை கிடைக்கப்போறது? ஒரு நாள் முழுக்க அரைச்சா எட்டணா கிடைக்கிறதே கஷ்டம். பத்துப் பேர் இருக்கிற குடும்பம். ஒரு ரூபாயிலே தினமும் ஓடுமோ? இப்படித்தான் பிழைக்க வேணும் என்னமோ யார் கண்டா நேரிலே பார்த்ததில்லே, சொல்லக் கேள்வி. நானும் நிச்சயமா தெரியாட்டா சொல்ல மாட்டேன்" என்று மறுபடியும் அதே முத்தாய்ப்பு வைத்து முடித்தார் சீனு மாமா.

"என்ன கஷ்டம்!"

"கஷ்டம்தான். ஆனா நகையும் நட்டும் வீடும் நிலமும் வச்சுண்டு சில பேர் ஊர் சிரிக்கிறதுக்கு இதுவொண்ணும் கெட்டுப் போயிடலே. பெரியாத்து சமாசாரம். தெரியுமோ இல்லியோ?" என்று தமக்குப் பிடிக்காத யாரைப் பற்றியோ தொடங்கிவிட்டார் சீனு.

"அப்படியெல்லாம் திமிர் பிடிச்சுப் போக்கிரித்தனம் பண்றா. அதுக்கு கேட்பாரில்லை. பணம் எல்லாத்துக்கும் பிராயச்சித்தம் பண்ணிப்பிடும். இந்த மாதிரி நாதன் இல்லாம சோத்துக்கும் இல்லாம, எடுபட்டுடுத்தோ, அவ்வளவுதான். கட்டுப்பாடு காயிதா எல்லாம் அமர்க்களப்படறது. சாமா இருந்தபோது, ஜோஸ்யம் ஜோஸ்யம்னு வாசல் திண்ணை யிலே, திருச்சிராப்பள்ளி எங்கே, மதுரை எங்கே, கடலூர் எங்கேன்னு பெரிய பெரிய புள்ளிகள் எல்லாம் வந்து காத்துண்டிருக்கும். காரும் குதிரை வண்டியுமா வாசல்லே அடும்பாட்டுக்கு அவுத்துப் போட்டுக் கிடக்கும். வியாபாரிகள், மிராசுதார்கள்! ஒண்ணும் அப்பைசப்பையா இராது. அவன் அப்படி இருந்ததுக்குக் கடைசியிலே சொல்லி மாளாது, அவ்வளவு கஷ்டத்தையும் அனுபவிச்சுட்டான். போராதுன்னு இதுகள் வேறே இப்படிச் சிரிக்கிறதுகள். ஊரிலே ஒருத்தரும் போக்குவரத்து கிடையாது. அந்த வீடு மாத்திரம் இருக்கு. அதுவும் இடிஞ்சும் கிடிஞ்சும் யாரு தலைலே விழலாம்னு காத்திண்டிருக்கு. சாமா இருக்கிறபோது அக்கிராகரத்திலே இருக்கிறவர்களுக்கு தோசைக்கு இட்லிக்கு அரைச்சுக் கொடுப்பா. ஒரு கல்யாணம், விஷேஷ்ம்னா இட்லி வார்க்கிறது, அப்பளம் இட்டுக் கொடுக்கிறது; இப்படி ஏதாவது காரியம்

☙ சிலிர்ப்பு ☙

செஞ்சு கொடுப்பா. ஆனா ஒரு தினுசுங்கிற சேதி தெரிஞ்சுதோ இல்லியோ, எல்லாம் நின்னு போச்சு. ஒரு வீட்டிலேயும் குத்து செங்கல் ஏறவிடலே. கடைத் தெருவிலே, ஹோட்டல்லெ வேலை செய்யறதுகள் ..."

அக்கப்போர் சீனுவிடம் இவ்வளவு தயவை நான் எதிர்பார்க்கவில்லை. அவர் மனத்தையே கரைக்கிறதானால் உண்மைதான் கரைக்க முடியும்.

அவர் சொன்னது உண்மைதான். கௌரி சொன்னதும் உண்மைதான். எதிர்பாராத இடங்களிலெல்லாம் அந்தப் பெண்ணைப் பார்த்துப் பார்த்து மனம் துணுக்குற்றது. இரவு ஒன்பது மணிக்கு நடமாட்டம் இல்லாத தெருவில் போய்க் கொண்டிருப்பாள். போலீஸ் கான்ஸ்டபிளோடு ஸ்டேஷன் வாசலில் பேசிக்கொண்டிருப்பாள். வெற்றிலைக்காரனோடு ஹாஸ்யத்தில் ஈடுபட்டிருப்பாள். இரவில் தேர்முட்டியில் கரு நிழலில் நின்றுகொண்டிருப்பாள். வாடகை கார் ஷெட்டின் முன்னால் நின்று சிரித்துப் பேசிக்கொண்டிருப்பாள்.

கௌரியிடம் சொன்னேன்.

"கௌரவம் என்ன? மதிப்பு என்ன இதிலே? பொம்மனாட்டி ஜன்மம். எத்தனை நாளைக்குத் தேடிண்டு வருவா? முதல்லே அப்படித்தான் இருந்திருக்கும். இப்போ இவளே தேடிண்டு போற காலம் வந்துடுத்து. இல்லாட்டா இப்படி சந்தி சந்தியா நிப்பானேன்? இனிமேல் ஒரே வேகமாத்தான் போகும். வியாதி, ஆஸ்பத்திரி, பிச்சை, சத்திரத்து சாப்பாடு – எதைத் தடுக்க முடியும்? துர்க்கை அம்மன் கிட்டவே வந்து பிழைப்புக்கு மன்றாடற காலம் வந்துவிட்டது.

"கேக்கறதுதான் கேட்டாளே – பணம் வேணும், கஷ்டம் விடியணும்ணு அழப்படாதோ? நல்ல ஆளைப் பிடிச்சுத் தரணும்ணுதானா கேக்கணும்."

"அவ வேலை செஞ்சு பிழைக்கிறவ. ஒரு வேலையும் செய்யாமல் திடீர்னு பணம் வந்து குதிக்கும்ணு நம்பற இனம் இல்லெ. ஏதாவது கொடுத்தாத்தான் இந்த உலகத்துக்கிட்ட இருந்து ஏதாவது கறந்து சாப்பாட்டுக்கு வழி பண்ணிக்க முடியும்ணு நினைக்கிறவ. தெரிஞ்சுதா?"

"என்ன தெரிஞ்சுதா? இது ஒரு வேலையா?" கௌரியின் சாமர்த்தியத்தைக் கண்டு எனக்கு வியப்பாக இருந்தது. வீட்டில் இருந்துகொண்டே அவள் எப்படி செய்திக் களஞ்சியமாக, அபிப்பிராயக் களஞ்சியமாக விளங்குகிறாள்!

"இனிமே ஒரே வேகமாகத்தான் போகும்..."

ஆனால், இவ்வளவு வேகமாகப் போய் எல்லாம் அடங்கிவிடும் என்று நான் நினைக்கவில்லை.

சாப்பிட்டானதும் கேட்டேன். "என்ன உடம்பாம் அதுக்கு?"

"அந்த வயிற்றெரிச்சலை ஏன் கேட்கிறேள்? மூணு மாசம் குளிக்காம இருந்ததாம்..."

பளிச்சென்று எனக்கு முந்தாநாள் இரவு அவளைக் கோவிலில் பார்த்தது நினைவிற்கு வந்தது. தோலிலும் உடலிலும் ஊடுருவிக் கண்ணைக் கவர்ந்த அந்த மெருகு நினைவுக்கு வந்தது. அரைச் சாப்பாட்டுக்கு, பருவம் கடந்து ஆறு வருஷத்திற்கு அப்புறம் வரக்கூடிய மெருகல்ல அது. தாய்மையின் ஒளி; வயிற்றில் வளர்ந்த சிசுவின் ஒளி; செவ்வட்டையின் ஒளி மாதிரி அது என்னை இப்போது பதற அடித்தது.

"அவ அம்மாக்காரி இருக்காளே... டாக்டர் கிட்டே போய்க் கேட்டாளாம். அம்பது ரூவா பணம் கேட்டானாம் அந்தத் தடியன். கடைசியிலே - வாசக்கதவு, கொல்லைக் கதவு எல்லாம் சாத்திப்பிட்டு - இவளே அந்தப் பொண்ணு வாயிலே - வைக்கல், துணி எல்லாத்தையும் வச்சு திணிச்சு வைத்தியம் பண்ணினாளாம். அப்படியே அலறவும் முடியாம, உசும்பவும் முடியாம எல்லாமே அடங்கிப் போச்சாம். அப்படீன்னு நம்ம பூக்காரி சொல்றா. ஆனா குருக்கள் பொண்டாட்டி சொன்னாளாம்; அந்த அம்மாக்காரி கண்ணாடியைப் பொடி பண்ணி தண்ணியிலே கலந்து அந்தப் பெண்ணைக் குடிக்கச் சொன்னாளாம். அது குடிச்சுப் பிட்டு வயித்து வலியிலே - அய்யோ, அய்யோன்னு ஊரே குலைநடுங்கக் கத்தி தீத்துப்பிடுத்தாம். அப்புறம்தான் துணியை வாயிலே வச்சு அடச்சு அழுகையை அடக்கினாளாம். அது உயிரையே அடக்கிப்பிடுத்து."

கேட்கும்போது வயிற்றைப் புரட்டிற்று எனக்கு.

கௌரி குழந்தை மாதிரி விசித்து விசித்து அழ ஆரம்பித்து விட்டாள். என்னையும் அது தளரச் செய்துவிட்டது.

"அந்தப் பொண்ணு ஊத்தின எண்ணெய்க்காவது மனம் இரங்கப்படாதா அந்த சாமி. இவ்வளவு பெரிய கோவிலைக் கட்டிண்டு உக்கார்ந்திருக்கே! துர்க்கைக்கு முன்னாடி நின்னுண்டு அழுதுன்னேளோ, பொம்மனாட்டி கண்ணாலே ஜலம் விட்டா உருப்படுமா அந்தத் தெய்வம்? அவ யாரா யிருந்தா என்ன? மனசு உருகிக் கண்ணாலே ஜலம் விட்டுதே அது" என்று கௌரி குமையத் துவங்கிவிட்டாள்.

சிலிர்ப்பு

கோவிலை ஒட்டினாற்போல இருந்தது மானேஜர் வீடு. சென்று கதவைத் தட்டினேன்.

"யாரு?"

"நான்தான் சார்.."

கதவைத் திறந்துகொண்டு வந்தார் அவர். வாசல் விளக்கு பளிச்சென்று எரிந்தது.

"ஓ... சாரா, வாங்க, வாங்க, எங்கே இப்படி அபூர்வமா?"

"கோவில்லே பூஜை இல்லைன்று கேள்விப்பட்டேன்..."

"ஆமா சார் ஒரு சாவு – தெற்குத் தெருவுலே."

"அதுதான் கேள்விப்பட்டேன். அது விஷயமாத்தான் பார்த்துட்டுப் போகலாம்னு வந்தேன்."

"என்ன?"

"கோபுரத்து விளக்கு இல்லாமல் தெருவே இருண்டு கிடக்கு. ஊரிலே திருட்டு பயமா இருக்கு. அதுதான்..."

"ஒரு நாள் இப்படித்தான் இருக்கட்டுமேன்னு நினைச்சேன்."

இது என்ன அர்த்தமில்லாத பதில்! திகைப்பாக இருந்தது எனக்கு. பேசாமல் உட்கார்ந்திருந்தேன். ஒன்று இரண்டு நிமிடங்களாயின. இருவரும் பேசவில்லை.

"என்ன இப்படிப் பதில் சொன்னேன்னு நினைக்கிறீங்களா? எனக்கு என்னமோ இந்த சாவுக்கு துக்கம் கொண்டாடணும் போல் இருக்கு. செத்துப்போனது யாருன்னு தெரியுமில்ல உங்களுக்கு?"

"தெரியும். ரொம்பக் கண்ராவி."

"நீங்ககூட பார்த்திருப்பீங்களே. கோவிலுக்கு வருமே அந்தப் பொண்ணுதான். சிரிச்சுப் போன குடும்பம்தான்; ஒப்புத்துக்குறேன். ஆனால், செத்துப் போனதுக்கு அப்புறம் தூக்கறதுக்கு ஒரு ஆள்கூட இல்லைன்னா இது என்ன மனுஷன் குடி இருக்கிற தெருவா? காக்காகூட ஒரு காக்கா செத்துப் போச்சுன்னா கூட்டம் கூட்டமா அலறி தீத்துப்பிடும்கள். மத்தியானம் மூணு மணிக்குப் போன உசிரு. ஒரு பய எட்டிப் பாக்கலை. வீட்டிலே இருக்கிறது அத்தனையும் பொம்பளை. எல்லாம் சின்னஞ்சிறுசு. அப்படி என்ன இப்ப குடி மூழ்கிப் போச்சு? அவங்க கெட்டுப் போயிட்டாங்க – நாதன் இல்லாம கெட்டுப்போன குடும்பம். பசிக்கு பலியான குடும்பம்.

என்ன அக்கிரமம் சார்? இந்த மாதிரி மிருகங்களைப் பார்த்ததில்லை நான். நானும் நாலு ஊரிலே இருந்திருக்கேன்."

மானேஜரின் உதடு துடித்தது. கரகரவென்று கண்ணில் நீர் பெருகிற்று. பேச முடியாமல் நின்றார். சற்று கழித்து கண்ணைத் துடைத்துக்கொண்டு ஒரு பெருமூச்சில் துக்கத்தை இறக்கிக்கொண்டார்.

"இன்னிக்குக் கடவுள் வெளிச்சம் கேட்பானா? கேட்க மாட்டான். ஊருக்கு மட்டும் என்ன வெளிச்சம்? எத்தனை வெளிச்சம் போட்டால் என்ன, நம்ம இருட்டு கலையப் போறதில்லை. இப்படித்தான் தவிக்கட்டுமே, ஒரு நாளைக்கு."

ஆத்திரம் அவர் முகத்தில் ஜொலித்தது. "கோயிலுக்குப் பூஜை செய்தாகணும். இன்னும் பொணத்தைத் தூக்கின பாடில்லை. யாரு தூக்குவாங்க? ஊரு கட்டுப்பாடாம்; ஊர் தலையிலே இடிவிழ!"

நான் பேச முடியாமல் உட்கார்ந்திருந்தேன். ஆத்திரம் தணிந்ததும் அவர் சொன்னார். 'பத்து மணிவரையில் பார்க்கப் போறேன். அப்புறம் நாதியில்லேன்னா, நாயனக்காரர் ரெண்டு ஆளை கொண்டாரேன்னிருக்காரு. நாலு பேருமா தூக்கிக் கொண்டு போயிடலாம்னு இருக்கிறோம். வேறே என்ன செய்யறது? கோயிலைத் திறந்தாகணும்."

"நான் வாணா வரேன்?"

"நீங்களா? என்னத்துக்காக? பேசாம நல்ல புள்ளையா இருங்க. இது ரொம்ப ஆபத்தான சமாச்சாரம். தனியாளோட போடற சண்டையில்லே..."

"மோசமா போச்சு! பிழைக்க இடமா இல்லை வேறெ?" என்று இழுத்தேன். எனக்குப் பயமாகத்தான் இருந்தது.

"இத பாருங்க. எனக்காகச் சொல்ல வேணாம். நான் ஒண்ணும் உங்களைப் பற்றித் தப்பா நெனைச்சுக்க மாட்டேன். நிசம்மா தைரியம் இருந்துதுன்னா வாங்க. இல்லே... எனக்காக..."

"பரவாயில்லைங்க."

"என்னமோ உங்க இஷ்டம். ஆனா தெருவுக்கு மட்டும் விளக்குக் கிடையாது. நாளை ராத்திரி வரையிலும் நிச்சய மாகக் கிடையாது. அந்தத் துர்க்கை அம்மனுக்கும் அந்தப் பொண்ணுக்கும் அவ்வளவு ராசி. விளக்கு கிடையாது. இப்பவே சொல்லிப்பிட்டேன்."

☙ சிலிர்ப்பு ❧

"சரி."

விளக்கை அணைத்து வாசல் கதவைச் சாத்திக்கொள்ளச் சொல்லிவிட்டுத் துண்டை போட்டுக்கொண்டு கிளம்பினார் அவர். இருட்டில் தட்டித் தட்டிக் கிழக்கு வீதி வெளிச்சத்திற்கு வந்தோம்.

◆

## யாதும் ஊரே...

ஒரு மாதமாக எல்லாமே என் இஷ்டப்படித்தான் நடக்கின்றன! இஷ்டப்பட்டபோது குளிக்கிறேன்; இஷ்டப் பட்டபோது சாப்பிடுகிறேன். நினைத்தபோது தூங்குகிறேன். அதுவும் பகலில்! கால்மணி அரைமணி இல்லை! நேற்று உச்சி வேளைக்குச் சாப்பிட்டுவிட்டுப் படுத்தவன் இந்தச் சூரியன் மறைந்தால் ஒழியக் கண்களைத் திறப்பதில்லை என்று சபதம் செய்துகொண்டாற்போல, அந்தி மயங்கிக் கறுக்கிற வேளைவரை தூங்கியிருக்கிறேன். அப்புறம் இரவு மூன்று மணிக்குத்தான் படுத்தேன். அதுவரையில் கோணல் கிச்சானோடு வாசலில் கட்டிலைப் போட்டுக்கொண்டு அரட்டையடித்தேன்! என்னை யார் கேட்கிறது!

இன்னும் இரண்டு மாதங்கள் வரையில் எல்லாம் என் இஷ்டம்தான். நான்தான் ராஜா. இல்லை, இல்லை. சாதாரண, சாமான்ய மனிதன், பாமரன்; இஷ்டப்படி அலைகிற சாதாரண மனிதன். மூன்று மாத லீவில் ஒரு மாதம்தான் போயிருக்கிறது. இன்னும் இரண்டு மாதங்கள் இப்படியேதான். மார்க்கெட்டுக்குப் போக மாட்டேன். கடிகாரத்தைப் பார்த்துக் குளிக்கமாட்டேன். கடிகாரத்தைப் பார்த்துச் சாப்பிட மாட்டேன். பஸ் ஸ்டாப்புக்கு ஓடமாட்டேன். யானா மாதிரியும், டபிள்யூ மாதிரியும், வியூகம் வகுத்து பஸ்ஸைத் தாக்க நிற்கும் 'க்யூ' வரிசையில் நிற்கமாட்டேன்!

இங்கே பஸ்ஸும் கிடையாது, மார்க்கெட்டும் கிடையாது. இது பட்டணமில்லை. பாலகாரம். பட்டணத்திலிருந்து ஒரு இரவு ரயில் பயணம். ரயிலில் இறங்கி ஒன்றரை மணி பஸ்ஸில் பயணம். அப்புறம் மண் சாலையிலிருந்து வாய்க்கால் மதகைக் கடந்து ஊருக்குள் வர வேண்டும். அந்த மதகைக்கூடப் போன வருட வெள்ளம் அடித்துக்கொண்டு போய்விட்டது. பத்து நாளாயிற்றாம் கட்டி முடிய. அதுவரையில் வெளி உலக வாடையில்லாமல் கழிந்ததாம். இப்பேர்ப்பட்ட ஊரில் யார் நம்மை அதிகாரம் பண்ண? இஷ்டப்படி தூங்குகிறேன்; விழித்துக்கொள்கிறேன்.

சிலிர்ப்பு

இன்று காலையில்கூட விழித்துக்கொள்ளும்போது எட்டு மணி. பிறகு வயலுக்குப்போய் நாற்றுப் பிடுங்கிவிட்டார்களா என்று பார்த்துவிட்டு வரும்பொழுது ஒன்பது மணி. அப்பொழுதுதான் குரல் கேட்டது.

"மாமோவ்!"

கோணல் கிச்சான்தான். 'வ்' வன்னாப் போட்டு வேறு யார் கூப்பிடுவார்கள்?

"இருக்கேளா, பொழைச்சேன்" என்று ஆறரை அடி உயரமும் கூனி நிமிர்ந்தான்.

"என்ன சேதி?"

"சேதிதான்... கைகொடுக்கணும்."

"என்ன வந்துடுத்து இப்ப?"

"சொல்கிறேன், மாமா. காலமே எழுந்தவுடனே ஆற்றங் கரைக்குப் போனேனா? பஜனை மடத்திலே ஒரு சன்யாசி தண்டமும் கமண்டலமுமாக உட்கார்ந்து ஜபம் செய்து கொண்டிருந்தார். பல்லைத் தேய்த்து ஸ்நானம் பண்ணி அவருக்கு முன்னால் விழுந்து நமஸ்காரம் பண்ணினேன். உட்காருங்கோன்னார். உட்கார்ந்தேன். பேரு குடும்பம் விசாரிச்சார். அப்புறம் பெரியவர்களுக்கு எந்த ஊரோ என்று கேட்டேன். சன்யாசிக்கு ஊர் ஏது, உறவு ஏதய்யான்னார். அப்புறம்தான் அட, அசடேன்னு உதட்டைக் கடிச்சிண்டேன்."

"சந்நியாசிகளிடம் பூர்வாசிரமத்தைப் பற்றி விசாரிக்கப் படாதுன்னு தெரியாதா உனக்கு? ஏண்டா, சமர்த்து!"

"அதான் சொல்றேனே – தவறிப் போயிடுத்துன்னு. கொஞ்ச நாழி ஒண்ணும் பேசாமல் உட்கார்ந்திருந்தோம். அப்புறம் இன்னிக்குப் பிட்சை பண்ணி என்னை அனுக்கிரகம் பண்ணணும்ன்னு கேட்டுண்டேன். பேஷா, அதுக்கென்ன? செஞ்சுட்டாப் போறதுன்னார். அழைச்சுண்டு வந்தேன். உள்ளே போனால் அப்பா அம்மான்னு முனகல் கேட்டுது. என்னடான்னு பார்த்தால், மீனாச்சி அலங்கோலமாப் படுத்துண்டு கிடக்கா. காப்பி சாப்பிட்டவளுக்கு என்னமோ தலையைக் கிறுகிறுன்னுதாம். கண்ணை இருட்டிண்டு வந்துதாம். நாலைஞ்சு தடவை வாந்தி எடுத்துதாம். தொட்டுப் பார்த்தால், உடம்பு அனலா வீசறது. கண்ணைத் திறக்க முடியலே, படுத்துண்டு கிடக்கா. என்ன பண்ணறது? சன்யாசி வாசல் திண்ணையிலே உட்கார்ந்திண்டிருக்கார். இன்னும் உட்கார்ந்திண்டிருக்கார். கிடந்து முழிக்கிறேன். என்ன

பண்றதுன்னு புரியல்லே. பட்டணத்து மாமாதான் கதின்னு வந்துட்டேன். நீங்கதான் வழிகாட்டணும்."

நல்ல கறுப்பும் கச்சலுமாக இருந்த கிச்சானின் கண் ஏற்கனவே சுண்ணாம்பு வெள்ளை. இக்கட்டில் இன்னும் வெளுத்துக் கிடந்தது.

"வழி என்னடா வழி? பிக்ஷையை இங்கே பண்ணிவிட்டால் போகிறது. பட்டணத்திலே சங்கோசப்படற மாதிரின்னா படறே! பார்வதீ!" என்ற உள்ளே பார்த்துக் கூப்பிட்டேன். வந்தாள். சொன்னேன். "நானே வந்து அழைச்சிண்டு வரேன்" என்று கோணல் கிச்சான் முன்னே நெளிய, வெளியே வேகமாக நடந்தேன்.

கிச்சான் வீட்டுத்திண்ணையில் அமர்ந்திருந்த சன்யாசியைக் கண்டேன். எட்டு அங்கமும் பட விழுந்து வணங்கினேன். 'நாராயண நாராயண' என்றார் ஸ்வாமி. புன்முறுவல் பூத்தார். ஐம்பது வயதிருக்கும். மாநிறம். முண்டனம் செய்த தலை. ஆனால் தலையிலும் முகத்திலும் ஒரு மாத ரோமம் வெளுத்துக் கிடந்தது.

"கிச்சானைப் பெரிய மனசு பண்ணி மன்னிக்கணும். வீட்டில் அசந்தர்ப்பம் அவனுக்கு. உள்ளே ரொம்ப உடம்பு சரியாயில்லை. பெரியவாளை பிக்ஷைக்குச் சொல்லிட்டோ மேன்னு கிடந்து தவிச்சுப் போய்ட்டான். நான் இன்னிக்கிக் கொடுத்து வச்சிருக்கேன். நாலு வீடு தள்ளி அஞ்சாவது வீடு. பெரியவா வந்து பெரிய மனசு பண்ணி பிக்ஷை பண்ணி வைக்கிற பாக்கியத்தை எனக்குத் தரவேணும்."

"அப்படியா? உடம்பு சரியாயில்லை என்று சொல்லவே யில்லையே இவர்."

"பெரியவாகிட்ட காலமே சொல்றபோது அவனுக்குத் தெரியாது. வந்து பார்த்தா, ஒரே வாந்தியா எடுத்து, தலை தூக்க முடியாமல் கிடக்காளாம். பெரியவாகிட்ட சொல்ல எப்படி வாய் வரும் அவனுக்கு? ஆசையா அழைச்சிண்டு வந்தான். லபிக்கலே. அவனும் நானும் வேறே இல்லே. அங்கே வந்துடணும், அவ்விடத்திலே."

"செஞ்சுட்டாப் போறது."

"நான் கொடுத்து வைக்கலே இன்னிக்கு. பெரியவா இருந்து நாளைக்கு இங்கே பிக்ஷை பண்ணிட்டுத்தான் போகணும்" என்றான் கிச்சான். அவன் குரல் நடுங்குவதைக் கேட்டு நிமிர்ந்து அவன் முகத்தைப் பார்த்தார் ஸ்வாமி.

சிலிர்ப்பு

"குழந்தை சுபாவம். கவலைப்படாதீர். நாளைக்கு இங்கேயே பிக்ஷையை வச்சுக்கறேன். ஒரு ஊர்லே ஒரு நாளைக்கு மேலே தங்கும்படியா இதுவரை நேரலே. நீர் சொல்கிறபோது என்ன பண்றது? செஞ்சுடலாம்."

"தயவு பண்ணணும். அப்ப, நான் உடையாரைப் போய்ப் பார்த்து மருந்து வாங்கிண்டு வரேன்" என்று மறுபடியும் பெரியவரிடம் மன்னிப்புக் கேட்டுக்கொண்டான் கிச்சான். பெரியவர் தண்ட கமண்டலங்களைக் கையில் எடுத்து, பாதக் குறட்டில் ஏறி நடந்து வந்தார். கைகால் கழுவி, தாழ்வாரத்தில் தூண்டியில் போட்டிருந்த மணைமீது முற்றத்தில் ஒரு காலைத் தொங்கவிட்டு உட்கார்ந்தார். இருவரும் விழுந்து வணங்கினோம்.

"சொந்த வீடுதானா?"

"ஆமாம்."

"பூஸ்திதி..."

"ஏதோ சொல்பம் இருக்கு."

"சொல்பம்னா – நாலு வேலி ஐந்து வேலி..."

"அவ்வளவு இருந்தால் பட்டணத்திலே போய் ஏன் இருபத்து ஐந்து வருஷமாய்ப் பிழைக்கணும்! அரை வேலிக்குக் கொஞ்சம்கூட. அவ்வளவுதான்."

"அப்படியா! நாராயண. அப்படின்னா பட்டணத்திலே தான் இருபத்தஞ்சு வருஷமா வாசம்?"

"ஆமாம்."

"என்ன உத்தியோகமோ?"

உத்தியோகத்தைச் சொன்னேன்.

"அப்படியா? எங்கே ஜாகையோ?"

அதையும் சொன்னேன்.

"பேஷ். பெரிய மனுஷா, மேதாவிகள்ளாம் இருக்கிற இடம்னு சொல்வாளே அதை!"

"ஆமா, ஆமா."

நாலைந்து பெரிய பெயர்களைச் சொல்லி அவர்கள் எல்லாம் அங்கேதான் இருக்கிறார்களா என்று கேட்டார்.

"ஆமாம்."

"நல்ல சம்பத்து; நல்ல செல்வாக்கு இல்லையா?"

"தகப்பனார்கள் சம்பத்தைத் தேடி வைத்தார்கள். அதைச் செலவழித்தும் செலவழிக்கிறாற்போல் பாச்சை காட்டியும் செல்வாக்கு சம்பாதித்துக்கொண்டிருக்கிறார்கள்."

ஸ்வாமி சிரித்தார். ஏன் சிரித்தார் என்று புரியவில்லை. சற்றுக் கழித்துப் பெருமூச்சுவிட்டார். யோசனையில் ஆழ்ந்திருந்தார். "என்னமோ, பகவான் கொடுக்கிறான். இஷ்டமில்லேன்னா கொடுக்காமல் இருக்கான். தகப்பனார் சம்பாதிச்சு வச்ச பணத்தையும் பகவான் இஷ்டப்பட்டாத்தானே இவா கையிலே கொடுப்பான்?"

"ம்!ம்!" என்றேன். இந்தத் தத்துவ விஷயங்களில் எனக்கு எப்பொழுதுமே புத்தி கட்டை. நம்முடைய அதிர்ஷ்டத்துக்கு யார் காரணம் என்று எனக்கு என்றுமே புரிந்து கிடையாது. எனக்குப் பத்து வருஷங்களாகக் கிடைத்த சம்பள உயர்வு முப்பது ரூபாய்தான். சம்பளம் முந்நூறு. வேலை இரண்டு முந்நூற்றுக்குச் செய்கிறேன். ஆபீசில் பல காக்காய்கள் 'லபக் லபக்' என்று கவளம் கவளமாக விழுங்கிக்கொண்டிருக்கின்றன. போதும் போதாததற்கு 'ஹோய் ஓடி வாங்கோ – இதோ போன வருஷத்து மிச்சம், இதோ மூணாம் வருஷத்து மிச்சம் – போட்டுங்கோ வாயிலே' என்று வேறு வீசுகிறார்கள். இதில் ஏன் ஒரு பருக்கைகூட நம் பக்கம் தெறிக்கவில்லை என்று ஆராய்ந்து ஆராய்ந்து களைத்துப் போய்விட்டேன். வேலை செஞ்சாப் போதுமா? சரியான இடத்தைப் பிடிச்சிருக்கணும். துரைகிட்ட நீயாகப் போய்ப் பேசணும். விசாரிக்கணும். ஏன் முகம் இப்படி வாடினாப்பல இருக்குன்னு கேக்கணும். அவரு ஏதாச்சும் சொன்னா, கிச்சு கிச்சு மூட்டிக்கிட்டாவது சிரிக்கணும். உன் வேலையை எவன்யா கேட்கிறான்? கழுதைகூட டன் டன்னா சுமக்குது – சுமந்தப் பறம் எங்கபோய் நிக்குது, பார்த்தியா என்கிறான் லோ லோ (அவன் ஊரையும் பெயரையும் குறிக்கிற முதல் எழுத்துகள் இவை) பொய்ப் புன்சிரிப்புச் சிரித்து சிரித்து, பயலுக்கு வாய்க்கடையே வெந்துவிட்டது. கூனல் நிரந்தரமாகவே விழுந்து விட்டது. இதையே நான் செய்தால் துரைக்குப் பிடிக்காது என்று இந்தப் பயலுக்கு யார் புரிய வைக்கிறது? சீச்சீச்சீ– என்னதுக்கு இந்த நினைவெல்லாம். இந்தச் சனியனெல்லாம் வேண்டாம் என்றுதானே மூன்று மாத லீவு போட்டுவிட்டு இங்கே வந்து ஒதுங்கியிருக்கிறேன். இந்தச் சன்யாசி ஏன் இதையெல்லாம் கிளப்புகிறார்?

"என்ன நான் சொல்றது?" என்றார் அவர்.

"எது?"

❦ சிலிர்ப்பு ❦    279

அவர் தெளிவுபடுத்துவதற்குள், உள்ளேயிருந்து என் மனைவி வந்து ஜாடை செய்யவே ஓடினேன். ஒன்றுமில்லை. சமையல் திட்டம்தான். வாழைக்காயை நானே சீவி நறுக்கிக் கொடுத்தேன். கொத்தவரைக்காயை ஆய்ந்து கொடுத்தேன். ஆபீசில் செய்கிற வேலையைவிட எத்தனையோ சிறந்த வேலை. கைமேல் பலன். இவள் கைக்கு அத்தனை மணமுண்டு.

அடுக்களையும் தனிமையும் என் ஆத்மாவுக்கே வேலி போட்டுக் காப்பதுபோல் இருந்தது. அவள் சுற்றிச் சுற்றி வந்துகொண்டிருந்தாள். சமைப்பதைப் பார்த்துக்கொண்டு ஈட்டியை முதுகில் பாய்ச்ச வந்த எதிரியிடமிருந்து தப்பி ஒளிந்துகொண்டதுபோல் நிம்மதியாக, அமைதியாக உட்கார்ந்திருந்தேன். கை மட்டும் கொத்தவரைக் காம்பை ஆய்ந்து கொண்டிருக்கிறது. அவள் சமைக்கும்பொழுது நான் இப்படி உட்கார்ந்து பார்த்தது கிடையாது என்றுதான் சொல்ல வேண்டும். ஓர் ஆள் நீளம், முக்கால் ஆள் அகலமுள்ள பட்டணத்து இருட்டு அடுக்களையில் அவள் ஒருத்திக்குத்தான் பம்பரமாட இடமுண்டு. இந்தச் சமையலறை பட்டணத்து வீடளவு இருக்கிறது.

பிஞ்சுக் கொத்தவரைக்காய். கிள்ளக்கூட மனம் வரவில்லை.

"இப்பத்தான் நாற்றங்காலில் நாற்றுப் பிடுங்கியிருக்கு. மழை வந்து கலைசல் பண்ணிடப்போறது" என்று சிரிக்காமல் சிரித்தாள் அவள்.

இவ்வளவு கரிசனமாக நான் அவளுக்கு உதவுகிறது அவளுக்கே தாங்கவில்லை.

"ஸ்வாமிகளுக்குச் சுருக்கத் தயாராக வேண்டாமா?"

"நான் பாத்துக்கறேன். ஒண்டியாக் கூடத்திலே அவரை வச்சுட்டு வரணுமா? என்ன நினைச்சுப்பார்?"

"அவர் காரியமாகத்தானே இருக்கேன்...?"

"அவரோட போய் ஏதாவது பேசிண்டிருங்களேன். இது ஒரு பிரமாதமா எனக்கு?"

எழுந்துகொண்டேன்.

உண்மையில் இருவருக்கும் உடம்பு, உள்ளெல்லாம் நிறைந்துதான் கிடந்தன. பத்து நாட்கள் வேலைக்குச் சம்பளம் கொடுத்து இருபத்தைந்து நாள் வேலையைக் கசக்கி வாங்கிக் கொண்டிருக்கிற பட்டணத்து ஆபீசை விட்டு இந்த ஒரு மாதம் ஒதுங்கியிருப்பதே, ரத்தக் கட்டி உடைந்துவிட்டாற்போல்,

நோவு நீங்கிய நிம்மதியாக, விடுதலையாக எங்களைக் கவிக்கொண்டிருந்தது. மூங்கில் தோப்புகள், சுழியிட்டு ஓடுகிற ஆறு, வழிந்து ஓடுகிற வாய்க்கால் – கொல்லை முருங்கை மரத்தில் தினைக் குருவியின் ஊசிக் கத்தல், வலியன் குருவி கணைத்துக் கணைத்துக் குழைக்கிற இனிமை, நீளமான ஒரு வாக்கியத்தைத் திருப்பித் திருப்பிப் பேசிக் கொண்டிருந்த புளிய மரத்துக் குருவி, ஆழங்காண முடியாத நிசப்தம், அதன் நடுவே கீச்சிடும் அடுத்த வீட்டு ஊஞ்சல், நிழல், காற்று, நாற்றங்கால்களில் அலையோடுகிற பசும்பொன், வரப்புகளில் நாயுருவிகளை உராய்ந்து நடப்பது, களத்துக் கலியாண முருங்கையில் 'ட்ரூவ்' என்று அழைக்கிற மணிப் புறா, மகா பிரபோ, எங்கள் மெய் சிலிர்க்கிறது. எல்லாவற்றுக்கும் சிகரம் வைத்தாற்போல இந்தச் சன்யாசி வந்திருக்கிறாரே – அவருக்கு ஒரு கவளம் சோறுபோடும் பேறு கிடைத்ததே! நாங்கள்கூடச் சன்யாசிகளாகத்தான் இருப்பதாகத் தோன்றிற்று. சிறுமை, மனநோவு, பற்றாக்குறையின் குமைச்சல் – அனைத்தையும் விட்டு விடுதலையடைந் திருப்பதே சன்யாசம் தான்.

"என்ன! நின்னுண்டேயிருந்தா? என்ன யோசனை இப்ப, அவரைக் கூடத்திலே உக்காத்தி வச்சுட்டு?"

கூடத்துக்குப் போனேன். சன்யாசி தூணில் தலையைச் சாய்த்திருந்தார். பசி. அயர்ந்துவிட்டார். என் அடியோசைகூட அவர் கண்ணைத் திறக்கவில்லை.

திரும்பி உள்ளே வந்தேன். நிலைமையைச் சொன்னேன்.

"இதோ – அஞ்சு நிமிஷம். கூட்டும் பாயசமும்தான் பாக்கி" என்று அடுப்புத் தீயைக் களைக்கவிட்டாள் அவள்.

"நாமகூட சன்யாசம் வாங்கிண்டா நல்லதில்லையா?" என்று கேட்டேன்.

"நாமகூடன்னா? ரண்டு பேரும் சேர்ந்து சன்யாசம் வாங்கிண்டு ஆளுக்கொரு கமண்டலமும் தண்டமும் ஏந்திண்டு, சேர்ந்து நடக்கலாம்னா?"

"இல்லை. ஒரு கவலை கிடையாது. பந்தம் கிடையாது. தினம் ஒரு ஊர், ஏதோ கிடைச்ச இடத்திலே சாப்பாடு. பகவானை நினைச்சிண்டே இருக்கிறது."

"அதை அப்புறம் யோசிச்சுக்கலாம். இலை இல்லை. கொல்லையிலே போய்ப் பெரிய நுனி இலையா ஒண்ணு நறுக்கிண்டு வரலாமா ...?"

☙ சிலிர்ப்பு ❧

இலையை நறுக்கிக்கொண்டு கூடத்துக்குத் திரும்பிய போது, ஸ்வாமி விழித்துக்கொண்டு கமண்டலுவைச் சாய்த்து, நீரால் கண்ணைத் துடைத்துக்கொண்டிருந்தார்.

பிட்சை ஆயிற்று. எங்களுக்கும் சாப்பாடு ஆயிற்று. ஸ்வாமி சற்று ஓய்வு எடுத்துக்கொண்டார். பிறகு ஊர் உலக விஷயங்க ளெல்லாம் கேட்டார். ஆத்மீக விஷயங்களைச் சொன்னார். கோணல் கிச்சான் வந்தான். அவன் மனைவியைப் பற்றி விசாரித்தார். உடையாரிடம் மருந்து வாங்கிக் கொடுத்ததில் வாந்தி நின்றுவிட்டதாம். ஜுரமும் இல்லையாம். மறு நாள் தன் வீட்டில் பிட்சை ஏற்குமாறு மீண்டும் ஒருமுறை வேண்டிக் கொண்டான் அவன். கர்ணிகர் வந்தார். அவர், அவர் குடும்பம், சொத்து முதலியவற்றை விசாரித்தார் ஸ்வாமி. சீதாராமன் வந்தான். அவனையும் விசாரித்தார். சேது வன்னியர் வந்தார். அவரையும் விசாரித்தார். மேலத் தெரு விலிருந்து பாலுத் தென்கொண்டார் வந்தார். அவரையும் விசாரித்தார். எல்லோரும் விழுந்து வணங்கிவிட்டுப் போனார்கள்.

எனக்குப் பொறாமையாகத்தான் இருந்தது. அவர் யாரையும் தாழ்வாக, தவறாகப் பேசவில்லை. உபதேசத்தைத் தொழிலாகக் கொண்டவர்களைப் போல் யாரையும் குறை கூறவில்லை. கிண்டல் செய்யவில்லை. பரம சாத்விகராக, எல்லாவற்றையும் துறந்துவிட்டு என்னை ஏங்க ஏங்க அடித்துக் கொண்டிருந்தார்.

சன்யாசம் என்ற ஒரு நிலையை எப்படிக் கற்பனை செய்து ஒரு மரபாகக் கொண்டுவந்தார்கள்? எந்த மகா மேதையின் கற்பனை அது? அவர் முன்பு உட்கார்ந்து நினைவிழந்து கிடந்தேன் நான். தெருவில் வெய்யில் மஞ்சள் பூசிக் குளித்துக்கொண்டிருந்தது.

வாசலோடு போய்க்கொண்டிருந்த அக்கரை கோபாலன் ஸ்வாமிகளைக் கண்டதும், வந்தான்; வணங்கினான். அவனையும் விசாரித்தார் அவர்.

"சாப்பாடு ஆயிடுத்தா? இன்னிக்குக் கதைக்கு வராப் போல்தானே?" என்றான் என்னைப் பார்த்து

"வரணும்" என்றேன்.

"கதையா?" என்றார் ஸ்வாமி.

"ஆமாம். அக்கரையிலே இவர் ஊரிலே ராமாயணம் நடக்கிறது. ஒரு மாசமா நானும் தினமும்போய் வருகிறேன். சீக்கிரமாகச் சாப்பிட்டுவிட்டுத் தினமும் புறப்பட்டுவிடுகிற வழக்கம். அதைத்தான் கேட்கிறார்" என்றேன்.

"நானும் வருகிறேனே. சாப்பிட்டுவிட்டு இதோ புறப்பட்டு விடுகிறது" என்று துரிதப்படுத்தினார் ஸ்வாமி.

இருட்டுகிற சமயத்துக்குக் கிளம்பினோம். கோணல் கிச்சான் கீரைத் தண்டு மாதிரி ஆடியவாறு முன்னால் பாட்டரி விளக்கை அடித்துகொண்டே நடக்க இருவரும் பின்னால் நடந்தோம். மூங்கில் பாலத்தில் அடிவைத்து ஆற்றைக் கடந்தோம். தவளைகள் கொரகொரத்தன. சில் வண்டுகள் இரைந்தன. தென்னை மரங்கள் சலசலக்க, ஒரு சவுக்கைத் தோப்பு கிசுகிசுத்தது. மூங்கில் தோப்பு உறுமிற்று. ஸ்வாமியோடு நடக்கும்பொழுது இந்த ஒசைகள்தான் மனிதன் கேட்க வேண்டிய ஓசை எய்த வேண்டிய பேறு என்று தோன்றியது.

ஊருக்குள் திரும்பினோம். தெருநடுவில் ஒரு பந்தலில் பெட்ரோமாக்ஸ் வெளிச்சம் தெரிந்தது. சுருதிப் பெட்டியின் ரீங்காரமும் குரலும் கேட்டன.

"கதை ஆரம்பித்துவிட்டாற்போல் இருக்கு. என்னாலே தாமதம் உங்களுக்கு" என்றார் ஸ்வாமி.

நெருங்கினோம். பந்தல் வந்துவிட்டது. திண்ணையில் கதை சொல்லிக்கொண்டிருந்தவர் சட்டென்று நிறுத்தினார். கண்ணை இடுக்கி நாங்கள் வருவதைக் கவனித்தார். ஸ்வாமி களைப் பார்த்தார்.

"வரணும் – வரணும் – இப்படி வரணும்" என்று ஸ்வாமியைத் திண்ணைக்குக் கூப்பிட்டார். ஸ்வாமி திண்ணை யில் உட்கார்ந்துகொண்டார்.

"நீங்கள்தானா? நான் யாரோன்னு நினைச்சேன்" என்றார் ஸ்வாமி.

"எப்ப வந்தது?"

"காலமேதான். பாலகரத்திலே இவர்களோடுதான் தங்கியிருக்கிறேன்" என்று கீழே உட்கார்ந்திருந்த என்னைக் காட்டினார் ஸ்வாமி.

எல்லோரும் என்னைப் பார்த்தார்கள். ஸ்வாமியைப் பார்த்தார்கள். கதை சொல்கிறவர் என்னைப் பார்த்துப் புன்முறுவல் பூத்தார். திண்ணைமீது உட்காராவிட்டாலும் நான் சகலத்தையும் துறந்த சன்யாசியாகத்தான் எனக்கு ஒருகணம் தோன்றியது.

நின்றிருந்த சுருதிப் பெட்டி மீண்டும் ரீங்கரிக்கத் தொடங் கிற்று. கதை தொடர்ந்தது.

ᩚ சிலிர்ப்பு ᩚ

ஸ்வாமி ரசித்துக் கேட்டார். நடுநடுவே சுவர்மீது சாய்ந்து கொண்டார். களைப்பாகத்தானிருக்க வேண்டும்.

○

கேகயத்திலிருந்து திரும்பிவந்த பரதன் தந்தை காலமான சந்தர்ப்பங்களைக் கேட்டு, துக்கமும், கோபமும் அடைந்து ராஜ்யத்தை வெறுக்கிறான். தாயைத் திட்டுகிறான். கூனியைத் திட்டுகிறான். ராமன் இருக்கும் காட்டுக்கு எல்லோருமாகப் போய்த் திருப்பி அழைத்துவருவதென்று சாலை போட உத்தரவிடுகிறான். மணி பத்தரைக் கதையை நிறுத்தினார் அவர். சுருதிப் பெட்டியைக் கையமர்த்தி நிறுத்தச் சொன்னார். பிறகு நிசப்தத்துக்கிடையே பேசினார். "தாயாதிகள் என்றால் காய்ச்சல், பொறாமை எல்லாம் கூடவே பிறந்துவிடும். அப்படித் தப்பித் தவறி அவர்கள் சுமுகமாயிருந்தாலும் மற்றவர்களுக்குத் தாங்காது கூனியைப் போல. ஏதாவது சொல்லிக் கிளப்பிவிட்டுவிடுவார்கள். ராமாயணத்துக்கோ பாரதத்துக்கோ போக வேண்டாம். இதோ நம் கண் முன்னாலே பார்க்கிறோம்" என்று சன்யாசியைக் காட்டினார்.

"இவர்கள் பூர்வாசிரமத்தில் சந்தானம் சந்தானம் என்று பெயர். இங்கிருந்து ஐம்பது மைல் அவர்கள் கிராமம். கோரையற்றுப் பாசனத்தில் ஏழு வேலி நிலம். ஏழு வேலியும் அப்படியே தங்கம். ஸாரபூமி. விளைந்ததானால், ஒரு ஆளை அடிக்கலாம். அப்படி ஒவ்வொரு கதிரும் இருபோகம் ஏழு வேலியும். நெல்லு கலம் இரண்டு ரூபாய் விற்ற நாளிலேயே வருஷம் நாலாயிரம் ஐயாயிரம் கிடைக்கும். இப்ப கலம் பத்து ரூபாய் விற்கிறது. என்ன மோசமாக விளைந்தாலும் வருஷம் இருபதாயிரத்துக்குக் குறையாது. தானமும் தர்மமும் யதேஷ்டமாகச் செய்துகொண்டிருந்தார்கள். பிள்ளை குட்டி கிடையாது. சந்தானம் என்று பெயர் வைத்தார்கள் பெற்ற வர்கள். ஆனால் புத்திர பாக்கியம் இல்லாமல் போய்விட்டது. தாயாதிக்காரன்கள், எத்தனை காலமாகக் கறுவிக்கொண் டிருந்தான்களோ, பகவான்தான் சொல்லணும். போன வருஷம் சித்திரை மாதம் இவர்களுக்கு ரொம்ப உடம்பு வந்துவிட்டது. பிழைக்கமாட்டாமல் கிடந்தார்கள். தாயாதிக் காரன்கள் வந்து மொய்த்துக்கொண்டான்கள். அண்ணா என்றார்கள், முத்தண்ணா என்றார்கள், பெரியண்ணா என்றார்கள். 'எப்பவுமே உனக்கு உலகப் பற்றே கிடையாது. பிழைக்கமாட்டாமல் கிடக்கிறாய் இப்ப. ஆபத்து சன்யாசம் வாங்கிக்கொள்' என்று கரையாகக் கரைத்தான்கள். சன்யாசி களுக்கு மறுபிறவி கிடையாது. உயிருக்கு ஆபத்து வந்திருக்கிற இந்த வேளையில் சன்யாசம் வாங்கிக்கொண்டால் நாளைக்கே

உயிர் போனாலும் ஆத்மாவுக்கு மோட்சம் – நம்ம குலத்துக்கும் பெருமை என்று இவரைக் கரைத்து சன்யாசம் எடுத்து வைத்துவிட்டார்கள். படுத்த படுக்கையாக இருக்கிறவர் கையில் கமண்டலத்தையும் தண்டத்தையும் கொடுத்துவிட்டான்கள். ஆனால் விபரீத்தைப் பாருங்கள். இவர்கள் நாலைந்து நாட்களில் பிழைத்துக்கொண்டு விட்டார்கள். உடம்பு தேறிவிட்டது. நடமாட்டம் வந்து விட்டது. ஆனால் காஷாயம் கமண்டலமுடன் வீட்டில் இருக்கலாமோ, வீட்டை விட்டு வெளியேறுகிற நிர்ப்பந்தம் வந்துவிட்டது. சம்சாரமோ பரம சாது. ஒரு திரிசமன் அறியாதவள். அப்படியே கண்ணாலே ஜலம் விட்டுக் கதறிவிட்டாள். பாருங்கள் – இந்த அபர வயதில் ஊர் ஊராகப் போய்க்கொண்டு யார் பிக்ஷைக்குக் கூப்பிடுகிறார்கள் என்று காத்துக்கொண்டு, வெய்யில், பனி, மழை என்று பாராமல் ஊர் ஊராக அலைந்துகொண்டு. பரம அயோக்கியன்கள் அந்தத் தாயாதிகள்?" என்று கதை சொல்கிறவர் அறிமுகப்படுத்தி நிறுத்தினார்.

ஸ்வாமிகள் குனிந்த தலை நிமிரவில்லை. குப்பென்று கண் கலங்கிற்று. உதடு நடுங்கிற்று. முகச் சதைகள் கோணின. விசித்து விசித்து அழத்தொடங்கினார்.

"மகாபாவம் – இப்பேர்ப்பட்ட பரம சாதுவை இப்படிச் செய்தவர்களுக்கு என்ன கிடைக்கப் போகிறதோ?" என்றார் கதை சொல்கிறவர்.

ஸ்வாமி மேலும் விசித்து விசித்து அழுதார் அவரால் அடக்க முடியவில்லை. எழுந்து தண்டத்தை எடுத்து நின்றார்.

கர்ப்பூர ஆரத்தி ஆயிற்று. எல்லோரும் சிறிது நின்று ஸ்வாமியைப் பார்த்துவிட்டு நகர்ந்தார்கள்.

"என்ன அநியாயம்! இப்படிச் செய்யலாமா?" என்றார்கள்.

ஸ்வாமி பலர் வணக்கங்களை ஏற்று விடைபெற்றுக் கொண்டு என்னுடன் நடந்தார். கோணல் கிச்சானின் 'பாட்டரி' வெளிச்சம் வழி காண்பித்தது.

ஸ்வாமிக்கு வாசல் திண்ணையில் தட்டி மறைவில் கோரைப் பாயைக் கொடுத்துப் படுக்கச் சொல்லி உள்ளே வந்தேன்.

செய்தியைச் சொன்னேன்.

"அழுதாரா! ஸ்வாமிகளா!" என்று வியந்தாள், "மறுபடி சொல்லுங்கள் – கதை சொல்றவர் என்ன சொன்னார்?"

சொன்னேன்.

⚘ சிலிர்ப்பு ⚘ 285

"கதை சொல்ல ஆரம்பிச்சாலே, குறும்பு, விஷமம் எல்லாம் வந்திடுமோ?" என்றாள்.

பிறகு விழுந்து விழுந்து குலுங்கிக் குலுங்கி, முந்தானை யால் வாயைப் பொத்திச் சிரிக்க ஆரம்பித்தாள்.

என்ன சிரிப்பு வேண்டிக் கிடக்கிறது!

சற்று நின்றவள் "அழுதாரா?" என்று கேட்டுவிட்டு மீண்டும் ஓர் ஆவர்த்தம் சிரித்தாள். கண்ணைத் துடைத்துக் கொண்டாள். இருமினாள்.

"நீங்கள் போய் அந்தத் தாயாதிக்காரா கிட்ட சொல்லி ராஜி பண்ணுங்கள். ஊருக்குள் வராமல் களத்திலாவது உட்கார்ந்து சாகுபடியைக் கவனிக்கட்டும்" என்றாள் அவள்.

அவர் தண்டமும் கமண்டலுமாகக் களத்தில் உட்கார்ந்து, ஆட்களை அதிகாரம் பண்ணுவது போலிருந்தது.

எனக்குக்கூட இரவில் அப்படித் தோன்றிற்று. சொப்பனம் என்று நினைக்கிறேன்.

காலையில் எழுந்து வாசலுக்குப் போனபொழுது, அவர் ஸ்நானத்துகாக ஆற்றங்கரைக்குப் போகத் தயார் செய்துகொண்டிருந்தார். கோணல் கிச்சான் பந்தல் தலையில் இடித்துவிடாமல் கூனியவாறே அவரைப் பிக்ஷுக்குச் சொல்லிக்கொண்டிருந்தான்.

◆

# கண்டாமணி

சமையல் முடிந்துவிட்டது. குழம்புக்கு மாவைக் கரைத்து ஊற்றி இரண்டு கிளறு கிளறிக் கீழே இறக்கிவைத்தார் மார்க்கம். பச்சைக் கொத்தமல்லியை ஒரு பிடி முறித்துப் போட்டு ஒரு கொதி வந்ததும் இறக்கி, கடுகைத் தாளித்துக் கொட்டினார். கீரை மசியலும் சாதமும் முன்பே தயாராகி விட்டன.

"இலை நறுக்கியாச்சா?" என்று கொல்லைத் தாழ்வாரத்தில் எட்டிப் பார்த்தார்.

"ஆச்சே" என்று அரிவாள்மணையையும் இலைக் கட்டையும் உட்கார்ந்த வாக்கில் அவரிடம் நீட்டிவிட்டு, சம்சாரம் கையை முந்தானையில் துடைத்துக்கொண்டு கீழே துணியில் கிடந்த குழந்தையை மடியில் போட்டுக் கொண்டு எடுத்துவிடத் தொடங்கினாள்.

மார்க்கம் கிணற்றங்கரைக்குப் போய் வேர்வை, சமையல் அழுக்கு – எல்லாவற்றையும் நீரைவிட்டுக் கழுவிக்கொண்டார். விபூதியைப் பட்டை பட்டையாக இட்டுக்கொண்டார். சந்தியா வந்தனம் செய்தார். திரும்பிக் கூடத்துக்கு வந்து முற்றத்து ஓரமாக உட்கார்ந்து ஜபம் செய்யத் தொடங்கினார். சுக்கிர நட்சத்திரம் வெள்ளிப் பொட்டு வைத்திருந்தது. முற்றத்தில் கட்டியிருந்த பசுங்கன்று அவரை நக்கிக் கொடுப் பதற்காகத் தலையைத் தலையை நீட்டிற்று. இழுத்துக் கட்டியிருந்ததால் முடியவில்லை. பசு மூத்திர மணம் சிறு நெடி கலந்து வீசிற்று. அதையும் அந்த ஒற்றைச் சுக்கிரனையும் அந்தி வேளையின் அமைதியையும் பார்த்த பொழுது ஏதோ ரிஷியின் ஆசிரமத்தில் உட்கார்ந்திருப்பது போலிருந்தது மார்க்கத்துக்கு. உடனே மேல்துண்டில் கையைவிட்டு, இடது கை விரலால் எண்ணிக்கொண்டே காயத்ரி ஜபம் பண்ணி னார். கண்ணையும் அவ்வப்போது மூடிக்கொண்டார். ஒரு தடவை தொடர்ந்து ஒரு நிமிஷம் மூடியபோது நடையில் செருப்பைக் கழற்றும் ஓசை கேட்டது. மார்க்கம் கதவைத் திறந்தார். "வாங்கோ" என்றார்.

"சாப்பாடு..." என்று இழுத்தது வந்தவரின் குரல்.

"தயாராயிருக்கே... இதோ!" என்று அவசரம் அவசரமாக ஜபத்தை முடித்துக் கூடத்தில் பலகையைப் போட்டு இலை போட்டார் மார்க்கம்.

வந்தவருக்கு நல்ல பசி. சாப்பாட்டில் தெரிந்தது. வாடிக்கை இல்லை. எப்பொழுதோ மாசத்துக்கு ஒன்றிரண்டு முறை வருவார். அந்தப் பழக்கம்தான். சந்நிதித் தெருவில் குடியிருக்கிறார். உள்ளூர் உயர்தரப் பள்ளிக்கூடத்தில் விஞ்ஞான வாத்தியாருக்கு உதவி செய்கிற வேலை. பார்த்தால் 'பாவம்' என்று இரக்கப்பட வேண்டும்போல் இருக்கும். அப்படி ஒரு தயவை எழுப்புகிற தோற்றம். கட்டைக் குட்டையான உடல். சற்று உருண்டையாக, பூசினாற்போலிருக்கும். உருண்டைத் தலை. வழுக்கை. பின்னுச்சியில் பூனை மீசை மாதிரி எண்ணி ஐந்தாறு நரை மயிர்கள். கண்ணுக்கு ஒரு வெள்ளிப் பிரேம் மூக்குக் கண்ணாடி. வலது கண் மட்டும் அந்தக் கண்ணாடி வழியாகப் பெரிதாகத் தெரியும். எப்போதும் ஒரு மோட்டா அரைக்கை காக்கிச் சட்டை. நடக்கிறபோது கூட குழந்தை நடக்கிற மாதிரி இருக்கும். மேலே பார்த்துக் கொண்டு அடிப்பிரதட்சிணம் செய்வது மாதிரியான நடை. பள்ளிக்கூடத்து விஞ்ஞான வகுப்புத் தெருவை ஒட்டியது. அதில் ஜன்னலோரமாக உட்கார்ந்து தெருவை ஞானப் பார்வையாகப் பார்த்துக்கொண்டிருப்பார். மார்க்கத்துக்கு அவரைப் பார்க்கும்போதெல்லாம் காரணமில்லாமல் ஒரு தயவு சுரக்கும்.

அதனால்தான் இரண்டு மாதங்களுக்கோ ஒரு மாசத்துக்கோ ஒருமுறை சாப்பிட வரும்பொழுது, ஏதோ ஜடபரதரோ, உள்நோக்கித் திளைக்கும் அவதூதரோ வந்துவிட்டாற்போல் சற்று பயபக்தியோடு சாதம் போடுவார். பொதுவாக, தெருவோடு போகிறவர்களுக்கு மார்க்கம் சாதம் போடும் ஓசையைக் கேட்டால் இலையில் முறம் முறமாகச் சாதத்தைச் சரித்துக் கொட்டுகிற மாதிரி கேட்கும். உள்ளே வந்து பார்த்தால் ஒழியச் சேதி புரியாது. மார்க்கம் ஈயம் பூசிய பித்தளை முறத்தில் சாதத்தைக் கொண்டு வருவார். அந்த முறம் நடுவில் ஒடிந்து கொஞ்சம் குழிவாக இருக்கும். சாதம் சரிவதற்காக அவரே செய்த யுக்தி. அந்த முறத்தை ஏந்தி இரண்டே எட்டில் கூடத்துக்குத் தாண்டி வருவார். டமடமவென்று தட்டுவார். ஆர்ப்பாட்டம் செய்வார். ஆனால் தனக்கு எஜமானன் மார்க்கத்தின் கையோ, கரண்டியோ அல்ல. மார்க்கத்தின் மனசுதான் என்று சாதத்துக்குத் தெரியுமாதலால், கால் கால் கவளமாகத்தான் இலையில்

தி. ஜானகிராமன்

விழும். சாதம் மட்டுமல்ல; கறி, பருப்பு நெய், கூட்டு ... எல்லாவற்றுக்குமே மார்க்கத்தின் மனசு தெரியும். 'இப்படி கிடந்து கத்துகிறேன், பேசாமல் இருக்கிறாயே. போதும் என்று சொல்லேன்' என்று சொல்வதுபோல் முறமும் கரண்டியும் சத்தம்போடும். போடுகிற வரையில் போடட்டுமே என்று பேசாமல் இருப்பதற்கு நாம் என்ன அத்தனை இங்கிதம் தெரியாதவர்களா? இந்தப் பொதுவான சங்கோசத்தைப் பயன்படுத்தி நெய்போடக் குறும்பை வாங்கியையும் கறி-கூட்டு போட நெய் முட்டையையும் நெய் அல்லது ஊறுகாய் போட அதன் காம்பையும் மார்க்கம் கையாண்டு வந்தார். கொட்டிக் கொட்டி அளப்பானேன்? ஹோட்டல் சாப்பாட்டுக்கு நொட்டை கொட்டிக்கொண்டு இங்கே வர முடியாது. 'ஹோம்லி'யாகவும் பத்தியமாகவும் சாப்பிடும் கட்டுப்பாடு வேண்டும்.

ஆனால் இவருக்கு மாத்திரம் மார்க்கம் இந்தக் கட்டுப் பாடுகளிலிருந்து விலக்கு அளித்திருந்தார் என்று அந்த முறம் முட்டைகளைக் கேட்டால் தெரியும். சத்தமே போடா மல் அவை இயங்கிய அடக்கத்தையும் பணிவையும் கேட்க வேண்டும்.

அவர் நன்றாகச் சாப்பிட்டார். குழம்பு நன்றாக இருக்கிற தென்று மோர் சாதத்துக்கும் கொஞ்சம் கேட்டார். போட்டு விட்டு வந்து, மார்க்கம் குழம்பைத் தற்செயலாகக் கிளறிக் கரண்டியைத் தூக்கியபொழுது, அதிலிருந்து நீளமாக ஏதோ நழுவிக் குழம்புக்குள் விழுந்தது. மீண்டும் கிளறித் தூக்கி வெளிச்சத்தில் உற்றுப் பார்த்தார் மார்க்கம். இதென்ன இது! நீளமாக, வழவழவென்று – சூட்டில் வதங்கி, பளபளப்பு சற்று மங்கி! பாம்புக் குட்டியா, அரணையா? அரணைக்குக் கால் உண்டு. இதற்கில்லை. பாம்புக் குட்டி மாதிரிதான் இருக்கிறது. ஒரு மேகம் ஓடும்போது நிழல் பூமியில் ஓடிப் பரவதுபோல், உச்சந்தலை முதல் உள்ளங்கால் வரையில் மார்க்கத்துக்கு ஒரு நிழல் ஓடிற்று. நிழல்தான்! வேறு எப்படிச் சொல்கிறது பயமா, கிலியா, கவலையா – என்னவென்று சொல்கிறது? நிழல்தான். மனைவியைச் சமிக்ஞை செய்து கூப்பிட்டார். கரண்டியில் உள்ள ஐந்துவைக் காண்பித்தார். பார்த்த மாத்திரத்தில் அவள் கண்கள் அகன்றன. வாய் திறந்தது. பொத்திக்கொண்டாள். மார்க்கமும் இடது கையால் அவள் வாயைப் பொத்தினார். வேக மூச்சுடன் அவள் உடம்புடன் இரைத்தது. படபடப்பு மண்டை உச்சிக்கு ஏறிற்று. தூணைப் பிடித்துக்கொண்டாள். பாம்புக் குட்டிதான்.

சாப்பிட்ட கிழவர் கைகழுவிவிட்டு, ஏப்பம் விட்டுக் கொண்டே செருப்பை மாட்டிக்கொண்டு வாசற்படியில்

தடவித் தடவி இறங்குவதைப் பார்த்தாள். மறுகணமே பாம்பைக் கரண்டியோடு எடுத்து இருட்டைப் பாராமல் கொல்லைக் கோடிவரை நடந்து குப்பைக் குழியில் எறிந்தாள். குப்பை, சத்தை எல்லாவற்றையும் ஐம்பது அறுபது பிடி படபடத்துக்கொண்டே எடுத்துப் போட்டாள். உள்ளே வந்தாள். குழம்பை எடுத்துச் சாக்கடையில் கொட்டினாள்.

"ஏதாவது ஆயிடுமோ?" என்று கேட்டாள். அந்தக் குரல்கூட நெஞ்சைவிட்டு வரவில்லை.

"ஸ்வாமிதான்!" என்று சொன்ன மார்க்கத்தின் முகம் அழுவதுபோல் இருந்தது.

விலங்கு, சிறை, சாபங்கள் – எல்லாம் வளைந்து வளைந்து நடுவில் வந்தன. அவளுக்குக் கை நடுங்கிற்று.

"ஸ்வாமியை வேண்டிக்கட்டும்."

இருவரும் பூஜைப் படங்கள் கீழ்த் தட்டில் வைத்திருக்கிற சாமான் அலமாரியின் முன் நின்றார்கள்.

"மானமாகக் காலம் தள்ளியாச்சே, இத்தனை காலமா, இப்படிச் சோதிக்கிறேளே!" என்று அலமாரியைப் பார்த்து அழுதாள் அவள்.

"பஞ்ச லோகத்திலே கண்டாமணி வாங்கித் தொங்க விடறேன், கை நீளத்துக்கு. சேதி பரவாமல் இருக்கணும், யுகேச்வரா!" என்று வேண்டிக்கொண்டார் மார்க்கம்.

அதைக் கேட்டாள் மனைவி. "பகவானே! இரண்டாம் காதுக்குத் தெரியப்பாடாது, சேதி! கண்டாமணி பண்ணித் தொங்கவிடறோம் அப்பனே, யுகேச்வரா, சர்வேசா, தீனபந்தோ, மார்க்கபந்தோ!" என்று வேண்டிக்கொண்ட மனைவிக்குக் கடைசியில் கணவனின் பெயரைச் சொல்லி விட்டதற்காக அந்தப் பரவசத்துக்கு நடுவில் சற்று நாணமும் படர்ந்தது.

வேறு குழம்பு வைத்தார்கள். அதே கும்மட்டிக்காய்க் குழம்புதான். வாடிக்கைக்காரர்கள் இருபத்து நாலு பேரும் வந்து சாப்பிட்டுவிட்டுப் போனார்கள்.

என்னதான் வேண்டிக்கொண்டாலும் சந்தேகமும் பயமும் எப்படிப் போகும்? இரவு முழுவதும் சரியாகத் தூக்கமில்லை. மனைவி மட்டும் பகவான்மீது பாரத்தைப் போட்டுவிட்டுச் சுகமாகத் தூங்கிக்கொண்டிருந்தாள்.

மார்க்கம் புரண்டு படுத்துக்கொண்டிருந்தார். அவருக்கு சந்நிதித் தெருவுக்குப் போய்ப் பார்க்க வேண்டும் போலிருந்தது.

என்ன பாபம் செய்து இந்த அஜாக்கிரதை வந்தது? அரை வயிறு அரை வயிறாகச் சாப்பிட்டவர்களின் தாப மூச்சா? அத்தனை பேருக்கும் இல்லாத துணிச்சலுடன் "என்ன கோழிக்குப் போடறாப்பல போடறேள்? வாங்கற காசு செரிக்கணும். இப்படி வயித்துச் சுவருக்கு வெள்ளையடிக் கிறாப்பல மட்டும் போட்டு என்ன பண்ணறது?" என்று அந்த நூல்கடை வேம்பு ஐயரின் தாயில்லாப் பிள்ளை நட்டாணி சொன்னானே – இலைமுன் உட்கார்ந்து – அந்தக் கோபாக்கினியா?

மறுநாள் காலை விஞ்ஞான வாத்தியாரின் உதவியாளர் காலமாகிவிட்டார் என்ற செய்தி வந்தது. இரவு இரண்டு தடவை கொல்லைப் பக்கம் போய் வந்தாராம். தண்ணீர் சாப்பிட்டாராம். படுத்தாராம். தூங்கினாராம். எழுந்திருக்கவே யில்லை. மாரடைப்பினால் இறந்துவிட்டதாக டாக்டர் சொன்னார். ஊர் எல்லாம் சொல்லிற்று. உலகத்தில் நடக்கிற அத்தனை குற்றங்களுக்குக் காரணங்களையும் கர்த்தாக்களையும் கண்டுபிடிக்க முடியும் என்றிருந்தால், எல்லா வீடுகளையும் சிறைக்கூடமாகத்தான் மாற்ற வேண்டும்.

யுகேச்வரர் காப்பாற்றிவிட்டார்.

○

ஒரே மாசத்தில் கண்டாமணி தயாராகிவிட்டது. பஞ்சலோ கமோ என்னவோ. மணி பாரி மணி. ஒன்றரை முழம் உயரம். இரண்டு ஆட்கள் முக்கித் தூக்க வேண்டும். அவ்வளவு கனம். பார்க்க எத்தனை கம்பீரம்! நாதம் அதைவிடக் கம்பீரம்! வார்த்த ஆசாரி சாமானிய ஆசாரி இல்லை. வைத்தியலிங்க ஆசாரி. எப்படித்தான் அந்த அழகைக் கொண்டுவந்தானோ! முற்றத்தில் அதைக் கொண்டு வைத்துவிட்டுப் போனார்கள் ஆசாரியின் ஆட்கள். மார்க்கம் பார்த்தார். கண்ணை அப்பால் இப்பால் எடுக்க முடிய வில்லை. அப்படி ஒரு பெருமிதத்தோடு அது வீற்றிருந்தது. சில சமயம் நந்தி மாதிரித் தோன்றும். சில சமயம் ஆந்திர தேசத்து வாட்டசாட்டமான பெண்ணரசி மாதிரித் தோன்றும். சில சமயம் கோவில் கோபுரம் போல் தோன்றும். சுண்ணாம்பு போல் ஏதோ வெள்ளையாக மேலே பூசி அதை வைத்திருந்தான் ஆசாரி. "மார்க்கபந்து விலாஸ், மார்க்கபந்து திருப்பணி" என்று அதன் வாயின் விளிம்பு முழுவதும் ஒரு சுற்றாகப் பொறிந்திருந்தது. கெட்ட செய்தி வராமல் தடுத்து அவமானம் வராமல் காப்பாற்றிய யுகேச்வரின் குரலே வடிவெடுத்தாற் போல் வீற்றிருந்தது. யுகேச்வரின் கருணையின் உறுதியை மௌனமாக முழங்கிற்று.

❦ சிலிர்ப்பு ❦ 291

அறுநூறு ரூபாய்க்குள் முடிந்துவிட்டது மணி. அதற்காக என்ஜினீயர் அப்பாசாமிக்கு அஞ்சலி செய்தார் மார்க்கம். அப்பாசாமி வீட்டில் இருபத்தைந்து வருடங்கள் சமையல் பண்ணிப்போட்டார் அவர். கடைசியில் மூவாயிரம் ரூபாயை இனாம் கொடுத்து, "இனிமேல் சொந்தமாகத் தொழில் பண்ணிக்கொண்டு சௌக்கியமாயிரு" என்று ஆசீர்வாதம் செய்தார் அப்பாசாமி. அது வீண் போகவில்லை. மார்க்கம் ஒரு பெண்ணைச் சாப்பாட்டுக்குக் குறைவில்லாத இடமாகக் கலியாணம் செய்து கொடுத்தார். ஒரு பையனைப் படிக்க வைத்தார். அவன் மதுரையில் பாங்கியில் வேலையாயிருக் கிறான். பிறகு பிறந்த நாலைந்தும் போய், இப்போது கூடத்தில் தூளியில் கிடந்து கத்துகிற பாலாரிஷ்டத் தேவாங்குதான் மிச்சம். 'ஓகோ' என்று அதிர்ஷ்டம் அடிக்காவிட்டால் பாதக மில்லை. அவமானம் வராமல் காத்தானே சர்வேசுவரன். அறுநூறு என்ன, ஆறாயிரம் கொடுத்தாலும் பொருந்தும்.

வாடிக்கைக்காரர்களில் மணியைப் பார்த்து வியக்காத வர்கள் இல்லை. மணிசெய்து கட்ட வேண்டும் என்று யாருக்குத் தோன்றும்! கண் மலர் சாத்துவார்கள், வடை மாலை சாத்துவார்கள். சத்திரம் கட்டுவார்கள். சந்தனக் காப்பிடுவார்கள். ஆனால் கண்டாமணி செய்து வைக்க வேண்டும் என்று தோன்றுமோ!

"சும்மாத்தான். ஏதோ தோணித்து, ஸ்வாமிக்கு நம்ம கையாலே செய்யணும்னு!" என்று விசாரித்தவர்களிட மெல்லாம் அடக்கமாகச் சொல்லிக்கொண்டார் மார்க்கம்.

சாப்பிட வருகிறவர்கள் தடவிப் பார்த்தார்கள்.; சுண்டிப் பார்த்தார்கள். சற்று அழுத்தி நகர்த்த முடிகிறதா என்று பார்த்தார்கள்.

"பார்வைக்கு ரொம்ப லட்சணம்!" என்று பார்த்துக் கொண்டு நின்றார்கள்.

"அது என்ன இப்படி ஒரு தர்மம் பண்ணணும்ன்னு தோணித்து?" என்று வியப்பும் ஆவலுமாகக் கேட்டார்கள்.

"நம்மை எப்படியாவது காப்பாத்திடணும்னு பகவானுக்குத் தோணறபோது, நமக்கு இது தோணப்படாதா? நடந்துண்டே பொத்துன்னு விழுந்து செத்துப் போயிடறான். ஒவ்வோர் அடி எடுத்து வைக்கிறபோதும் அதை உள்ளங் கையாலே தாங்கித் தாங்கிக் காப்பாத்தராரே ஸ்வாமி! குடிக்கத் தண்ணி கொண்டாங்கறான். கொண்டு கொடுக்கிறுக்குள்ளே தலை சாஞ்சுப்பிடறது! அப்படிச் சாயாம யாரு காப்பாத்தறது? ஒரு உதாரணத்துக்குச் சொல்றேன். பள்ளிக்கூடத்து

அட்டெண்டர் இருந்தாரே ஜராவதம், செத்துப்போறதுக்கு முதல் நாள் ராத்திரி இங்கே வந்து சாப்பிட்டுப் போனார். மறு நாள் காலமே செத்துப்போயிட்டார். டாக்டர் வந்து பார்த்திருக்கார். 'ஹார்ட் அட்டாக்'னு சொன்னாராம். இல்லாட்டா என்ன சொல்லுவா? மார்க்கம் கடையிலே சாப்பிட்டார்டா மனுஷன், அடுத்த வேளைக்கு உசிர் நிக்கலேன்னுதானே சொல்லுவா!" என்று மூக்கு மலர, புகையிலை வாய் கவலையில் திறக்கச் சொன்னார் மார்க்கம்.

"சேச்சே! அப்படிக்கூடவா புத்தி கெட்டுப்போயிடும் ஜனங்களுக்கு?"

"போயிடாது ஸ்வாமி! இருந்தாலும் என்னத்தைக் கண்டோம்? ஒரு பேச்சுக்குச் சொல்றேன்."

"அது சரி."

"மார்க்கம் எப்படின்னு எல்லோருக்கும் தெரியும். இருந்தாலும் சொல்றேன்? எப்ப எது நடக்கும், யார் என்ன பேசுவான்னு சொல்ல முடியலியே, அப்படின்னாயிருக்கு காலம்! ஜராவதம் எப்பவாவது சாப்பிட வருவார். அவர் நடந்து வரதைப் பார்த்தாலே கவலையாயிருக்கும். சாப்பாடு சாப்பிட்டு இறங்கிப் போற வரைக்கும் வயித்திலே நெருப்பைக் கட்டிண்டு உட்கார்ந்திருப்பேன். நல்லபடியாப் போகணுமே, பகவானேன்னு ஸ்வாமியை வேண்டிண்டே இருப்பேன். அவர் உடம்பையும் தள்ளாமையையும் பார்த்தா அப்படிப் பயமாயிருக்கும்."

"உட்கார்ந்து பேசிண்டேயிருந்தால் என்ன பண்றது? சாதம் அளிஞ்சு போயிடும் போலிருக்கே. இறக்க வாண்டாமா?" என்று உள்ளேயிருந்து குரல் கொடுத்தாள் மனைவி.

"இதோ வந்தாச்சு" என்று உள்ளே எழுந்து போனார் மார்க்கம்.

அந்த வாடிக்கைக்காரர்கள் இரண்டு பேரும் எழுந்து போனார்கள்.

"இத பாருங்கோ – முன்னாலே அந்த மணியைக் கொண்டுபோய்க் கோவில்லே வச்சுட்டு வாங்கோ. அப்பா குதிர்க்குள்ளே இல்லேன்னு நீங்க பேசறதைப் பார்த்தா எனக்கு வயத்தை என்னமோ பண்றது!" என்றாள் அவள்.

"நான் என்ன சொல்லிப்பிட்டேன், இப்ப?"

"இதுவரையில் சொன்னது போரும். முதல்லே மணியைக் கொண்டுபோய்க் கோவில்லே கொடுத்துட்டு வாங்கோ.

அது கண்ணிலே படறதினாலேதானே என்ன ஏதன்னு கேக்கறா; உங்களுக்கும் பேசாம இருக்க முடியல்லே."

"நான் என்ன அத்தனை அசடுன்னு நினைச்சியா?"

"நீங்க கெட்டிக்காராதான். ஆனா முன்னாடி, அதைக் கொண்டு கொடுத்துட்டு வாங்கோ.."

"நல்ல வேளை பார்த்திருக்கே."

"கட்றதுக்குன்னா நல்ல வேளை. கொடுக்கறதுக்கு என்ன ?"

◯

அன்று மாலையே மணி கோவிலுக்குப் போய்விட்டது. இரண்டு நாட்கள் கழித்து வெள்ளிக்கிழமையன்று, பிராகாரத் தில் இருந்த மேடைமீதும் ஏறிவிட்டது. கயிற்றைக் கட்டிக் கொடுத்து, மார்க்கத்தையே இழுக்கச் சொன்னார்கள். அவர் இழுத்தார்.

"டண்ண்ண்ண்ண்ண்ண் . . ."

அதன் கார்வை மெலிந்து மெலிந்து மறைய ஒரு நிமிடம் ஆயிற்று. அதிலே ஏறி உட்கார்ந்துகொண்ட அவருடைய மனம் அந்தக் கார்வையோடேயே வெட்ட வெளியில் சிறிது நேரம் மறைந்து போய்விட்டது. கண்ணை மூடிக்கொண்டிருந்த அவர் மறுபடியும் யாரோ கயிற்றை இழுத்து நாதம் கிளப்பி யதும்தான் திடுக்கிட்டுக் கண்ணைத் திறந்தார். கோவில் தர்மகர்த்தாவின் கையிலிருந்தது கயிறு.

காலையில் விச்வரூப தரிசனத்துக்கே அந்த மணியைத் தான் அடித்தார்கள். உச்சிப் பொழுதில் அடித்தார்கள். மாலையில் அடித்தார்கள். அர்த்த ஜாமத்துக்கும் அடித்தார்கள்.

காலையில் கேட்டபொழுது கோவிலில் இருந்தமாதிரியே மார்க்கம் கண்ணை மூடிக் கார்வையில் ஏறிக்கொண்டு, காற்றுவெளியில் 'உம் உம்' என்று வியாபித்துக்கொண்டார். பிற்பகலும் அப்படியே ஏறிக்கொண்டார்.

மாலையில் அந்தி வேளைக்குத் துணியில் கையை விட்டு ஜபம் செய்துகொண்டே முற்றத்துத் திறப்பு வழியாகப் பார்த்தார். வானம் தெரிந்தது. வெள்ளி தெரியவில்லை. டாண் என்று மணி தங்கப் புகைபோல் மிதந்து வந்தது.

"சாப்பிடலாமா?" என்று செருப்பு ஓசையைத் தொடர்ந்து குரல் கேட்டது. ஐராவதம் காக்கிச் சட்டையும் கண்ணாடிக்

குள் ஒற்றைப் பெரிய கண்ணும் பூனை மீசை வழுக்கைத் தலையுமாக எட்டிப் பார்த்தார்.

மார்க்கத்துக்குத் தூக்கிவாரிப்போட்டது. இடைகழியில் யாரும் இல்லை. ஜராவதம் போய் ஒன்றரை மாதமாகி விட்டது. கண்ணை இறுக மூடிக்கொண்டார். மணி அலையில் ஜராவதம் வருவதை எப்படித் தடுக்கிறது? ஜராவதம் இப்பொழுது எட்டிப் பார்த்துச் சாப்பாடு கேட்கவில்லை. கடலலையில் ஏறி ஏறி இறங்கும் கட்டைபோல் படுத்தவாக்கில் மேலும் கீழுமாக அலைபடுகிறார். படுகிறார் இல்லை, படுகிறது. அது ஜராவதம் இல்லை, ஜராவதத்தின் உடல். கடலலையுமில்லை, கும்மட்டிக்காய்க் குழம்பின் அலை. மார்க்கத்துக்குப் பனிக்கட்டியை வைத்தாற் போல முதுகு ஒரு தடவை சொடுக்கி எடுத்தது. கண்ணைத் திறந்து கொண்டார். எழுந்தார். சமையலறையில் போய் இடுப்பில் கையை வைத்து அடுப்பைப் பார்த்துக்கொண்டேயிருந்தார்.

"என்ன பார்த்துண்டே நிக்கறேள்?" என்று மனைவியின் குரல் வந்தது.

"ம்."

"அப்பவே பிடிச்சுப் பார்க்கிறேன். அப்படியே அடுப்பைப் பார்த்துண்டிருக்கேளே. என்ன இருக்கு, அடுப்பிலே!"

"ஒண்ணுமில்லையே!"

அவள் அருகே வந்து அவர் முகத்தைப் பார்த்தாள்.

"என்ன பார்க்கறேள்?"

"ஒண்ணுமில்லையே..."

"ஏன் இப்படி..." என்று பூஜை அலமாரியிலிருந்து விபூதியை ஒரு சிட்டிகை எடுத்து வந்து அவர் நெற்றியில் இட்டாள் அவள்.

○

"மணி நீங்கல்ல வாங்கி வச்சீங்களாம்?" என்று சாப்பிட வந்த மளிகைக் கடைக் கணக்குப் பிள்ளை கேட்டார்.

"ஆமாம்."

"அம்...மா. கணார்னு எப்படிக் கேக்குது! நான் திருவாரூர் மணி, மலைக்கோட்டை மணியெல்லாம் கேட்டிருக்கேன். இந்த மாதிரி ம்ம்ம்ம்ம்னு சுருளாது அதெல்லாம்."

☙ சிலிர்ப்பு ☙

"மலைப் பாம்பு மாதிரி சுருள்றது. இல்லை?" என்றார் மார்க்கம்.

"ஆமா, ஆமா. பெரிய மலைப் பாம்பு கணக்காத்தான் வருது. சத்தம் அந்த மாதிரிதான் இருக்கு. பாரியகனமா."

"தக்ஷகன், வாசுகி, அந்த மாதிரி."

"யாரு?" என்று புரியாமல் கேட்டார் கணக்குப்பிள்ளை.

"தக்ஷகன்தான் பரீட்சித்தைக் கடிச்சான். வாசுகியைத் தான் மந்தர மலையைச் சுத்திக் கயிறாப் போட்டுச் சமுத்திரத்தைக் கடைஞ்சு, ஆலகாலம், அமிர்தம் எல்லாம் எடுத்தா தேவாளும் அசுராளும்..."

"ஆமாமாம். மறந்துபோச்சு. வாசுகியா அது!"

"அப்படின்னா மத்த கோயில் மணி எல்லாம் குட்டிப் பாம்பு. நம்ம மணி மலைப் பாம்புன்னு சொல்றேள்" என்றார் மார்க்கம்.

"இலை போடலாமா?" என்று மார்க்கத்தின் மனைவியின் குரல் வந்தது.

"போடலாமே!"

"நான் கைவேலையாயிருக்கேன். இப்படி வரட்டுமே."

"இதோ" என்று மார்க்கம் உள்ளே போனார்.

"மணிக்கு உதாரணம் பேர் சொல்ல இதுகள்தானா ஆம்பிட்டுது. ராத்திரி வேளையிலே என்ன இது, தட்சகன் வாசுகின்னு?"

"அவர் சொல்லலேடி, நான்தான் சொன்னேன்!"

"சரி, சரி."

கணக்குப்பிள்ளை சாப்பிட்டுப் போனார்.

இரவு பத்து மணிக்கு மீண்டும் பிரம்மாண்ட ஓசையாக வந்தது அர்த்தஜாம அமளி...

மார்க்கம் படுத்துக்கொண்டிருந்தார். சற்றைக்கொரு தரம் எழுந்து அந்தப் பழைய சாந்தி கல்யாண மெத்தையைத் தூக்கிப் பார்ப்பார். மீண்டும் படுப்பார்.

"என்னடி, அங்கே?"

"எங்கே?"

"அதோ பாரு, முத்தத்திலே."

"ஒண்ணுமில்லியே."

"இல்லே. அசையறது பாரு. விளக்கை எடு."

விளக்கை எடுத்ததும் அது மறைந்துவிட்டது. மாட்டியதும் மீண்டும் தெரிந்தது.

"அத பாரு."

மனைவி பார்த்தாள். மேலும் கீழும் பட்சியைத் தொடர்கிற மாதிரி பார்த்தாள். எழுந்து தூணிலிருந்து தொங்கின நாரை வரக்கென்று இழுத்து அறுத்தாள்.

"இதோட நிழல்தான்."

"அப்பா, என்னமோ ஏதோன்னு பயந்து போய்ட்டேன்."

பிறகும் தூங்கவில்லை அவர். விளக்கைப் பெரிது பண்ணினார்.

படுத்துக்கொண்டார்.

மனைவியும் குழந்தையும் தூங்கிக்கொண்டிருந்தார்கள்.

"ம்மா" என்று மாடு கத்திற்று. பால் கறக்கிற நேரம், அதற்குள்ளாகவா?

அவர் தூங்கத்தான் இல்லை.

விச்வரூப பூஜை கணார் என்று கேட்டது.

○

மார்க்கம் எழுந்து பல்லைத் தேய்த்தார். வெற்றிலையைப் போட்டுப் புகையிலையை அடக்கிக்கொண்டே போனார். தர்மகர்த்தாவின் வீட்டுக்குப்போனார்.

"வாங்க" என்றார் திண்ணையில் ஆளோடு பேசிக் கொண்டிருந்த செட்டியார். வாசலில் அவர் மனைவி சாணம் தெளித்துக்கொண்டிருந்தாள். "உங்க மணியைப் பார்த்துப் பேசாதவங்க இல்லே சாமி. ராத்திரி அம்மாப் பேட்டையிலே படுத்திட்டு இருந்தானாம். எத்தினி மைல் அது? ஓம்போது கல்லு . . . ஏண்டா !"

"ஆமாஞ்சாமி. எம்மாஞ் சத்தம்! சும்மா தும்தும்னு மிதந்துகிட்டு வந்தது. என் தம்பி மவன்கிட்டக்கூட சொன்னேன். 'ஏலே தனிக்ளாசு! ஞானியாப் போய்ட்டமேடா. இந்த மணியைக் கேட்டா, ஏன் போனோம்ன்னு இருக்குடால்' அப்படீன்னு சொன்னேன்ன்னா பாத்துங்களேன்."

∽ சிலிர்ப்பு ∽

"போடு, சக்கை! என்னா சொல்றான் புரிஞ்சுதா சாமி? இவன் ஞானியாப்போயிட்டானாம். இவங்க அப்பன் நாள்ளேயிருந்து கிறிஸ்தவனாயிட்டானாம். உங்க மணியைக் கேட்டப்புறம் திரும்பி வரலாம்னு தோணுது. அப்படித்தானே டாலே."

"அப்படித்தானுங்க?"

"அது விஷயமாத்தான் பேச வந்தேன் செட்டியார்வாள். அதைக் கேக்கறபோதெல்லாம் நாமதான் பண்ணிவச்சோம் வச்சோம்னு அகங்காரம் வந்து நிக்கறது. அது ரொம்பத் தப்பு இல்லையோ?" என்றார் மார்க்கம்.

"அட நீங்க என்ன சாமி. குப்பைத் தொட்டி வாங்கி வக்கிற பயலுவள்ளாம் ஊரைக் கூட்டி மோளம் அடிக்கிறான். முள நீளத்துக்கு சாசனம் எழுதி வக்கிறான்கள்."

தர்மகர்த்தாவின் மனைவி டப்பாவைத் திறந்து கோல மாவை எடுத்துப் புள்ளிகள் வைத்த பிறகு இப்பொழுது நெளி நெளியாகக் கோடு இழுத்துக்கொண்டிருந்தாள்.

"என்னமோ எனக்கு நான் செஞ்சது சரியாப் படலே. எத்தனை பெரிய மனுஷாள்ளாம் இருக்கா. நான் அதிகப் பிரசங்கி மாதிரி என்னமோ செஞ்சுட்டேன்னு இருக்கு. ஒவ்வொரு தடவையும் மணியோசை கேட்கிறச்சேயெல்லாம் இந்த நினைப்பு வந்துண்டேயிருக்கு. அதுக்குத்தான் வேற தினுசா ஒரு யோசனை தோணித்து. சொல்லலாம்னு வந்தேன்."

"என்னய்யா இது?"

"அதே பெறுமானத்துக்குச் சின்னச் சின்னதாக நாலஞ்சு வெள்ளிமணி பண்ணி வச்சுடலாம்னு பார்த்தேன். பிள்ளை யாருக்கு ஒண்ணு. பகவானுக்கு ஒண்ணு; அம்பாளுக்கு ஒண்ணு; சுப்ரமண்யருக்கு ஒண்ணுன்னு. இதை நான் எடுத்துண்டு போயிடறேன்."

"என்ன இது!"

"ஆமாம் செட்டியார்வாள்! என் அந்தஸ்து என்ன, நான் மூலையிலே கிடக்கிறவன்."

"வெள்ளிமணி பண்ணி வையிங்க. வாண்டாம்னு சொல்லலே. இதைத் திருப்பி எடுத்துக்கிட்டுப் போகவாவது! எங்கப்பன் உங்க மனசிலே பூந்து ஒண்ணு பண்ணிக்கிட் டிருக்கான்... ரொம்ப நல்லாயிருக்கு. யாராவது கேட்டா சிரிக்கல்ல சிரிப்பாங்க. அய்யருக்குச் சித்தம் கலங்கிப்

போயிடிச்சான்னுல்ல கேப்பான்கள்! இதுக்காகவா கண்ணைப் பிட்டுக்கிட்டுப் பொலபொலன்னு வந்தீங்க. ஞானியாகப் போனவனே அஞ்ஞானியா ஆயிடணும்போல இருக்குங்கறான்."

மார்க்கம் வெளிறிப் போய் நின்றார்.

செட்டியாரோடு பேசப்பேச அவர் பிடிவாதம்தான் இறுகிக்கொண்டிருந்தது.

மார்க்கம் சோர்ந்துபோய் வீட்டுக்குத் திரும்பினார்.

அவர் குளிக்கும்போது காலைப் பூஜை நேரத்து மணியோசை கணார் என்று வந்து அவர்மீது அதிர்ந்தது. முழுச் செவிடர்கள் எப்படியிருப்பார்கள் என்று கற்பனை செய்து பார்க்க முயன்றார் அவர்.

◆

☙ சிலிர்ப்பு ☙

# யோஷிகி

கியோத்தோ ஸ்டேஷனில் இறங்கியதும் ஒரு டாக்ஸியைப் பிடித்து கொக்குஸாய் ஹோட்டலுக்கு விடச் சொன்னேன். ஐந்தே நிமிஷங்களில் ஹோட்டல் வந்துவிட்டது. வரவேற்பு மேஜையண்டை போனேன்.

என் பெயரைச் சொல்லி, "இந்தியாவிலிருந்து வந்திருக்கிறேன்" என்று ஆரம்பிப்பதற்குள் ஹோட்டல் சிப்பந்தியே மீதியைப் பேசிவிட்டான்.

"தெரியுமே. டோக்கியோவிலிருந்து நீங்கள் எழுதிய கடிதம் வந்தது. உங்கள் அறை தயாராயிருக்கிறது. மூன்றாவது மாடியில். இந்த ஆள் உங்களை அழைத்துக்கொண்டு போவான். யோஷிகி என்பவர் உங்களை இன்று மாலை நாலு மணிக்கு வந்து சந்திப்பதாக எழுதியிருந்தாராமே?"

"ஆமாம்."

"அவருக்கு இன்று வர முடியவில்லையாம். போனில் கூப்பிட்டுச் சொன்னார். நாளை வருகிறாராம். மன்னித்துக் கொள்ளுமாறு உங்களிடம் கேட்டுக்கொள்ளச் சொன்னார். ஏதோ அவசர வேலையாம். உங்களை இன்று சந்திக்க முடியவில்லையாம்."

"பரவாயில்லை. நாளைக்கே வரட்டுமே."

"நாளைக் காலை பத்து மணிக்கு உங்களைச் சந்திப்பதாகச் சொன்னார்."

சென்னையிலிருந்து புறப்படும்போது குருமூர்த்தி டோக்கியோ, ஒஸகா, கியோத்தோ நகரங்களில் உள்ள சில ஜப்பானிய நண்பர்களின் விலாசங்களைக் கொடுத்திருந்தான்.

டோக்கியோவிலிருந்து கியோத்தோ போகுமுன் யோஷிக்கிக்கு ஒரு கடிதம் எழுதியிருந்தேன். கியோத்தோவுக்கு வரும் தேதியைக் குறிப்பிட்டு, கொக்குஸாய் ஹோட்டலில்

தங்கப்போவதாக அவருக்கு எழுதியிருந்தேன். வந்த அன்று மாலை சந்திப்பதாக யோஷிகியிடமிருந்து உடனே பதில் வந்துவிட்டது. என்ன அசௌகரியமோ! யோஷிகி மின்சாரச் சாமான் வியாபாரியாம். பி.ஏ. படித்திருக்கிறாராம். இங்கிலீஷ் பேசுவாராம். மூன்றாம் வருடம் இந்தியாவுக்கு வந்திருந் தாராம். சென்னைக்கு வந்து ஒரு வாரம் இருந்தாராம். மூன்று நாட்கள் குருமூர்த்தியோடேயே அவன் வீட்டில் தங்கிச் சாப்பிட்டுக்கொண்டிருந்தாராம். "கியோத்தோவில் அவரைப் பிடித்துக்கொள். ஓர் இடம் மீதி இல்லாமல் சுற்றிக் காண்பிப்பார்" என்று சொல்லியிருந்தான் குருமூர்த்தி.

யோஷிகி நாளைக் காலையில்தான் வரப்போகிறார். அதுவரையில் எப்படிப் பொழுதைப் போக்குகிறது?

பொழுது போக்குவது அப்படி ஒன்றும் சிரமமாக இல்லை. மூன்றாவது மாடியில் தங்குபவர்களைக் கவனிப்பதற் காக இரண்டு மூன்று பெண் சிப்பந்திகள் இருந்தார்கள்.

அறைக்குள் நுழைந்து முகத்தைக் கழுவித் துடைத்துக் கொண்டு படுத்தேன். அப்படி ஒன்றும் களைப்பாகவும் இல்லை. சும்மா கண்ணை மூடிக்கொண்டேன்.

"டொட், டொட்..."

"யார்?"

"உள்ளே வரலாமா?" பெண் குரல்.

"வரலாம்..."

ஒரு பெண் வந்தாள். ஹோட்டல் சிப்பந்தி.

"ஏதாவது சாப்பிடுகிறீர்களா?"

"என்ன இருக்கிறது?"

என் தலைமாட்டில் வந்து சுவரில் தொங்கிய உணவுப் பட்டியலை எடுத்துக் கொடுத்தாள். பார்த்தேன்.

"எனக்குப் பிடித்தது ஒன்றுமே இல்லையே!"

"ஏன்?"

"நான் சாகபட்சிணி. இதில் பன்றி, மாடு, கோழிக்குஞ்சு – இப்படியே இருக்கின்றனவே."

"ஏன், மீன் சாப்பிடலாமே?"

"மீன் தாவரமா?"

"மீன்கூடவா சாப்பிடமாட்டீர்கள்?"

"ம்ஹூம்."

"சரி. ஆம்லெட் இருக்கிறதே."

"அது முட்டையிலிருந்து செய்கிறதல்லவா?"

"முட்டை கூடவா சாப்பிடமாட்டீர்கள்?"

"ம்ஹூம்."

"முழு சைவமா நீங்கள்?"

"ஆமாம்."

"எனக்கு ரொம்பவும் வருத்தமாக இருகிறதே!"

"எதற்கு?"

"நீங்கள் சாப்பிடும்படியாக இங்கு ஒன்றும் இல்லையே".

"பிஸ்கட் இருக்கிறதா?"

"இருக்கிறது – பிஸ்கத்து, சுருள் ரொட்டி எல்லாம் இருக்கிறது."

"பிஸ்கத்தும் காப்பியும் கொண்டா."

"போதுமா?"

"என்ன செய்கிறது?"

"எனக்கு ரொம்ப வருத்தமாக இருக்கிறதே."

"வருத்தப்படாதே, பிஸ்கத்தும் இரண்டு காப்பியும் கொண்டா."

"சரி. இதோ வந்துவிடுகிறேன்."

"காப்பிக்குப் பால் வேண்டும். கறுப்புக் காப்பி வேண்டாம்."

"பால் சாப்பிடுகிறீர்களா?"

"ஏன்?"

"முழு சைவம் என்று சொன்னாற்போல் இருக்கிறதே!"

"பரவாயில்லை. நீ ரொம்ப வருத்தப்படுகிறாயே. அதற்காகப் பாலாவது போட்டுக் காப்பியைக் குடித்து வைக்கிறேனே."

"வேண்டாம். எனக்காகப் பிடிக்காததையெல்லாம் சாப்பிடா தீர்கள். என்னை மன்னிக்க வேண்டும்."

"பரவாயில்லை. பாலும் கொண்டுவா!" என்று கதறினேன்.

"நிச்சயமாகவா?"

"நிச்சயமாக."

இந்தப் பேச்சு எனக்கு ஜப்பானில் புதிய அனுபவமில்லை. இரண்டு மாதமாகப் பழகிப்போனது. சாப்பாட்டைப் பற்றியே பல இடங்களில் பேசிப் பொழுதைக் கழித்திருக்கிறேன். மீனும் முட்டையும் சைவ உணவு என்று பலர் சாதிப்பதும் பால் சைவ உணவு என்று நான் சாதிப்பதும் தினம் நடக்கிற தத்துவச் சர்ச்சை. காப்பியைக் கொண்டுவந்தவள் நான் வற்புறுத்தியதற்காக ஒரு காப்பியைக் கறுப்பாகக் குடித்தாள். சைவ, அசைவச் சர்ச்சை மீண்டும் தொடர்ந்து பொழுதைத் தள்ளிற்று.

மூன்று மணி அடித்தது. என் ஜப்பானிய நண்பர் வராததைச் சொன்னேன். "இங்கு ஊர் காட்டிகள் இருக்கிறார்கள்... உங்களை அழைத்துப் போவார்கள். நான் வரச் சொல்லட்டுமா ஒருவரை?"

"இங்கிலீஷ் பேசுவாரா?"

"உங்களுக்குத் தேவையானது பேசுவார்."

அவள் போனாள். அவன் வந்தான். குளிருக்காக மேல் கோட்டை மாட்டிக்கொண்டு கிளம்பினேன். நாடகக் கொட்டகை, ஒரு கீஷா நடனம் என்று வகைக்கு ஒன்றாகப் பார்த்துவிட்டு இரவு பதினோரு மணிக்கு வந்து சேர்ந்தோம்.

"எனக்கு ஒன்பது மணிக்கே ட்யூட்டி முடிந்துவிட்டது. ஆனால் உங்களிடம் விடைபெற்றுக் கொள்ளவில்லையே என்று தங்கியிருந்தேன். காலையில் வருகிறேன். குழந்தை மாதிரி தூங்குங்கள்" என்று விடைபெற நின்றாள் அவள்.

"நான் இரண்டு மணிக்குத்தான் தூங்குகிற பழக்கம்."

"எனக்கு வருத்தமாக இருக்கிறதே."

"ஏன்?"

"உங்களுக்குப் பேசக்கூட ஆள் இருக்காதே. நான் வேண்டுமானால் இரண்டு புத்தகங்கள் தரட்டுமா?"

"கொண்டா."

போகும்போது இரண்டு புத்தகங்களைக் கொடுத்துவிட்டுப் போனாள் அவள்.

ஒன்று கதைப் புத்தகம். இன்னொன்று கட்டுரைத் தொகுப்பு. கதைப் புத்தகம் ஜப்பான்காரர்கள் எழுதின கதைகள். ஆங்கில மொழிபெயர்ப்பு. இன்னொன்று ஜப்பானியர்களின் பழக்க வழக்கங்களைப் பற்றி ஆங்கிலத்தில்

∽ சிலிர்ப்பு ∽

யாரோ மேல் நாட்டவர் எழுதியது. வகைக்குக் கொஞ்சமாகப் படித்தேன். தூங்கினேன். காலையில் எழும்போது எட்டு மணி. "குட்மார்னிங்!"

"ஓஹாயோ கொஸாய்மஸ்" என்று நான் பதில் கொடுத்த போது அவளுக்குச் சந்தோஷம் தாங்கவில்லை.

"உங்களுக்கு ஜப்பான் மொழி தெரியுமா?" என்று கேட்டாள்.

"அதுதான் பேசினேனே!"

"ஜப்பான் மொழி உங்கள் காதுக்கு எப்படி இருக்கிறது?"

"ரொம்ப இனிமை."

"ரொம்ப நன்றி. ஜப்பான் மொழி பேசுவீர்களோ?"

"நன்றாகப் பேசுவேன். 'குட்மார்னிங்', 'குட்ஈவினிங்' 'குட்நைட்' 'முட்டை சாப்பிடமாட்டேன்', 'மரக்கறிதான் சாப்பிடுவேன்' - ஐந்தும் தலைகீழ்ப் பாடம்."

"போதுமே. உணவுப் பிரச்னை தீர்ந்துவிட்டது" என்று சிரித்தாள் அவள். "நன்றாகத் தூங்கினீர்களா?"

"குழந்தை மாதிரி தூங்கினேன்."

மறுபடியும் சிரித்தாள் அவள். இந்த முகமலர்ச்சி ஜப்பானில் தண்ணீர் பட்டபாடு. கோடி ரூபாய் கொடுத்தாலும் சிடுசிடுப்புக் கிடைக்காது. இந்த மாதிரி மனுஷர்களோடு பேசுவதற்கு என்ன தயக்கம்? ஹோட்டலில் தங்குபவர்களுக்குப் பொழுது போக என்ன என்ன பேசலாம் என்று அவளுக்கு அற்றுபடியாக இருந்திருக்க வேண்டும். போன் மணியைக் கேட்டுத் தூக்கினபோது, "யோஷிகி வந்திருக்கிறார். வரச் சொல்லலாமா?" என்று செய்தி வந்தது. மணி பத்து. ஒன்றரை மணிநேரம் பொழுது போனது தெரியாமல் பேசியிருக்கிறாள் இவள்! "நண்பர் யோஷிகி வருகிறார்" என்றேன்.

"நல்லது. அப்படியானால் இன்று ஊர் காட்டி தேவையில்லை."

"வேண்டாம்."

யோஷிகி வந்தேவிட்டார். நல்ல வெள்ளை நிறம். மூக்குக் கண்ணாடி.

"நீங்கள் ...?"

"ஆமாம்" என்று பெயரைச் சொன்னேன்.

"நான் யோஷிகி. நேற்று வர முடியவில்லை. திடீர் என்று அவசர வேலை."

"பரவாயில்லை."

"அறை வசதியாக இருக்கிறதா?"

"ரொம்ப."

"நேற்று என்ன செய்தீர்கள்?"

"ஒரு வழிகாட்டியுடன் சில இடங்களைப் பார்த்தேன்" என்று பார்த்த இடங்களைச் சொன்னேன்.

"நல்லது. இன்று முழுவதும் நான் சும்மாத்தான் இருக்கிறேன். நீங்கள் எத்தனை நாட்கள் தங்கப் போகிறீர்கள்?"

"இன்னும் இரண்டு நாட்கள்."

"அப்படியா? நீங்கள் ஊருக்குப் போகிறவரையில் உங்களோடு கூடவே நான் இருந்திருக்க முடியும். இந்தத் தடவை முடியவில்லை. இன்று முழுவதும் இருந்து முக்கியமான இடங்களுக்கு அழைத்துப் போகிறேன். அதற்குப் பிறகு தங்க முடியாது என்று நினைக்கிறேன். பொருட்படுத்தமாட்டீர்களே?"

"ஐயோ! என்ன இது? நான் பார்த்துக்கொள்கிறேன்."

யோஷிகி உயரம் என்றுதான் சொல்ல வேண்டும். அதாவது ஐந்தரை அடி உயரம். குளிரைத் தடுக்க ஜப்பான் முழுவதும் கம்பளிக் கோட்டு, கால் சட்டை, கழுத்துப்பட்டி எல்லாம் அணிகிற பருவம் அது. அவருக்கும் அந்த உடைகள் எடுப்பாக இருந்தது. உட்கார்ந்துகொண்டு பேச ஆரம்பித்தார் அவர்.

"ஜப்பானுக்கு எப்போது வந்தீர்கள்?"

"இரண்டு மாதமாயிற்று."

"ஜப்பான் பிடித்திருக்கிறதா?"

"ஜப்பான் பிடிக்கவில்லை என்று எவனாவது சொன்னால் அவன் பரம அரசிகனாக இருக்க வேண்டும்."

"ஓ! ரொம்ப நன்றி" என்று சிரித்தார் அவர்.

"அழகான, ஆரோக்கியமான ஜனங்கள் நீங்கள். நான் ஜப்பானில் காலடிவைத்து இரண்டு மாதமாயிற்று. இன்னும் ஒரு நரை மயிரைப் பார்க்கவில்லை. ஒரு சிடுமூஞ்சியைப் பார்க்கவில்லை. எந்த பஸ் ஸ்டாப்பிலும் ஒரு நிமிஷத்துக்கு மேல் காத்திருக்கவில்லை. ஏறின பஸ்ஸிலும் 'சில்லறை இல்லேன்னா இறங்கு சார்' என்று எந்தக் கண்டக்டரும் கத்தவில்லை. சில்லறை கொடுக்க மறந்து போகவுமில்லை.

தெருவிலோ தியேட்டரிலோ யாரும் இரைந்து பேசவில்லை. பத்து கல்லூரி மாணவர்கள் சேர்ந்து உல்லாசமாகப் போகும் போதுகூடக் காச்சு மூச்சு என்று தலைகால் தெரியாமல் கத்தவில்லை. மாணவிகளைப் பார்த்துச் சீட்டியடிக்கவில்லை. எந்தச் சாமானும் கெட்டுப்போகவுமில்லை. ஹிபியா பார்க்கில் மத்தியானம் ஆபீஸ் இடைவேளையில் ஆயிரம் ஜனங்கள் வந்து கையில் கொண்டு வந்த டிபனைச் சாப்பிட்டுவிட்டு அரைமணி இளைப்பாறிவிட்டுப் போகிறார்கள். நானும் போய் உட்கார்ந்தவன் ஒரு பெஞ்சில் எண்ணூற்றுச் சொச்ச ரூபாய் இருந்த பர்ஸ், டயரி எல்லாவற்றையும் மறந்துவிட்டுப் போய்விட்டேன். மூன்றரை மணிக்கு மேல் ஞாபகம் வந்தது. திரும்பி ஓடி வந்தேன். மூன்று மணிக்குப் போகும்போது யாரும் இங்கு கத்துவதில்லை. சிகரெட் பிடிப்பதில்லை. படிக்கிறார்கள், இல்லாவிட்டால் கண்ணை மூடிக்கொண்டு விடுகிறார்கள்."

"போதும், போதும்" என்று சிரிக்க ஆரம்பித்தார் யோஷிகி. நான் நெட்டுருப் போட்டு ஒப்பிப்பது மாதிரி சொன்னதுதான் அவருக்குக் கிச்சுக் கிச்சு மூட்டியிருக்க வேண்டும்.

"ஏன், நான் சொல்வது சரியில்லையா? கண்ணால் பார்த்து அனுபவித்ததைச் சொல்கிறேன். உங்கள் மக்களுக்குத் தான் என்ன சுத்தம்! என்ன கட்டுப்பாடு! என்ன கலை உணர்ச்சி! காரியங்கள் செய்வதில்தான் எவ்வளவு சுருக்கு! எவ்வளவு நருவிசு! மேம்புல் மேயாமல் ஆழ்ந்து செயலாற்றக் கூடிய பண்பு! என்ன ஓயாத உழைப்பு!"

"ரொம்ப நன்றி. பஸ்ஸுக்காகக் காத்திராதது, கண்டக்டர் கள் இனிமையாகப் பேசுவது எல்லாம் சரிதான். பெண் கண்டக்டர்கள் பேசுவது வேறு எப்படி இருக்க முடியும். ஆனால் ஒரு பெண் வந்து பஸ்ஸில் ஏறினால் ஓர் ஆணும் எழுந்து இடம் தரமாட்டான் இங்கே! நீங்கள் பார்த்திருக்கிறீர் களா?"

"உங்கள் பெண்கள் மிக்க பலசாலிகள்!"

"இல்லை, எங்கள் ஆண்கள் அவ்வளவு எடுத்துக்காட்டாக நடந்துகொள்ளவில்லை என்று அர்த்தம்."

பல விஷயங்களுக்கு மாற்றுச் சொல்லிக்கொண்டே வந்தார் யோஷிகி. ஆனால் உள்ளுக்குள் அவருக்குப் பூரிப்பு. 'மிளகுத் தண்ணி' இங்கிலீஷ் அகராதிக்குப் போய்விட்டு என்று நாம் ஆனந்தத்தில் வெடித்துப் போகும்போது ஐப்பான்காரன் தன் சாதனைகளை உலகம் வியப்பதைக் கண்டு பூரிக்கமாட்டானா என்ன? ஆனால், நீங்கள் ரொம்பவும்

மிகையாகப் புகழ்கிறீர்கள், என்று யோஷிகி அடிக்கடி வெட்கப்பட்டுக்கொண்டிருந்தார். ஜப்பானே வெட்கப்படுவது போலிருந்தது.

அன்று முழுவதும் கியோத்தோவைச் சுற்றினோம். நாராவுக்குப் போனோம். பௌத்தக் கோயில்கள், ஷிண்டோ ஆலயங்கள், எல்லாவற்றையும் சுற்றினோம். ஓர் இடம் மிச்சம் வைக்கவில்லை என்றுதான் தோன்றிற்று. எதைப் பார்த்தாலும் 'எப்படி, பிடிக்கிறதா?' என்று கேட்பார் யோஷிகி.

"ரொம்ப நன்றாக இருக்கிறது."

"ரொம்ப நன்றி."

யோஷிகிக்குச் சிரிக்கச் சிரிக்கப் பேசவும் தெரியும். சிற்றுண்டிக் கடைக்குப் போனால் "அனோ...ஓ...ஓ" என்று ஆரம்பித்து ஏதேதோ சொல்லுவார். பரிமாறுகிற பெண் குப்பென்று சிரிப்பாள். கடைக்காரர் சிரிப்பார், இவரும் சிரிப்பார். அப்புறம் மொழிபெயர்த்து எனக்குச் சொல்லுவார். அவருடைய நகைச்சுவை அசட்டுப் பிசட்டு ரகமல்ல. குப்புறத் தள்ளி வயிற்றைக் கிழிக்காது. சிரித்தவுடனேயே அடங்கிவிடுகிற ஹாஸ்யம்தான்!

யோஷிகி கார் கொண்டுவந்திருந்ததால் வேகமாக எல்லா இடங்களையும் பார்க்க முடிந்தது – தொழிற்சாலைகள், கோயில்கள், நாடக அரங்குகள், நடன அரங்குகள், மாளிகைகள், கடைகள், மல்யுத்தம் – இப்படி ஒரு பட்டியலாகப் பார்த்து முடித்தோம். நடுநடுவே ஒரு கடையில் நின்று போன் செய்வார் யோஷிகி. வியாபாரி. என்னென்ன காரியங்களை எனக்காக விட்டு வந்திருக்கிறாரோ! ஒரு மணிக்கு ஒருமுறை கூப்பிட்டு விசாரிப்பார். சில சமயம் ஐந்து நிமிஷங்கள் தாமதமாகும் ஆள் கிடைக்க. பேச்சு முடிந்ததும் என்னைப் பார்த்து "ஸாரி, மன்னிக்க வேண்டும்" என்று சிரிப்பார்.

"பரவாயில்லை. நான் உல்லாச யாத்திரைக்கு வந்தவன். ஒன்றும் குடி முழுகிப்போகவில்லை. எனக்காகக் கவலைப்படாதீர்கள்" என்று நானும் சொல்லிக்கொண்டே வந்தேன்.

ஹோட்டலுக்குத் திரும்புகிறபோது இரவு மணி ஒன்பதரை.

"எங்கெல்லாமோ உங்களை இழுத்து அலைக்கழித்திருக்கிறேன். ரொம்பவும் களைத்துப் போயிருப்பீர்கள்" என்று ஆறுதல் கூறினார் யோஷிகி.

"ஒரு களைப்புமில்லை, உட்காருங்கள்" என்றேன். உட்கார்ந்தார்.

☙ சிலிர்ப்பு ❧

"குருமூர்த்தியிடம் சொல்லுங்கள். இந்தியாவுக்குப் போனதும், நான் ரொம்பவும் விசாரித்தேன் என்று. நான் ஒரு நாள்தான் உங்களோடு கழிக்க முடிந்தது. அதற்காகவும் அவரிடமும் மன்னிப்புக் கேட்டுக்கொள்கிறேன் ... நான் மதராஸ் வந்தபோது ரொம்பவும் உதவியாக இருந்தார் அவர். சினிமா ஸ்டூடியோக்கள், மகாபலிபுரம், காஞ்சிபுரம் என்று பல இடங்களுக்கு அழைத்துப் போனார் ... ஓகோ, ஜப்பானியக் கதைகள் கூடப் படிக்கிறீர்களா?" என்று கட்டிலில் கிடந்த புத்தகங்களை எடுத்தார் யோஷிகி.

"ஆமாம். ஹிரோமி கொடுத்தாள்."

"ஹிரோமி?"

"ஆமாம். இங்கே காலையில் இருந்தாளே ஹோட்டல் சிப்பந்தி."

"ஓ! அவளா? ம் ... படித்தீர்களா?"

"பாதி படித்தேன். உங்கள் சித்திரம், பேச்சு இவற்றைப் போலவே இந்தக் கதைகளும் நளினமாக இருக்கின்றன. மூங்கில் இலை மாதிரி ஓர் எளிமை. ஒரு கருக்கு. ஓர் ஆடம்பரமில்லாத அழகு."

புத்தகங்களைப் பிரித்துப் பார்த்தார் அவர். "முன்பெல்லாம் படிப்பதுண்டு. இப்போது வியாபாரத்தைக் கவனிப்பதற்கே பொழுது சரியாக இருக்கிறது ... இது எப்படி இருக்கிறது?"

"அதுதான் சொன்னேனே. ரொம்ப நன்றாக இருக்கிறது. இந்தக் கட்டுரை மிக மிகப் பிடித்திருக்கிறது எனக்கு. ஜப்பானியர்களுக்குக் கோபமே வராதாம். வந்தாலும் தாறுமாறாகக் கத்த மாட்டார்களாம்."

யோஷிகி சிரித்தார். "ஜப்பானிய மக்கள் பொறுமைசாலிகள்" என்றார். பிறகு தொடர்ந்து பேசினார்:

"உங்கள் நாட்டு யோகம் பற்றிக் கொஞ்சம் படித்திருக்கிறேன். யோகம் என்றால் எது வந்தாலும் ஒரே நிலையில் மனத்தை வைத்திருப்பது இல்லையா? துன்பம் வந்தாலும் இன்பம் வந்தாலும் மனம் ஆடக் கூடாது. பொங்கி வழியவும் வேண்டாம்; சோர்ந்து மடியவும் வேண்டாம்."

"அதற்காகச் செத்தால்கூடச் சிரிக்க முடியுமா?"

"அழுது மட்டும் என்ன ஆகிவிடப்போகிறது?"

"இப்படி இருந்தால் பைத்தியமல்லவா பிடித்துவிடும்?"

"அழுகிற பைத்தியத்தைவிடச் சிரிக்கிற பைத்தியம் பார்க்க அழகாகத்தானே இருக்கும்?" என்று யோஷிகி சிரித்தார்.

ஹிரோமி வந்தாள். "ஏதாவது சாப்பிடுகிறீர்களா?" என்று கேட்டாள்.

நான் பால் கேட்டேன். யோஷிகி பீர் கேட்டார். "வேறு ஏதாவது வேண்டுமா?"

பதில் சொல்வதற்குள் போன் மணி அடித்தது. ஹிரோமி எழுந்தாள். "ஹை ... சொத்தொ .. உங்களுக்குத்தான்" என்று யோஷிகியிடம் 'வாங்கி'யை நீட்டினாள்.

"வேறு ஒன்றும் வேண்டாம்" என்றேன் நான்.

ஹிரோமி வெளியே போனாள்.

யோஷிகி போனில் பேசினார். பேச்சு முடிந்ததும் வாங்கியை வைத்துவிட்டு ஐந்தாறு விநாடிகள் சும்மா இருந்தார். கைக் கடிகாரத்தைப் பார்த்தார்.

"என்ன, மணியைப் பார்க்கிறீர்கள்?"

"மணி பத்தாகிவிட்டது. புறப்பட வேண்டும்."

"பீரைச் சாப்பிட்டுப் போகலாம்."

உட்கார்ந்து நிதானமாகப் பீரைச் சுவைக்கிறவர் நிமிஷத்தில் முடித்துவிட்டார்.

ஹிரோமியிடம் பாதிப் பாட்டிலைக் காட்டி, "சாப்பிடு கிறாயா?" என்று கேட்டார்.

நன்றி கூறிவிட்டு அவளும் சாப்பிடத் தொடங்கினாள். ஜப்பானிய மொழியில் ஒரு ஐந்து நிமிஷம் அவளோடு பேசினார்.

"ஸோ, தெஸ்னே!" என்று அவள் நடுநடுவே கூறிக்கொண்டி ருந்தாள். அதற்கு "ஓகோ! அப்படியா!" என்று அர்த்தம் போலிருக்கிறது.

அவள் குடித்து முடிக்கிற வரையில் காத்திருந்து "அப்ப?" என்று புன்முறுவல் செய்தார் யோஷிகி.

"நான் விடை பெறலாமா?"

"ரொம்ப நன்றி ... உங்களோடு மிகவும் உபயோகமாகப் பொழுது போயிற்று. உங்கள் உதவியை மறக்கவே முடியாது."

"குருமூர்த்தியிடம் சொல்லுங்கள்" என்று எழுந்தார் அவர்.

❁ சிலிர்ப்பு ❁

"இந்தியாவுக்கு எப்பொழுது மறுபடியும் வருவீர்கள்?" என்று கேட்டேன்.

புறப்படுமுன் கோட் பையில் கையை விட்டு ஒரு முத்துப் பதித்த தங்கக் கழுத்துப்பட்டி கிளிப் ஒன்றை என் கழுத்துப் பட்டியில் மாட்டினார்.

"அடடே, என்ன இது?"

"இருக்கட்டும். என் ஞாபகம்" என்று எழுந்தார். ஹிரோமி யிடம் நின்று சொல்லிக்கொண்டார். அவர்கள் பாணியில் குனிந்து வணங்கினார். ஹிரோமி அவருக்குக் கதவைத் திறந்து விட்டு, லிப்டில் அவரோடு இறங்கிப்போய் வாசல்வரை கொண்டு விட்டு வந்தாள். வந்ததும் சொன்னாள், "அவருக்கு ரொம்ப வருத்தம். உங்களோடு நாளைக்கும் இருக்க முடிய வில்லையே என்று. மறுபடியும் மன்னிக்குமாறு என்னைக் கேட்டுக்கொள்ளச் சொன்னார். நீயாவது ஒரு நாள் லீவு எடுத்துக்கொண்டு அவரை இன்னும் பார்க்காத இடங்களுக்கு அழைத்துப் போயேன் என்றார்."

"நீ என்ன சொன்னாய்?"

"நாளைக்கு லீவு எடுத்துக்கொள்ள வேண்டிய அவசிய மில்லை. எனக்கு நாளைக்கு விடுமுறை நாள்தான் என்றேன்."

"ரொம்ப நல்லதாயிற்று."

மறு நாள் ஹிரோமியோடு பட்டு நெசவு, பட்டுக் கண் காட்சிகளையெல்லாம் சுற்ற முடிந்தது.

ஊருக்குக் கிளம்பியபோது, "நான் ஸ்டேஷன் வரையில் வரலாமா?" என்று கேட்டாள் ஹிரோமி.

"நிச்சயமாக."

ஸ்டேஷன் போன பிறகுதான் ஞாபகம் வந்தது. தோல் பையைப் பிரித்து ஹிரோமியின் புத்தகங்கள் இரண்டையும் எடுத்துக் கொடுத்தேன்.

"அது உங்களுக்குத்தான்" என்றாள் ஹிரோமி.

"அப்படியா? ரொம்ப நன்றி. உன் ஞாபகமாக இருக்கட்டும்."

"அது மட்டுமில்லை. இந்த உலகத்தில் எல்லாம் தற்செய லாகத்தான் நடக்கிறது, காரண காரியமே கிடையாது என்று என் சிநேகிதன் சொல்லுகிற வழக்கம். அது எவ்வளவு தூரம் உண்மையோ தெரியாது. நான் அதை நம்புகிறதே இல்லை. ஏனென்றால் கடவுளைக்கூட நம்ப முடியாது போய்விடும், அவன் சொல்வதை நம்பத் தொடங்கினால். ஆனால் இந்த

ஒரு சம்பவம் மட்டும் அவன் சொன்னதைச் சரி என்று நிரூபித்துவிட்டது" என்றாள் ஹிரோமி.

"எந்தச் சம்பவம்?"

"நீங்கள் வந்தது, நான் இந்தப் புத்தகம் கொடுத்தது, யோஷிகி வந்தது, எல்லாம்தான்" என்றாள் அவள்.

"எனக்குப் புரியவில்லையே!"

"யோஷிகி பழைய பசலி. இல்லாவிட்டால் மனிதன் மாதிரி நடந்துகொண்டிருப்பார். இப்படி ஜப்பான்காரராக நடந்துகொண்டிருக்கமாட்டார்" என்றாள் அவள்.

"அப்படியென்றால்?"

"நீங்கள் வந்த அன்று நாலு மணிக்கு ஹோட்டலுக்கு வந்து உங்களைச் சந்திப்பதாகச் சொல்லியிருந்தாராமே."

"ஆமாம். வரமுடியவில்லையாம்!"

"எப்படி வர முடியும்? முதல் நாள் கோபேயில் உள்ள அவருடைய கடை எரிந்து சாம்பலாகிவிட்டது."

"என்னது!"

"ஆமாம். கோபே நகரில் அவருக்குக் கிளைக் கடை ஒன்று உண்டு. மின்சாரக் கோளாறினால் தீப்பற்றி, கடையே எரிந்து கருகிவிட்டது. கிட்டத்தட்ட இருபதாயிரம் டாலருக்கு மேல் நஷ்டம். அவருடைய தம்பிக்குத் தீப்பட்டு மேலெல்லாம் காயமாம். ஆஸ்பத்திரியில் சேர்க்க வேண்டியதாகிவிட்டது."

"என்னது! ஒன்றுமே சொல்லவில்லையே அவர். என்னோடு சிரித்துச் சிரித்துப் பேசிக்கொண்டு ஊரெல்லாம் சுற்றினாரே!"

"எத்தனையோ தூரத்திலிருந்து நீங்கள் வந்திருக்கிறீர்கள். இந்தச் சேதியைச் சொல்லி உங்களை நோகச் செய்வானேன் என்று இருந்துவிட்டார். அதனால்தான் சொன்னேன். அவர் பழைய காலத்து ஜப்பானியராக நடந்துகொண்டுவிட்டார் என்று. இப்போதெல்லாம் அப்படித் துக்கத்தை மென்று விழுங்கும் வழக்கம் போய்விட்டது. துக்கமாயிருந்தால் கொஞ்ச மாவது அழுது தீர்த்துவிடக் கற்றுக்கொண்டுவிட்டார்கள். சந்தோஷம் வந்தாலும் சிரித்துத் தீர்த்துவிடுகிறார்கள்."

"சரி. யோஷிகி கடைத் தீயைப் பற்றி உனக்கு எப்படித் தெரியும்?"

"அவர்தான் சொன்னார். அவர் உங்களிடம் விடைபெற்றுப் போகும் முன் போன் வந்ததில்லையா? அப்போது அவர்

தம்பிக்கு உடம்பு அதிகமாக இருப்பதாகச் செய்தி வந்தது. இன்னும் இரண்டு மூன்று மணி நேரம்கூடத் தாங்காது என்று அவர் மனைவி அவசரமாக அவரைக் கூப்பிட்டனுப்பினாள். பிரக்ஞை தப்பிவிட்டதாம். எத்தனையோ வைத்தியம் செய்தும் பயனில்லையாம். ஏகச் செலவு செய்து பெரிய டாக்டர்கள் கூடப் பார்த்தார்களாம்."

"ஆ!" எனக்கு மூளை நின்றுவிட்டது போலிருந்தது. அ! அ! இதைத் தவிர வேறு பேச நாக்கு பயன்படவில்லை.

"பிரக்ஞை தப்பிவிட்டது என்று தெரிந்த பிறகுதான் இவருக்குத் துக்கம் தாங்கவில்லை. அதுவரை எப்படியோ தாங்கிக்கொண்டுவிட்டார். இனிமேல் ஒரு வார்த்தைகூட அவன் பேச மாட்டான் என்றார் என்னிடம், அதைச் சொல்லும் போது அவர் நெஞ்சு தழுதழுத்துவிட்டது. கடைசியில் இதைப் பற்றியெல்லாம் உங்களிடம் பிரஸ்தாபிக்கவே கூடாது என்று வேறு என்னை எச்சரித்துவிட்டுப் போனார். ஆனால் எனக்கு எப்படிச் சொல்லாமல் இருக்க முடியும்? இவ்வளவு தூரத்திலிருந்து வந்த ஒரு நல்ல நண்பரிடம்கூட தம் துக்கத்தைப் பகிர்ந்துகொள்ளத் தவறிவிட்டாரே, பாவி மனுஷன். இவர்களெல்லாம் மனுஷனாக இருக்கக் கூடாதோ?" என்று தூரத்துக் குன்றுகளைப் பார்த்தாள் அவள்.

என்னால் தாங்க முடியவில்லை. தீச்சுட்ட புண்ணோடு, நினைவிழந்த இளம் உடல் என் கண்ணை மறைத்தது.

வண்டி வர இருபது நிமிஷம் இருந்தது. நான் பேசவில்லை. ஹிரோமியும் பேசவில்லை.

வண்டி வந்து ஏறும்போது, "கடைசி நேரத்தில் நானும் உங்களைக் கஷ்டப்படுத்திவிட்டேன்" என்று ஓர் இரக்கப் புன்னகையுடன் ஹிரோமியின் குரல் தணிந்து ஒலித்தது.

"நீயும் ஜப்பான்காரியாகத்தான் இருக்கிறாய்" என்று என்னால் சொல்லாமல் இருக்க முடியவில்லை.

வண்டி இரண்டு நிமிஷம்தான் நின்றது. புறப்பட்டது. நூறு மைல் போய்த்தான் அடுத்த ஸ்டேஷன். வேகமும் மணிக்கு நூற்று நாற்பது மைல். இந்த ஹிக்காரி எக்ஸ்பிரஸ் உலகமே இதுவரை சாதிக்காத சாதனை. ஆடாமல் அசங்காமல் பைன் மரங்களுக்கிடையே கனவுபோல் விரைகிறது.

ஜப்பானியர்களின் எத்தனையோ சாதனைகளில் இந்த ரயிலும் ஒன்று. அவர்களுடைய புன்சிரிப்பைப்போல ஆடாமல் அசங்காமல் சிறிச் செல்கிறது.

◆

## மணம்

எதிர்வீட்டு வாசலில்தான் கார் நிற்கிறது. விமலா திரும்புகிறாள் போலிருக்கிறது. இன்று அதற்குள் முடிந்து விட்டதா? என்ன ஒன்றையும் காணோம். 'பைப...ய்' என்று இடது கையைத் தூக்கி விடைகொடுப்பாளே, அந்தக் குரல்கூடக் கேட்கவில்லை. ஒருக்கால் இப்போதுதான் புறப்படவே போகிறாளோ என்னவோ... தீபாவளி அன்று படம் வெளிவருகிறதாம். ராத்தூக்கம் தூங்கிப் பத்து நாளாயிற்று என்று கண் சிவக்கச் சிவக்கச் சொன்னாள் அவள். ஹ்ம், வேலையும் கண் விழிப்பும் என்னமோ நட்சத்திரத்திற்கு இருக்கிறாற்போல்தான். சம்பளம் சின்ன மூன்று ஸ்தானத்தைத் தாண்டமாட்டேன் என்கிறது. துணை நடிகை என்று பக்க பலம் இல்லாமல் தலையைக் கொடுத்த அவலம்.

'அம்மா' என்று மெதுவாக ஒரு குரல். நம் வீட்டிலா?

'அம்மா' என்று மறுபடியும் ஜன்னலண்டை அதே குரல்தான்.

'யாரு?'

'நான்தாம்மா?'

நீலா விளக்கைப் போட்டாள்

'யாரு?'

'நான்தாம்மா?'

அருள்சாமிதான்...

'உன் கார்தானா?'

'ஆமாம்மா.'

'என்ன?'

'தூங்கிட்டீங்களா?'

'இப்பத்தான் படுத்து, அசந்தேன்.'

சிலிர்ப்பு

'அடேடே.'

'என்ன?'

'கதவைத் திறங்களேன்.'

என்ன சொல்லி அவனை அனுப்பலாம் என்று குழம்பிக் கொண்டே கதவைத் திறந்தாள் நீலா.

'தூங்கிட்டிகளோன்னு பார்த்தேன்.' உள்ளே வந்தான் அருள்சாமி.

'என்ன?'

'புறப்படுங்களேன்.'

'எங்கே?'

'நார்த் ஹோட்டலுக்கு.'

'வேண்டாம்.'

'ஏன் வேண்டாம்?'

'உடம்பு சரியில்லை. காலையிலே ஷூட்டிங் ஆரம்பம். பூஜை போடப்போறாங்க.'

'எப்ப போடறாங்க?'

'காலமே.'

'நாளைக்கு ஒன்பது மணிவரையில் ராகு காலமாச்சே. அதுக்கு மேலேதானே ஆரம்பிப்பாங்க. அதுக்குள்ளார ரண்டு தூக்கம் போட்டுட்டு குளிச்சிட்டு பலகாரம் சாப்பிட்டுக்கூடப் போகலாமே."

'ம்ஹம், வேண்டாம்.'

'கேளுங்களேன்.'

'கேக்றதுக்கு ஒண்ணுமில்லே.'

'ப்ஸ...'

'உடம்பு சரியாயில்லை.'

'அஞ்சு நூறும்மா.'

'அஞ்சு நூறா?'

'ஆமாம்.'

'யாரு?'

'யாரோ. சாதாரண ஆசாமி இல்லெ. அதான் தெரியும். எழுந்துங்க. சட்டுப்புட்டுனு கிளம்புங்க.' என்று பையிலிருந்து எடுத்து நீட்டினான்.

இயந்திரம்போல வாங்கினாள் அதை. முந்நூறு ரூபாய். நிமிர்ந்தாள்.

'அங்க வாங்கிக்கலாம் பாக்கியை.'

பேசாமல் அதைப் பெட்டியில் வைத்துப் பூட்டினாள் அவள். நீரால் முகத்தைக் கழுவிக்கொண்டாள். டிப்பாய் மேலிருந்த பெரிய சீப்பை எடுத்துத் தலையை வாரிக்கொண்டாள். க்ரீமை எடுத்து முகத்தில் விரலால் தேய்த்துப் பவுடரைப் பூசிக்கொண்டாள். புடவையை மாற்றிக்கொண்டாள். ரவிக்கையை மாற்றிக்கொண்டாள். ஒரு கைக்குட்டையால் முகத்தில் உபரியாகத் தெரிந்த பவுடர் திட்டுகளைத் தடவிச் சரிசெய்து கொண்டாள். பல வைட்டமின் மாத்திரைகள் இரண்டை வாயில் போட்டு விழுங்கினாள். தாம்பூல மாத்திரைகள் இரண்டை வாயில் போட்டுக்கொண்டாள். உள்ளே போய்க் கீழ்நோக்கிச் சாய்த்து மாட்டியிருந்த முருகன் படத்திற்கு முன்னால் பத்து விநாடி கண்ணை மூடி நின்றாள். வெளியே வந்தாள்.

ஸ்டாண்டில் இருந்த கடிகாரத்தை நிமிர்ந்து பார்த்தாள். மணி பதினொன்று ஐம்பது.

'இவ்வளவு நேரமாயிடுச்சே.'

'பரவாயில்லேம்மா.'

'ப்ஸ. காலையிலே பூஜை போடறாங்க.'

'அஞ்சு மணிக்குள்ளாற திரும்பிடலாம்மா.'

'ஹ்ம்' என்று பெருமூச்சு விடத்தான் முடிந்தது அவளுக்கு.

கதவைப் பூட்டி, பூட்டை நாலைந்து தடவை இழுத்துவிட்டுக் காரில் ஏறினாள். வண்டி கிளம்பிற்று. வீதியில் திரும்பிற்று.

ஒன்றிரண்டு கடைகள் திறந்திருந்தன. ரிக்ஷாக்கள் ஒன்றிரண்டு மௌனமாக ஊர்ந்துகொண்டிருந்தன. இங்கிலீஷ் படம் பார்த்தவர்களை ஏற்றிவந்த பஸ் ஒன்று எதிரே போயிற்று.

ஐந்நூறு ரூபாய்? யார் அது? மூன்று மாச வாடகையை நாளைக்கு வீசி எறிந்துவிடலாம். சீட்டுப் பணமும் கட்டிவிடலாம். ஏலக் கம்பெனியிலே சொன்னானே, அந்த மெத்தை தைத்த ஸோபா செட்டு எழுபத்திரண்டு ரூபாயாம், அதையும் வாங்கிவிடலாம்... எதற்கு வீண் செலவு? தபாலாபீசில் போட்டு

சிலிர்ப்பு

விடலாம். பன்னிரண்டு வருஷத்துக்கு எடுக்கவே முடியாது. இங்கே மூன்றாவது ஆட்டம் இன்னும் விடவில்லையா? வேத வல்லி விளம்பர அட்டையில் சிரிக்கிறாள். வேதவல்லியா... அதுதான் வேதினி என்று பெயரை மாற்றிக்கொண்டுவிட்டாளே.. வேதினி என்றால் என்ன அர்த்தம்? கேள்விப்படாத பெயராக இருக்கிறது. எப்படியிருந்தால் என்ன? ஒரு மாசத்திற்குப் பிறகு தோழியாக நுழைந்தவள். இப்போது நட்சத்திரம். ஏழு படத்திற்குக் கையெழுத்துப் போட்டுவிட்டாளாம். ஒரு நிமிஷம் ஓய்ச்சல் ஒழிவு இல்லை... அப்படி ஒரு அழகா அவள்? அழகே இல்லை... முக்கோண முகம். மூக்குக்கூடச் சற்று உருண்டை மூக்கு... நடைகூட நேர்நடை இல்லை. கால் கொஞ்சம் பக்கவாட்டில் பார்த்து நடக்கும். அதிர்ஷ்டம்.

கார் சரசரத்துக்கொண்டு ஹோட்டலுக்குள் வளைந்தது. வளைந்து வளைந்து தனியாக நின்ற சிறு விடுதியின் முன் நின்றது.

'இறங்கலாமா?'

'இறங்கலாம்.'

தவளைகளின் கொரகொரப்பு எங்கோ கேட்டுக்கொண்டிருந்தது. அதைத் தவிர வேறு காற்றில் ஓசையில்லை. சற்றுக் குளிராகக்கூட இருந்தது. மழை பெய்த குளிர்ச்சிதான். ஹோட்டலின் முகப்பிலும் ஓரிரண்டு அறைகளிலும் சிறிது வெளிச்சம். வேறு எங்கும் இருள்.

நீலா காரை விட்டு இறங்கினாள்.

விடுதி என்ன, ஒரு பெரிய ஹால். அவ்வளவுதான். ஒரு மேஜை. இரண்டு மூன்று நாற்காலிகள். இரண்டு கட்டில்கள். எவ்வளவு பெரிய மெத்தைகள்! சிமிண்டு மூட்டை மாதிரி – மெத்தையா, மெத்தையா – என்ன சொல்லலாம். கண்ணாடியில் பார்த்துக்கொண்டாள். குழாயும் வாஷ் பேசினும் பளபளவென்றன... வெளிச்சம் கண்ணைக் கூசிற்று. நூறு வாட்டுக்கு மேலிருக்குமோ என்னவோ உத்தரம் இன்னும் உயரமாயிருந்தால் இவ்வளவு தாழ்ந்து தொங்காது. கண் கூசாது.

யாரோ ஆள் வந்தான்.

'வந்தாச்சா?'

'ஆச்சு.'

ஜன்னல் கதவு நான்கும் சாத்தியிருந்தன. சாத்தியே இருக்கட்டும் குளிருக்கு இதமாக இருக்கிறது – திடீரென்று

வந்த குளிர். அகாலக் குளிர். முட்டென்று தலையில் நீர் கோர்த்துக் கொண்டுவிட்டால் நாளைக்கு முதல் செட்டிலேயே கொணகொணவென்று மூக்கடைத்தால்... நட்சத்திரமா, உடம்பு சரியாகட்டும் என்று காத்திருக்க? நீலா இல்லாவிட்டால் எத்தனையோ மாற்று இந்தத் தோழி வேடத்துக்கு.

'வரட்டாங்க?' என்றான் வந்த ஆள்.

'ம்' என்றான் அருள்சாமி. 'கார் கொண்டாரட்டுமா?'

'எனனத்துக்குங்க?'

'சரி.'

'இப்படி வாங்களேன்.'

அருள்சாமி போனான்.

தவளைகள் கொரகொரவென்று முறை வைத்துக்கொண் டிருந்தன. இருள் பகலில் அடித்த வெயிலையும் ஒளியையும் மென்று தின்பது போலிருந்தது அந்த கொர கொரப்பைக் கேட்கும்போது. மெத்தையின் ஓரத்தில் உட்கார்ந்து பார்த்தாள் அவள். மூச்சு விட்டாலே விம்மி இறங்கிற்று அது – உயர்ந்த கட்டில்தான். முனகல்கூட இல்லை. தடவிப் பார்த்தாள். வெல்வெத்தான். பூனை மாதிரி... ஆலிலை மாதிரி...

'நான் வரட்டுமாம்மா?' என்று அருள்சாமி வந்தான்.

'எங்கே இருக்கே?'

'வாசெல்லெதான்.'

'சரி.'

'அப்பா' என்று சட்டென்று கையை உதறினான். கை விளக்கில் பட்டு விளக்கு அப்படியும் இப்படியும் ஆடிற்று. ஆடிக்கொண்டுதான் இருக்க வேண்டும். அதுதான் அணைந்து விட்டதே.

'என்னது?'

'என்னமோ சுரீர்னிச்சு. எறும்போ என்னவோ.'

'விளக்கும் போயிடிச்சே.'

'இருங்க. ஸ்விச்சைப் போடறேன்.'

டிக்டிக் என்று ஏழு எட்டுத் தடவை புத்தான் போடும் சத்தம் கேட்டது. வெளிச்சம் வரவில்லை.

'ப்யூஸ் ஆயிட்டாப்பல இருக்கு.. இருங்க, பல்பை ஆட்டிப் பார்க்கிறேன்.'

☙ சிலிர்ப்பு ☙

பளிச் பளிச்சென்று இரண்டு மூன்று தடவை எரிந்து அணைந்தது.

'ப்யூஸ்தாம்மா ... இருங்க, போய் மேனேஜர்கிட்ட ஒரு பல்பு வாங்கியாரேன்' என்று ஓடினான் அவன். பல்பைத் தொடப் பயமாயிருந்தது. இருந்தாலும் தைரியமாக ஆட்டிப் பார்த்தாள் நீலா. பயனில்லை. இருட்டு கண்ணை அப்பிற்று. நிலையைப் பார்த்துக்கொண்டே உட்கார்ந்துவிட்டாள். வெல் வெட் விரிப்பு வழவழவென்றிருந்தது. வெளியே வந்தாள். யாரது? அருள்சாமியா? ஆமாம்.

'என்னய்யா?'

'ஸ்டோர் ரூம் சாவியை எடுத்துட்டுப் போயிட்டாராம் மானேஜரு. குமாஸ்தாதான் இருக்காரு.'

'அப்படீன்னா?'

'அதான் யோசிக்கிறேன்.'

'வேற ஏதாவது பல்பைக் கயட்டி எடுத்திட்டு வாங்களேன்.'

'எங்கம்மா எடுக்கறது ... கள்ளலாம்னுதான் பார்த்தேன். எங்க பார்த்தாலும் ட்யூப்பாயிருக்கு. தாவாரத்திலே ரண்டு இருக்கு. ஏணி வச்சாத்தான் கள்ள முடியும் ... ம்.'

'நல்ல மானேஜருய்யா இவரு! ஸ்டோர் ரூம் சாவியை எடுத்துக்கிட்டுப் போகவாவது?'

'நெதக்கிம் விட்டுட்டுத்தான் போவாராம். இன்னிக்கி நமக்குன்னு பாருங்க.'

'இப்ப என்ன செய்யறது?'

'என்னத்தை செய்யறது ... ம்.'

"ஹ்ம்' என்று ஆழ்ந்து பெருமூச்சு விட்டாள் நீலா.

'மானேஜர் ஊட்டுக்காவது போய் வரட்டாம் வண்டியை எடுத்துக்கிட்டு?'

'ஆமாம். இனிமே அவர் வீட்டைத் தேடி, அவரைத் தேடி ... போதும். அதான் அப்பவே சொன்னேன்.'

'ப்ஸ.'

'இதான் அப்பவெ சொன்னேன் ... யாரோ வராப்பலிருக்கு.'

'அவங்கதான் போல்ருக்கு. அப்ப நான் வரட்டா?'

'வண்டியை எடுத்துக்கிட்டு சவாரி போயிடாதீங்க எங்கி யாவது.'

'இல்லேல்லே... நீங்க உள்ளாற போங்க.. காத்து சில்லாப்பா இருக்கு.'

'போறேன் போறேன்...' உள்ளே வந்தாள் நீலா.

ஒரு நிமிஷம் ஆயிற்று. வாசல் நிலையில் இரு உருவங்கள் தெரிந்தன.

ஒன்று, 'அப்ப நீ வறியா?' என்றது. இன்னொன்று 'சரிங்க' என்றது.

'விளக்கு அணஞ்சு போச்சே.'

'ஆமாங்க.'

'ம்..சரி, போ' அந்த உருவம் இருளில் மறைந்தது. இன்னொன்று உள்ளே வந்தது. கதவு மூடிற்று. தாழ் ஓசை கேட்டது.

ஹம்...மா! என்ன வாசனை!

மூச்சை உள்ளுக்கிழுத்து வாசனையைப் பிடித்தாள் அவள்.

அம்மாடா!

சாராயத்தில் கலந்திருக்கிற பிரஞ்சு வாசனை இல்லை. மகிழம்பூ மாதிரி... ஜவ்வாது மாதிரி... ரோஜாப்பூவா.. எல்லாம் கலந்ததா?... ஆகாகா! என்ன வாசனை!

○

கன்னோஜியில் வாங்கின வாசனையாம் அது. அமர்ந்து நினைவில் உட்கார்ந்திருந்தது. அமர்ந்த மணம். இழுக்க இழுக்க நெடியில்லாத மெல்லிய மணம். கழுத்து தொண்டை யெல்லாம் நிறைகிறாற்போலிருக்கிறது உள்ளுக்கிழுக்கும்போது.

வாசலில் சரசரவென்று திரும்பி வீதிக்கு வந்தது கார். வரும்போது திறந்திருந்த ஓரிரு கடைகள்கூட மூடிக் கிடந்தன. நடைபாதையில் பரட்டையாக அழுக்காலேயே நெய்தது மாதிரி ஒரு துணியைப் போர்த்திக்கொண்டு ஒரு பையன் –பத்து வயதிருக்கும் – மல்லாந்து படுத்து உறங்கிக்கொண்டிருந்தது. பக்கத்தில் ஒரு குழந்தை தூங்கிற்று. ரிக்‌ஷா ஒன்று அவ்வளவு பெரிய சாலையில் யாரையோ ஏற்றிக்கொண்டு தனியாக ஊர்ந்தது. எப்போது வீட்டில் கொண்டுசேர்க்குமோ? இன்னும் ஐந்து நிமிஷத்தில் நாம்போய்ச் சேர்ந்துவிடப்போகிறோம்.

ஒரு வளைவில் போகும்போது பவழமல்லி மணம் கமழ்ந்தது.

'உள் விளக்கைப் போடுங்க.'

இசிக்.

☙ சிலிர்ப்பு ☙

பத்துப் பத்தாக இருபத்தைந்து நோட்டுகள். மூன்றை மட்டும் எடுத்து மற்றவற்றை புடவைத் தலைப்பில் முடிந்து இடுப்பில் செருகிக்கொண்டாள் அவள்.

சாக்கடை பம்பிங் ஸ்டேஷனிலிருந்து கும்பி வாடை வீசிற்று.

வீதியிலிருந்து வளைவில் திரும்பிற்று வண்டி. முனை பங்களாவில் பன்னீர்ப் பூ கமழ்ந்தது. மறுபடியும் ஒரு திருப்பம்.

வண்டி நின்றது.

'இந்தாய்யா.'

அருள்சாமி நோட்டை வாங்கி சட்டைப்பையில் செருகிக்கொண்டான். எவ்வளவு என்று பார்த்தால் என்ன?

கதவைச் சாத்தியதுமே முடுக்கென்று கிளம்பிவிட்டது வண்டி.

கதவைத் திறந்துகொண்டு உள்ளே வந்து விளக்கைப் போட்டாள் நீலா.

கடியாரத்தைப் பார்த்தாள். மணி மூன்று பத்து. வயதான வர் மாதிரிதான் தோன்றுகிறது. புஜத்தில் சதை எலும்பின் பிடிப்பிலிருந்து விடுபட்டிருந்தது. ஒற்றை நாடி... சிரிக்கச் சிரிக்க... இந்த எல்லாரும் இப்படித்தான் பேசுகிறவர்கள்... ஆனால் இந்த மாதிரிப் படித்து...

எப்பேர்ப்பட்ட வாசனை! அமர்ந்த, அலுக்காத மணம்.

புடவையில்கூட அந்த மணம் லேசாகத் தொற்றிக் கொண்டிருந்தது.

வெந்நீர் வெதவெதவென்றிருந்தது. ஒரு வாய் குடிக்கவும் குடித்தாள்.

படுத்தாள்.

இவ்வளவு பணம் எப்படி சம்பாதிக்கிறார்கள் இவர்கள்! தினமும் ஆயிரக்கணக்கில் வருமா? இல்லாவிட்டால் இப்படிக் கண்ணை மூடிக்கொண்டு இறைக்க முடியுமா!

மனம் லேசாக மிதந்தது. கிளுகிளுவென்று ஒரு மகிழ்ச்சி. எழுந்து விளக்கைப் போட்டு அலமாரியைத் திறந்து மிச்சமிருந்த இரண்டு மைசூர் பாகையும் கதம்ப பஜ்ஜியையும் தின்றாள். பசிதான். இரண்டு டம்ளர் தண்ணீர் குடித்த பிறகு வயிறு இரைந்தது. இரண்டு வெற்றிலையை போட்டுக் கடைவாயில் அரைத்தாள். படுத்துக்கொண்டாள். நாதபிந்துகலாதி...

நிம்மதி, மகிழ்ச்சி. மனிதர்களில் நல்லவர்களும் இருக்கத் தான் இருக்கிறார்கள். பிசினாரிகள் பத்து இருக்கும். பரந்த மனம் ஒன்றும் இந்த மாதிரி எப்போதாவது எங்காவது இருக்கத் தான் இருக்கிறது... தூக்கம் வருகிறது.

ஐந்து மணி, பால்காரன். பிறகு அரைமணிக்கெல்லாம் கூட்டுகிற பெண்பிள்ளை. அவள் வெந்நீர் போட்டு தயார் செய்து மூன்றாவது தூக்கத்தில் எழுப்பினாள். மணி ஆறு முப்பத்தைந்து. காபி போட்டு, பல் தேய்த்து, காபியைக் குடித்து, குளித்து ஆடை உடுத்தி, தலை வாரும்போது வாசலில் கார் நிற்கும் ஓசை கேட்டது.

யார் இறங்கி வருகிறது? பவானியா?

'இப்பதான் தலை வாரியாவுதா? கெட்டுது போ.'

'இதோ கிளம்பியாச்சு.'

'பின்னல் அங்கே போய் போட்டுக்கலாம் கிளம்பு. ஊர்மிளாவை இட்டுக்கிட்டுப் போகணும். அதுவும் ஏழரை மணிக்குள்ளார கிளம்பணுமாம். ப்ரொட்யூசர் ரொம்ப ஆசாரக் காரரு. கிளம்பேன். பின்னல் அங்கே போய்ப் போட்டுக்கலாம். கவலைப்படாதே. நான் போட்டுடறேன். கிளம்பு, மணி ஏழு பதினெட்டு."

'இப்படியேவா.'

'வா' என்று இழுத்தாள். தள்ளினாள் பவானி. வீட்டைப் பூட்டிக்கொண்டு, 'வானில்' ஏறிக்கொண்டாள் நீலா.

ஒன்பதேகாலுக்கு மேல்தான் திறப்புவிழா நடத்துகிற பெரியவர் வந்து சேர்ந்தார்.

என்ன இது?

'இவ்வளவு ஆசாரம் எல்லாம் பார்க்கிற ப்ரொட்யூஸருக்கு இந்த மாதிரி ஆள்தானா கிடைத்தது திறப்பு விழா நடத்த!'

என்ன கோரம்!

அந்தக் கோரமே கண்ணை இழுத்து இழுத்துக் கவர்ந்தது. ஏராளமாகப் படித்தவராம். ஏராளப் பணமாம். யாரும் அவர் உடம்பைக் கவனித்ததாகவே தெரியவில்லை. தொட்டுத் தொட்டுக் கையைக் குலுக்கினார்கள். ஐயோ! டைரக்டர் சாமர்த்தியமாகக் கும்பிடு போட்டுவிட்டார். இது படு சமர்த்து. இல்லாவிட்டால் நொள்ளை சில்லறை எல்லாம் போட்டு ஒரு படத்தை எடுத்துப் பத்துத் தடவை பார்க்க வைக்குமா?

பூஜை போட்டதும் பெரியவர் பேசினார். 'கதையைக் கேட்டேன். சில சம்பாஷணைகளைக்கூடக் கேட்டேன். அருமை

☙ சிலிர்ப்பு ☙

யான கதை...அருமையான சம்பாஷணை. படஉலகம் இருண்டு கிடக்கிற இந்த வேளையில் இந்தப் படம் ஒரு புதிய ஒளி மாதிரி. மற்ற பட முதலாளிகளுக்கு மட்டுமில்லை, மக்களுக்கே நல்வழி காட்டும். நெறியும் அறமும் நைந்து கிடக்கிற இந்த நாளில், கடவுள் என்கிற சொல்லையே சட்டையில் ஒட்டிக்கொண்டிருக்கிற கம்பளிப் பூச்சியை உதறுவது போல உதறுகிற இந்த நாளில், அமைதியாகச் செல்லும் சமூக அமைதியைக் குலைக்கிற இந்த நாளில், மக்கள் மனதில் நம்பிக்கையையும் நெறியில் பற்றையும் இந்தப் படம் ஏற்றிவைக்கும் என்று என் துணிவு, முக்கியமாக நவநாகரிகம் என்று திகைப்பூண்டை மிதித்து வழி தெரியாமல் நல்லது கெட்டது தெரியாமல் குழம்பும் பெண்களுக்கு இந்தக் கதையும் சம்பாஷணைகளும் பிடிப்பு ஒன்றைக் கொடுக்கும்...ஒழுங்கற்றது தான் மக்களுக்குப் பிடிக்கும் என்று உற்பத்தியாளர்கள் சொல்லி அலையும்போது இந்த மாதிரிப் புது லட்சியம் கொண்ட முயற்சியில் முனைந்துள்ள இந்த உற்பத்தியாளரின் துணிவையும் லட்சியப் பற்றையும் பாராட்டாமல் இருக்க முடியவில்லை. முருகன் வெற்றி அளிப்பானாக! வாழ்க இம்முயற்சி...'

நன்றிக்குப் பிறகு விழா முடிவுற்றது. முதல் அரை நிமிஷம் 'டேக்'கும் நடந்தது.

பழம் பாக்கு வெற்றிலை வழங்கினார்கள்.

பெரியவரை முதலாளி எல்லோருக்கும் அறிமுகப்படுத்தினார்.

நிர்வாகி கைகுலுக்கினார். சங்கீத டைரக்டர் கையைக் குலுக்கினார். எப்படிக் கூசாமல் குலுக்குகிறார்களோ! கதாநாயகி மாயாவை முதலிலேயே அறிமுகம் செய்தாயிற்று. மற்ற நடிக நடிகைகளை ஒவ்வொருவராகச் சொல்லிக்கொண்டு வந்தார் முதலாளி.

'உமாபாய்.'

'ரமணி.'

'உஷா.'

'கந்தசாமி.'

எல்லோருக்கும் கையை உயர்த்தினார் பெரியவர். விரல்களை நீட்ட முடியவில்லை. சுண்டு விரலில் மடக்கு. இனிமேல் நீளாத மடக்கு. சுண்டு விரல் என்ன? எல்லாமே அப்படித்தான்.

'பவானி.'

'நீலா.'

இது என்ன வாசனை!

'அம்மாடா.'

மகிழம்பூ மாதிரி... ஐவ்வாது மாதிரி... ரோஜாப்பூவா... எல்லாம் கலந்ததா... அப்பாடா.

வயிற்றில் கல் விழுந்தாற்போலிருந்தது. மூச்சை இழுத்தாள் நீலா. மென்மையான மணம். அதே வாசனைதான். அதே தானா?... அதே....? இராது. அந்த மாதிரி மனிதர் இப்படிப் பேசியிருக்கமாட்டார்.

பெரியவர் நகர்ந்துபோய்விட்டார்.

ஏன் பேசக் கூடாது? இப்படிப் பேசுகிறவர்கள்தான்...

திரும்பி வருகிறார்... அதே வாசனைதான்... என்ன கோரம்... மூக்கில் வளைந்த சப்பை... கன்னம், நெற்றியெல்லாம் வேர்வை வழிகிறது... அதே? இராது... இந்த வாசனை வேறு எங்கும் இதுவரை பார்த்ததில்லையே... அதே... ஒல்லி... வயதான உணர்ச்சி தொட்டுப் பார்த்தால்...

கண்ணால் பார்த்தால்.. என்ன வயதிருக்கும்? நாற்பது, ஐம்பது, அறுபது. நூறு வயது... இல்லை வயதே அழிந்துவிட்டது. இத்தனை விகாரம்! இத்தனை...

பாவம்!

ஊதுவர்த்தி மணம் கமழ்ந்தது. பிண ஊதுவர்த்தி மாதிரி ... ஹ்ம்... கையிலிருந்த பூச்செண்டு... மரு, ஜவந்தி, அரளி, இருவாட்சி, ரோஜா... ஹ்ம்... என்ன நாற்றங்கள்!

'அதே அந்த ஆளாக...'

ஸ்டூடியோவிலேயே சாப்பாடு நடந்தது. கையைச் சோப்புப் போட்டுத் தேய்த்துத் தேய்த்துக் கழுவிவிட்டு வந்தாள் நீலா...

பருக்கை இறங்கவில்லை.

'இட்லி காபி எல்லாம் ரட்டை பங்காக்கும்!' பக்கத்து இலை முன்னிருந்த பவானிதான்.

'உன்னைத்தானே... நீலா... ஏன் சாப்பிடவேயில்லை?'

'வயிறு சரியாயில்லை... புரட்டுது.'

'வெயில்லெகூட நிக்கிலியே. ராத்திரி நல்ல தூங்கினயில்ல?'

'ம்.'

'பின்னே? பித்தமா இருக்கும்.'

ஃ சிலிர்ப்பு ஃ

பந்தியில் எழுந்த சிரிப்புகளும் கேலிகளும் எங்கோ தொலைவில் கேட்பதுபோலிருந்தது.

காரில் வரும்போதும் வெறித்து எங்கேயோ பார்த்துக் கொண்டிருந்தாள் நீலா.

'நீலா, ஏன் நீ சுரத்தா இல்லே?'

'ஒண்ணுமில்லை.'

'வண்டியை நிறுத்தச் சொல்லி ஒரு ஜிஞ்ஜர் பீர் சாப்பிடேன்.'

'வாண்டாம் பவானி.'

'தலையை வலிக்குதா?'

'க்கும்'.

பவானி தொட்டுப் பார்க்கிறாள்

கார் நின்றது. பவானி உள்ளே வந்து படுக்கையில் படுத்துக் கொள்ளச் சொல்லி, 'உடம்பை ஜாக்ரதையாப் பார்த்துக்க... வெந்நீர் போட்டுத் தரட்டுமா?' என்று கேட்டாள்.

'வாண்டாம் பவானி. கொஞ்சம் படுத்திருந்தா சரியாப் போயிடும்... நீ போயிட்டு வா. வண்டி காத்திருக்கு.'

'வண்டியை அனுப்பிச்சிட்டு அப்பறம் போறேனே.'

'வாண்டாம். கொஞ்ச நேரம் தூங்கறேன். நீ போயிட்டு வா.'

'சரி... அப்படின்னா சாயங்காலமா வரட்டுமா?'

'முடிஞ்சா வா. இதுக்காக அலைய வாண்டாம்.'

'என்ன நீலா? பின்னே எதுக்காக அலையுதாம்?'

'சரி. வா.'

'அப்ப வரட்டுமா?'

'சரி.'

'சாயங்காலம் வரேன். கதவைத் தாப்பாள் போட்டுக்க.'

வயிற்றைக் குமட்டுகிறது. வாந்தி. வாயைக் கொப்பளித்து, கண்ணைத் துடைத்துக்கொண்டாள் அவள்.

கதவைத் தாழிட்டு வந்து படுத்தாள்.

அதே ...

இராது ... வாசனை மட்டும் ...?

அம்மாவின் படத்தின் முன்னால் நின்றாள். அம்மாதான் முன்னால் கண்ணை மூடினாள். இல்லாவிட்டால் அப்பா என்னை அழைத்துக்கொண்டு பட்டணத்துக்கு வருவானேன்? கோயிலில் திருப்புகழும் தேவாரமும் அவருக்கு எப்போது போல் படி அளந்திருக்கும்.

இங்கே வந்துதான் என்ன? வந்த ஆறு மாசத்திற்கெல்லாம் பாரிசவாயு. திருப்புகழ் சொன்ன வாய், தேவாரம் சொன்ன வாய்தான். ஆனால் கோணிக்கொண்டுவிட்டதே. படிக்கத்தான் வைத்தாரா? படிக்கப் போது எங்கே இருந்தது? மேல் துணி போனது தெரியாமல் கிடந்தவரைக் கவனிக்கிறதா? எப்போது போவார் என்று ஆய்விட்டது.

அதே...!

காதைத் தொட்டுப் பார்த்துக்கொண்டாள் அவள். மூக்கைப் பார்த்தாள். உள்ளங்கையில் அரிப்பதுபோலிருந்தது. புடவையை அவிழ்த்துவிட்டு கார்பாலிக் சோப்பைப் போட்டுத் தேய்த்துச் சுரண்டிக் குளித்தாள். புடவையை உடுத்திக்கொண்டாள். பிரமை பிடித்தாற்போல் நின்றாள்.

'அதே வாசனைதான். ஆனால் அதே...? இராது... இராது.'

சற்றுக் கீழ் நோக்கிச் சாய்ந்து மாட்டியிருந்த முருகன் படத்திற்கு முன்னால் நின்று நிமிர்ந்தாள்.

'அதே... அதே வாசனைதான்... அதே... அவரேதானா? இராது... இல்லை. அவரேதான்... ஒல்லி, மூப்பு... தொடும் போது கை சொரசொரவென்று... இராது... இருந்தால்...'

பேயறைந்தாற்போல் நின்றாள்.

ஏன் விளக்கு அணைந்தது? தானாக அணைந்ததா? வேண்டுமென்று... அருள்சாமி கூடவா ஏமாற்றுவான்? மானேஜர் ஏன் சாவியைக் கொண்டு போனான்? போனானா? காரில் போய் சாவி வாங்கி வருகிறேன் என்று சொன்னானே அருள்சாமி... அதற்குள் அவர் வராமலிருந்தால்.

அவரேவா?... இராது இருந்தால்? அம்மாவின் படத்தைப் பார்த்தாள் நீலா. சூன்யத்தை வெறித்துப் பார்த்தாள். குமுறிக் குமுறி நெஞ்சை அடைத்தது. தொண்டை வலித்தது. கண்ணீர் தளும்பிற்று. ஜன்னல் கம்பியைப் பிடித்துக்கொண்டாள். உதட்டைக் கடித்தாள். அழுகை உதட்டைப் பீறிக்கொண்டு வந்தது.

◆

❦ சிலிர்ப்பு ❧

## ஆரத்தி

அம்பாளுக்கு இன்னும் அபிஷேகமே முடியவில்லை யாம். முடிந்த பிறகு அலங்காரம் செய்து விட்டுத்தான் சந்நிதியைத் திறந்து விடுவார்கள். இன்னும் அரைமணி நேரமாவது ஆகும்.

வந்த கூட்டம் மூன்று பிராகாரங்களிலும் சிறுசிறு கும்பலாக உட்கார்ந்து பேசிப் பொழுதுபோக்கிக்கொண்டிருந்தது. பிராகாரம் முழுதும் மணல் கொட்டியிருந்தார்கள். ஏழாம் நிலவு அதன் மீது நரை வெள்ளையாகப் பரந்திருந்தது. மணலின் குளிர்ந்த ஸ்பரிசத்துக்காகத்தான் கூட்டம் முழுதும் அங்கே உட்கார்ந்திருந்தது. சிறுவர்கள் மணலில் வீடு கட்டினார்கள். சடுகுடு ஆடினார்கள். சுண்டலுக்காகக் கொண்டு வந்திருந்த வெண்கல டம்ளருக்குள் வாயைப் புதைத்து ஒரு பயல் பாடிக்கொண்டிருந்தான். ஓரமாக வளர்ந்திருந்த மகிழ மரத்து இலைகளூடே மின்மினிக் கூட்டம் எரிந்தும் அணைந்தும் தங்கப்பொறிகளை உதிர்த்துச் சுழன்றது.

காமாட்சிக்கு ஒன்றும் காதில் விழவில்லை. கண்ணிலும் படவில்லை. அதாவது புலன்களைக் கடந்து மனத்தில் பாய வில்லை. அவள் மனசு எங்கேயோ இருந்தது. எதிலும் ஒட்டாமல் பிடிப்புவிட்டுக் கிடந்தது.

அவள் உட்கார்ந்திருந்தது ஒரு பாட்டிக் கூட்டத்தின் நடுவில். ஞானப் பாட்டி மகிஷாசுரமர்த்தனி விருத்தம் பாடிக் கொண்டிருந்தாள். அவளைச் சுற்றியிருந்த பாட்டிகள், 'அப்பாடி, அம்மாடி!' என்று வியப்புடன் தேவி யுத்தம் புரிந்த வீரத்தைக் கேட்டுப் பூரித்தார்கள். தங்கள் வீட்டுக் குழந்தையின் பேச்சையும் வேடிக்கைகளையும் கேட்பதுபோல் ஒரு பாசச் சிரிப்பு, பாந்தவ்யச் சிரிப்புச் சிரித்தார்கள்.

காமாட்சிக்கு நடுநடுவே எப்பொழுதாவது ஓரிரண்டு வார்த்தைகள் கேட்கும். பொருளற்ற ஒலியாகத்தான் அது கேட்கும். பொருள் கொடுக்கிற மனசு அங்கு இல்லையே. பத்து நாட்களாகவே அது எங்கேயோ குத்திக்கொண்டு நின்றது.

அம்பைப் போல். அம்பைப் பிடுங்கினால் உயிர் போய்விடும் என்பார்கள். அதனால்தான் அந்த மனத்தைப் பிடுங்கவும் முற்படவில்லை அவள். அவளால் இயலவுமில்லை. பத்து நாட்களாகியும் அதை மறக்க முடியவில்லை.

மன்னிக்குக் கூடவா சந்தேகம் வந்துவிட்டது! மன்னிக்குக் கூடவா!

அண்ணாவுக்குப் பேரன் பிறந்து அன்று ஆண்டு நிறைவு ஹோமம் முடிந்து காது குத்தியானதும் ஆரத்தி எடுத்தார்கள். ஆரத்தித் தட்டுக்குக் காமாட்சியின் கை ஒரு கையாக இருக்கிறது வழக்கம். எத்தனையோ வருஷப் பழக்கம் அது. ஆனால் மன்னி அன்று அந்தப் பாத்தியத்தைப் பிடுங்கி அடுத்த வீட்டுக் கிழவியிடம் கொடுத்த சமர்த்தை நினைத்தால்... ஆரத்தி யாரெடுத்தால் என்ன? ஆனால் மன்னி தன்னைப் பார்க் காதது போல் அவளை விலக்கின விலக்கு அந்தக் கணத்தில் அடுக்களை நிலையோரமாக நின்ற காமாட்சிக்கு, காலின்கீழ் மண் சரசரவென்று சரிவது போலிருந்தது. கண்ணில் பஞ்சடைந் தது. திக்பிரமை பிடித்து நின்றாள். ஆரத்தி எடுத்தாகிவிட்டது. மஞ்சள் நீரை வாசலில் கொட்டிவிட்டு, காலிறங்கிய புடவையை யும் காதில் ஆடும் ஓலையுமாகத் திரும்பி வந்துகொண்டிருந் தாள் அடுத்த வீட்டுக் கிழவி.

ஒன்றுமே தோன்றாமல் நின்றாள் காமாட்சி. திகைப்பு அடங்கிய பிறகு புத்தி இயங்கிறது. பிறருக்கு எத்தனை சொன் னாலும் தனக்கு என்று வரும்போது சற்று ஜாக்கிரதையாகவே இருக்கலாம் என்று மன்னி நினைத்துவிட்டாள் போலிருக்கிறது. ஆலோசித்துப் பார்த்ததில் அதுவும் தப்பாகப் படவில்லை. நமக்கு ஒரு பெண் இருந்து அதற்கு ஒரு குழந்தை பிறந்து... சந்தேகத்துடன் ஒரு காரியத்தைச் செய்வானேன்!

அப்படியானால் மன்னிக்குச் சந்தேகம்தானோ! மன்னிக் கும் வந்துவிட்டதா அது! மன்னிக்குமா, மன்னிக்குக்கூடவா என்ற ஒரு சொல்தான் உள்ளே பத்து நாட்களாகப் பாறையில் மோதின வெள்ளம் மாதிரி அந்தண்டையும் போகாமல் இந்தண்டையும் போகாமல் தளும்பிக்கொண்டேயிருக்கிறது. மன்னி ஒருத்தியும் தன்னைக் கைவிட்டுப் போய்விட்டாளா!

பத்து நாட்களாக எந்தக் காரியமும் சரியாகச் செய்ய முடியவில்லை. குழம்புக்கு உப்புப்போட மறந்துபோகிறது. ரசத்துக்குப் புளி தூக்கல். அரிக்கேன் விளக்குக் கண்ணாடி கை தவறி விரிந்துவிட்டது. எல்லாவற்றையும்விட மனத்தில் ஒருவா றாக அடங்கி அடியாழத்தில் படிந்துவிட்ட கவலை, திகில் எல்லாம் மீண்டும் கிளர்ந்து குழம்பத் தொடங்கிவிட்டன.

❦ சிலிர்ப்பு ❦ 327

ஞானப் பாட்டியின் கதை மீண்டும் காதில் விழுந்தது. காமாட்சி சுற்றுமுற்றும் பார்த்தாள். சுற்றிலும் வெள்ளைப் புடவைகள், பாட்டிகள்! முப்பது வயசு, நாற்பது வயது. எழுபது வயது இப்படி எத்தனையோ வயசுப் பாட்டிகள். நடுவே அவள் அரக்குப் புடவையும், கையில் வளையும் மூக்கில் பேஸரியும் நெற்றியில் மஞ்சள் குங்குமமும் கழுத்தில் மஞ்சள் சரடுமாக உட்கார்ந்திருக்கிறாள். இத்தனையையும் லட்சியம் பண்ணாமல் தங்களில் ஒருத்தியாகிவிட்டதுபோல் அவளை நினைத்துக்கொண்டிருக்கிறார்களே அவர்கள்! இப்படி ஒரு அவஸ்தையா!

இதே கோயிலில்தான் மாப்பிள்ளை அழைப்பு நடந்தது. அவள் உட்கார்ந்திருந்த இதே இடத்திலேயே அவன் அன்று உட்கார்ந்திருக்கலாம். முப்பத்தைந்து வருஷங்களுக்கு முன்னால் நடந்தது அந்தக் கலியாணம். காமாட்சிக்கும் அவனுக்கும் நடந்த கல்யாணம். தலையில் குடுமி. கரும்பந்துபோல் குடுமி. அதற்குமேல் கறுப்புக் குல்லாய். திறந்த கோட்டு – கழுத்துக்கு டை. இடையில் ஜரிகை வேட்டி.

இயற்கையாகவே பெரிய கண். மை இட்டிருந்தால் இன்னும் கறுப்பாக, பெரிதாகத் தெரிந்தது. நெற்றியில் சாந்துப் பொட்டு, காதுக்கு ஒற்றைக் கல் பலச்சை வைரக் கடுக்கன். அந்த வேஷத்தில் இந்த இடத்தில்தான் உட்கார்ந்திருக்க வேண்டும் அவன்.

கல்யாணத்தின்போது அவளுக்கு ஒன்பது வயது. பிறகு ஆடி, ஆறாம் மாதம், தீபாவளி என்று நாலு தடவை வந்தான் அவன். தகப்பனார் கிடையாது அவனுக்கு. தாயாருடன் வருகிற வழக்கம். மறு வருடம் தீபாவளிக்குத் தனியாக வந்தான். அப்போது வயது பதினெட்டு இருக்கும். ஆறு மாதங்கள் கழித்து வருஷப் பிறப்புக்கு முதல் நாள் வந்துவிட்டுப் போனான். அப்போதுதான் கடைசித் தடவையாகப் பார்த்தது அவனை. நாலு மாதங்கள் கழித்துத் தாயாரிடமிருந்து ஒரு கடிதம் வந்தது. பிள்ளையைக் காணவில்லையாம். திருவாரூர்வரையில் போய்விட்டு வருவதாகச் சொன்னானாம். பத்து நாட்களாயிற்று. ஆளைக் காணவில்லை. இங்கு வந்திருக்கிறானா என்று கேட்டு எழுதியிருந்தது கடிதத்தில். அப்போது காமாட்சியின் தந்தை உயிரோடிருந்த சமயம். மூன்று மாதங்கள், நாலு மாதங்கள் ஆயின. ஆளைக் காணவில்லை. ஆறு மாதங்கள் கழித்துத் திடீரென்று ஒரு மணியார்டர் வந்தது; ரங்கூனிலிருந்து வந்தது பணம். சொல்லிக்கொள்ளாமல் புறப்பட்டு வந்ததற்காக வருந்துவதாகவும், ரங்கூனில் ஒரு பெரிய கடையில் வேலை பார்ப்பதாகவும் எழுதியிருந்தான். இரண்டு மூன்று மாதங்

களுக்கொரு தடவை அதேபோல் நூறு இருநூறு என்று பணம் வரும். ஒரு வருடம் கழித்துச் சிங்கப்பூருக்கு வந்துவிட்டதாக ஒரு கடிதம் கிடைத்தது.

பிறகு இரண்டு வருடங்கள் மாதம் தவறாமல் பணம் வந்துகொண்டிருந்தது.

காமாட்சிக்கு வயதுவந்துவிட்டதைத் தெரிவித்து எழுதினார் அப்பா. இரண்டு மாதங்களில் லீவு எடுத்துக்கொண்டு வருவதாகவும், காமாட்சியைச் சிங்கப்பூருக்கு அழைத்துக் கொண்டு போவதாகவும் பதில் வந்தது. அப்பா நாட்களை எண்ணினார். அறுபதாயிற்று. இரண்டு, மூன்று, பத்து, இருபது என்று பல அறுபது போயிற்று. ஆளைக் காணோம். ஆளைப் பற்றிய தகவலையும் காணோம். படுகை வாழைபோல மார் கழிப் பவழமல்லிபோல வளர்ந்து குலுங்கினாள் காமாட்சி. மார்கழி மார்கழியாகப் போயிற்று. பல மார்கழிகள் போய்விட்டன.

"இனிமே வந்தாக்கூட கோவில்லேதான் போய்ப் பார்த்தாகணும். அப்புறம்தான் மனைக்கு அழைச்சிண்டு வரணும்ணு சாஸ்திரம் சொல்லுவா. பன்னிரண்டு வருஷங்களுக்கு மேலே ஆயிடுத்தேடா" என்றாள் அத்தை. அதைக் கேட்டு ஒரு பதிலும் சொல்லாமல் வெளியே எழுந்து போனார் அப்பா. அப்படிச் சொன்ன அத்தை, அப்படித் துக்கத்தைச் சுமந்து நின்ற அப்பா – இரண்டு பேரும் இப்போது இல்லை. அம்மாவும் இல்லை.

மேலக்காவேரி முகம்மது பாச்சா, பண்டாவவாடை ராவுத்தர்கள், கைக்கோளத் தெருவுக்கு வந்த இரண்டு முதலியார்கள் – எல்லோரையும் அண்ணா விசாரித்துவிட்டு வந்தான். அக்கரைச் சீமையிலிருந்து வந்தவர்கள் அவர்கள். யாருக்கும் மாப்பிள்ளையைப் பற்றி ஒரு தகவலும் தர முடியவில்லை. பினாங்கு, ரங்கூன் என்று சொல்லிக்கொண்டு யார் வந்தாலும் சரி – அண்ணா விசாரிக்கக் கிளம்பிவிடுவான். நாகப்பட்டினம், பட்டுக்கோட்டை, முத்துப்பேட்டை, அதிராம்பட்டணம், அய்யம்பேட்டை என்று அக்கரைச் சீமையைக் கொல்லைத் தலைமாடாக வைத்திருப்போரின் ஊர்களுக்கெல்லாம் அலைந்தான். அப்படி ஆறேழு வருடங்கள் கழிந்துவிட்டன.

திடீரென்று ரங்கூன், சிங்கப்பூர் எங்கும் சண்டை என்றார்கள். குண்டு குண்டாக விழுவதாகச் சொன்னார்கள். கப்பல் கப்பலாக ஆயிரக்கணக்கில் அக்கரையிலிருந்து வந்தார்கள். நடந்து நடந்து கல்கத்தா வழியாக வந்தார்கள். மாப்பிள்ளை வரவில்லை.

சண்டை முடிந்துவிட்டது. திரும்பி எத்தனையோ பேர்கள் போனார்கள். வரவும் வந்தார்கள். மாப்பிள்ளை வரவில்லை.

☙ சிலிர்ப்பு ☙

பெற்றவர்களை மட்டும் எடுத்துக்கொண்டு குழந்தையை விட்ட குண்டு, மனைவி குழந்தைகளை மட்டும் விழுங்கிக் கணவனை விட்டுவிட்ட குண்டு, குடும்பங்கள் முழுவதையுமே விழுங்கின குண்டு – இப்படிப் பல குண்டுகளின் கதைகள் கொத்துக் கொத்தாகக் காதில் விழுந்தன. மாப்பிள்ளை... மாப்பிள்ளை...

இருபத்துநான்கு வருஷங்களாகிவிட்டன. மாப்பிள்ளை வரவில்லை. காமாட்சி வயதை எண்ணினாள். முப்பத்தைந்து. தலையில் நமைச்சல் தாங்கவில்லை. வரவரவென்று சொரிந் தாள். நரைப்பதற்காக நமைச்சலாம். விறுவிறுவென்று முழுவதும் நரைத்துவிட்டது. கண்ணாடியை எடுத்துப் பார்த்தாள். கூந்தல் கறுப்பு மாறித் துரு ஏறிய இரும்பாகியிருந்தது. முன்னெற்றி நரைக்கும் கீழ் தம்பிடி அளவு மங்களாம்பிகா குங்குமம். கோவில் வாசலில் விற்கிற மைதாமாக் குங்குமம் இல்லை. உள்ளே கொடுக்கிற மஞ்சள் குங்குமம்.

அதைப் பார்த்ததும் ஒரு கேள்வி எழுந்தது. "காமாட்சியின் கை அண்ணா வீட்டுக்குச் சமைக்கிறது. அண்ணாவின் வேட்டி, மன்னியின் புடவையைக்கூடத் துவைக்கிறது. கால் கடைக்கும், மார்க்கெட்டுக்கும் நடந்து சாமான் வாங்கி வருகிறது. நீ யாருக்காக உழைக்கிறாய்! யாருக்காக இருக்கிறாய்?"

அது என்ன பதில் சொல்லிற்று. "நீ வாழாவெட்டியில்லை, விதவை இல்லை."

அப்புறம்; அதோடு பதில் நின்றுவிட்டது.

கண்ணாடி நல்ல கண்ணாடி. உடம்பில் அழுக்கு வறட்சியை நன்றாகப் பிரதிபலித்தது. ராமாயண சாஸ்திரிகள் கதையில் சொன்னார்: சேற்றுத் துளி தெளிந்த தாமரைபோல் சீதை பிரகாசமாகவும் இருந்தாள். பிரகாசமாக இல்லாமலும் இருந்தாள்.

காமாட்சியும் சோப்புப் போட்டுக்கொள்வதில்லை. தலை யணை வைத்துக்கொள்வதில்லை. உடம்பை அக்கறையாகத் தேய்த்துக் குளிப்பதில்லை. மூக்கில் இருந்த ரங்கூன் கமலபேசரி, சிவப்புத் தோடு, கையில் ஒரு ஜோடி வளை, திருமாங்கல்யம் இவற்றைத் தவிர மற்றவற்றைக் கழற்றிவிட்டாள். "சீதைக்குப் பத்துமாத அழுக்குத்தான் உடம்பில். உனக்கு இருபது வருஷ அழுக்கு. ராமனும் உயிரோடிருந்தான் ..."

மேலே நினைக்கத் துணியாமல் கண்ணாடியை எடுத்து மாட்டினாள் காமாட்சி.

பொழுது போகவில்லை. கோவிலில் ராமாயணம், ராதா கல்யாண பஜனை எதுவும் அவள் இல்லாமல் நடக்காது.

எங்கு வந்தாலும் அவளோடு வருகிறவர்கள், வெள்ளைப் பாட்டிகள்தான்!

வெளி உலகம் சம்பந்தப்பட்டவரையில் எல்லோரும் தீர்மானம் செய்துவிட்டார்கள். அந்தக் குங்குமத்துக்கு அர்த்த மில்லை என்று. கோவிலுக்கும் காவேரிக்கும் வந்து கும்பிடுகிற சிவகாமுப் பாட்டி அவளை வெறித்துப் பார்க்கிற வழக்கம். ஒரு நிமிஷம் தாமதம் ஆகிவிட்டால், "எல்லாம் இட்டுண்டு போதும். சரியாத்தான் இருக்கு. வா, நாழியாயிடுத்து" என்று அவள் கண்ணாடியைப் பார்த்துப் பொட்டு இட்டுக்கொள்ளும் போது வீசுகிற அலட்சியம்!

சிவகாமுவும் வேறு யாரையும் கூப்பிடுவதில்லை. மன்னியைக் கூப்பிடலாம். மாட்டாள். அவளுக்கு வேண்டியது காமாட்சிதான். இந்த வெள்ளைப் புடவைகளோடு சுற்றுவதே அவளுக்கு விதித்தாகிவிட்டதா? அர்த்தோதயம் மகோதயம் என்றால் கோடிக் கரைக்கு, ஆடி அமாவாசைக்குக் காவேரிப் பட்டணம்; கடை முழுக்கா, மாயவரம்! எங்கு போனாலும் இதே வெள்ளைக் கூட்டம். நடுவில் இவள் – குடலை சங்குப் பூ, மந்தாரைப் பூக்களோடு ஒரு சம்பரத்தைப் பூப்போல.

இப்படி இன்னும் ஒன்பது வருடங்கள் ஓடிவிட்டன. அக்கரைச் சீமைக்குப் போகிற வருகிறவர்களை விசாரிப்பதை அண்ணா விட்டுவிட்டான். மன்னி ஒருத்திதான் விடவில்லை.

"அக்கா, சுருக்க வாங்கோளேன். ஆரத்தி எடுத்துட்டுப் போயிடுங்கோளேன்" என்று எந்த விசேஷம் நடந்தாலும் அவள் எங்கிருந்தாலும் இழுத்து வந்து ஆரத்தித் தட்டைக் கொடுத்துவிடுவாள். அந்தக் குங்குமத்தைக் குங்குமமாகப் பார்த்தவள் அவள்தான். யார் என்ன சொன்னாலும் சொல்லட்டும் என்று பிடிவாதமாக, வேம்பாகக்கூட அதற்கு மரியாதை செய்து வந்தாள். அந்த வேம்பு காமாட்சியைப் பலதடவைகள் மெய் சிலிர்க்க அடித்திருக்கிறது. காமாட்சிக்குத் தைரியம் கொடுத்தது கூட அந்த வேம்புதான்.

அந்த மன்னிதான் திடீர் என்று பாய்ச்சத்தைப் பிடுங்கி விட்டாள். அவளுக்கே சந்தேகம் வந்துவிட்டால்...

அதை நினைக்கும்போதே பத்து நாட்கள் கழித்துத் திடுக் கென்றது அவளுக்கு வயிற்றை என்னமோ செய்தது. மலங்க மலங்க விழித்தாள். மகிஷாசுரமர்த்தனி கதை இன்னும் முடியவில்லை. மகிழ மரத்தில் இன்னும் மின்மினிக் கூட்டம் அவளுடைய நம்பிக்கையைப்போல அணைவதும் எரிவதுமாகச் சுழன்றது.

❋ சிலிர்ப்பு ❋ 331

"மகிஷாசுரன்தானா அகப்பட்டான் உனக்கு? நான் இல்லையா? ஒரு சண்டை போடாமல், உன் கையால் அடி பட்டு விழக் காத்திருக்கிறேன். ஏன் இந்தப் பக்கமே பார்க்க வில்லை நீ?" என்று மனத்துக்குள் அழுதாள். கண்ணை மூடினாள். சிங்கத்தின் மீதேறிப் பாய்ந்து வந்து அவளே தன்னை ஒரு அறை அறைந்தாள்! அந்தக் காட்சியைக் கண்டு உடல் நடுங்கிற்று. உள்ளம் திகைத்தது. கடலில் கலங்கிய நதியைப் போல் பூரித்தது. இனிமேல் ஆறில்லை, கடலாகி விடுவோம் என்று பரபரக்கிற, அழித்துக்கொள்கிற ஆவலில் உள், புறம் யாவும் துள்ளின.

கண் திறந்து திரும்பினாள்.

"அக்கா!"

மன்னி நின்றுகொண்டிருந்தாள்.

"என்ன மன்னி!"

"வாங்கோ. அக்கா. அண்ணா அவசரமாகக் கூப்பிடாறா. கையோட உங்களை அழைச்சிண்டு வரச்சொன்னா!"

காமாட்சியை அவள் இதுவரையில் இப்படிக் கூப்பிட்டதே இல்லை.

"எதுக்கு?"

"நீங்க எழுந்து வாங்கோ, சொல்றேன்."

"தீபாராதனை ஆகலியே மன்னி!"

"அப்புறம் வந்து பார்க்கலாம். வாங்கோ" என்று கூறிய அவளை ஏற இறங்கப் பன்முறை பார்த்தாள் காமாட்சி.

"வாங்களேன்."

"என்னன்னு சொல்லேண்டி, ராதே! நானும்தான் தெரிஞ்சுக்கிறேனே" என்று குறுக்கிட்டாள் சிவகாமுப் பாட்டி.

"ஒன்றுமில்லே பாட்டி!"

"என்ன ஒன்றுமில்லே?"

காமாட்சி எழுந்து நடந்தாள்.

"என்ன மன்னி!"

"வாங்களேன், சொல்றேன்!"

இருவரும் ஆசார வாசலைக் கடந்து தெருவுக்கு வந்து விட்டார்கள்.

"இப்பவாவது சொல்லேன், மன்னி!"

"சொல்றேன் அக்கா. எனக்கு எப்படிச் சொல்றதுன்னு புரியலே." மன்னியின் குரல் நடுங்கிற்று. தழதழத்தது. கண்களில் நீர் கட்டிவிட்டது.

"அம்பாள் அகத்துக்கே வந்துட்டா, அக்கா!"

"என்னது?"

"ஆமாம் அக்கா! நீங்க வந்து உங்க கண்ணாலே பாருங்கோ."

"என்னடீது? நன்னாச் சொல்லேன்."

"மாப்பிள்ளை வந்துட்டார் அக்கா."

"இப்பத்தானே ஆண்டு நிறைவுக்கு வந்துட்டுப் போனான்!"

"இல்லேக்கா, முப்பத்திரண்டு வருஷங்களுக்கு முன்னாடி வந்துட்டுப் போனாரே, அந்த மாப்பிள்ளை!"

"என்னது? என்ன சொல்றே நீ?"

"ஆமாம், அக்கா! உங்க சரடும் குங்குமமும் இழுத்துண்டு வந்திருக்கு."

"என்ன மன்னி இது?"

"ஆமாக்கா. இப்பத்தான் வந்தார். கூடத்திலே உட்கார்ந்திருக்கார். அண்ணா உங்களை அழைச்சுண்டு வருகிறேன்னு கிளம்பினார். அதெல்லாம் முடியாது, நான்தான் அழைச்சிண்டு வருவேன்னு ஓடிவந்தேன்."

"என்னது! என்னது! என்ன மன்னி இது! நிஜமாவா, நிஜமாவா!"

காமுவுக்குத் தாங்க முடியவில்லை. நெஞ்சை அமுக்கிப் புண்ணாக வலித்தது.

'எப்ப! எப்ப! எங்கேர்ந்து?'

"பேசாம வாங்கோ அக்கா, கண்ணையெல்லாம் துடைச் சுக்குங்கோ!"

வீட்டு வாசலில் விளக்கு எரிந்தது. திண்ணை விளக்குகள் எரிந்தன, கூடம் முழுவதும் ஒரே வெளிச்சமாக எரிந்து கொண்டிருந்தது.

"காமு, காமு!" என்று ஆவேசம் வந்தாற்போல் கத்தினான் அண்ணா.

ஊஞ்சலில் அவனோடு இன்னொரு மனிதன். காமு ஏறிட்டுப் பார்த்தாள்.

☙ சிலிர்ப்பு ☙

குடுமி இல்லை. கடுக்கண் இல்லை. குல்லாய் இல்லை. இரட்டை நாடியாக, முழுக் கைச் சட்டையுடன், முக்கால் வழுக்கை விழுந்த கிராப்புடன்... அவர்தான் – அவர்தான்! ஏ, அப்பா! எத்தனை வயது!

"காமு, அடையாளம் புரிகிறதா?" என்றான் அண்ணா.

காமு அவரை ஏற இறங்க, ஏற இறங்கப் பார்த்தாள். பைத்தியம்போல் பார்த்தாள். விக்கி விக்கி அழுதாள்.

அவரும் விக்கி அழுதார். அண்ணாவும் மன்னியும் அதையேதான் செய்தார்கள்.

"காலமே ஏரோப்ளேன்லே வந்தாராம். உடனே ஒரு காரை வைச்சிண்டு மெட்ராஸ்லேயிருந்து வந்திருக்கார் காமு."

கூடம் முழுதும் அடைத்துக் கிடந்தது. நாலைந்து பெரிய பெட்டிகள், படுக்கை, கூடைகள், பைகள், கள்ளிப்பெட்டிகள், அட்டைப் பெட்டிகள், பாய்கள் – இன்னும் இனம் தெரியாத – பேர் தெரியாத பல சாமான்கள்.

எல்லாம் விழிக் கடையில் தெரிந்தன. "இத்தனை வருஷங்களாக எங்கே இருந்தார்? ஏன் இருந்தார்?" மனக் கடையில் இந்தக் கேள்விகள் எழுந்தன.

மன்னியைக் கூடத்தில் காணோம்.

மாப்பிள்ளை கைக்குட்டையில் முகத்தைப் புதைத்து இன்னும் விக்கிக்கொண்டிருந்தார். தலை, முகம் எல்லாம் அறுபது வயதை எட்டிவிட்டன. ஊஞ்சல் சங்கிலியைப் பற்றிய வாறு நின்றாள் அவள்.

அண்ணா மூக்கைச் சிந்தி, "அப்பாடா!" என்று பெருமூச்சு விட்டான்.

இத்தனை நாட்களாக எங்கேயிருந்தார்? என்ன செய்தார்? எப்படி வந்தார்? எதற்கு வந்திருக்கிறார்? இந்தக் கேள்விகளை அவள் வாய் திறந்து கேட்கவில்லை. ஊஞ்சல் சங்கிலியைப் பற்றி நின்று அவர், அவருடைய தலை, அவருடைய வயது, முதிர்ச்சி, மௌனமாக அழுகை எல்லாவற்றையும் வெறித்துப் பார்த்த கண்கள் கேட்டுக்கொண்டிருந்தன.

உடல் கட்டுக் கொள்ளவில்லை. சூடு பறந்தது. மன்னியைப் பார்த்துச் சிரிக்க வேண்டும் போலிருந்தது. அந்த அம்பைப் பிடுங்கி அவள் மீது திருப்பி எறியத் தோன்றியது.

அவர் கண்களைத் துடைத்துக்கொண்டு அவளைப் பார்த்தார்.

"அக்கா உட்காருங்கோ, இப்படிச் சேர்ந்து உட்காருங்கோ!"

"ஆமாம், காமு, உட்காரு! இப்படி உட்காரு" என்று அண்ணா ஊஞ்சலிலிருந்து எழுந்து இடம் விட்டான்.

காமு திரும்பினாள்.

மன்னி ஆரத்தித் தட்டுடன் நின்றாள். மன்னியின் முகத்தில் ஆரத்தித் தட்டில் சுடர்விட்ட விளக்கின் ஒளி தகதகத்தது.

"உட்காருங்கோ சேர்ந்து, பரவாயில்லை" என்று மன்னி கெஞ்சினாள்.

மன்னி எப்போதுமே கெட்டிக்காரி. நாம் சிரிப்பதற்கு முன்னால் அவள் முந்திக்கொண்டுவிட்டாள்.

◆

## பாஷாங்க ராகம்

...என் தாயாருக்கு நீங்கள் அனுப்பிய அனுதாபச் செய்தி கிடைத்தது. 'நிறைந்த சங்கீத அறிவுடன் ரசிக சிரோமணியாகத் திகழ்ந்தார் தங்கள் கணவர் ஸ்ரீபலராமன். பயமின்றியும் பாரபட்சமின்றியும் அவர் சங்கீத விமர்சனம் செய்துவந்ததே சங்கீதமே மூச்சாக அவர் வாழ்ந்த லட்சிய நோக்குக்குச் சான்றாகும். அவர் மறைவைச் செவியுற்று இசையுலகம் துயரில் ஆழ்ந்து கிடக்கிறது. அன்புக் கணவரைப் பிரிந்து துயரெனும் இருளில் தவிக்கும் தங்களுக்கும் தங்கள் குழந்தைகளுக்கும் தன் ஆழ்ந்த அனுதாபத்தை எங்கள் பிருங்கி சங்கீதசபை தெரிவித்துக்கொள்கிறது' என்று எழுதியிருக்கிறீர்கள்.

அம்மா அதைப் படித்துவிட்டுச் சிறிதுநேரம் எங்கோ பார்த்துக்கொண்டு உட்கார்ந்திருந்தாள். "நன்றி என்று ஒரு வார்த்தை எழுதிப் போட்டுவிடட்டுமா?" என்று கேட்டேன். "இத்தனை தப்பு இருக்கிற கடுதாசுக்கு விவரமாகத்தான் எழுதிப்போடேன்" என்று சொல்லிப் போய்விட்டாள். போய் முன்வாசல்படியில் நின்று, "இந்தக் கடுதாசு உனக்கு சரியாகப் படறதா?" என்று கேட்டாள்.

மறுபடியும் படித்து, ஒவ்வொரு வார்த்தையாக எடைபோட்டுப் பார்த்தேன். அநேகமாக எல்லாமே தவறு என்று தோன்றிற்று. அம்மாவிடம் அதைச் சொல்லியும் விட்டேன். "அப்படீன்னா பொய்யைக் கழுத்தை முறிச்சுப் போடு" என்று சொல்லிவிட்டு வாசற்படி இறங்கிப் போனாள்.

மறுபடியும் உங்கள் கடிதத்தைப் படித்தேன். அப்பாவின் கெட்டிக்காரத்தனத்தை நினைத்துச் சிரிப்பு வந்தது. முரட்டு ரசிகர்களான பிருங்கி சபையார் கண்ணில் மண்ணைப் போட்டுவிட்டாரே என்று தோன்றிற்று. அப்பா ரசிகரும் இல்லை, சிரோமணியுமில்லை. பயந்து பயந்துதான் பொழுதைப் போக்கினார் அவர். அவருடைய லட்சியம் சங்கீதமல்ல. பக்ஷியம்தான். காலட்சேப பாகவதர்கள் அடுக்குகிற ஏழு ஸ்வரங்களுக்குச் சுத்தம், சாதாரணம், அந்தரம், சதுச்ருதி,

த்ரிச்ருதி, ஷட்ச்ருதி, கோமளம், தீவிரம் என்றெல்லாம் அடை மொழிகளுடன் வேறுபாடுகள் இருப்பதுபோல், ஒவ்வொரு சுவைக்கும் பன்னிரண்டு வகைகள் உண்டு என்பது அவர் கட்சி. உண்டி வகைகளை உண்பதுதான் அவருடைய பரம புருஷார்த்தம். அம்மாவுக்கும் அவருக்கும் இடையே எந்தவித அன்பும் மலர்ந்திருப்பதாகத் தெரியவில்லை. இருந்தால் மொட்டிலேயே கருகியிருக்க வேண்டும். துயரெனும் இருளில் அம்மாவோ நாங்களோ தட்டித் தடவி நடக்கவில்லை. நான் மனையியலையும் சங்கீதத்தையும் விசேஷப் பாடமாக எடுத்துக்கொண்டு ஆனர்ஸ் படித்துக்கொண்டிருக்கிறேன். என் தம்பி கெமிஸ்டாக ஒரு கம்பெனியில் வேலை பார்க்கிறான். நானும் அவனும் வில்லி பார்லாவில் குடியிருக்கிறோம். அம்மா – கோரேகானில் அன்புக் கணவரோடு, இந்த நாள் கணவரோடு – சுகமாக வாழ்ந்துகொண்டிருக்கிறாள். அப்பா வின் மனைவியாக அல்ல. போலீஸ்காரர்கள் வந்து அவரைப் பைத்திய ஆஸ்பத்திரிக்கு அழைத்துக்கொண்டுபோய்ச் சேர்த்த பிறகுதான் அம்மாவுக்கு ஆறுதல் கிடைத்தது. மூன்று வருஷங ்கள் கழித்துச் சட்டப்படி விவாகரத்து செய்துகொண்டுவிட்டாள்.

மாதா பிதா பாவம் மக்கள் தலையிலே என்பார்கள். அந்தப் பாவத்தை என் அப்பா தன் தலையில் சுமந்துகொண்டு அலைந்தார். கடைசியில் அது அவர் தலைக்குள் இருப்பதையே பாதித்துவிட்டது. அவருடைய பிதா (என் தாத்தா) செய்த பாவம் பிள்ளைக்குச் சங்கீதம் கற்பிக்க முயன்றது. மாதா (என் பாட்டி) செய்த பாவம் அதைத் தடுத்து நிறுத்தாமல் போனது. அதனால் சில வேளை அப்பாவை நினைக்கும்போது வருத்தமாயிருக்கும்.

தாத்தாவுக்கு மூன்று பிள்ளைகள். முதல் இரண்டு பிள்ளை களும் திவ்வியமாகப் பாடுவார்களாம். பள்ளிக்கூடத்துத் தலைமை ஆசிரியராக இருந்த தாத்தா, சங்கீதத்திலும் கரை கண்டவர். கரையைக் கண்டுவிட்டாலும் எப்போதும் அதிலேயே நீந்திக்கொண்டிருப்பாராம். பிள்ளைகள் பாடுவதைப் பார்த்து உடம்பே வெடிக்கும்போல் பூரித்துக்கொண்டிருப்பாராம். தக்க வயது வந்ததும் சங்கீத இலக்கண இலக்கியங்களையெல் லாம் கரைத்துப் புகட்டிவிடுவோம் என்று கங்கணம் கட்டிக் கொண்டிருந்தாராம். ஆனால் அவர் இதயமே வெடிக்கிற சம்பவம் நிகழ்ந்தது. அந்த முதல் இரண்டு பிள்ளைகளும் ஒரு சாதாரண ஆற்றில் நீந்திப்போய், உயிரை ஆற்றிடம் தந்து, உடம்பாக எங்கோ அகப்பட்டார்களாம். தாத்தாவுக்குத் துயரம் தாங்கவில்லை. தம் சங்கீதச் சொத்தை அவர் இனிமேல் யாருக்கு எழுதி வைப்பார்? மூன்றாவது பிள்ளைக்குத்தானே? வேறு வாரிசு ஏது? எனவே என்னுடைய அப்பாவுக்கு ஏழு

வயதிலிருந்தே சங்கீதம் சொல்லிக் கொடுக்கத் தொடங்கினார். வாழ்வின் அநித்தியத்தை எண்ணி, சங்கீத இலக்கண சாஸ்திரங்கள், வரலாற்று நூல்கள் எல்லாவற்றையும் அவசரம் அவசரமாகப் பாடம் சொன்னார். என் அப்பாவுக்குப் பாட்டு வராவிட்டாலும் கடம் நன்றாக வரும். எத்தனை பெரிய புத்தகமானாலும் கடம்போட்டுவிடுவார். கேட்ட இடத்தில் தலையில் பிரம்ம தண்டத்தை வைத்தாற்போல் கடகடவென்று ஒப்பிப்பார். பாடத்தான் வரவில்லை. தாத்தா அவரை அடியோ அடி என்று அடித்தார். உள்ளங்கை என்ன, முஷ்டி என்ன, பாக்குவெட்டி என்ன, புத்தகம் என்ன, டம்ளர் என்ன, டபரா என்ன – இப்படிப் பல ஆயுதங்களை அவர் மீது கண்ணை மூடிக்கொண்டு பிரயோகம் செய்வார். இப்படி வெகுகாலம் வரையில் இந்த சிட்சை நடந்தது. இதற்கிடையில் என் அப்பாவுக்குக் கல்யாணமும் நடந்தது. ஆனால் இசைப் பயிற்சியும் தொடர்ந்த வண்ணமேயிருந்தது. அதனுடைய பிரிக்க முடியாத அங்கமான வசவுகளும் தொடர்ந்து பொழிந்துகொண்டிருந்தன. எத்தனை பொழிந்தும் விளைச்சலில்லை. கட்டாந்தரையில் எப்படி முளைக்கும்? அப்பா சங்கீத சாஸ்திரங்களை நெட்டுருப் போட்டதனைத்தும் பாத்தியில் எருவாகக் குவிந்திருந்தது. ஆனால் பாத்தி கருங்கல். பாட்டு வரவில்லை. தாத்தா அடிக்கடி பெருமூச்சு விட்டு ஓய ஆரம்பித்தார். "அட, பாஷாங்க சனியனே!" என்று அடிக்கடி பிள்ளையை ஒரு புதுமுறையில் விரக்தியுடன் திட்ட ஆரம்பித்தாராம். "நீ எங்கேடா இங்கே வந்து பிறந்தே?" என்று பெருமூச்சு விடுவாராம்.

இதை என் அம்மா கேட்டுக்கொண்டிருந்தாள். அவள் சின்னப் பெண். சாந்தி கல்யாணம் ஆகவில்லை. ஆகாவிட்டாலும் புருஷன் வீட்டுக்குப் பெண்ணை ஒரு மாசம் கொண்டு விடுவதும் அழைத்துப் போவதும் அந்தக் காலத்து வழக்கம். "பாஷாங்க சனியனே!" என்றால் என்ன என்று அவளுக்கு அப்பொழுது புரியவில்லை. பாஷாணம் என்பதை அப்படித் தவறிச் சொல்கிறாரோ என்று தோன்றுமாம். கடைசியில் ஒரு நாள், "பாஷாங்க ராக ராக்ஷசப் பயலே, ஒழி" என்று ஆசீர்வாதத்துடன் சங்கீதப் பயிற்சிக்கு மங்களம் பாடி முடித்து விட்டாராம் தாத்தா.

தாத்தா பிறகு அதிக காலம் ஜீவித்திருக்கவில்லை. ஒரு நாள் இகவாழ்வை நீத்தார். நீக்கும்போது அவரால் பாட முடியவில்லை. பிள்ளையைப் பார்த்துக் கண்ணீர் வடித்தாராம்.

அவர் போனதும் என் அப்பா 'கூகூ' என்று பச்சைக் குழந்தை மாதிரி அழுதாராம். தம் தந்தையார் கடைசியில்

பார்த்துப் பார்த்துப் பேச முடியாமல் கண்ணீர் விட்டதன் அர்த்தத்தை ஆராய முனைந்தார். கண்டுபிடித்துவிட்டார். "என் கோட்டையெல்லாம் தகர்ந்துவிட்டதே" என்றுதான் அவர் வெம்பியிருக்க வேண்டும் என்று அப்பாவுக்குப் புரிந்து விட்டது. அந்தக் கணமே, இனி வேலைக்குப் போவதில்லை, சங்கீதத்துக்கே உழைப்பது என்று தீர்மானம் செய்துவிட்டார்.

சங்கீதத்தைப் பற்றியே பேச ஆரம்பித்தார் என் தந்தை. வீட்டில் பேசுவார். வெளியில் பேசுவார். ஹோட்டலில் பேசுவார். ரயிலடியில் பேசுவார். நண்பர்களோடு பேசுவார். சங்கீதக் கச்சேரிக்கு யாராவது நிர்பந்தமாகக் கூப்பிட்டுப் போனால், வெளியே உட்கார்ந்து சங்கீதத்தைப் பற்றிப் பேசி விட்டு வந்து விடுவார். அதனால் அவரைப் பார்த்து எல்லோ ரும் பயப்பட ஆரம்பித்தார்கள். 'வலமோ இடமோ போகட்டும். மேலேவிழுந்து பிடுங்காமல் போனால் சரி' என்று சங்கீத வித்துவான்கள் ஓடி ஒளிந்தார்கள் அதற்காக அவருக்கு நண்பர் களில்லாமல் போய்விடுவார்களா? அவரைப்போலவே நாலு பேர்கள் சேர்ந்துகொண்டார்கள். காசுள்ள ஆசாமி என்றால் விடுவார்களா? அவரோடேயே சாப்பாட்டுக்கும் வந்து விடுவார்கள். இரண்டு கறி, கூட்டுகள், பிட்ளை, ஆமவடை, பாயஸம் இப்படி அம்மா சாப்பாடு பண்ணிப் போடுவாள். அந்தச் சிரமங்களைக்கூட அவள் சட்டை செய்யவில்லை. கூடத்திலிருந்து வருகிற அப்பா பேசுகிற மாவு மிஷின் குரலை யும் நண்பர்களின் குரலையும்தான் அவளால் சகிக்க முடிய வில்லை. சில சமயம் குஷி தாங்காமல் அப்பா பாடிக்கூடக் காட்ட ஆரம்பித்துவிடுவார். அம்மாவின் முகத்தில் அப்போது ஒரு பேயறைந்த கிளி வந்து படர்வதைப் பார்த்தால் பாவமாக இருக்கும். நண்பர்கள் வந்தாலும் வராவிட்டாலும் அப்பா வுக்கு நாலு கறியில்லாமல் சாப்பிடத் தெரியாது. அப்பளத்தைச் சுட்டால் பிடிக்காது. காலையில் இட்லி அல்லது பொங்கல், காப்பி, எட்டு மணிக்கு ஒரு காப்பி, பத்து மணிக்கு இரண்டு பிஸ்கட் காப்பி, பன்னிரண்டு மணிக்குச் சாப்பாடு, இரண்டு மணிக்குக் காப்பி, நான்கு மணிக்கு டிபன் காப்பி, ஆறு மணிக்குக் காப்பி, எட்டு மணிக்குச் சாப்பாடு, பத்து மணிக்கு டீ, பன்னிரண்டு மணிக்கு ஓமப்பொடி, கீமப்பொடியோடு இஞ்சி இடித்த கொத்தமல்லிக் காப்பி, நடுநடுவே ஹோட்டல் டிபன் வேறு. எப்படி இந்த மாதிரி சாப்பிட முடிகிறதென்று அம்மா பயந்துபோய்விட்டாள். வரவர அந்தப் பயம் எப்படி இனிமேல் இத்தனையும் பண்ணிப்போடப் போகிறோம் என்ற மலைப்பாக மாறிவிட்டது. ஏனென்றால், அப்பாவின் சொத்து எப்பொழுதும் குட்டி போட்டுக்கொண்டேயிருக்கிற பணக்காரச் சொத்து இல்லை. தாத்தாவின் பிராவிடண்ட் பணம், ஊரிலிருந்த

*சிலிர்ப்பு*

வீடு, சாப்பாட்டு நிலம் – எல்லாம் இந்தச் சாப்பாட்டிலேயே கரைந்து போய்விட்டன.

இப்போது சங்கீத வித்வான்களுக்கு அப்பா கடிதம் எழுத ஆரம்பித்தார். உங்களைப் போல் பாடுகிறவர்களை விரல் விட்டு எண்ணிவிடலாம் என்று ஒரு நூறு பேருக்கு கடுதாசு போட்டுவிட்டார். சிலர் நன்றி தெரிவிக்க நேரிலேயே வந்தார்கள். சிலரிடம் இவரே போனார். எதற்கு? கடன் வாங்க. ஓர் இருபது பேரிடம் பலித்தது – ஆனால் அதற்குள் சங்கீதக்காரர்களுக்கு அடிக்கடி கூடிப் பேசுகிற சந்தர்ப்பங்கள் இருப்பதால், 'எனக்கு மட்டும் எழுதியிருக்கிறார்' என்று அவர்கள் குடுமியில் அப்பா சுற்றியிருந்த பூ வாடிவிட்டது. பயந்து கொண்டிருந்தவர்கள் இப்போது சிரிக்க ஆரம்பித்துவிட்டார்கள்.

நாலு கறி, கூட்டு, பச்சடி, ஒரு கறியாகவும் வற்றல் குழம்பாகவும் குறைந்துவிட்டன.

"என்னடி, உங்க அப்பாவாத்துச் சமையல் மாதிரி ஆயிட்டுது!" என்று ஆரம்பித்தார் அப்பா.

உண்மையில் அம்மா இப்போது அவள் அப்பா அம்மா வீட்டிலிருந்துதான் சாமான் சஜ்ஜாவெல்லாம் வரவழைத்துக் கொண்டிருந்தாள். அதுதான் எத்தனை நாட்கள் நடக்கும்? அவள் அப்பா அம்மா மட்டும் என்ன சிரஞ்சீவிகளா? அவர்களும் போய்ச் சேர்ந்தார்கள். அம்மாவின் அண்ணன் தம்பிகள் சும்மா இருந்தால் அவர்களுடைய மனைவிகள் சும்மா இருப்பார்களோ?

"உங்க அப்பன் மாதிரின்னு நெனச்சிண்டியோன்னேன்" என்று அம்மாவைப் பார்த்து அடிக்கடி குத்தி நெருடிக்கொண்டேயிருப்பார் அப்பா.

"உங்கப்பாவுக்கு நானும் அவர் மாதிரி பணம் பணம்னு பறக்காம இருக்கேனேன்னு குறை! பணம்னு சம்பாதிக்கா விட்டாலும் வரவா போறவா குறைச்சல் இல்லை. பத்து பணக்காரனுக்குச் சமமா காய்தா பண்றானே மாப்பிளை, அப்படீன்னு வேறே ஆதங்கம். செத்துப்போகிற வரைக்கும் திரிசமனும் ஜாடையுமா இதைச் சொல்லிக் காமிச்சிண்டே யிருந்தார். இப்பத்தான் அவர் ஆத்மா சாந்தியடேஞ்சிருக்கும். இப்பதான் நிஜமாகவே நான் இல்லாமல் கஷ்டப்படுவேனோல்லியோ?" என்றார் அப்பா ஒரு நாள். அதைக் கேட்டு அம்மா பிழிந்து பிழிந்து அழுதாள். வெகுநாட்கள் பொறுத்துக் கொண்டேயிருந்தாள். கடைசியில் ஒரு நாள் திடீரென்று ஆவேசம் வந்தாற்போல் ஒரு கூச்சல் போட்டாளே பார்ப்போம். "போரும் அப்பாவைப் பத்தி இனிமே பேச வேண்டாம்!"

என்று பீறின அந்தச் கூச்சல் ஏழு வீட்டுக்குக் கேட்டது. அப்பா அப்படியே வெலவெலவென்று தொய்ந்துபோனார். சற்று நேரம் பேசாமல் நின்றார். பிறகு வாசல் பக்கம் போய் விட்டார் அவர்.

அம்மா இப்போது சாதாரண மனுஷியாகிவிட்டாள். இதுவரை பார்யா தர்மம், ஸ்திரீ தர்மம், இல்லாள் கடமை என்று புத்தகங்களில் எழுதியிருக்கும் பெண்மணி மாதிரி இருந்தாள். இப்போது திடீரென்று நினைத்துக்கொண்டு சாதாரண மனுஷியாகிவிட்டாள்.

அப்போதுதான் விஜயராகவன் அப்பாவுக்குச் சிநேகிதம் ஆனார். அப்பா மாதிரி அவர் அழுக்காக இருக்க மாட்டார். அழுக்கு வேட்டி கட்டமாட்டார். சுருக்கு சுருக்கென்று பேச மாட்டார். சும்மாச் சும்மா தின்றுகொண்டேயிருக்க மாட்டார். இருந்தாலும் அப்பாவோடு சிநேகிதமாயிருந்தார். அவர் ஒரு நாள் கூடத்தில் அப்பாவிடம் சொல்லிக்கொண்டிருந்தார்.

"நீங்கள் எத்தனை நாட்கள் சார் இப்படியே இருக்கப்போறேள்? ஏதாவது சம்பாதிக்க வழி பண்ணிக்க வேண்டாமா?"

"எனக்கு என்னய்யா இப்பக் குறை? நான் சந்தோஷமாகத் தான் இருக்கேன்."

"சம்பாத்தியம்...?"

"அதுதானே? நான் உண்மைக்காகப் பாடுபடறேன். இந்த மாதிரி மனுஷாள்ளாம் பட்டினி கிடந்துதான் செத்துப் போயிருக்கா. கலையோட சரித்திரத்தை எடுத்துப் பார்த்தீர்னா தெரியும்."

"கலியாணத்தைப் பண்ணிண்டு, ஒரு குடும்பத்தை உண்டாக்கிப்பிட்டு."

"அதுக்கு நான் என்ன பண்ணுவேன்? அவாளுக்கு இதை யெல்லாம் தாங்கிக்கிற பலமில்லேன்னா நான் என்ன செய்கிறது?"

"நீ வாழ்ந்தே" என்றாள் உள்ளே காப்பி போட்டுக்கொண்டிருந்த அம்மா. இருபது பலம் காப்பிப் பொடியை அன்று காலையில்தான் விஜயராகவன் கொண்டு வந்து கொடுத்து விட்டுப் போயிருந்தார்.

"கடனுக்கு லாயர் நோட்டீஸ் நாலஞ்சு பேர்கிட்டேயிருந்து வந்துட்டுதே."

"வரட்டுமே. இருந்தால்தானே கொடுப்பேன்..."

சிலிர்ப்பு

"கடனைத் திருப்பிக் கொடுக்க முயற்சி பண்ணவாண்டாமா?"

"திருப்பித் தரும் யோசனையோடு நான் வாங்கலியே விஜயராகவன்! பணம் வாங்கினால் திருப்பிக் கொடுத்துடணும் என்கிற நேர்மை எல்லாம் பாமர மனுஷாளுக்கு ஏற்பட்ட சட்டமில்லையோ?"

"உவா" என்று உள்ளே குமட்டினாள் அம்மா.

"பெரிய கலைஞர்கள், மேதாவிகள் எல்லாம்தான் இதெல்லாம் பார்க்கமாட்டார்கள் என்று சொல்லுகிற வழக்கம்."

"அப்படி இங்கே ஒண்ணும் இல்லேன்னு சொல்றீராக்கும்! நீ ஒப்புக்காட்டா என்னய்யா? நான் கலைஞன் இல்லேன்னு ஆயிடுமா?" என்றார் அப்பா.

"இதைக் கொண்டு மாமாகிட்ட கொடுத்துட்டு வா" என்று காப்பியைக் கொடுத்தாள் அம்மா. கொடுத்துவிட்டு வந்தேன்.

"ஐயோ, ரதீ! சர்க்கரையே போடலியே!" என்று அப்பாவின் குரல் கத்திற்று.

சர்க்கரை டப்பாவை எடுத்ததும், "வைடி, கீழே!" என்று உருட்டி விழித்தாள் அம்மா. உடனே கூடத்து நிலையண்டை போய் நின்றுகொண்டாள். "கலைஞருக்குச் சர்க்கரை என்னத்துக்கு?" என்று ஒரு சிரிப்புச் சிரித்தாள். இதைச் சொல்லச் சிரிப்பானேன் என்று குழம்பிய எனக்கு அந்தச் சிரிப்பைக் கேட்டு நடுநிசியில் இருட்டான நிசப்தத்தில் ஏதோ உறுமலைக் கேட்பது போல் இருந்தது. அம்மா உள்ளே போய்விட்டாள்.

ஒரு நாள் நான் சமையல் அறைக்கு அப்பால் உள்ள திருப்பில் உட்கார்ந்து பாடம் படித்துக்கொண்டிருந்தேன். விஜயராகவ மாமாவோடு அம்மா கூடத்தில் பேசிக்கொண்டிருந்தாள். அரை மணி கழித்து அப்பாவின் குரல் கேட்டது. அம்மா உள்ளே வந்தாள்.

"கழுகுக்கு மூக்கிலே வேர்க்கிறாப்பல இருக்கே இது?" என்று அப்பாவின் குரல் கேட்டது.

"என்ன?" – விஜயராகவ மாமாவின் குரல்.

"நான் இல்லாத சமயம் பார்த்தே வறீரேன்னேன்?"

"வந்தா என்ன?"

"வந்தா என்னவா... கெட் ஔட்" – அப்பாவின் குரல். அம்மா நிலையண்டை விரைந்தாள். நானும் போய் நின்றேன்.

விஜயராகவ மாமா நாற்காலியை விட்டு எழுந்திருக்கவில்லை. அப்பாவை அசையாமல் பார்த்துக்கொண்டிருந்தார். மரவட்டையையோ, எட்டுக்கால் பூச்சியையோ பார்க்கிற மாதிரி இருந்தது. அப்பா, அம்மாவைப் பார்த்தார். விறுவிறு வென்று செருப்பைக்கூட மாட்டிக்கொள்ளாமல் வாசலில் இறங்கிப் போய்விட்டார். விஜயராகவ மாமா படத்தில் எழுதின சமுத்திர அலை மாதிரி உட்கார்ந்திருந்தார். ஐந்து நிமிஷங்கள் கழித்துச் சமுத்திர அலை அசைந்தது. எழுந்து வெளியே போய்விட்டது.

○

ஆறு மணிக்கு அப்பா வந்தார். சமையல் அறைக்கு வந்தார்.

"ஓகோ, நான் வருவேன்னு தெரிஞ்சு போயிட்டுதாக்கும்?" என்று பொதுவாகச் சுவரைப் பார்த்துக்கொண்டு சொன்னார்.

"இந்தக் கிறுக்குப் பேச்செல்லாம் வாண்டாம். இன்னிக்கு ரண்டிலே ஒண்ணு தீரணும்" என்றாள் அம்மா.

"அப்படியா? என்னத்துக்கு விஜயராகவன் வெறுமனே நான் இல்லாதபோது வர்றான்?"

"என்னத்துக்கா? சொல்லட்டுமா?"—என்று ஒரே ஒரு வாய்க்கடையால் சிரித்தாள் அம்மா.

"பயமுறுத்தறியே."

"அது உங்க வேலைன்னா. நான் பாடகன் இல்லை. உங்களைக் கண்டு பயப்படுதுக்கு. நீங்கதான் இப்ப பயப் படப்போறேள்."

"சும்மா மிரட்டாதே. அவன் எதுக்கு வரான், அதைச் சொல்லு, கிடக்கட்டும்."

"பாஷாங்க ராகத்துக்கு வேற ஸ்வரம் எதுக்கு வரும்?"

" . . ."

"எதுக்கு வரும்ணு கேட்டால் சொல்லுங்களேன்."

அப்பா நிமிர்ந்து ஒரு நிமிஷம் பார்த்தார். பார்த்துக் கொண்டேயிருந்தார்.

"சொல்லுங்களேன்."

"ரக்திக்கு" என்று மெதுவாகச் சொன்னார் அப்பா.

ல சிலிர்ப்பு ல 343

"இப்ப புரிஞ்சுதா? அந்நிய ஸ்வரம் எதுக்கு வரும்? ராகத்துக்கு ரக்தி கொடுக்க வரும். அதை இன்னும் போஷிக்க வரும். இப்ப நாலு மாசமா குடும்ப போஷணை விஜயராக வனாலேதான் நடக்கிறது. நாலு மாசமா நீங்க திங்கற அரிசி, குடிக்கிற காப்பியெல்லாம் அவன் வாங்கிப் போட்டுதுன்னேன். இத்தனை சாஸ்திரம் படிச்சும் வீட்டிலே இருக்கிற பாஷாங்க ராகமே புரியலே" என்று அம்மா தோளில் கன்னத்தை இடித்துக்கொண்டாள்.

அப்பா முகத்திலும் தலையிலும் ஓங்கி ஓங்கிப்போட்டுக் கொண்டார். நான் தடுக்கப் போனேன். "நில்லு" என்று அதட்டினாள் அம்மா. அப்பா நோக நோகப் போட்டுக் கொண்டுவிட்டு, "நீ, உன் பொண்ணு எல்லாம் பாஷாங்கம் தாண்டி, கிராதகி" என்று பல்லைக் கடித்துவிட்டு மறுபடியும் வாசலுக்குப் போய்விட்டார்.

அப்பாவுக்குப் பைத்தியம் பிடித்துவிட்டது. "பாஷாங்க ராகம் பாடாதேன். குடும்பத்துக்குக் கெடுதல் – கெடுதல்" என்று வாசலில் நின்று கூப்பாடு போட்டுக்கொண்டிருந்தார். அழுக்கு வேட்டியைக் கிழித்துக்கொள்ளத் தொடங்கிவிட்டார். தற்செய லாக வடக்கேயிருந்து வந்திருந்த அப்பாவின் அத்தான் வீட்டில் இருக்கிற நிலைமையைப் பார்த்தார். அவரை வடக்கே தாம் வேலை பார்க்கிற ஊருக்கே அழைத்துப் போய்விட்டார். மந்திரவாதிகளைக் கூப்பிட்டுப் பார்த்துப் பயனில்லாமல் பைத்திய ஆஸ்பத்திரியில் சேர்த்துவிட்டார். அப்பாவுக்கு தெளியவில்லையாம். பைத்திய ஆஸ்பத்திரியிலேயே ஐந்து வருடங்கள் இருந்து அவர் அங்கேயே இறந்துவிட்டதாகத் தெரிந்தது. அப்பாவின் அத்தானுக்கு அவர்மேல் மிகவும் பிரியம். அத்தை பிள்ளைகள் அப்படித்தானிருப்பார்கள். அவர்தான் பத்திரிகைக்கு அவர் காலமான செய்தியைக் கொடுத்திருப்பார் போலிருக்கிறது. எங்களுக்குக்கூட அப்படித் தான் சேதி தெரிந்தது. நீங்கள் போட்ட அனுதாபக் கடுதாசு எங்கெங்கோ சுற்றித் தாறுமாறாக முத்திரை வாங்கிக்கொண்டு முந்தாநாள்தான் வந்தது. அப்பாவை அவர் அத்தான் அழைத்துப் போன அடுத்த மாசமே நாங்கள் பம்பாய் வந்துவிட்டோம்.

இத்தனை நீளமாகக் கடுதாசி எழுதினதற்கு மன்னிக்க வேண்டும். மேதைக்கும் பைத்தியத்துக்கும் இடையே உள்ள வரம்புக் கோடு மிக மெல்லியது என்று சொல்லுகிறது வழக்கம். ஆனால் கோடே இல்லாத மாதிரி நீங்கள் குழம்பிவிட்டால் அம்மாவின் உத்தரவுப்படி எழுதினேன். பெற்ற அப்பாவைப் பற்றி இத்தனை கேவலமாக எழுதக் கூடாது. என்ன செய்கிறது?

வருத்தமாகத்தான் இருக்கிறது. ஆனால் அந்த அப்பாவிடம் நானும் தம்பியும் பட்ட வேதனை...

இப்படிக்குத் தங்கள்,
ரதிபதிப்ரியா

பின்குறிப்பு: அம்மா கோரேகானிலிருந்து இன்று காலை வந்தாள். இந்தப் பதிலைக் காட்டினேன். அவளும் இரண்டு வார்த்தை எழுத விரும்புகிறாள்.

நமஸ்காரம். குழந்தை சொன்னதெல்லாம் சரிதான். ஆனால் பலராமனுக்குச் சித்தம் கலங்குவதற்கு முன்னால் ஒன்று நடந்தது. என்மேல் அவ்வளவு சந்தேகப்பட்டுக் கோபமும் கலக்கமுமாகப் போனவர் சாப்பாட்டுக்கு மட்டும் வேளா வேளைக்கு வந்துகொண்டிருந்தார். பிறகுதான் நான் எழுதி அவருடைய அத்தானை வரவழைத்தேன். குழந்தை சொன்னது ரொம்ப சரி. என் மாமனார் செய்த பாபத்தை அவர் தலையில் சுமந்துகொண்டு அலைந்தார். அதற்கு நாங்கள் எவ்வாறு பிணையாக முடியும்?

தங்கள்,
விஜயா விஜயராகவன்

◆

# பாயசம்

சாமநாது அரசமரத்தடி மேடை முன்னால் நின்றார். கல்லுப் பிள்ளையாரைப் பார்த்தார். நெற்றி முகட்டில் குட்டிக் கொண்டார். தோப்புக்கரணம் என்று காதைப் பிடித்துக் கொண்டு லேசாக உடம்பை மேலும் கீழும் இழுத்துக்கொண் டார்.

"நன்னா முழங்காலை மடக்கி உட்கார்ந்து எழுந்துண்டு தான் போடேன் நாலு தடவை. உனக்கு இருக்கிற பலம் யாருக்கு இருக்கு? நீ என்ன சுப்பராயன் மாதிரி நித்யகண்டம் பூர்ண ஆயுசா? சுப்பராயன் மாதிரி மூட்டு வியாதியா, ப்ளட்ப்ரஷரா, மண்டைக் கிறுகிறுப்பா உனக்கு?" என்று யாரோ சொல்வது போலிருந்தது. யாரும் சொல்லவில்லை. அவரேதான் சொல்லிக் கொண்டார். அந்த மனதே மேலும் சொல்லிற்று. "எனக்கு எழுபத்தேழு வயசுதான். சுப்பராய னுக்கு அம்பத்தாறு வயசுதான். இருக்கட்டும். ஆனா யாரைப் பார்த்தா எழுவத்தேழுன்னு சொல்லுவா? என்னையா, அவனையா? பதினஞ்சு லக்ஷம் இருபது லக்ஷம்னு சொத்து சம்பாதிச்சா ஆயிடுமா? அடித் தென்னமட்டை மாதிரி பாளம் பாளமா இப்படி மார் கிடைக்குமா? கையிலேயும் ஆடுசதையிலியும் கண்டு கண்டா இப்படிக் கல்லுச் சதை கிடைச்சுடுமா? கலியாணம் பண்றானாம் கலியாணம்! உலகம் முழுக்கக் கூட்டியாச்சு! மேளம் கொட்டி, தாலிகட்டி கடைசிப் பொண்ணையும் ஜோடி சேத்து, கட்டுச் சாதம் கட்டி எல்லாரையும் வண்டி ஏத்திப்பூட்டு, நீ, என்ன பண்ணப் போறே? கோதுமைக் கஞ்சியும் மாத்திரையும் சாப்பிட்டுண்டு, பொங்கப் பொங்க வெந்நீர் போட்டு உடம்பைத் துடச்சுக்கப் போறே! கையைக் காலை வீசி இப்படி, ஒரு நாளைக்கு வந்து காவேரியிலே ஒரு முழுக்குப்போட முடியுமான்னேன்!"

சாமநாது சுற்றும்முற்றும் பார்த்தார். அரசமரத்து இலைகள் சிலுசிலுவென்று என்னமோ சொல்லிக் கொண்டிருந்தன. காவேரிக்குப் போகிற சந்தில் இந்தண்டை

யும் அந்தண்டையும் குளித்தும் குளிக்கவும் ஆண்கள், பெண்கள், குளுவான்கள் எல்லாம் கடந்துகொண்டிருந்தார்கள். முக்கால் வாசி புது முகங்கள் – போகிற வாக்கில் பட்டுப் புடவைகள், வெறுங் குடங்கள் – வருகிறவாக்கில் சொளப்சொளப்பென்று ஈரப் பட்டுப் புடவைகள், நிறை குடங்கள். ஈரக்காலில் பாதை மண் ஒட்டி மிளகு மிளகாகத் தெறிக்கிறது. கீரைத்தண்டு மாதிரி ஒரு குட்டி – ஐந்தாறு வயசு – குளித்துவிட்டு அம்மண மாக வருகிறது. காவேரியில் குளித்துவிட்டு அங்கேயே உடை மாற்றி, நீல வெளுப்புடன் சேலம் பட்டுக்கரை வேஷ்டிகள் நாலைந்து வருகின்றன. முக்காலும் தெரியாத முகங்கள்.

"கலியாணமா?" என்று ஒரு சத்தக் கேள்வி. ஒரு நீல வெளுப்பு வேட்டிதான் கேட்டது.

"ஆமாம்." என்று சாமநாது அந்த முகத்தைப் பார்த்தார் கண்ணில் கேள்வியோடு. மனசிற்குள் 'ஏன் இப்படிக் கத்தறே? நான் என்ன செவிடுன்னு நெனச்சுண்டியா?' என்று கேட்டார்.

"தெரியலியா?" என்றது அந்தச் சலவை ஜரிகை வேஷ்டி. "நான்தான் சீதாவோட மச்சினன் – மதுரை!"

"அப்படியா?... ஆமாமா இப்ப தெரியறது. சட்டுனு அடையாளம் புரியலெ... இன்னும் பலகாரம் பண்ணலியே. போங்கோ... ராத்திரி முழுக்க ரயில்லெ வந்திருப்பேள்" என்று உபசாரம் பண்ணினார் சாமநாது.

"இவா, சுப்பராயரோட சித்தப்பா. குடும்பத்துக்கே பெரிய வாளா இருந்துண்டு, எல்லாத்தையும் நடத்தி வைக்கறவா" என்று பக்கத்திலிருந்த இன்னொரு சலவை வேட்டியிடம் அறிமுகப்படுத்திற்று மதுரை வேட்டி. அவர் போனார்.

"இவர் வந்து..." என்று என்னமோ யாரோ என்று அறிமுகப் படுத்தவும் செய்தது.

"நீங்க போங்கோ – நான் ஸ்நானம் பண்ணிவிட்டு வந்துட றேன்" என்ற சாமநாது அவர்களை அனுப்பினார்.

*மனசு சொல்லிற்று. "சீதாவுக்கு மச்சுனனா? சுப்பராயா, எப்படிடா இப்படி ஏழு பெண்ணைப் பெத்தே! ஓரோரு குட்டிக்குமா கலியாணம்னு ரயில் ரயிலா சம்பந்திகளையும் மாப்பிள்ளைகளையும் மச்சுனன்களையும் கொண்டு இறக்கறே. காவேரியிலே கால் தட்றதுக்குள்ளே இன்னும் எத்தனை மச்சுனன்களைப் பாக்கப் போறேனோ!"*

அரசமரத்தை விட்டு, பாதை அதிர அதிர, காவேரியை நோக்கி நடந்தார் சாமநாது. நுனியை எடுத்து இடுப்பில்

செருகி, முழங்கால் தெரிகிற மூலக்கச்சம். வலது தோளில் ஒரு ஈரிழைத் துண்டு – திறந்தபால் மார்பு, எக்கின வயிறு, சதை வளராத கண், முழுக்காது – இவ்வளவையும் தானே பார்த்துக்கொண்டார்.

காவேரி மணலில் கால் தட்டு முன்பே, தெருவிலிருந்து தவல் சத்தம் தொடங்குவது கேட்டது. நாகஸ்வரமும் தொடர்ந்தது. பத்தரை மணிக்குமேல்தான் முகூர்த்தம். மணி எட்டுக்கூட ஆகவில்லை. சும்மா தட்டுகிறான்கள். அவனுக்குப் பொழுது போக வேண்டும். சுப்பராயனும் பொழுது போகாமல்தானே ஏழு பெண்களையும் நாலுபிள்ளைகளையும் பெற்றான்.

தண்ணீர் முக்கால் ஆறு ஓடிகிறது. இந்தண்டை கால் பகுதி மணல். ருய்ருய் என்று அடியால் மணலை அரைத்துக் கொண்டு நடந்தார்.

மேளம் லேசாகக் கேட்கிறது. கூப்பிடுவார்கள். குடும்பத் திற்குப் பெரியவன். சித்தப்பா சித்தப்பா என்று சுப்பராயன் கூப்பிட்டுக்கொண்டு வருவான் – இல்லாவிட்டால் அவன் தம்பிகள் கூப்பிடுவார்கள் – என்னமோ நான்தான் ஆட்டி வைக்கிறாற் போல... கூப்பிடட்டும்...

சாமநாது பார்த்தார் – இடது பக்கம்.

ஆற்றின் குறுக்கே புதுமாதிரிப் பாலம் – புதுப்பாலம் – சுப்பராயனா அது நடந்துபோவது?...இல்லை...எத்தனையோ பேர் போகிறார்கள். லாரி போகிறது; சுமை வண்டிகள்; நடை சாரிகள் – எல்லாமே சுப்பராயன் மாதிரி தோன்றுகின் றன – லாரிகூட, மாடுகூட. சுப்பராயன்தான் பாலம் இந்த ஊருக்கு வருவதற்குக் காரணம். அவன் இல்லாவிட்டால் நாற்பது மைல் தள்ளிப்போட்டிருப்பார்கள். சர்க்காரிடம் அவ்வளவு செல்வாக்கு.

வலது பக்கம் – பின்னால் – வேளாளத் தெருவில் – புகை – வெல்லம் காய்ச்சுகிற புகை. புகை பூத்தாற்போல, அந்தத்தண்டை கருப்பங் கொல்லை கருப்பம் பூக்கள் – காலை வெயில் பட்டு பாதிப் பூக்கள் சிப்பிப் பூக்களாயிருக்கின்றன – கூர்ந்து பார்த்தால் சுப்பராயன் மாதிரி இருக்கிறது... சுப்பராயன் தான் கரும்புப் பயிரைக் கொண்டுவந்தான் ஊருக்கு – எதிரே அக்கரையில் நாலு இடத்தில் புகை, வெல்ல ஆலைப் புகை – எல்லாம் சுப்பராயன்.

அதோ பள்ளிக்கூடம் – சுப்பராயன்.

பாலத்துக்கு ஓரமாக கோவாப்பரட்டி – சுப்பராயன்.

"ஏன் கிடந்து வேகறேள்! உங்க அண்ணா பிள்ளைதானே அவன்! நானும் உங்க கையைப் பிடிச்சுண்டு படியேறி இருபது வருஷம் பாதி நாளைக்குப் பழையது, வத்தக் குழம்பு, இந்தப் பவழமலை - வேற என்னத்தைக் கண்டேன்? சுப்பராயனுக்கு மாசம் நாலு ரூவா சம்பளம் அனுப்பிக்க முடிஞ்சுதா, உங்களாலியும், உங்க அண்ணவாலேயும்! யாரோ உறவுன்னு ஒருத்தரைப் பிடிச்சு மலைக்கோட்டையிலே கொண்டு படிக்க வச்சேளே - நன்னாப் படிக்கிறான்னு - அதுதான் முழுக்க முடிஞ்சுதா உங்களாலே, உங்க அண்ணா வாலே? முகாலரைக் கால் கிணறு தாண்ட வாச்சாப்பல, கடசி வருஷத்திலே போரும் படிச்சதுன்னு இழுத்துண்டு வந்தேள். குழந்தை ஆத்திரமாத் திரும்பி வந்தான். அலையா அலைஞ்சான். ஓடாக் காஞ்சான். லக்ஷ்மி வந்து பளிச் பளிச்சுன்னு ஆடலானா, குடும்பத்துக்குள்ளே ..."

சாமநாதுவுக்குக் கேட்க இஷ்டமில்லை. அது அவர் மனைவி குரல். இப்போது காற்றில் கேட்கிறது. ஏழெட்டு வருஷம் முன்பு, நேரில் கேட்டது.

சுப்பராயனைப் படிக்கவைக்க முடியவில்லைதான். ஊருக்கு வந்தான். ஓடிப்போனான். கோட்டையில் கடையில் உட்கார்ந்து கணக்கு எழுதினான். அங்கே சண்டை. கடை வாடிக்கை ஒருவரிடமே கடன் வாங்கி பாதி பங்கு லாபத்திற்கு அதே மாதிரி மளிகைக்கடை வைத்தான். பயலுக்கு என்ன ராசி! முகராசியா! குணராசியா! சின்னக் கடை மொத்தக் கடையாகி, லாரி லாரியாக நெல் பிடித்து, உளுந்து பிடித்து, பயறு பிடித்து இருபது வருஷத்துக்குள் இருபது லட்சம் சொத்து. உள்ளூரிலேயே கால் பங்கு நிலம் வாங்கியாகி விட்டது.

அதையே பாகம் பண்ணி சாமநாதுவுக்குப் பாதி கொடுத்தான். சாமநாதுவுக்குக் கோபம். அவர் பங்கு ஊருக்கு சற்று எட்டாக் கையில் விழுந்தது. அது மட்டுமில்லை. ஆற்றுப் படுகைக்கும் எட்டாக்கை. சண்டை. அப்போதுதான் வாலாம்பாள் சொன்னாள்: "என்ன! கொடுத்து வச்சேளா? உங்க பாட்டா சம்பாதிச்ச சொத்தா - இல்லே உங்க அப்பா சம்பாதிச்சதா? ஒண்டியா நின்னு மன்னாடி சம்பாதிச்சதை, பாவம் சித்தப்பான்னு கொடுக்கறான். இந்த தான மாட்டுக்கு பல்லு சரியாயில்லெ, வாலு சரியாயில்லியா? பேசாம கொடுத்ததை வாங்கி வச்சுக்கட்டும். ஊரிலே கேட்டா வழிச்சுண்டு சிரிப்பா. நான் ஊர்ப் பெரியவாள்ள ஒருத்தியா இருந்தேனோ ..."

◈ சிலிர்ப்பு ◈

"நீ இப்பவேதான் வேறயா இருக்கியே! நீ அவனுக்கு பரிஞ்சுண்டு கூத்தாடறதைப் பார்த்தா, நீ என் ஆம்படையாளா. எங்க அண்ணா ஆம்படையாளான்னே புரியலியே–"

"தூ – போறும் – அசடு வழியவாண்டாம்" என்று வாலாம்பாள் நகர்ந்துவிட்டாள்.

"ம்ஹஹ" என்று அவருடைய அடித்தொண்டை மாட்டுக் குரலில் சிரித்தது – பெருமையோடு, பெருமை அசட்டுத்தனத் தோடு. பிறகு அவராகவே குழைந்து தொடர்ந்தார். "கோச்சுக் காதெ. உன் மனசு எப்படியிருக்குன்னு பார்த்தேன்."

"போரும், என்னோட பேச வாண்டாம்."

மூன்று நாள் வாலாம்பாள் பேசத்தான் இல்லை – அந்த அசட்டு விஷமத்திற்காக.

அவள் கண்ணை மூடுகிற வரையில் சொத்துத் தகராறு இல்லை. பாகம் பிரித்தாகிவிட்டது. ஏற்றுக்கொண்டாகி விட்டது. இனிமேல் என்ன?

ஆனால் முழு பாகமும் கிடைக்கவில்லை. சாமநாதுவின் வாலாம்பாள் இப்போது இந்த உலகத்தில் இல்லை. அவள் பெற்ற முதல் இரண்டு பிள்ளைகள் – இந்த உலகத்தில் இல்லை. மூன்றாவது பெண் – இல்லை. நாலாவது பெண் – கலியாணமாகி மூன்றாவது வருடம் கணவனை இழந்து, பிறந்து வீட்டோடு வந்துவிட்டாள். பழுப்பு நார் மடி கட்டிக்கொண்டு பிறந்த வீட்டோடு வந்துவிட்டாள். குடும்ப வழக்கப்படி தலைமுடியை வாங்கி நார்ப்பட்டுப் புடவை அணிவித்தார்கள். சுப்பராய னுடைய மூன்றாவது பெண்ணோடு ஒரே பந்தலில்தான் அந்தக் கலியாணம் நடந்தது.

ஐந்தாவது – பையன் – டில்லியில் ஏதோ வேலையாய் – சித்திரம் வரைகிறானாம் – ஆறாவது பையன் – எடுப்பாள் மாதிரி இந்த சுப்பராயனின் இந்த ஏழாவது பெண் கலியாணச் சந்தடியில் அலைந்துகொண்டிருக்கிறான். "போய், குளிச்சுட்டு வாங்களேன், சட்சட்டுனு. பெரியவாளா யாரு இருக்கறது?" என்று அவன்தான் அவரைக் காவேரிக்குக் குளிக்கத் துரை படுத்தி அனுப்பினவன்.

ஈரிழையை இடுப்பில் கட்டி முடிச்சிட்டு சாமநாது தண்ணீரில் இறங்கினார். முழுக்குப் போட்டு, உடம்பைத் தேய்த்தார்.

பாலத்தின் மீது பஸ் போகிறது. பஸ்ஸின் தலைக்கட்டு மேல் வாழை இலைக்கட்டு – ஒரு சைகிள் – நாலைந்து

மூட்டைகள் – கருப்பங்கட்டு – எல்லாம் சுப்பராயன். "அப்படியே அந்தப் பயலைக் கழுத்தைப் பிடித்து உலுக்கி, கண்ணு பிதுங்க... அவன் பெண்பிள்ளைகளை எல்லாம் ஒரு சாக்கில் கட்டி..." அவர் பல்லை நெரித்தார்.

"காவேரியிலே கொண்டு அமுக்கட்டும். அப்பதானே கரையேறாத நரகத்திலே கிடக்கலாம். இப்பவே போங்கோ..."

அவளேதான். வாலாம்பாள்தான், துவைக்கிற கருங்கல்லில் அவள் மாதிரி தெரிகிறது. கறுப்பு நிறம். அலைபாய்கிற மயிர் – பவழமாலை. கெம்புத்தோடு. ரவிக்கையில்லாத உடம்பு. நடுத்தர உடம்பு. அவள் காவேரியில் குளிக்கும்போது எத்தனையோ தடவை அவரும் வந்து சற்றுத் தள்ளி நின்று குளித்திருக்கிறார். யாரோ வேற்றுப் பெண் பிள்ளையைப் பார்ப்பதுபோல, ஓரக்கண்ணால் பார்த்திருக்கிறார். அந்த ஆற்று வெளியில், வெட்ட வெளியில் ஈரப்புடவையை இடுப்பு, மேல்கால் தெரிந்து விடாமல் சிரமப்பட்டு அவள் தலைப்பு மாற்றிக்கொள்ளும் போது ஒரு தடவை அவர் பார்த்துக்கொண்டேயிருந்து, அவள் அதைக் கவனித்ததும் – சரேலென்று அவர் ஏதோ தப்புப் பண்ணிவிட்டது போல, அயல் ஆண்போன்று நாணினது...

இப்போதும் அது தெரிகிறது! ஏன் அவள் மேலுலகத்துக்கு முந்திக்கொண்டாள்?

"சம்பாதிச்சதிலே பாதி நமக்குக் கொடுத்திருக்கான். மீதியை தன் தம்பியோட பாகம் பண்ணிண்டிருக்கான் சுப்பராயன். அவன் பிள்ளைகளுக்கு அதிலியும் கால் கால்னுதான் கிடைக்கும். ஏன் இப்படிக் கரிக்கறேள்...?" என்று இந்தக் காவேரியில்தான் அவரைப் பிடித்து அலசினாள் அவள் ஒருநாள்.

ராட்சச முண்டை! கடைசி மூச்சுவரைக்கும் என்ன நியாய புத்தி! என்ன தர்ம புத்தி!

"என்னை மனுஷனா வச்சிருந்தியேடி, என் தங்கமே – போயிட்டியேடி" என்று முனகினார். கண்ணில் நீர் வந்தது. திரும்பிப் பார்த்தார். அடுத்த துவைகல் எங்கோ இருந்தது. யாரும் கேட்டிருக்கமாட்டார்கள். கேட்டாலும் சுலோகம் போலிந்திருக்கும்.

(நர்மதே சிந்து காவேரி என்று சுலோகம் சொல்லிக் கொண்டே பிழிந்து) உடம்பைத் துடைத்து (க்கொண்டு) அரை வேட்டியைப் பிழிந்து கொசுவி உதறிக் கட்டி (க் கொண்டு) விபூதி பூசிக்கொண்டு நடந்தார் சாமநாது. (சித்தப்பா சித்தப்பா என்று அரற்றுவான் சுப்பராயன் பாவம்.)

❦ சிலிர்ப்பு ❦ 351

நாயனமும் தவுலும் நெருங்கிக்கொண்டிருந்தன. அரச மரத்து மேடைமுன் நின்று பிள்ளையாரையும் கல் நாகங்களையும் கும்பிட்டுவிட்டு விரைந்தார். தெருவில் நுழைந்தார்.

கிராமமே கலியாணப் பெண்போல ஜோடித்துக்கொண்டிருக்கிறது. புதுப் புடவைகளும் நகைகளும் சிவப்புப் பாதங்களும் சிவப்பு ஆடு சதைகளும் முகங்களும் வீடு வீடாக ஏறி இறங்கிக்கொண்டிருக்கின்றன. நாலு திண்ணைகளில் சீட்டாட்டம். தெருவெல்லாம் சலவை வேஷ்டி. நாலு மூலைத் தாச்சி பாய்கிற குளுவான் இரைச்சல்கள்.

"மணலூரார் கலியாணம்ன்னா கலியாணம்தான்" – சாம நாதுவே சொல்லிக்கொண்டார். அவர் குடும்பம் ஊரே இல்லை. மூன்று தலைமுறைகளுக்கு முன்னால் (புரோகிதப்) பிழைப்புக்காக மணலூரை விட்டு இங்கு குடியேறி, ஒரு (அக்ரஹாரத்து) ஓரத்தில் ஒரு குச்சில் நுழைந்தது. இப்போது தெரு நடுவில் பக்கம் பக்கமாக இரண்டு மூன்று கட்டு வீடுகளில் சொந்த இடம் பிடித்துவிட்டது. மணலூர்ப் பட்டம் போகவில்லை. உள்ளூரான்களை எகிறி மிஞ்சி வந்த இந்த நிலை சாம நாதுவின் பார்வையிலும் நடையிலும் இந்தக் கணம் எப்படித் தெறிக்காமல் போகும்? உள்ளூர், வந்தவர்கள் எல்லாரும் பார்க்கட்டும்.

அவர் வீடு, சுப்பராயன் வீடு இரண்டும் அண்ணன் தம்பியாக நிற்கின்றன. இரண்டு வாசல்களையும் அடைத்து பந்தல், திண்ணையெல்லாம் புது வேட்டிக் கூட்டம். உள்ளே கூடத்தில் பூ, பிச்சாணா, குழந்தைகள் இரைச்சல், ட்ரங்குகள்.

தாண்டிக்கொண்டு உள்ளே போனார். வேட்டியைக் கட்டிக்கொண்டார். கொல்லைக்குப் போய்க் காலை அலம்பி வந்து ஜபத்திற்கு உட்கார்ந்தார். முன்பெல்லாம் அறையின் நான்கு சுவர்களிலும் கிருஷ்ணன், ராமன், பிள்ளையார் என்று வரிசையாகப் படங்கள் மாட்டியிருக்கும். இப்போது ராமனும் கிருஷ்ணனும் பிள்ளையாரும் பூஜை அலமாரிக்குள் மட்டும் இருந்தார்கள். சுவர்களில் மாது எழுதின படங்களாக மாட்டியிருக்கின்றன.

மாது – அவருடைய மூன்றாவது பையன். கலியாணத்திற்கு வரவில்லை. சுப்பராயன் பெண்கள் பிள்ளைகள் என்ற எத்தனை கலியாணத்திற்குத்தான் வருவான்?

"அப்பா!"

கூப்பிட்டது அவர் பெண்தான். நார்மடியும் முக்காடுமாக நின்ற பெண்.

"மாப்பிள்ளையை அழைச்சு மாலை மாத்தப் போறா. பரதேசக கோலம் புறப்படப் போறது. போங்களேன். நாளைக்கு ஐபம் பண்ணிக்கலாமே."

"சரி, சரி – வரேன் போ."

அவள் ஏறிட்டுப் பார்த்தாள் அவரை. குழப்பம்.

"போயேன். அதான் (நான் இதோ) வரேன்னேனே... இதான் வேலை" கடைசி வார்த்தைகள். அவள் காதில் விழவில்லை.

மூண்டனம் செய்த தலை. முப்பத்தோரு வயது. கன்னத்திலும் கண்ணிலும் இருபது வயது பாலாக வடிகிறது.

"போன்னா பேயேன். வரேன்."

அவள் நகர்ந்தாள் – கதவை லேசாக சாத்திக்கொண்டு. அவர் கழுத்துக்குள் அனலாகச் சுடுகிறது.

சுற்றும்முற்றும் பார்த்தார். மாது வரைந்த படங்கள். கூர்ந்து பார்த்தார். சிரிப்பு வருகிறது. ஒரு படம் முழுதும் வெறும் முழங்கால். அதில் ஒரு கண். கண்ணில் ஒரு சீப்பு செருகியிருக்கிறது. இன்னொன்று பெண்பிள்ளைமாதிரி இருக்கிறது. ஒரு கால் பன்றிக்கால். வயிற்றைக் கிழித்துக் காட்டுகிறாள். உள்ளே நாலு கத்தி – ஒரு பால் டப்பா – ஒரு சுருட்டின சிசு. இன்னொன்று – தாமரைப்பூ – அதன்மேல் ஒரு செருப்பு. பாதிச் செருப்பில் ஒரு மீசை...

என்ன இதெல்லாம்! திசைப்பூண்டு மிதித்தாற்போல மனம் ஓடுங்கிப் பார்த்துக்கொண்டே நின்றார். கால் வலிக்கிறது. எனக்குக்கூடவா?

மேளச்சத்தம்.

"அப்பா, கூப்பிடுறாப்பா?" – நார்மடித் தலை எட்டிப் பார்த்தது. சிறிசு முகம்.

"இதோ."

சாமநாது வெளியே போனார்.

"சித்தப்பா, எங்க போய்ட்டேள்?"

சுப்பராயன் குரல். மூச்சு வாங்குகிற குரல், கூனல் முதுகு.

மாலை மாற்றுகிறார்கள் – பெண்ணும் பிள்ளையும். அதையும் ஊஞ்சலையும் பார்த்தால், பார்வதி பரமேச்வரனை, லக்ஷ்மி நாராயணனைப் பார்க்கிற புண்யமாம். ஊரிலிருக்கிற விதவைகள்கூட மூலை முடுக்கெல்லாம் வந்து நிற்கிறார்கள்.

 சிலிர்ப்பு  353

எங்கு பார்த்தாலும் பல். ஒடிந்த பல், அழுக்கிடுக்குப் பல், தேய்ந்த பல், விதவைப் பல், பொக்கைப் பல், சமையற்காரன் கூட வந்து நிற்கிறான்.

"கண்ணுரஞ்சலாடி நின்றார் . . ."

நாயனக்காரன் வாங்கி வாசிக்கிறான் அந்த 'ஊஞ்சலை'!

சாமநாதனுக்கு மூச்சு முட்டிற்று. மெதுவாக நகர்ந்தார். வியர்வை சுடுகிறது. காற்றுக்காகக் கொல்லைப்பக்கம் நடந்தார். கூடத்தில் ஈ, காக்காய் இல்லை. கொல்லைக் கட்டு வாசற்படி தாண்டி கடைசிக்கட்டு. அங்கும் யாருமில்லை. கோட்டை யடுப்புகள் மொலாமொலா என்று எரிகின்றன. கூட்டம் கூட்டமாக நெருப்பு எரிந்தது. தவலை தவலையாகக் கொதிக்கிறது. சாக்கு மறைவில் எண்ணெய்ப் பாடத்தோளும் அழுக்குப் பூணூலுமாக ஒரு பயல் வெள்ளரிப் பிஞ்சு நறுக்கு கிறான். வேறு ஒரு பிராணி இல்லை. பார்வதி பரமேச்வராள் மாலை மாற்றுகிற காட்சியில் இருக்கிறான்கள்.

கோட்டையடுப்புக்கு இப்பால் மேடைமீது ஒரு பாரி ஜோட்டுத் தவலை. இடுப்பளவு – மேல் வயிறளவு உயரம் பாயசம் மணக்கிறது. திராட்சையும் முந்திரியுமாக மிதக்கிறது. எப்படித்தான் தூக்கி மேடைமீது வைத்தான்களோ? மேல் வளையங்களில் கம்பைக் கொடுத்து பல்லக்கு மாதிரி இரண்டு பேராகத் தூக்கினால்தான் முடியும். ஐந்நூறு அறுநூறு பெயர் குடிக்கிற பாயசம்.

நான் ஒண்டியாகவே கவிழ்த்து விடுவேன்.

சாமநாது இரண்டு கைகளையும் கொடுத்து மூச்சை அடக்கி, மேல்பக்கத்தைச் சாய்த்தார். ப்பூ – இவ்வளவுதானே. அடுத்த நொடி, வயிறளவு ஜோட்டி, மானம் பார்க்கிற வாயை, பக்கவாட்டில் சாய்த்துப் படுத்துவிட்டது. பாயசம் சாக்கடையில் ஓடிற்று.

வெள்ளரிப் பிஞ்சு நறுக்கிற பயல் ஓடிவந்தான்.

"தாத்தா தாத்தா!"

சாமநாதவுக்கு முகம், தோலியெல்லாம் மணல் படர்ந்தது.

அரிவாள் மணையை எடுத்துண்டுன்னா வரான் பயல்!

கை கால் உதறல் – வாய் குழறிற்று.

"படவாக்களா, எங்கே போயிட்டேல் எல்லாரும் – இத்தனை பெரிய எலியைப் பாயசத்திலே நீஞ்சவிட்டுவிட்டு. இத்தனை பாயசத்தையும் சாக்கடைக்கா படைச்சேள் – கிராதகன்களா! மூடக்கூடவா தட்டு இல்லே?"

ஒரு வேலைக்காரி ஓடிவந்தாள்.

"என்னா பெரியசாமி!"

"ஆமாண்டி – பெரியசாமி பார்க்காட்டா, பெருச்சாளி முழுகின பாயசம்தான் கிடைச்சிருக்கும். போங்கோ, எல்லாரும் மாலை போட்டுண்டு ஊஞ்சலாடுங்கோ...?"

இன்னும் நாலைந்து பேர் ஓடிவந்தார்கள்.

நார்மடியும் முக்காடுமாக அந்தப் பெண்ணும் ஓடி வந்தாள்.

வேலைக்காரி அவளிடம் சொன்னாள்.

"எப்படிப்பா இத்தணம் பெரிய ஜோட்டியை சாச்சேள்!"

அவள் உடல், பால்முகம் – எல்லாம் குரு படர்கிறது.

"போ அந்தண்டை" என்று ஒரு கத்தல். "நான் இல்லாட்டா இப்ப எலி பாஷாணம்தான் கிடைச்சிருக்கும். பாயசம் கிடைச்சிருக்காது."

பெண் அவரை முள்ளாகப் பார்த்தாள். கண்ணில் முள் மண்டுமோ?

சாமநாதுவுக்கு அந்தப் புதரைப் பார்க்க முடியவில்லை. தலையைத் திருப்பிக்கொண்டு, "எங்க அந்த சமையக்கார படவா?" என்று கூடத்தைப் பார்க்கப் பாய்ந்தார்.

– பெ பெ பே பே

பே பெ பே பே எ –

ஆனந்த பைரவியில் ஊஞ்சல் பாட்டை வாங்கி நாயனம் ஊதுகிறது.

வாலாம்பாள் பாடுகிற மாதிரியிருக்கிறது.

◆

சிலிர்ப்பு

## கோதாவரிக் குண்டு

பழைய பேப்பர்க்காரன் தராசு தெய்வீகக் கொல்லன் கைவேலை, ஆனையை வைத்தால் ஆறு பலம் காட்டும். ஆறு மாசத் தினசரிக் காகிதம் எந்த மூலை? கண்ணில் விளக்கெண் ணெய் போட்டுக்கொண்டு இப்பால் அப்பால் திரும்பாமல் தவம் புரிந்து முள்ளைப் பார்த்துக்கொண்டிருந்தேன்.

"அம்மா இருக்காளோ?" என்று அந்தச் சமயம் பார்த்துக் குரல் கேட்டது. நிமிர்ந்தேன். காதுக்குக் காது புன்னகை நீள அந்த அம்மாள் நின்றுகொண்டிருந்தாள். பெயர் கங்காவோ, கோதாவரியோ – சரியாக ஞாபகம் இல்லை. ஏதோ நதியின் பெயர்தான். இடுப்பில் எதையோ இடுக்கி, அதை முந்தானை யால் மறைத்துக்கொண்டிருந்தாள்.

"உள்ளே இருக்கா – போங்கோ" என்றேன். கச்சம் ஆட, கூடத்தைக் கடந்து உள்ளே போனாள் அம்மாள்.

தராசு முள்ளைப் பார்த்தேன். தெய்வீக முள்ளாயிற்றே அது! அறுபது காகிதமானால் என்ன? அரைக் காகிதமானால் என்ன? நடுநிலை பிசகுமோ! – ஹூம். நமக்கென்று சொந்த மாகத் தராசு வைத்துக்கொள்ள எப்போது காலம் வரப் போகிறதோ, கை வரப்போகிறதோ, ஈசுவரா!

கடைசி வாக்கியத்தை வாயைவிட்டே சொல்லிவிட்டேன். இப்படி ஏமாறுவதை எந்தப் புழுதான் சகிக்கும்?

"சாமி! இந்தத் தராசைப் பார்த்து இப்படிச் சொல்றீங் களே. எழுதின கார்டுக்கும் எழுதாத கார்டுக்கும் வித்தியாசம் காட்டும் சாமி. உங்களுக்குச் சந்தேகமா இருந்தால் கடையிலே போய் ஒரு தராசை வாங்கிட்டு வாங்க... என்னாத்துக்குப் பொல்லாப்பு?"

கடைக்குப் போக ஏது நேரம்? அதுவும் காலையில் ஒன்பதரை மணிக்கு வியாபாரத்தைக் கவனிப்பானா, தராசைக் கடன் கொடுப்பானா கடைக்காரன்? இன்னும் அரைமணிகூட இல்லை, ஆபீசுக்கு கிளம்ப, குளித்துச் சாப்பிட்டாக வேண்டும்! ஏதாவது காசைக் கண்ணால்

பார்த்தால் போதும் போலிருக்கிறது. இல்லாவிட்டால் ஞாயிற்றுக்கிழமையை விட்டு 'வீடு போ போ, ஆபீஸ் வா வா' என்கிற வியாழக்கிழமையாகப் பார்த்துப் பழைய காகிதம் விற்க உட்காருவானேன்! இருள் இரண்டு மூன்று உருவத்தில் பயமுறுத்துகிறது. மின்சாரப் பில் கட்டும் கடைசித் தேதி கடந்து இரண்டு மாதங்களாகிவிட்டன. இன்று கட்டாவிட்டால் இருள் கவிழ்ந்துவிடும், 'தக் தக் தக்'கென்று குதித்து, ஏற்றின ஒரு நிமிஷத்தில் அணைந்துவிடுகிற அரிக்கேன் விளக்கோடு போராட முடியாது. பெண் முகத்தைத் தூக்கிக் கொண்டு உள்ளே உட்கார்ந்திருக்கிறாள். பள்ளிக்கூடம் போகமாட்டாளாம். ஏதோ சாமியாருக்கு எட்டணாக் கொடுக்க வேண்டுமாம். இது வாரப் பிடுங்கல், கொடுக்கிற சம்பளம் பற்றாதென்று, போன மகான்களின் பேரையெல் லாம் சொல்லிக்கொண்டு வரி வைக்கிற கான்வென்ட் பள்ளிக்கூடத்துப் பிடுங்கல், எட்டணா இல்லாமல் இன்று அவள் அமைதியைக் காண முடியாது.

ஆறு மாசத் தினசரி தாள்கள். வாரப் பத்திரிகைகள் எல்லாமாகப்போட்டு ஆரை ரூபாய் வந்தது.

"எத்தனை கொடுத்தான்?" என்று பேப்பர்க்காரன் போன கையோடு வந்தாள் கௌரி.

"ஆறரை ரூபாய்."

"ஆறுமாசப் பேப்பருக்கா?"

"இப்ப ஏன் பதற்றே! அவன் இருக்கிற போதுன்னா பதறியிருக்கணும்."

"நான் உள்ளே பேசிண்டிருந்தேன்!"

"அப்ப இங்கே வந்து பேசாதே."

"பேசலே, எனக்கு இரண்டு ரூபாய் வேணும்."

"இரண்டு ரூபாயா! என்னத்துக்கு?"

"வேணும்."

"எலெக்ட்ரிக் பில் மூணே கால் ரூபாய்; உன் பொண்ணுக்கு எட்டணா. உனக்கு இரண்டு ரூவா. மீதி முக்கால் ரூபா வச்சிண்டு நான் என்ன பண்ணுவேன்? டிபன், வெத்திலை, சீவல், பஸ்ஸு!"

"டிபன் கட்டிவைச்சிருக்கேன் – மிளகு அவல் பண்ணி."

"காப்பி?"

"தரமாஸ் பிளாஸ்கிலே போட்டு வைச்சிருக்கேன்."

≈ சிலிர்ப்பு ≈

"வெத்திலை பாக்கு?"

"அதுவும் மடிச்சு வைச்சிருக்கேன்."

"சரி, வியாழன், வெள்ளி, சனி, மூன்று நாட்கள் பஸ்ஸுக்கு ஆச்சு. திங்கட்கிழமை என்ன பண்றது?"

"அதுக்கு இப்ப என்ன? அப்புறம் பார்த்துக்கலாம்."

"எப்படிப் பார்த்துக்கிறது?"

"பாட்டுக்கார சுப்பிரமண்யய்யரைப் போய்க் கேட்கிறது."

ஸப்த நாடியும் ஒடுங்கிவிட்டது எனக்கு. என் வாயை மூடி முத்திரையிடப் பாட்டுக்கார சுப்பிரமண்யய்யரின் பெயரை கௌரி உபயோகிக்கிற வழக்கம் இரண்டு வருஷங்களாக வலுத்துவருகிறது. பாட்டுக்கார சுப்பிரமண்யய்யர் தொள்ளாயிரத்து ஐம்பத்தாறாம் வருஷம் பத்து ரூபாய் நாளைக்குக் கொடுப்பதாக வாங்கிப்போனார். நாளைக்கு என்று மனச்சுவரில் செதுக்கிவிட்டுப் போய்விட்டார். கடன் கேட்காது போச்சு என்பார்களே என்று தொள்ளாயிரத்து ஐம்பத்தொன்பதாம் வருஷத்திலிருந்து அவரைக் கேட்கத் தொடங்கினேன். ஓடி ஒளிந்தார். குழைந்தார், கெஞ்சினார். காசை மட்டும் இளக்கினபாடில்லை.

கடைசியில் ஒருநாள் வந்தார். "தலைவாசல்" ஆபிஸில் மானேஜர் உங்களுக்கு வேண்டியவாளாமே. என் பையன் படிப்பை முடிச்சுட்டான். ஒரு வருஷமாச்சு. நூறு மனுப் போட்டாச்சு. வேலை கிடைக்கலே... நீங்க அவர்களைப் பார்த்து..." என்று கெஞ்சினார். 'சரி' என்றேன். இப்போது நான் அவரைக் கண்டு ஓடி ஒளிந்துகொண்டிருக்கிறேன். "அந்தத் தலைவாசல் மானேஜரை..." என்று என் தலையைக் கண்டதுமே ஆரம்பித்துவிடுகிறார். அவருடைய குடுமியையும், பச்சை சைக்கிளையும் ஒரு மைலுக்கு அப்பாலே அடையாளம் கண்டு என் கால் மிக அருகேயுள்ள சந்தில் பதுங்கிவிடுகிறது. "அந்த... தலைவாசல் மானேஜரை" என்று மனசில் குரல் எழுந்து விரட்டுகிறது.

"எதுக்கு இரண்டு ரூபாய் உனக்கு?"

"கங்காபாய் கேட்கிறா... இப்படி வாங்கோ" என்று குரலை உயர்த்தினாள் கௌரி.

கங்காபாய் வந்தாள். இரட்டை நாடி சரீரம். தலையில் பாதி நரை. இடையில் கச்சம்போட்ட புடவை. கழுத்தில் கருக மணி. தலையை வாரிப் பின்னிப் பின்னால் சக்கரக் கட்டு கட்டியிருந்தது. வயது ஐம்பது இருக்கும். முந்தானையிலிருந்து ஒரு வெண்கலப் பானையை எடுத்து முன்னால்

வைத்தாள்.

"இந்தக் கோதாவரிக் குண்டை வச்சிண்டு இரண்டு ரூபாய் கொடுக்கச் சொல்றா" என்றாள் கௌரி.

கோதாவரிக் குண்டு பெரிய குண்டு. பட்டணம் படியால் இரண்டு படி அரிசி வடிக்கலாம். புளி போட்டுத் தேய்த்து பளபளத்தது.

"நீங்கள்தானே இரண்டு மாசம் முன்னால் ஒரு ரூபாய் வாங்கிண்டு போனது ஒரு வெங்கலப் பானையை வச்சு?"

"ஆமா. அது நாச்சார் கோயில் போணி. ஒரு படி பானை!"

"அதையே இன்னும் மீட்டுக்கலையே!"

"ஒரு மாசத்திலே இது, அது இரண்டையும் மீட்டுக்கறேன். இப்ப எனக்கு ரொம்ப முடை."

நான் அரைமணி முன்னால்தான் அந்த நாச்சியார் கோயில் பானையைப் பார்த்தேன். சமையல் உள் அலமாரிக்கு மேல் மாம்பலகைப் பரண்மீது அது கவிழ்த்து வைக்கப்பட்டிருந்தது. இரண்டு மாசமாகத் தினமும் அதைப் பார்த்து வருகிறேன். பிள்ளையார் சதுர்த்தியன்று இரண்டு மூன்று விருந்தினர்கள் வந்தபோது கௌரி அதை எடுத்து உலைவைத்த ஞாபகம்கூட வருகிறது.

"இரண்டு மாசமாச்சு. ஒரு ரூபாயைக் கொடுத்துச் சின்னப் பானையை மீட்க முடியலே. இது வேறேயா?"

"நீங்க ஒன்றும் வித்தியாசமாக நெனச்சுக்கப்படாது. இன்னும் பதினைஞ்சு நாளிலே நான் வந்து இரண்டையும் மீட்டுண்டு போகலேன்னா, ஏன்னு கேளுங்கோ."

"வாண்டாம்மா... நீங்க பேசாமல் எடுத்துண்டு போங்கோ... இங்கேயே முடை கழுத்தைப் பிடிக்கிறது. ஒண்ணும் சௌகரியப் படாது."

"நீங்க அப்படிச் சொல்லப்படாது."

"சொல்லப்படாதுன்னா! நீங்களேதானே பார்த்துண் டிருந்தேள், பேப்பர்க்காரன் கிட்ட போட்டுட்டு வாங்கினதை" என்று குளிப்பதற்காகக் கொல்லைப் பக்கம் நடையைக் கட்டிவிட்டேன். ஒரு நிமிஷத்துக்குள் அங்கே வந்து சேர்ந்து விட்டாள் கௌரி.

"இரண்டு ரூபாய் இல்லேன்னா ஒரு ரூபாயாவது கொடுங் கோங்கறா..." என்று இழுத்தாள்.

"ரூபாயும் கிடையாது; பீப்பாவும் கிடையாது."

சிலிர்ப்பு

"ரொம்பக் கெஞ்சறான்னா."

"நான் யார்கிட்டே கெஞ்சறதுன்னேன்..." என்று உருட்டி விழித்தேன். "நாலு மணிக்கு ஒரு டீ சாப்பிடுவோம்ன்னா வெறும் பையிலே கையைவிட்டு ஆட்டவேண்டியிருக்கு. ஒரு ரூபாய் கடன் கொடுக்கிறாளாம். இப்ப ஒன்றும் கேட்காதே. நாழியாச்சி. குளிக்கணும்."

குளித்துவிட்டு வந்த பிறகும் கங்காபாய் கூடத்திலேயே நின்றுகொண்டிருந்ததைப் பார்த்தேன்.

முகத்தைச் சிணுங்கிக்கொண்டே அடுக்களைக்குள் திரும்பிவிட்டேன்.

"என்ன?"

"ஏன் இப்படி எரிஞ்சு விழணும்? இல்லாமதானே வந்து கேக்கறா."

"இங்கேயே இல்லே."

"ம்க்கும், இல்லே. அவ என்ன வெறுமே கேட்கிறாளா? ஈடு வச்சுத்தானே கேக்கறா. இன்னிக்குக் கடை தெருவுக்கு எடுத்திண்டுபோய்க் கேட்டால் முப்பது ரூபா விலை சொல்லுவான் அந்தக் கோதாவரிக் குண்டுக்கு. அதை வைச்சு ஒரு ரூபா கேக்கறாள்ன்னா ஒருத்திக்குத் தலைபோகிற முடையா கத்தானே இருக்கும்."

"ஆமாமா."

"உங்களுக்கு இரக்கமே கிடையாதுன்னா. பாட்டுக்கார சுப்பிரமண்யய்யர்ன்னா பத்தும் இருபதுமாகத் தூக்கிக் கொடுத் துட்டு அலையலாம். தேமேன்னு பாவம், ஏழை மூணு வீசை வெங்கலத்தை வச்சு ஒரு ரூபாய் கேக்கறது... அதுக்கு இவ்வளவு மாலாசு பண்ணத் தெரியறது."

பளிச்சென்று முடிவுக்கு வந்துவிட்டேன். "இத பாரு, வேணும்ன்னா ஒரு ரூபா வாங்கிண்டு போகச் சொல்லு. அதையும் பத்து நாளிலே திருப்பிக் கொடுத்திடணும்" என்று ரூபாயைக் கொடுத்தேன்.

கூடத்துக்குப் போனவள் இரண்டு நிமிஷங்கள் கழித்துத் திரும்பி வந்தாள். கையில் பளபளவென்று கோதாவரிக் குண்டு மிளிர்ந்தது.

"சேட்டுக் கடையிலே வச்சா பத்து ரூபாய் கொடுப்பான் இதுக்கு. தெரிமோல்லியோ?" என்று அதைக் கீழேவைத்துத் தூக்கியும் சுற்றியும் குழந்தையைக் கொஞ்சுகிறாப்போல் பார்த்தாள் கௌரி.

"ம்...ம். பத்து ரூபா கொடுப்பான். வட்டியும் பதினைஞ்சு ரூபா வாங்குவான்."

"பாவம். என்ன கஷ்டமோ தெரியலை. இதை வச்சு ஒரு ரூபாய் வாங்கிண்டு போறதே. அகமுடையான் வழியா யிருந்தான்னா இப்படிக் கஷ்டப்படுமோ பாவம்..."

"தத்தோஜி ராவ் அப்படி ஒன்றும் வழியில்லாத ஆளில்லை. அவரும் ஏதோ சம்பாதிக்கத்தானே செய்யறார்."

"இதென்ன சம்பாத்தியம் சாதகபட்சி மாதிரி! போய், ஓடியாடி முண்டியடிச்சுச் சம்பாதிக்கணும். இவாளுக்குத் துவரம் பருப்பே ஒரு மூட்டை வேணுமே மூணு மாசத்துக்கு."

"அவர் புத்தி, படிப்புக்கு அவ்வளவுதான் முடியும்."

எனக்குப் பரிமாறும்போது கோதாவரிக் குண்டைத் திரும்பித் திரும்பிப் பார்த்துக்கொண்டிருந்தாள் கௌரி. நவராத்திரி வருகிறது. ஒன்பது நாட்களில் ஒரு நாளாவது அதை அடுப்பில் வைக்காவிட்டால் அவளுக்கு அமைதி வராது.

ஆபீஸ் போகும்போது கொங்கணேசுவரன் கோவில் வாசலைப் பார்த்துக்கொண்டே போனேன். வழக்கம்போல் தத்து அங்கே உட்கார்ந்திருந்தார். முகத்தில் என்றும் மாறாத புன்சிரிப்பு. தத்துவைப் படத்தில் எழுதிப் பார்க்க வேண்டும். முகமும் உடலும் அவ்வளவு அமைப்பு. இரண்டு பகுதியாக விரிந்து தெரியும் மார்பு. குழந்தை வயிறு. அகன்ற தோள். நடுத்தர உயரம். முகத்திலும் பழைய பீஷ்வாக்களைப்போல ராஜகளை. தொங்கு மீசை. ஐம்பத்தைந்து வயதிருக்கும். ஆனால் நாற்பது வயதுதான் மதிக்கலாம். ஒரு நரை காண முடியாது. கங்காவுக்கு ஐம்பது வயது என்பது பார்த்த மாத்திரத்தில் தெரியும். அவள் கணவர் என்ற உறவினால்தான் அவருக்கு வயது ஐம்பதுக்குமேல் என்று ஊகம் செய்ய முடிகிறது. இல்லாவிட்டால் நாற்பதுதான் மதிப்பு.

கொங்கணேசுவரர் கோயில் திண்ணையைவிட்டு அசைய மாட்டார் தத்து. அங்கே வந்துதான் அவரை அழைத்துப் போவார்கள். அவர் இனத்தைச் சேர்ந்த புரோகிதர் யாராவது. புரோகிதத் தொழிலுக்கான படிப்போ, நெட்டுருவோ தத்து வுக்குத் தெரியாது... சும்மா எடுப்பாளாகத்தான் போவார். ஓர் அணா இரண்டு அணா தட்சிணைக்குக் கை நீட்டுவார். சாப்பிடச் சொன்னால் சாப்பிடுவார். கோயில் திண்ணைக்கு வந்து கால்மேல் கால்போட்டுத் தொங்கு மீசையைப் பாம்பு விரலால் கோதிக்கொண்டே உட்கார்ந்துவிடுவார்.

இரவு வேளைகளில் எங்காவது மடத்தில் பஜனை நடந்தால் ஒரு மிருதங்கத்தை வலது கையால் அணைத்துக்

கொண்டு போவார். 'திம் திம் தரு திம் திம் தரு' என்று ஒரு சொல்லை வைத்துக்கொண்டே எல்லாத் தாளங்களும் வாசித்துவிடுவார்... அதைத் தவிர 'தகஜுணு தொம்' என்று மூன்றுமுறை திருப்பி மோரா வைப்பார். மற்றபடி தாளத்தைப் பற்றி ஒரு பாவமும் தெரியாது. ஆனால் நாதத்தில் மட்டும் ஒரு சுகம் இருக்கும் – அவருடைய புன்சிரிப்பைப் போல.

மனுஷனுக்குக் கோபமே வராது. திட்டினாலும் புன் சிரிப்புத்தான், வேகமாக நடக்கமாட்டார். வியக்கமாட்டார். அதிர்ந்து பேசமாட்டார்.

கோவிலுக்குப் பத்து வீடுதாண்டி அவர் வீடு, சொந்த வீடுதான். வாடகை கொடுத்து எப்படிக் கட்டுப்படியாகும் அவருக்கு? தலைமுறை தலைமுறையாக வந்த வீடு. ஆனால் வீடு என்று கண்டுபிடிக்க ஓர் அளவாவது ஆராய்ச்சி ஞானம் வேண்டும். தெருவைவிட நாலு அடி உயர்ந்திருந்த ஒரு பெரிய மேடை. பெரிய வீட்டின் அடித்தளமாக ஒரு காலத்தில் இருந்திருக்க வேண்டும் அது. அந்த மேடையின் பின்கோடியில் கறுப்பும் நரையும் ஓடிய ஒரு சுவர் தெரியும். வீடு இருந்ததன் கடைசிச் சின்னமும் அத்தாட்சியுமாக இருந்த ஒரே அறையின் சுவர் அது. அதில்தான் கங்காபாய் சமையல், தூக்கம் முதலிய காரியங்களைச் செய்துகொண்டு மற்றப் பொழுது களில் அந்தப் பெரிய மேடையைக் கடந்துவந்து தெருவில் இறங்கும் படியில் உட்கார்ந்திருப்பாள். நான் அந்த வீட்டைக் கடக்கும்பொழுது அவள் கையில் ஏதோ பொட்டணத்துடன் அறைக் கதவைத் திறந்துகொண்டிருந்தாள்... நாம் கொடுத்த ஒரு ரூபாய் வீண் போகவில்லை. ஏன் இவ்வளவு அற்பத்தனமாக மல்லுக்கு நின்றோம், கேவலம் இந்த ஒரு ரூபாயைக் கொடுக்க! எனக்கே ஏன் என்று புரியவில்லை. மனிதனுக்கு அற்பத் தனம் வர நேரம் போது ஏது?

கங்காபாயின் புடவையில் கண்ணுக்குத் தெரிந்து பதினைந்து ஒட்டுக்களாவது இருக்கும். தத்தோஜியின் பஞ்ச கச்சத்தில் அதற்குக் கூடுதலாக நாலு இருக்குமே தவிரக் குறைவாக இராது. நல்ல வேளையாகத் தத்து சாப்பாடே வேலையாக இருக்கிற ஒரு தொழிலைச் செய்ய ஆரம்பித் தாரே – அதுவரையில் அதிர்ஷ்டம். அந்த வேலைக்குக் கூலிகூட உண்டு. ஆனால் அதுகூட இப்போது நலிந்துவிட்டது. புரோகிதர்களுக்கு முன்மாதிரியெல்லாம் சாப்பாடு யார் போடுகிறார்கள்? ஒரு சடங்கு என்றால் வேட்டி துண்டு வாங்குவதும் மலையேறிப் போய்விட்டது. இல்லாவிட்டால் தத்துவின் வேட்டி வேட்டியா யில்லாமல் சல்லடையாக இருப்பானேன்? மந்திரம் தந்திரம் தெரிந்த புரோகிதராக

இருந்தாலாவது ஏதோ காலத்தை ஓட்டலாம் என்ற நம்பிக்கைக்கு இடமிருக்கும். வெற்று ஆளுக்கு என்ன பயன்?

படைத்தவன் வயிற்றுக்குப் படைக்காமலா இருப்பான் என்று ஏன் வேதாந்தம் பேசுகிறார்களோ, தெரியவில்லை வயிற்றுக்குப் படைக்கிற வெண்கலப் பானையே அடுக்குக்குப் பெயர்ந்துவிட்டது.

ஒரு ரூபாய் கொடுக்க ஏன் இவ்வளவு தகராறு செய்தோம்? கோதாவரிக் குண்டே இல்லாமல், ஒரு ரூபாய் ஏன் கொடுத் திருக்கக் கூடாது?... எப்பொழுதும்போல் என் பின் புத்தி இந்தக் கேள்விகளைக் கேட்டுக்கொண்டேயிருந்தது.

கங்காபாயைப் பார்த்த இடங்களெல்லாம் ஞாபகத்துக்கு வருகின்றன. எங்கே கலியாணம், எங்கே அன்னதானம், எங்கே சமாராதனை என்று போய்விடுவாள். சின்னதோ பெரியதோ எந்தக் கலியாணமாயிருந்தாலும், சம்பந்திகள், பிரமுகர்கள், நண்பர்கள் இந்தக் கூட்டமெல்லாம் சாப்பிடட்டும் என்று அடிவண்டல் பந்திக்காகத் திண்ணையில் காத்துக்கொண் டிருக்கிற கும்பலில் கங்காபாய் ஒரு பூனா டம்ளரோடு உட்கார்ந்திருப்பாள். கோவிலில் நவராத்திரி சமாராதனை என்றால் அங்கே அவளை முன்பந்தியில் பார்க்கலாம். ஒன்றும் கிடைக்காவிட்டால் ஏதோ அவலோ, பொரியோ இடித்துக் குறுப்புத் தகர டப்பாவில்போட்டு விற்க வந்துவிடுவாள். இன்று அதற்கும்கூட வழியில்லை போலிருக்கிறது.

தத்துவின் முப்பாட்டன்மார்கள் அரண்மனையில் புரோ கிதம் செய்தவர்களாம். இந்த நாச்சியார்கோவில் கோதாவரிக் குண்டுகளெல்லாம் அந்தக் காலத்தில் சேர்ந்த சொத்தாகத் தானிருக்க வேண்டும். தத்துவின் படிப்புக்கு இருப்புச் சட்டி கூட தானம் கொடுக்கமாட்டார்கள். அவ்வளவு மட்டமாகக் கொடுக்கவும் தோன்றாது, அவரைப் பார்த்தால். ஆள்தான் மீசையும் பளபளப்புமாக ராஜ கம்பீரமாக இருக்கிறாரே, அப்பனே! ஏழையாகத்தான் படைத்தாயே, சச்சலாக, கருவலாக, நாய் பிடுங்கினாற்போல் படைக்கப்படாதோ! இப்படியா வாட்டசாட்டமாக, மீசையும், வடிவுமாகப் படைக்க வேண்டும்! தானம் கொடுக்கிறவனுக்குக் கொஞ்சமாவது இரக்கம், அனுதாபம் வர வேண்டாம்! அச்சாரம் கொடுத்துப் பண்ணி னாற்போலப் படைத்துவிட்டு, அதிர்ஷ்டத்தையும் புத்தியையும் கழித்துவிட்டு...சை! கடவுள் இவ்வளவு சராசரிக்குக் குறைவான படைப்பாளியா?

"என்னய்யா! பிரமாத யோசனையா இருக்கு இன்னிக்கு! என்னமோ சுவரைப் பார்க்கிறீர்! தரையைப் பார்க்கிறீர்!

௸ சிலிர்ப்பு ௸

கொஞ்சம் எழுதறீர்! நிற்கிறீர்!" என்று கத்தினான் சிரஸ்தார் பக்கிரிசாமி.

"ஒன்றுமில்லை. நீ உன்னுடைய வேலையைப் பாரு!"

"என்ன சொல்லேன்! நானும் தெரிஞ்சுக்கறேன்!"

"தெரிஞ்சு என்ன பண்ணப் போறே? இந்தாடாப்பா கஷ்டப்படாதேன்னு பத்து ரூபாயைத் தூக்கிக் கொடுத்திடப் போறியா?"

"ஓகே – அப்படியா சமாசாரம்! என்னா இப்படி? தேதி பத்துதானே ஆச்சு! அதுக்குள்ளியும் அள ஆரம்பிச்சிட்டியே. ஏன்ப்பா! எனக்குப் பத்தும் அஞ்சும் கொடுக்க இயலாது. இரண்டு நாள் பொறுத்துக்க! நானும் அப்ப உன்னோட சேர்ந்து அளுவறேன்!"

"ஏன்! நீ நியூஸ் பேப்பர் எல்லாம் மாசா மாசம் போட்டுடறியோ?"

"ஓகோ அதுவும் ஆயிடிச்சா? பலே ஆளுடாய்யா!"

மத்தியான மிளகு அவல் சாப்பிடுகிறாற்போல்கூட இல்லை.

வழக்கம்போல் ஆபீஸ் கடையைக் கட்ட ஆறு மணியாயிற்று. மத்தியான டிபன் ஜடராக்னி துரும்பை எரிக்கிறாற் போல் எரிந்துவிட்டு வயிற்றில் குமைந்தது.

மணிக்கூண்டு ஹோட்டலை நினைத்துக்கொண்டு நடந்து வந்தேன். ஹோட்டலுக்குள் நுழையப் போகிற சமயம். ஹோட்டல் வாசலிலிருந்து வெற்றிலை பாக்குக் கடைக்கு முன்னால் நின்று மேல்நோக்கி மணிக்கூண்டின் முள்ளைப் பார்த்துக்கொண்டிருந்தார் தத்தோஜி – மீசையும் ஒட்டுப் போட்ட பஞ்சகச்சமுமாக. காரும், பஸ்ஸும் நடையுமாக உலகம் தெற்கேயும் வடக்கேயும் விரைந்துகொண்டிருந்தது. தத்து சாவகாசமாக நின்று மணி பார்த்துக்கொண்டிருக்கிறார். மணி பார்க்கும்படியாக என்ன அவசரம் அவருக்கு? இல்லை மணிக்கூண்டு என்ற அதிசயத்தைத்தான் வியந்துகொண்டிருக் கிறாரா?

"என்ன ராயர்வாள்!" என்று கூப்பிட்டேன். ஏதோ சிறு கருணை வெள்ளம் என் மனதில் ஊற்றெடுத்த சமயம் அது.

தத்து திரும்பினார். என்னைப் பார்த்தார். புன்சிரிப்பைப் பெரிது பண்ணினார். "கோடி வீட்டு சாரா! நமஸ்காரம் சார். பேட்டியே கிடைக்கமாட்டேங்கிறதே" என்று அருகே

வந்தார்.

"எங்கே இவ்வளவு தூரம்! மணி வேறு பாக்கிறீர்! என்ன சேதி?"

"சும்மாத்தான் வந்தேன். வீட்டியே வரச்சொன்னாள்."

"யாரு?"

"என் சம்சாரம். பயாஸ்கோபுக்குப் போயிருக்கா – மூணு மணி ஆட்டத்துக்கு. ஆறேகால் மணிக்கு வருவாளாம். முடிஞ்சா வந்து அழச்சிண்டு போங்களேன்னாள். அதுதான் இப்படி வந்தேன்."

"சினிமாவுக்கா போயிருக்கா?"

"ஆமா – இந்தக் கொட்டகையிலேதான் . . ."

"நீங்க போகலியா?"

"ஒரு டிக்கட்டுக்குத்தான் காசு இருந்தது. அதுவே சான்ஸாகத்தான் அவளுக்குக் கிடைச்சுதாம்."

"அதுக்காக நீர் கூடப்போக வேண்டாமோ . . .?"

"இல்லே சார். சொல்றேன். கேளுங்களேன். காலமே ரெட்டிப்பாளையத்திலேந்து மல்லிகைப்பூ கொண்ணாந்தா ஒரு பொம்பிளை. பெரட்டாசி மாசம் மல்லிகைப்பூ வர்றது ரொம்ப அபூர்வம் இல்லியா? என் சம்சாரம் சடக்குனு ஒரு சேர் வாங்கிப்பிட்டா, தலைப்பிலே பூவைக் கொட்டிக் கிட்டு உள்ளே போய்ப் பாத்திருக்கா. சில்லறையில்லை. காலமே பூவை வாங்கிப்பிட்டுத் திருப்பிக் கொடுப்பாங்களோ? பக்கத்து வீடுங்கள்ள கேட்டிருக்கா. கிடைக்கல்லே. அப்புறம் ஏதோ பாத்திரத்தை எடுத்துக்கிட்டு ஒரு வேண்டியவா வீட்டிலே வச்சு, ஒரு ரூபா வாங்கிண்டு வந்தா. மல்லிப்பூ பத்தணாத்தான், மீதி ஆறணா இருந்தது. என்ன செய்யலாம்னு கேட்டா, புதுப்படம் இன்னிக்கு வருதாமே. பார்த்திட்டு வாயென்னேன். சரின்னு புறப்பட்டு வந்தா, அழைச்சிண்டு போகணும்!"

'அட துடகாலிகளா?' என்று கத்த வாயெடுத்தேன்.

'வாயை மூடு – அரசிக குடுக்கை' என்று யாரோ பல்லைக் கடிக்கும் குரல் கேட்டது. யார் என்று திரும்பிப் பார்க்கவில்லை. குரல் என் உள்ளேயிருந்து கேட்ட குரல்தான்.

'புத்தி புத்தி' என்று மனசு கன்னத்தில் போட்டுக் கொண்டது.

☙ சிலிர்ப்பு ☙

"காப்பி சாப்பிடலாம், வாரீறா?" என்றேன். தத்தோஜி மறுக்காமல் வந்தார்.

வீட்டுக்குப் போனபோது, கௌரியின் தலையில் மல்லிகைச் சரம் மோகன வேடு கட்டியிருந்தது. 'உங்களுக்குன்னு கொண்டு வந்தேன் மாமி' என்று கங்காபாய் கொடுத்து விட்டுப் போனாளாம்.

ரெட்டிப்பாளையம் மல்லிகைப் பூவின் வாசனை உலகத்தில் வேறு எந்த மல்லிகைக்கும் கிடையாதே, அப்பா! என்ன மணம்!

◆